LANGUAGE for LEARNING

Siegfried Engelmann • Jean Osborn

WORKBOOK B

Columbus, Ohio

A Division of The McGraw-Hill Companies

SRA/McGraw-Hill

A Division of The **McGraw·Hill** *Companies*

Send all inquiries to:
SRA/McGraw-Hill
8787 Orion Place
Columbus, OH 43240-4027

Printed in the United States of America.

ISBN 0-02-674647-6

14 15 POH 06 05

Lesson 51 Name ____________________

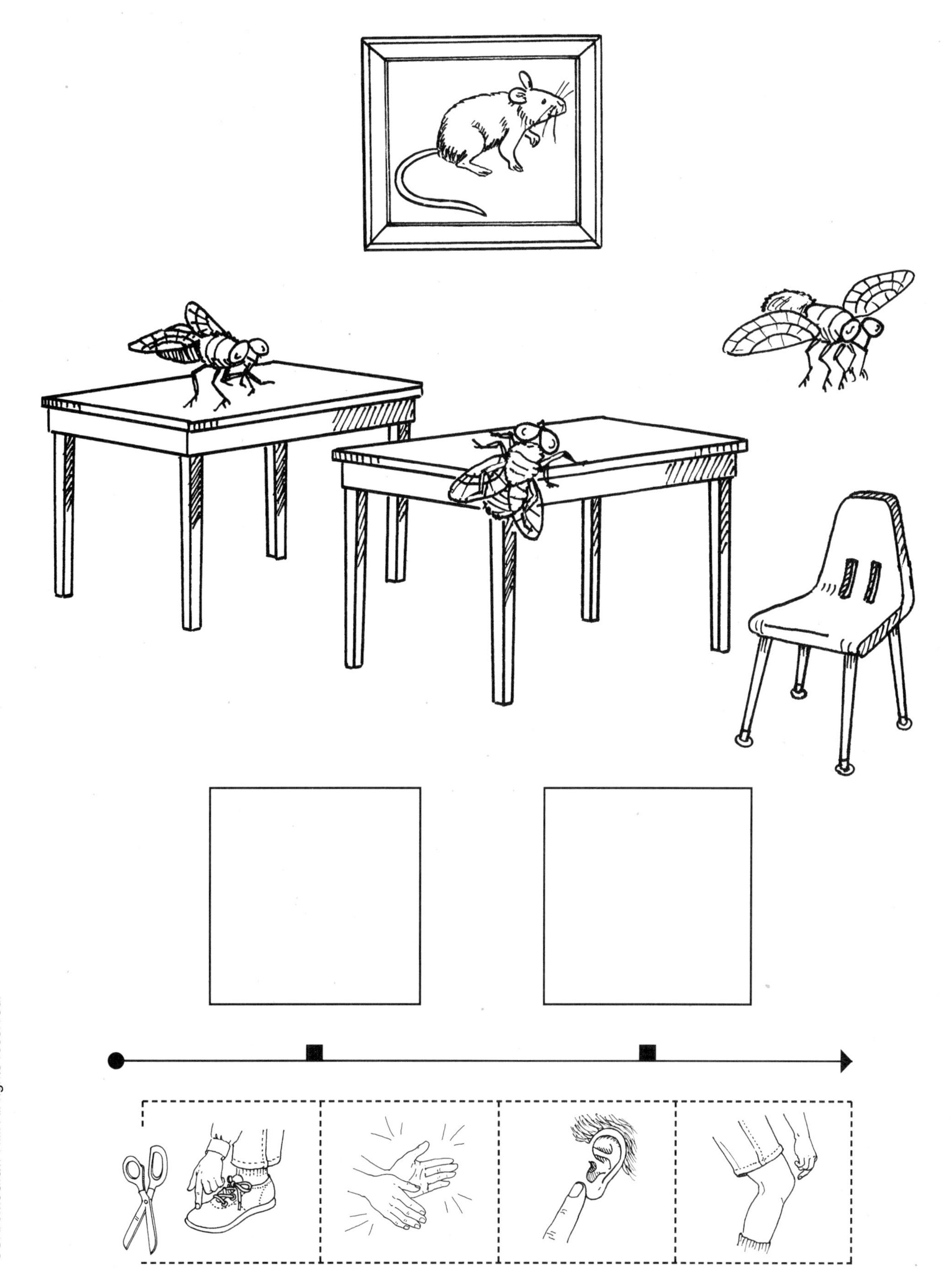

Lesson 51 Name ____________________

 ____

 Name ______________________

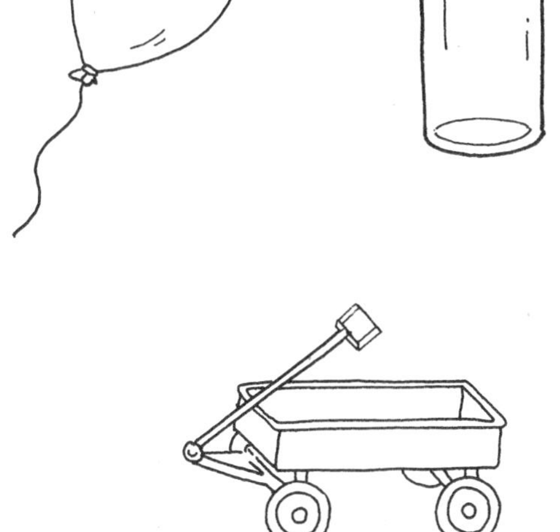
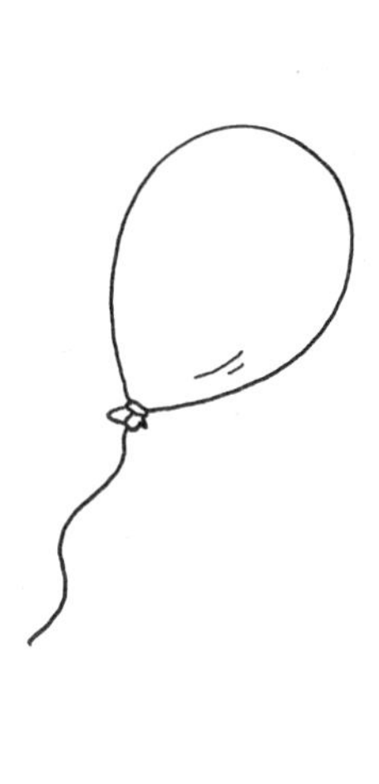

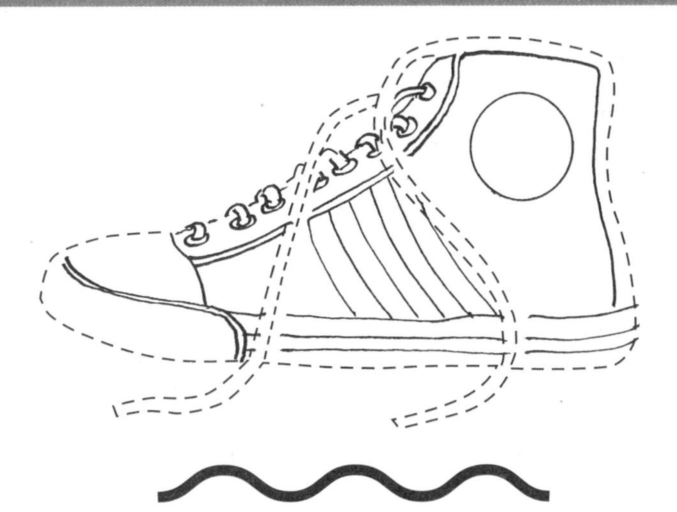

Lesson 52 Name ____________________

Lesson 53

Name ______________________

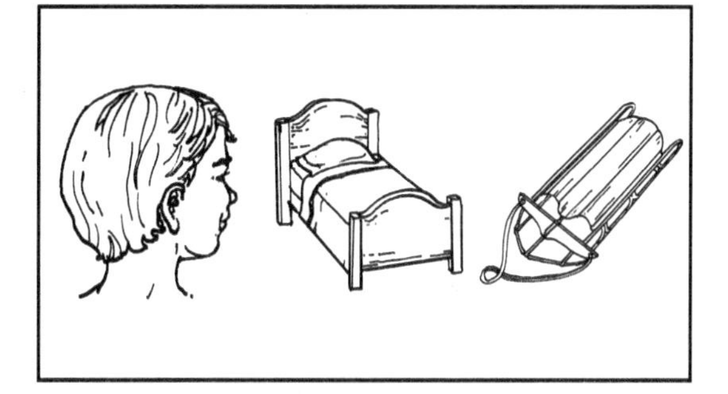

 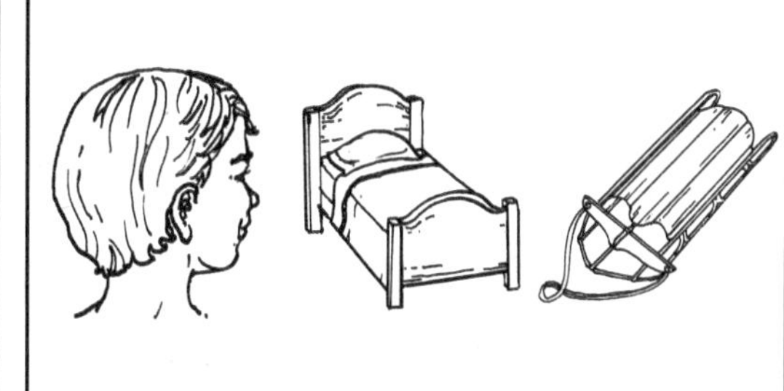

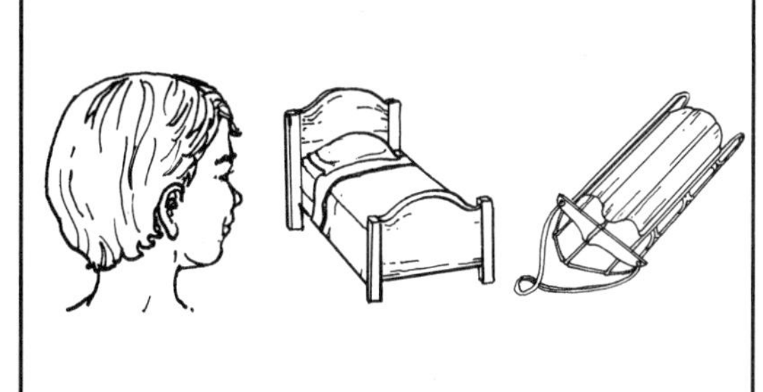 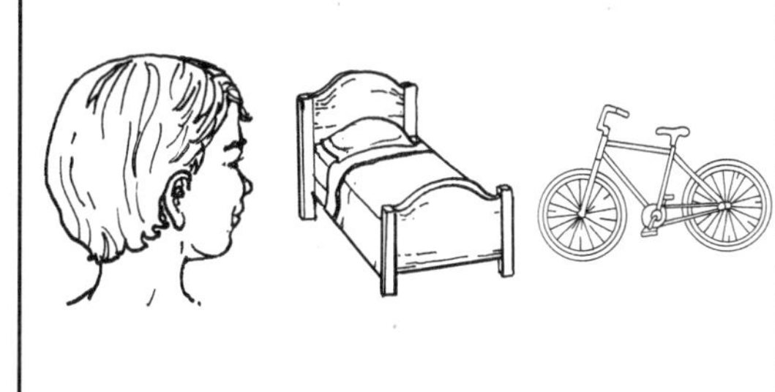

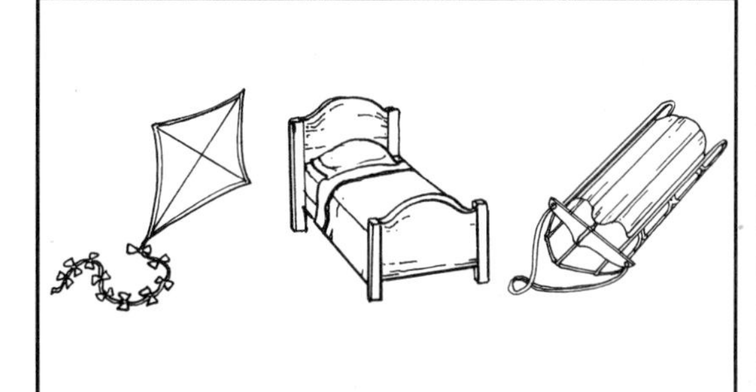 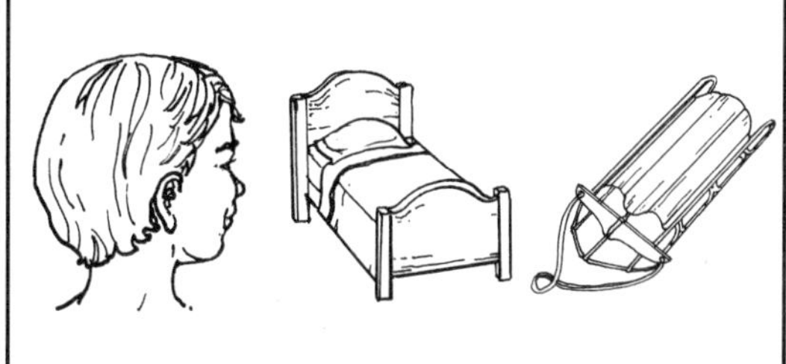

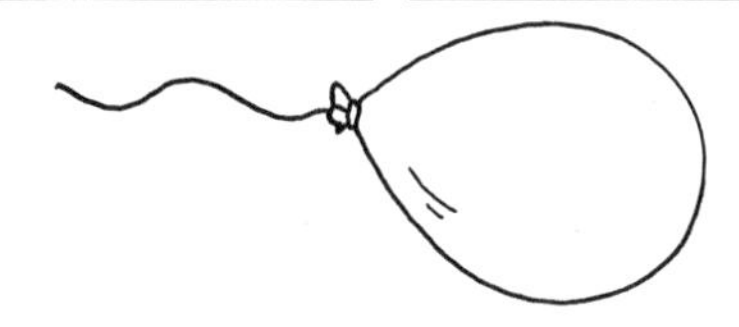

Lesson 53 Name

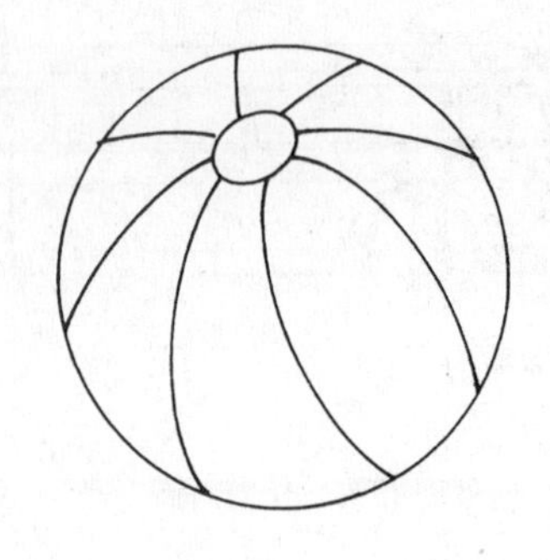

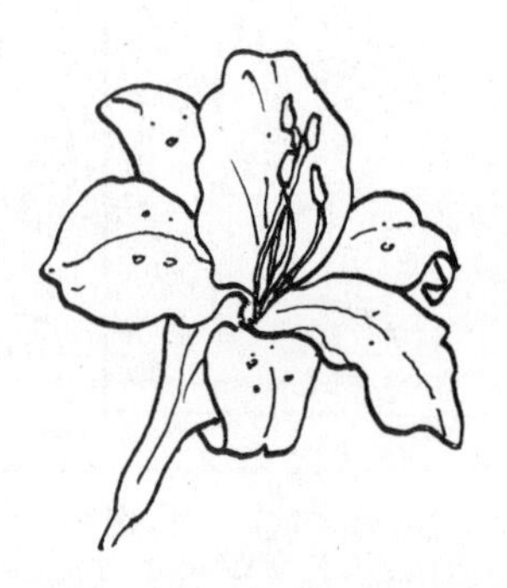

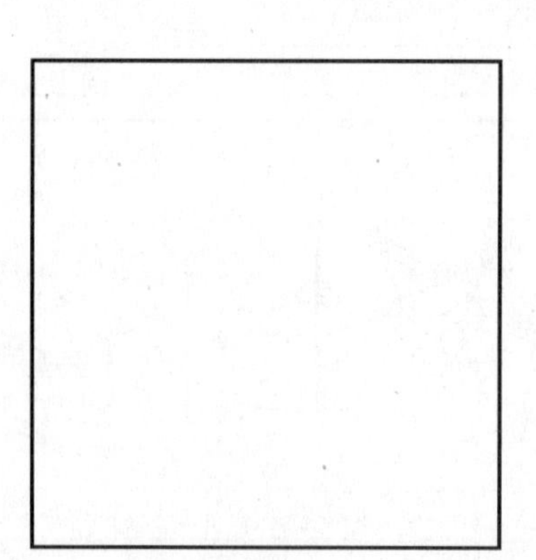

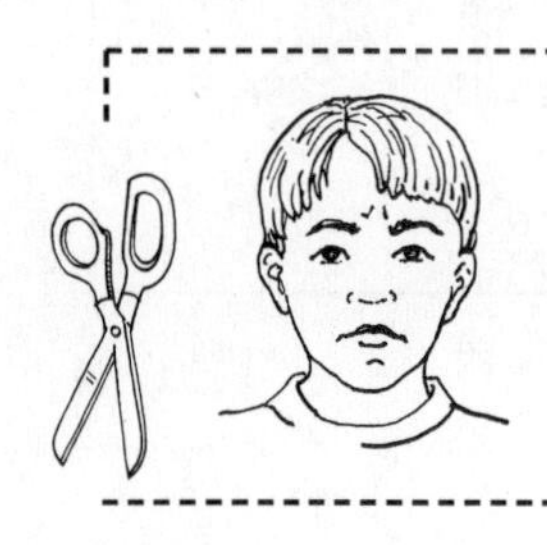

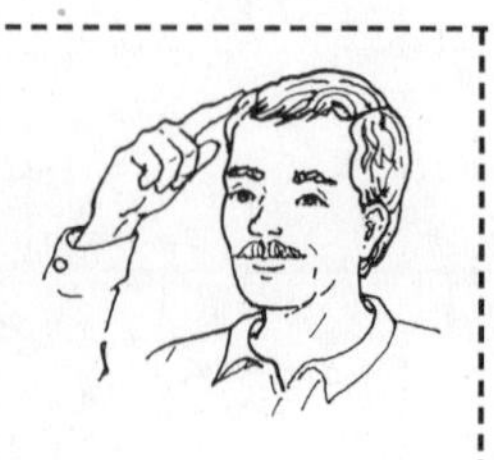

 Name ____________________

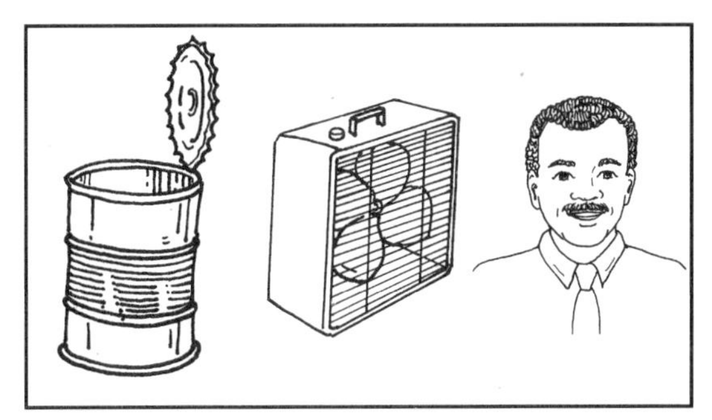

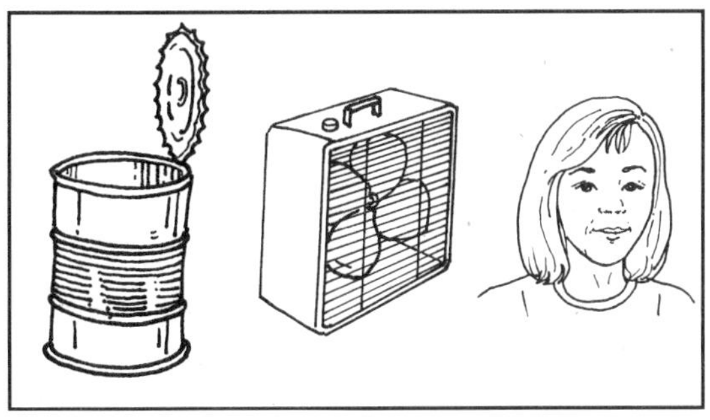

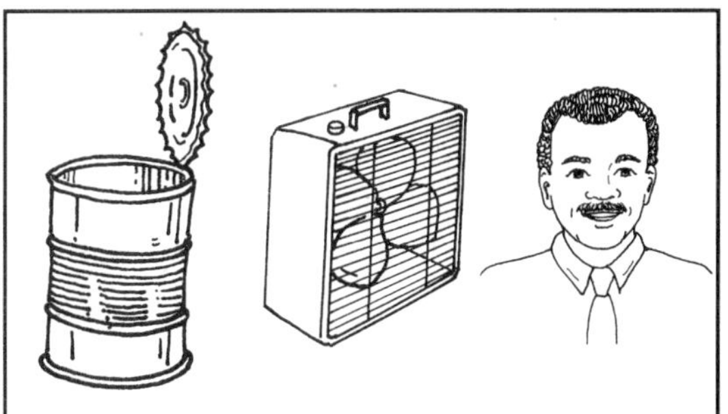

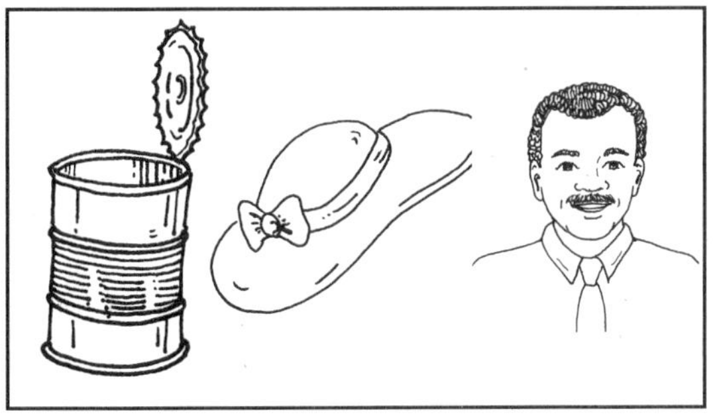

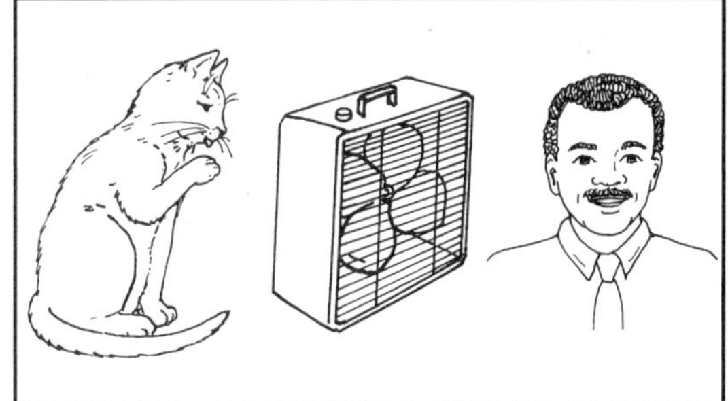

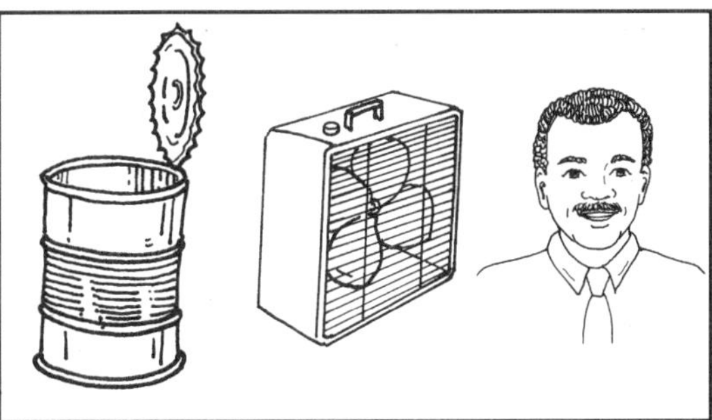

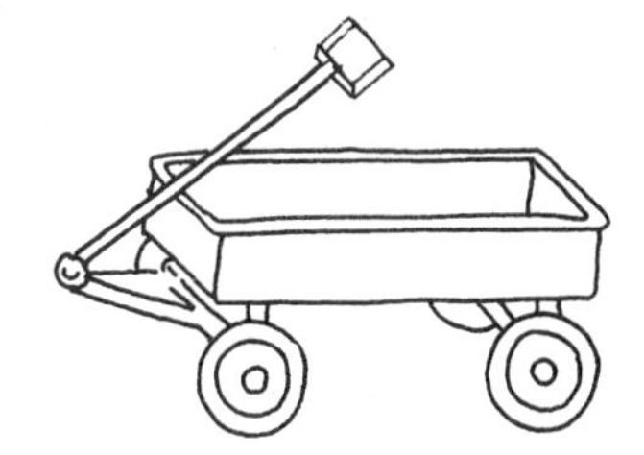

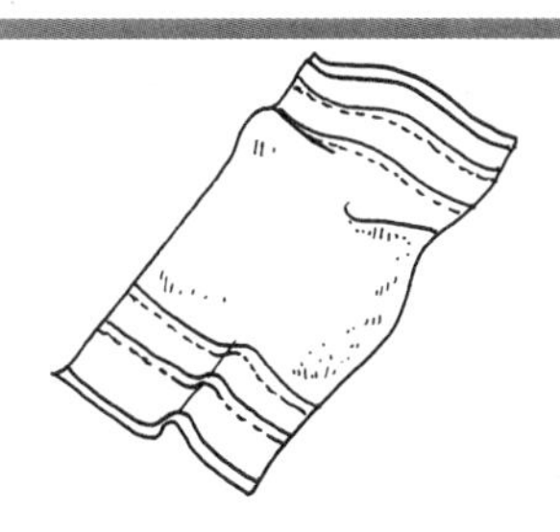

Lesson 54 Name ______________________

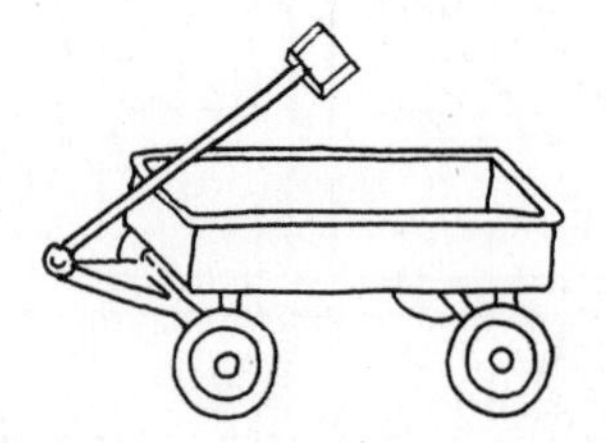
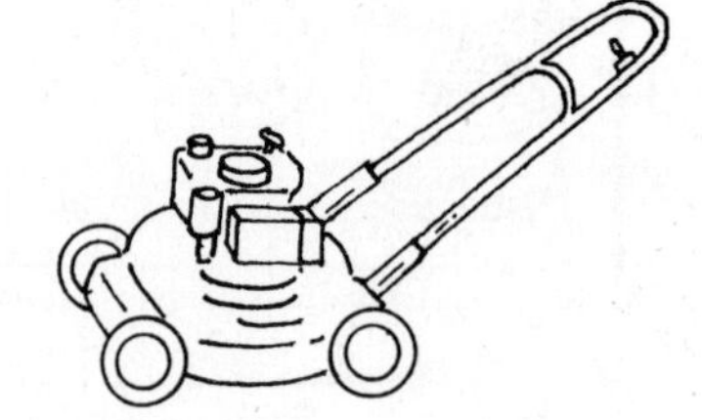

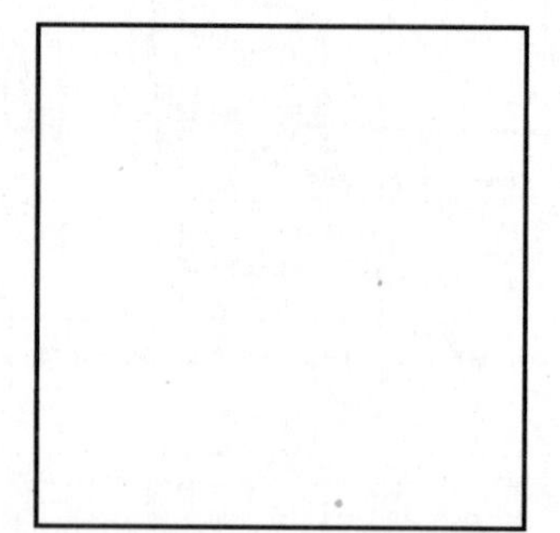

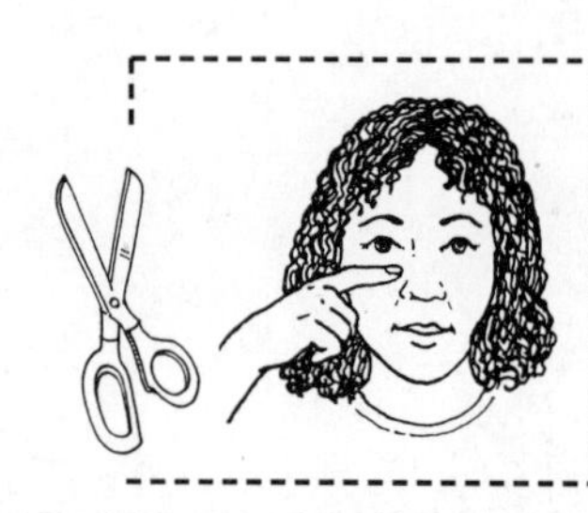

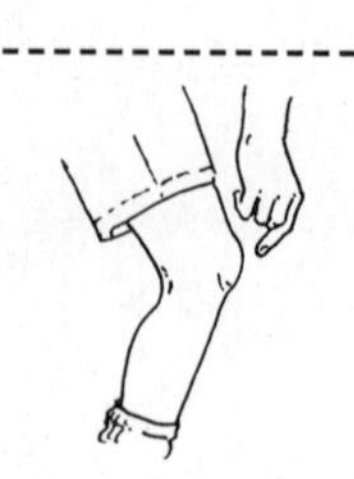
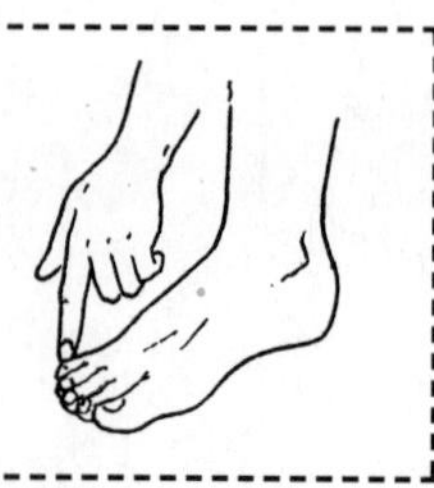

Lesson 55 Name ______________________

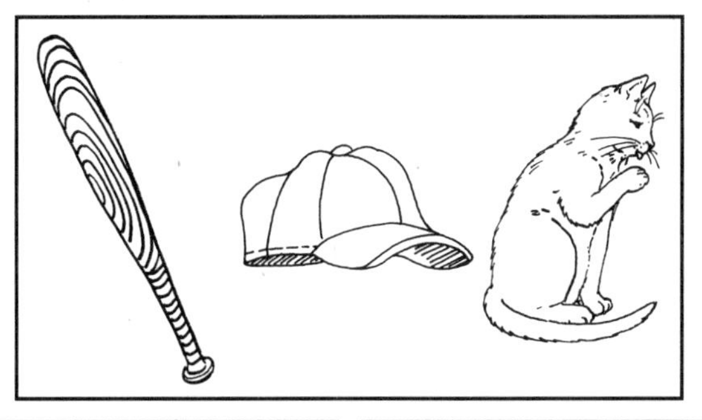

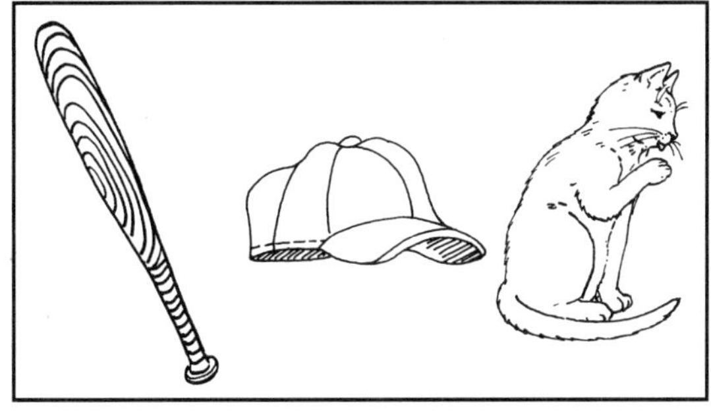

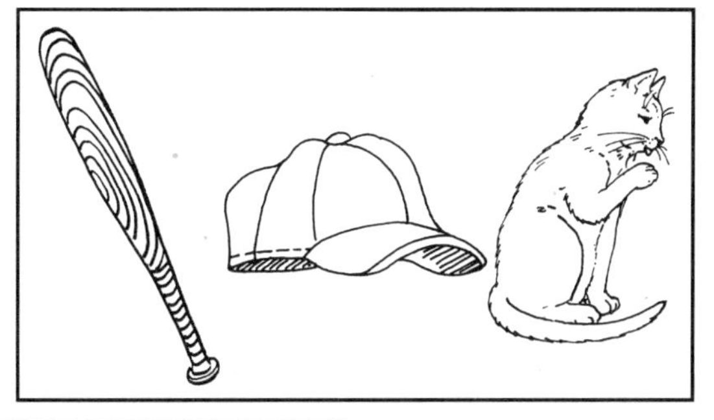

Lesson 55 Name ____________________

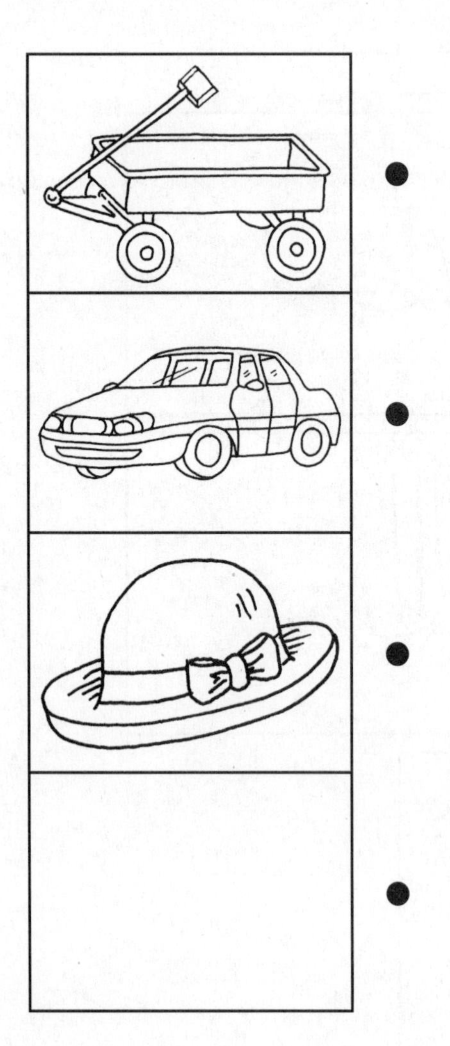

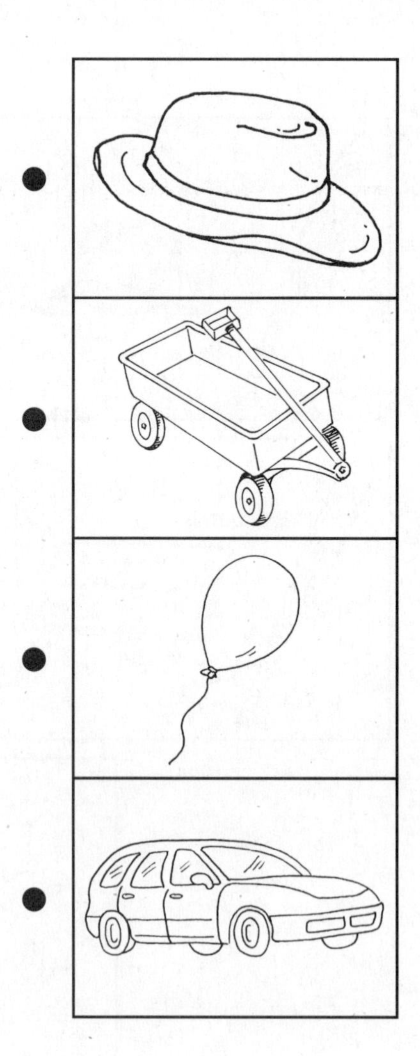

Lesson 56  Name ______________

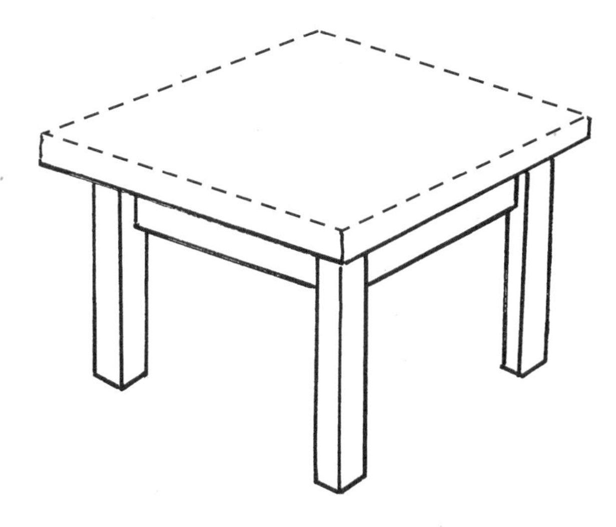

 ____

Lesson 56 Name ____________________

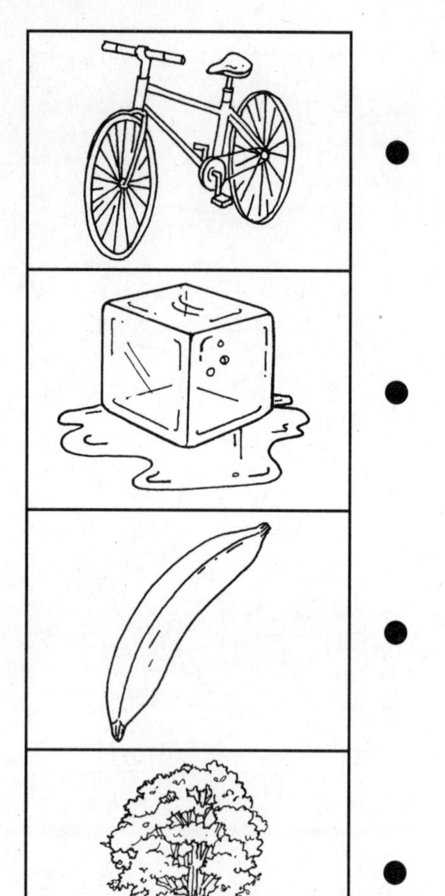

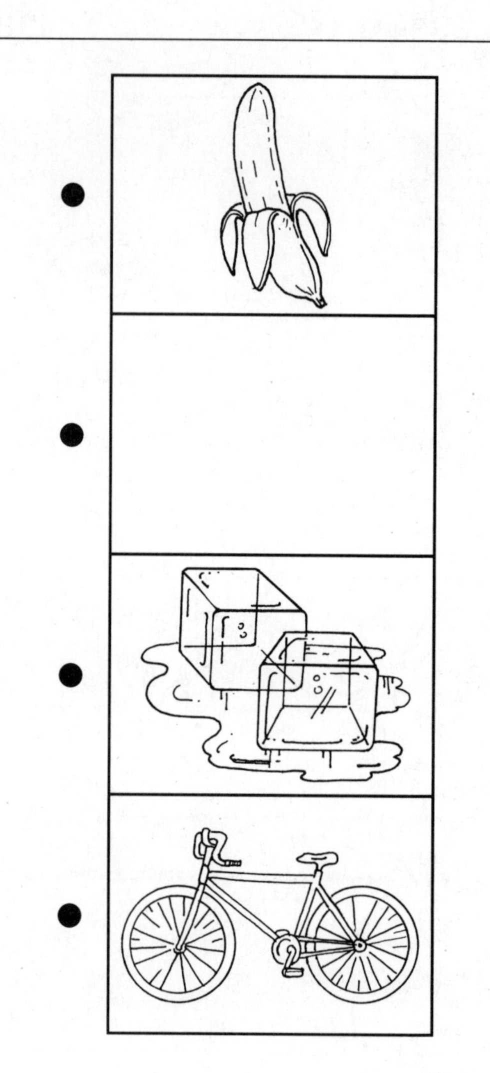

Lesson 57

Name ______________________________

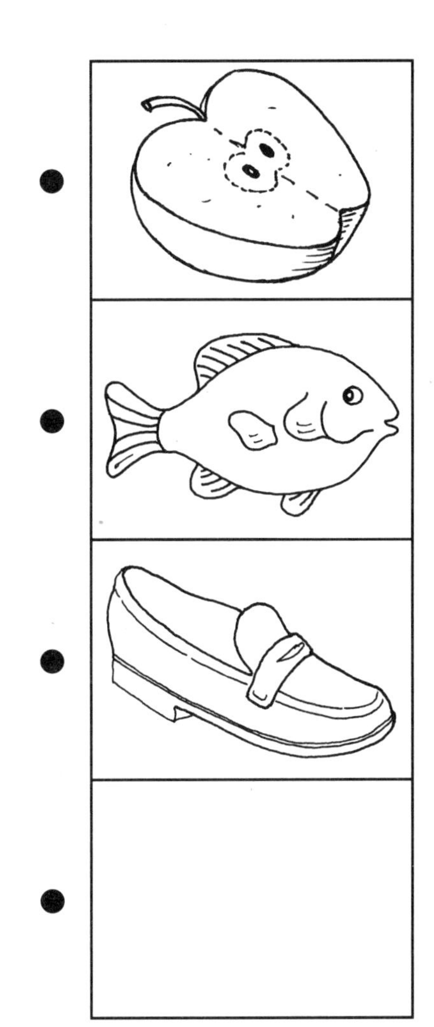

 ____

Lesson 57 Name ______________________

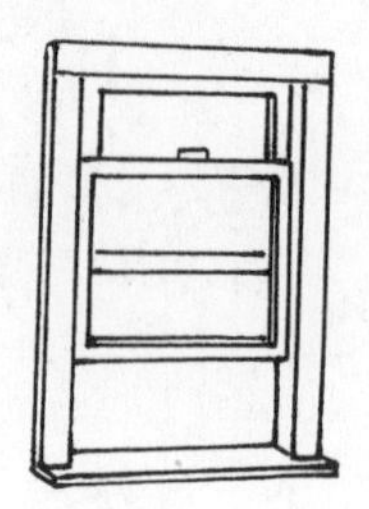

Lesson 58 Name ______________________________

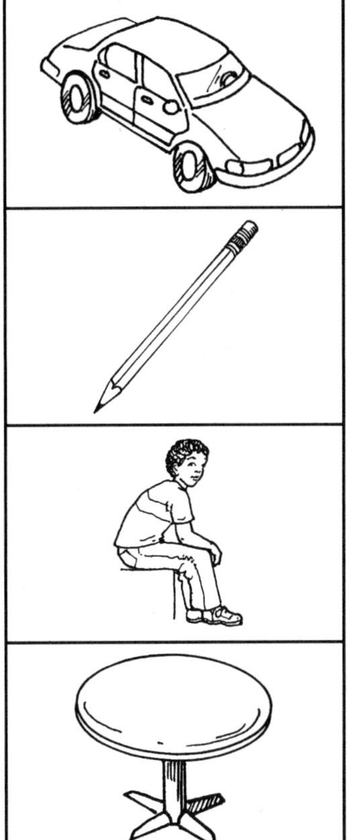

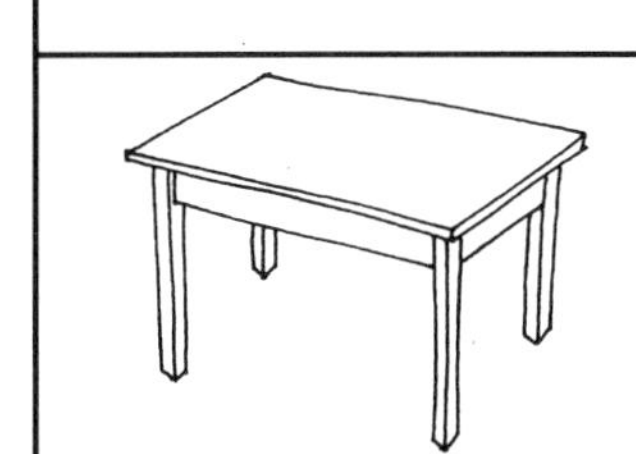

Lesson 58 Name ______________________

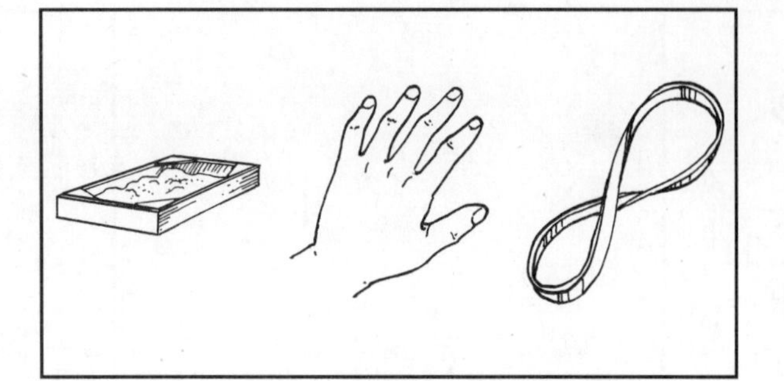

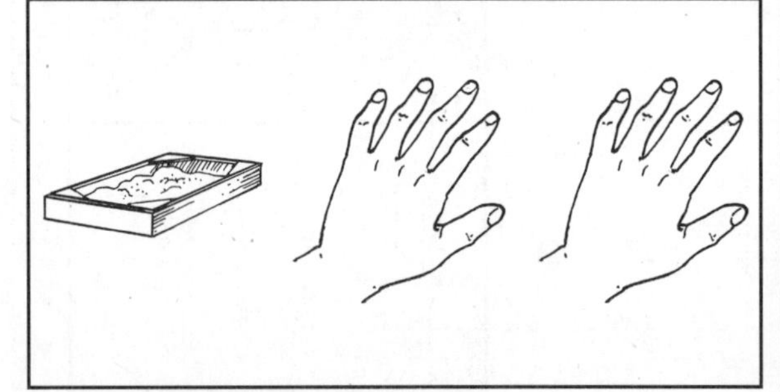

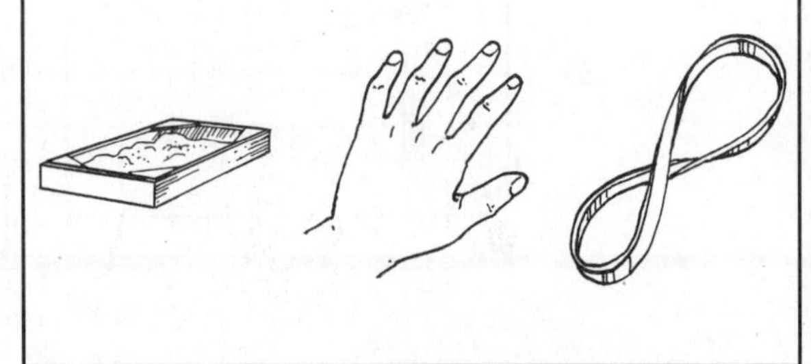

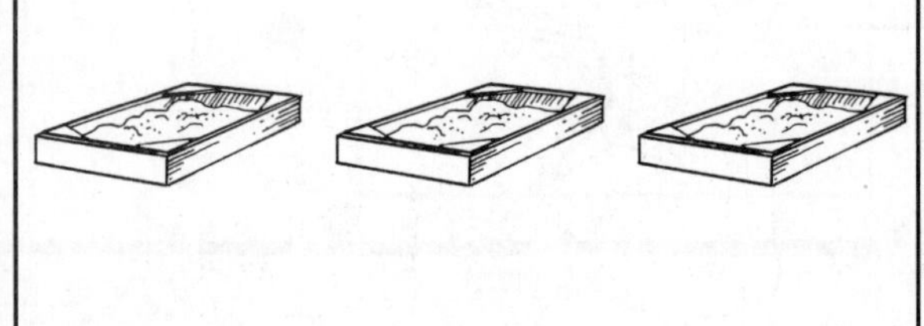

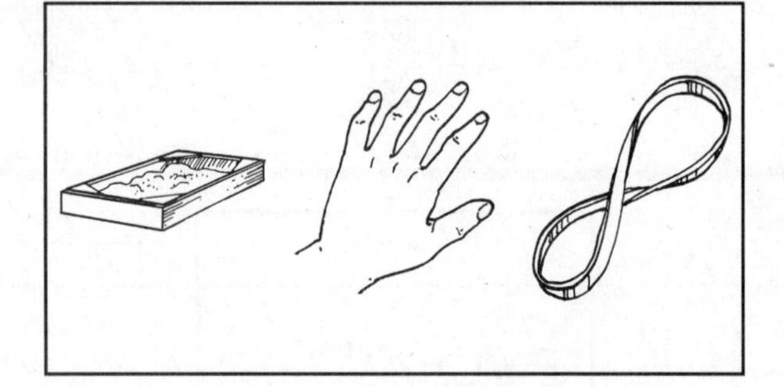

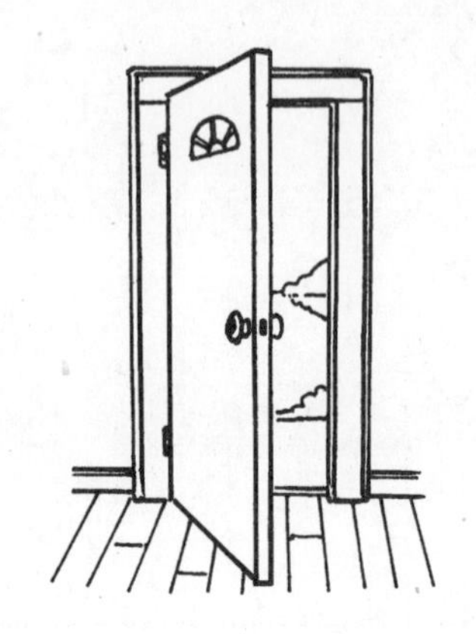

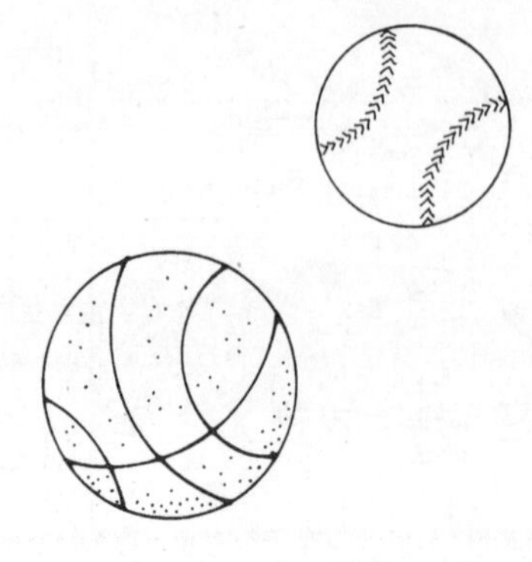

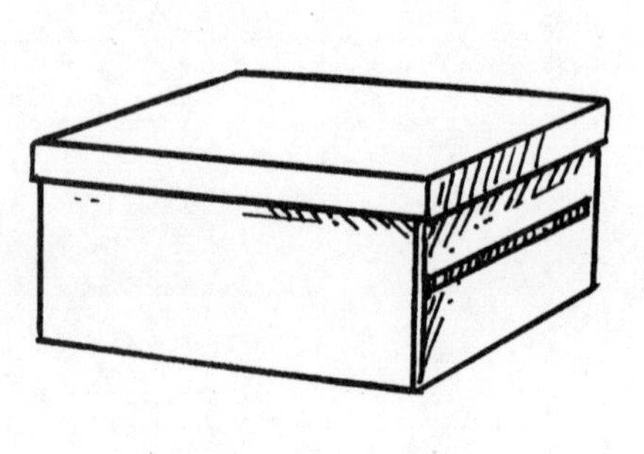

Lesson 59 Name ______________________

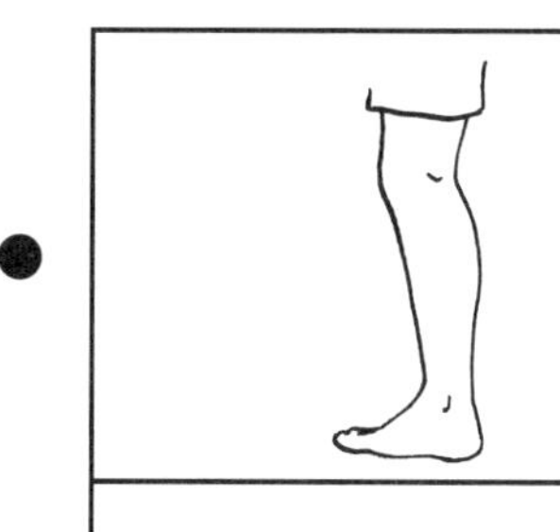

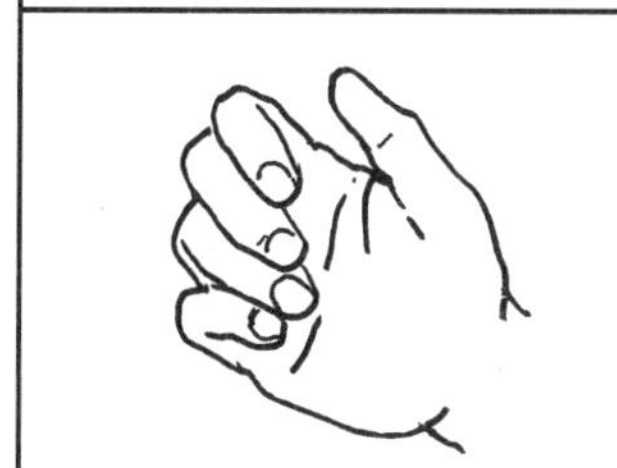

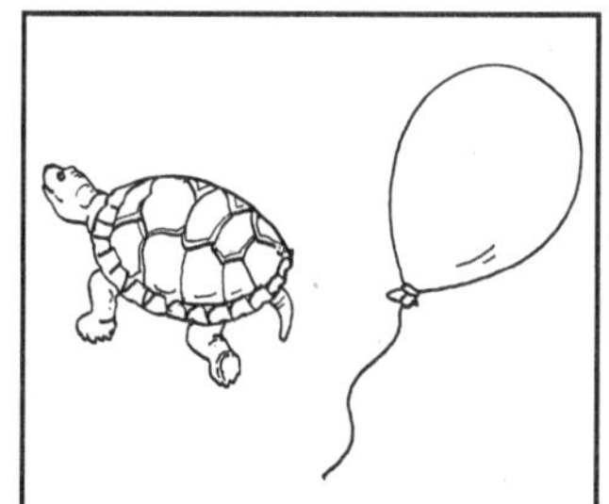

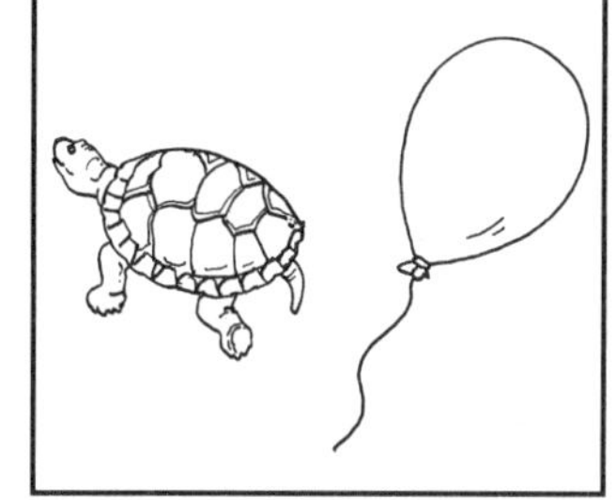

 ____

Lesson 59 Name ____________________

Lesson 60 Name ______________________

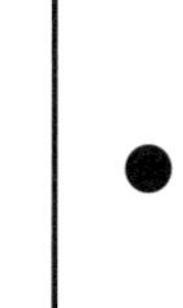

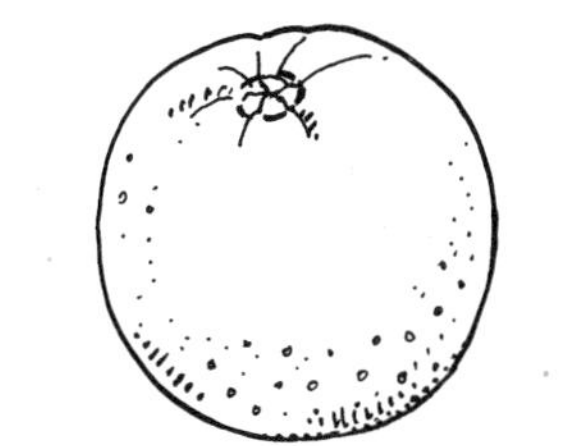

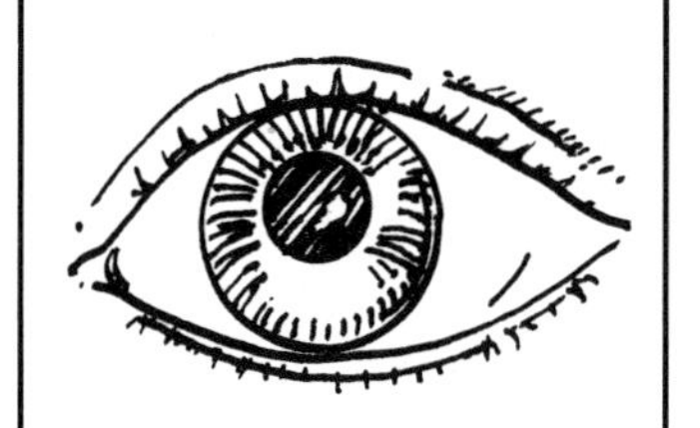

Lesson 60 Name ____________________

Lesson 61

Name ______________________

 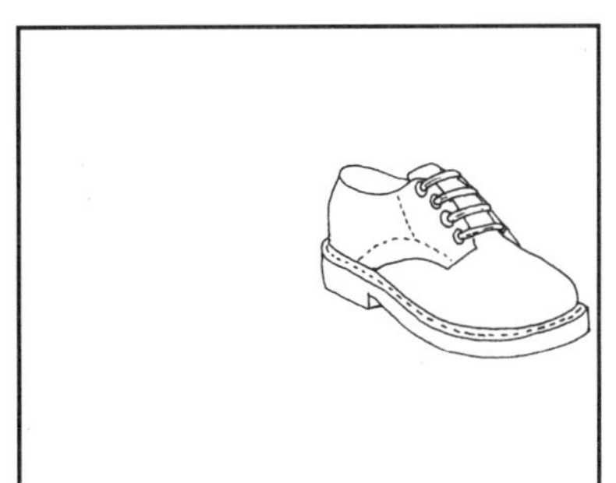 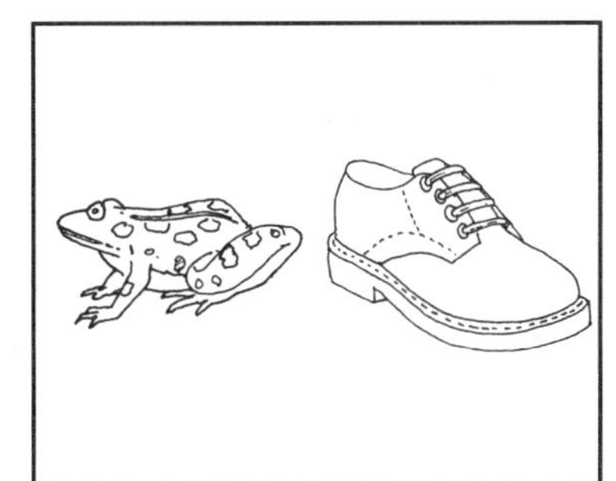

 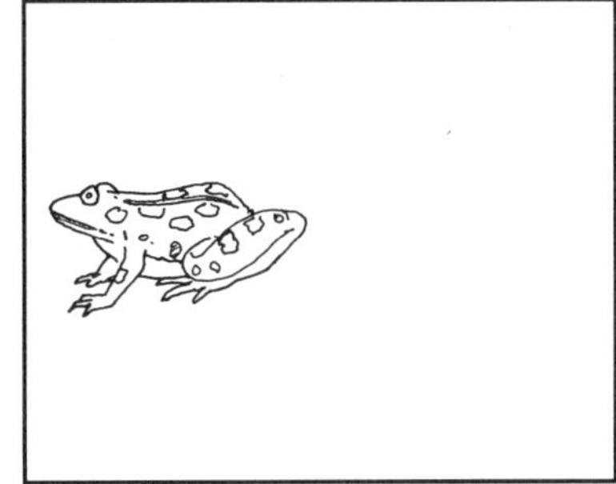 

Lesson 61 Name ______________________

 ____

Lesson 62

Name ____________________

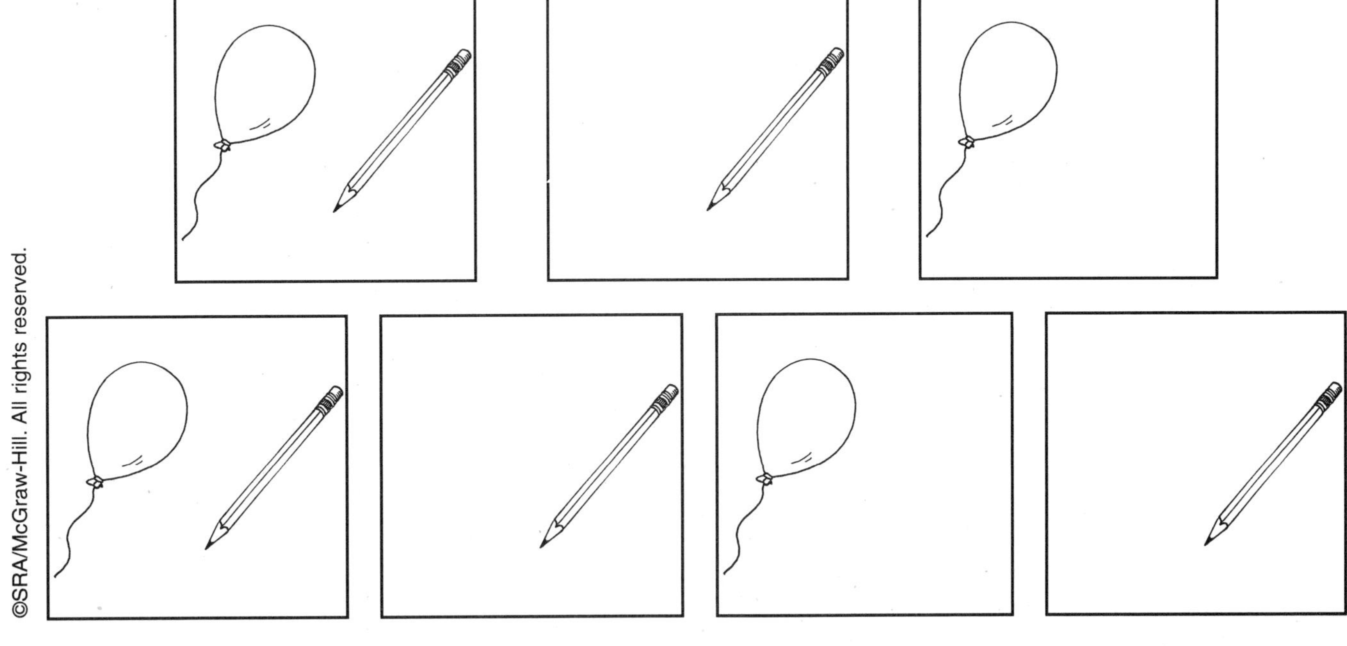

Lesson 62 Name ______________________

 ____

Lesson 63 Name ___

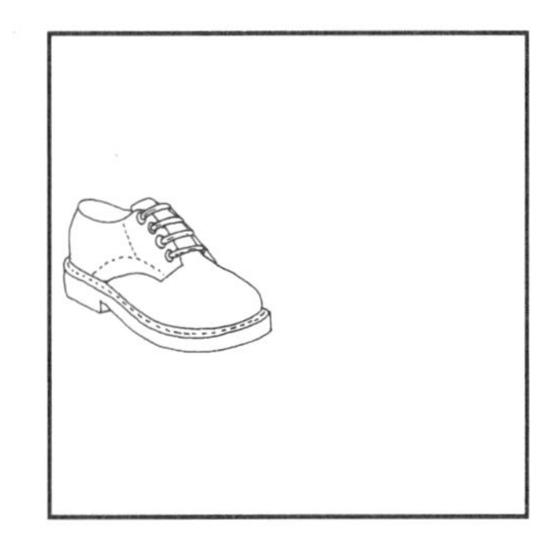

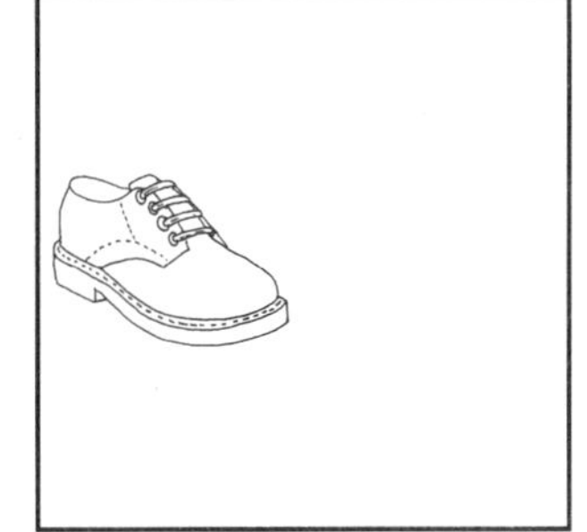

Lesson 63 Name ______________________

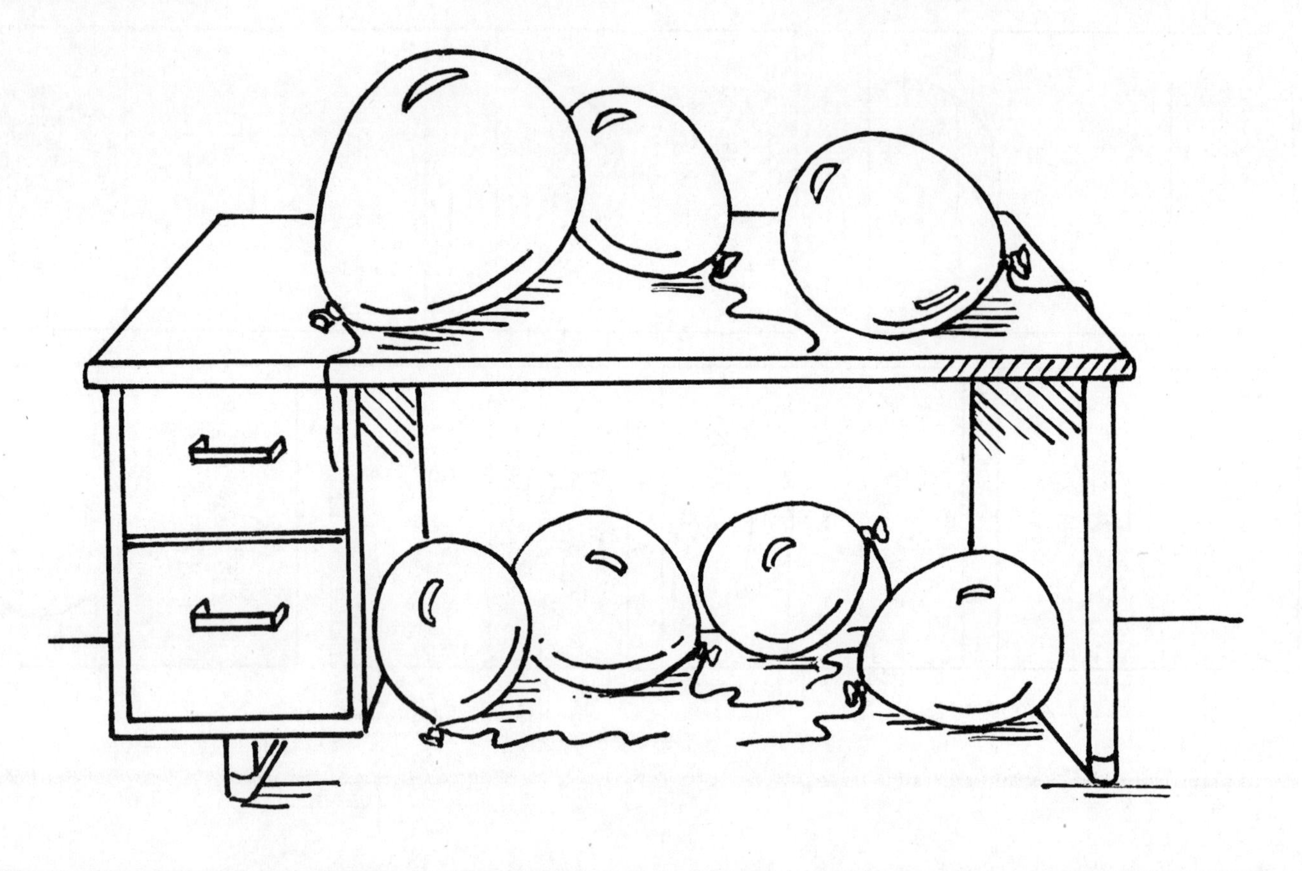

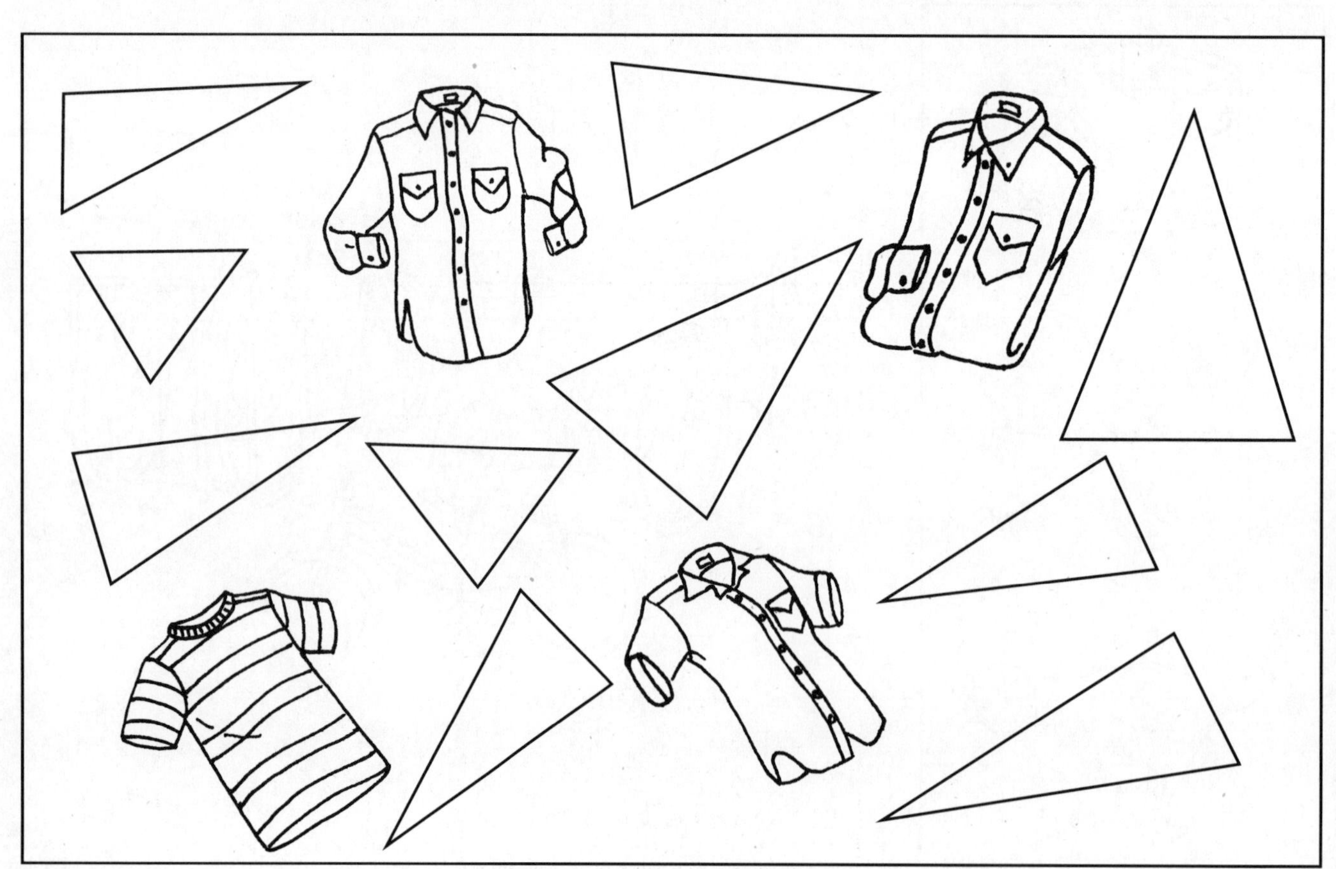

Lesson 64

Name ________________________

 ____

Lesson 64 Name ____________________

Lesson 65

Name ______________________________

 ____

Lesson 65 Name ______________________

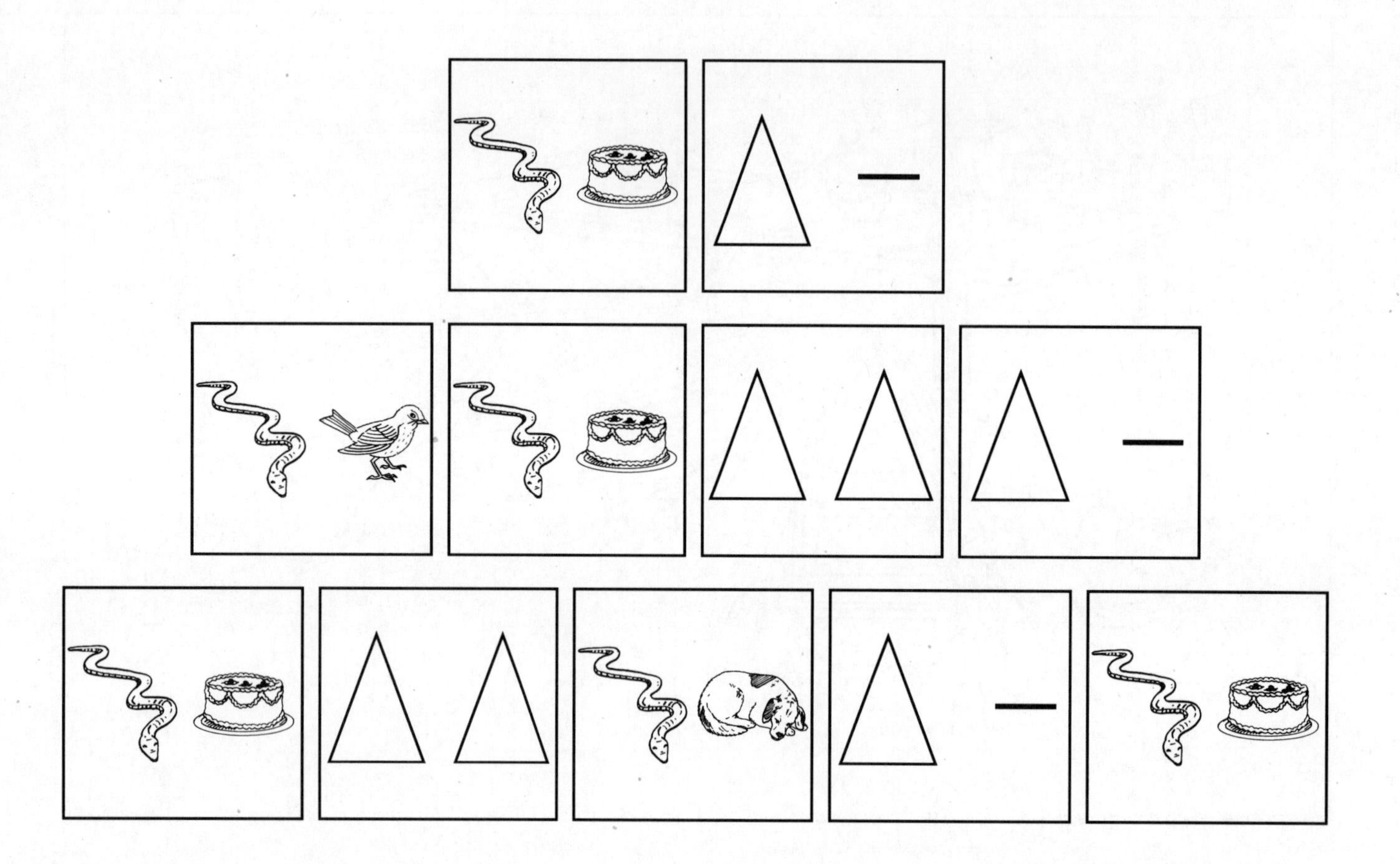

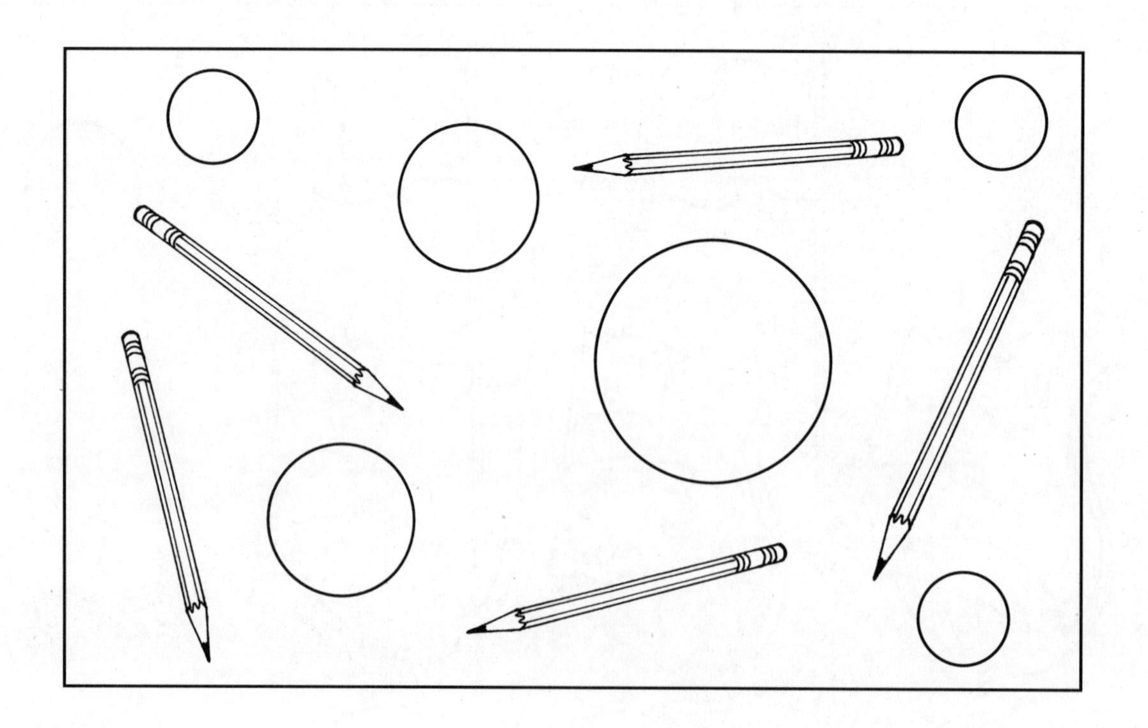

Lesson 66 Name ______________________

Lesson 66

Name ______________________

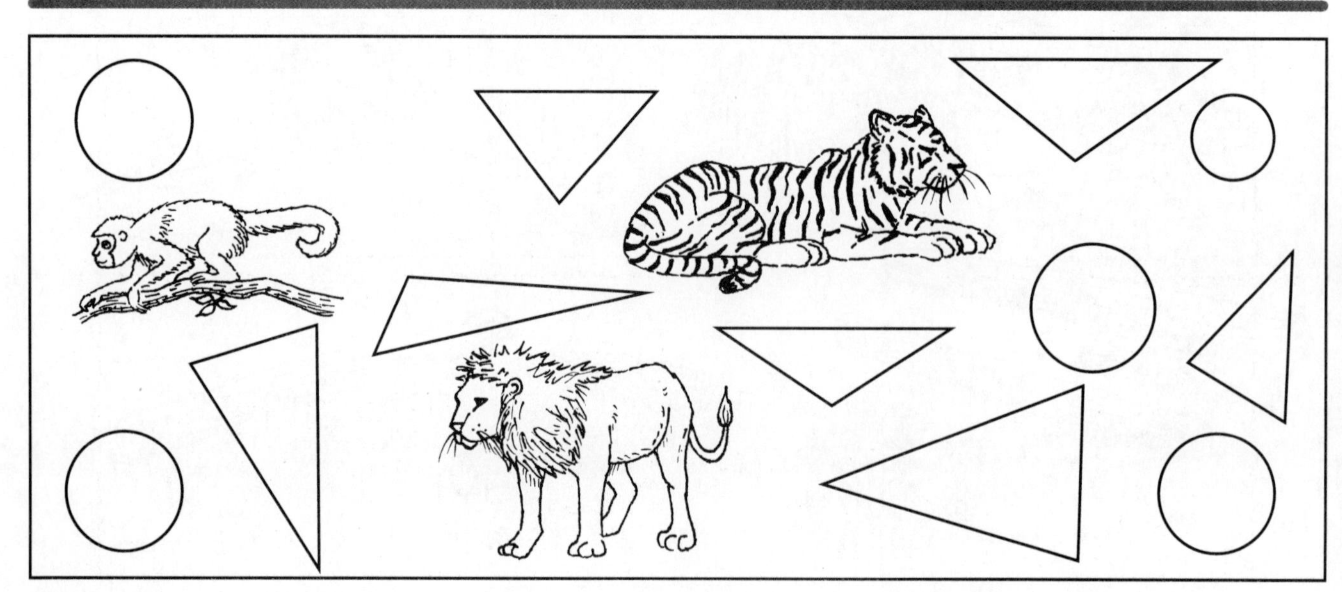

Lesson 67 Name ________________

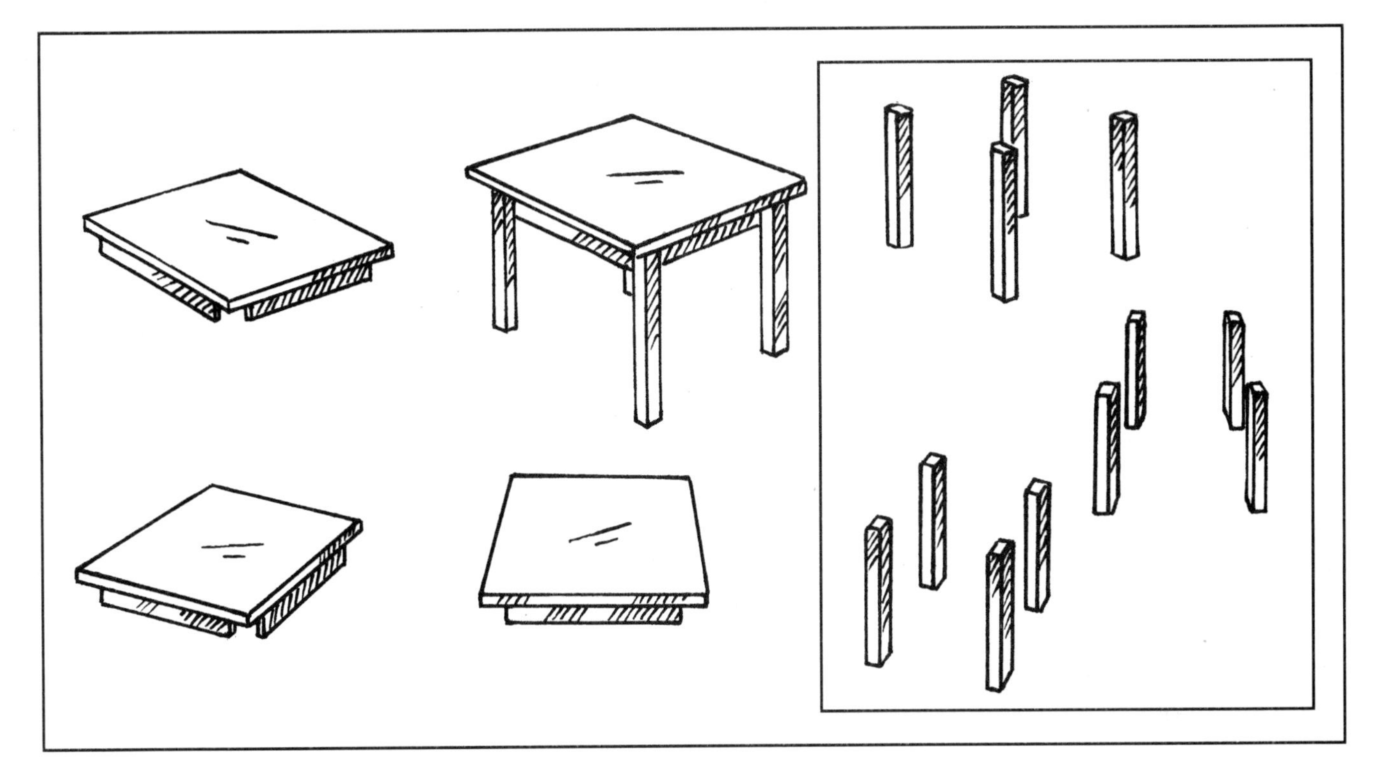

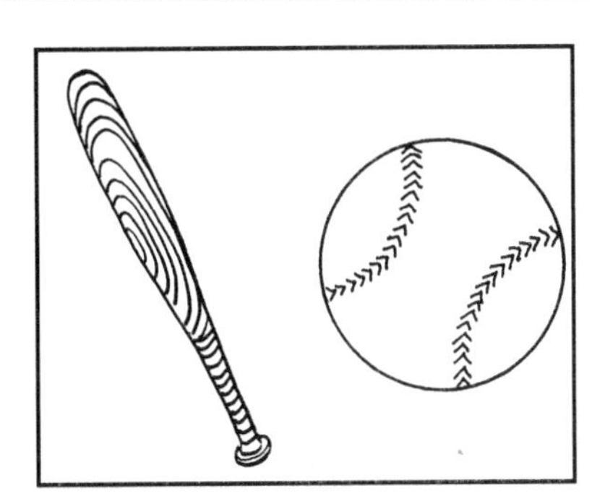

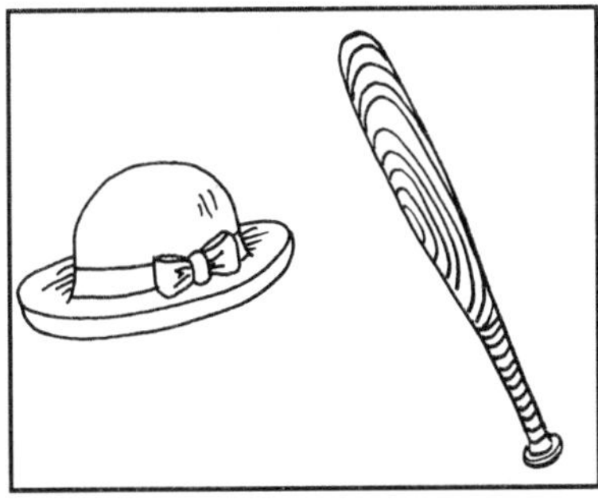

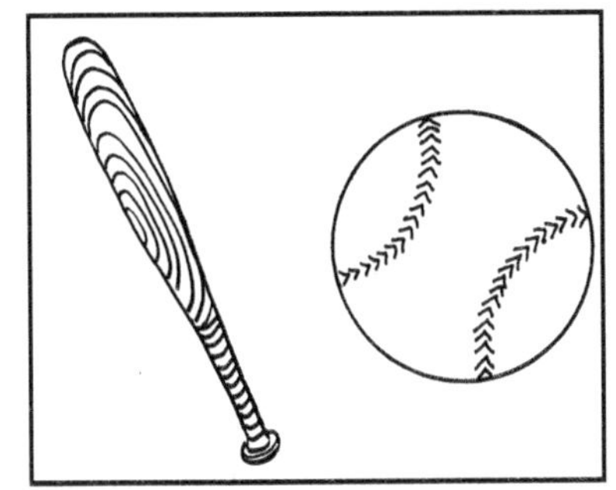

Lesson 67 Name ______________________

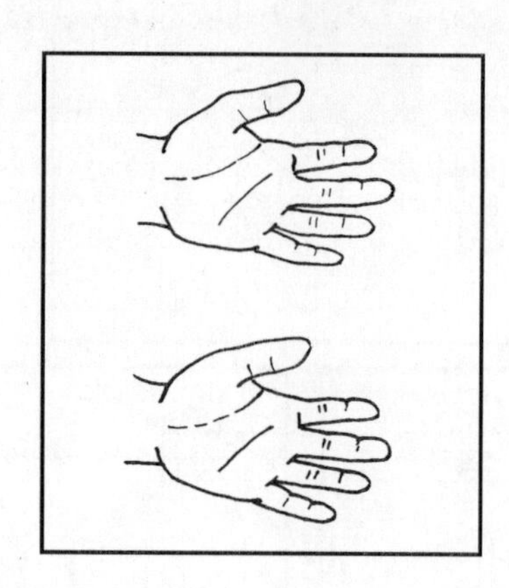

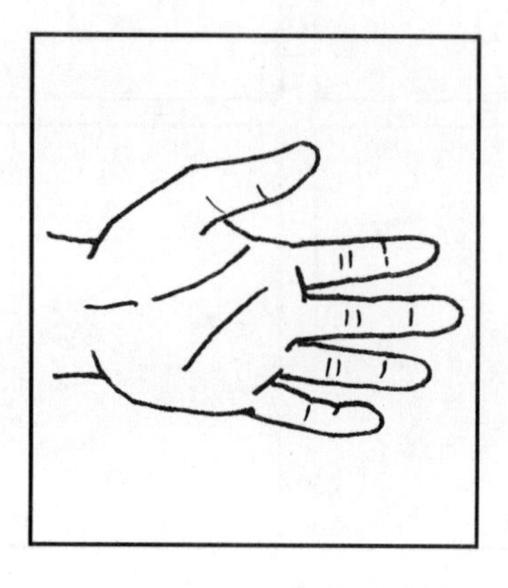

Lesson 68

Name ______________________

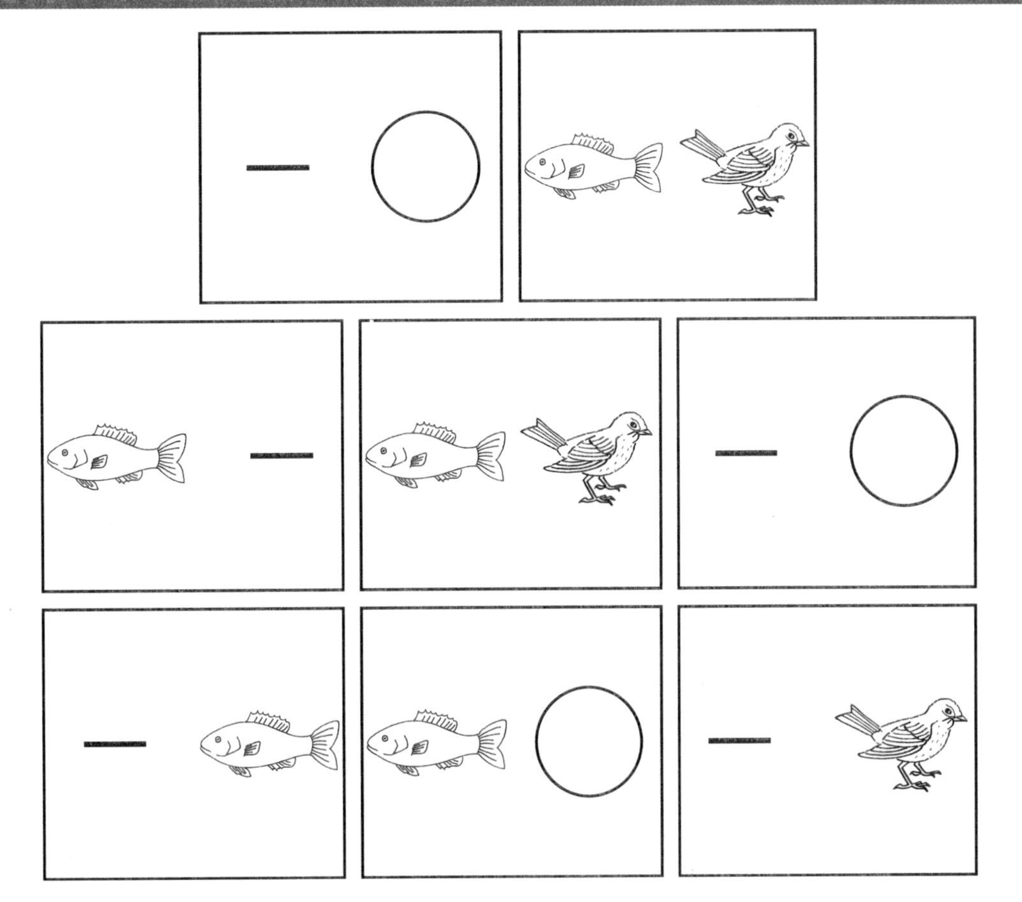

Lesson 68 Name ______________________

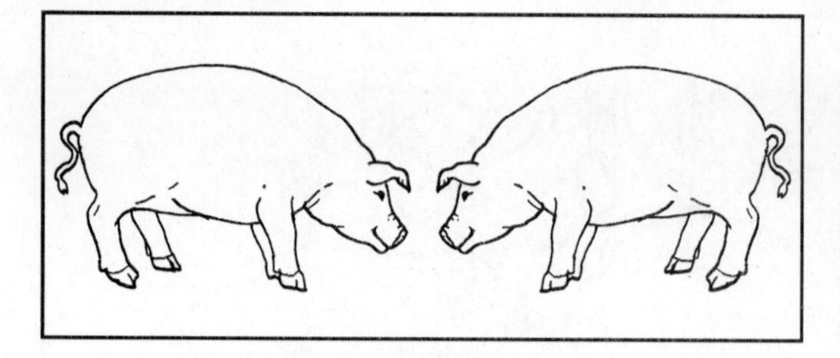

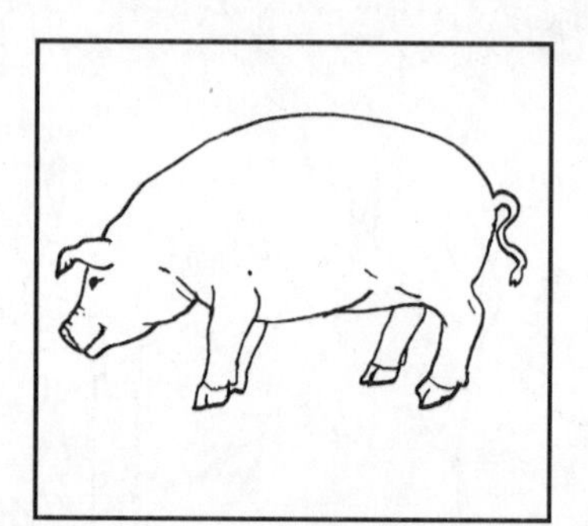

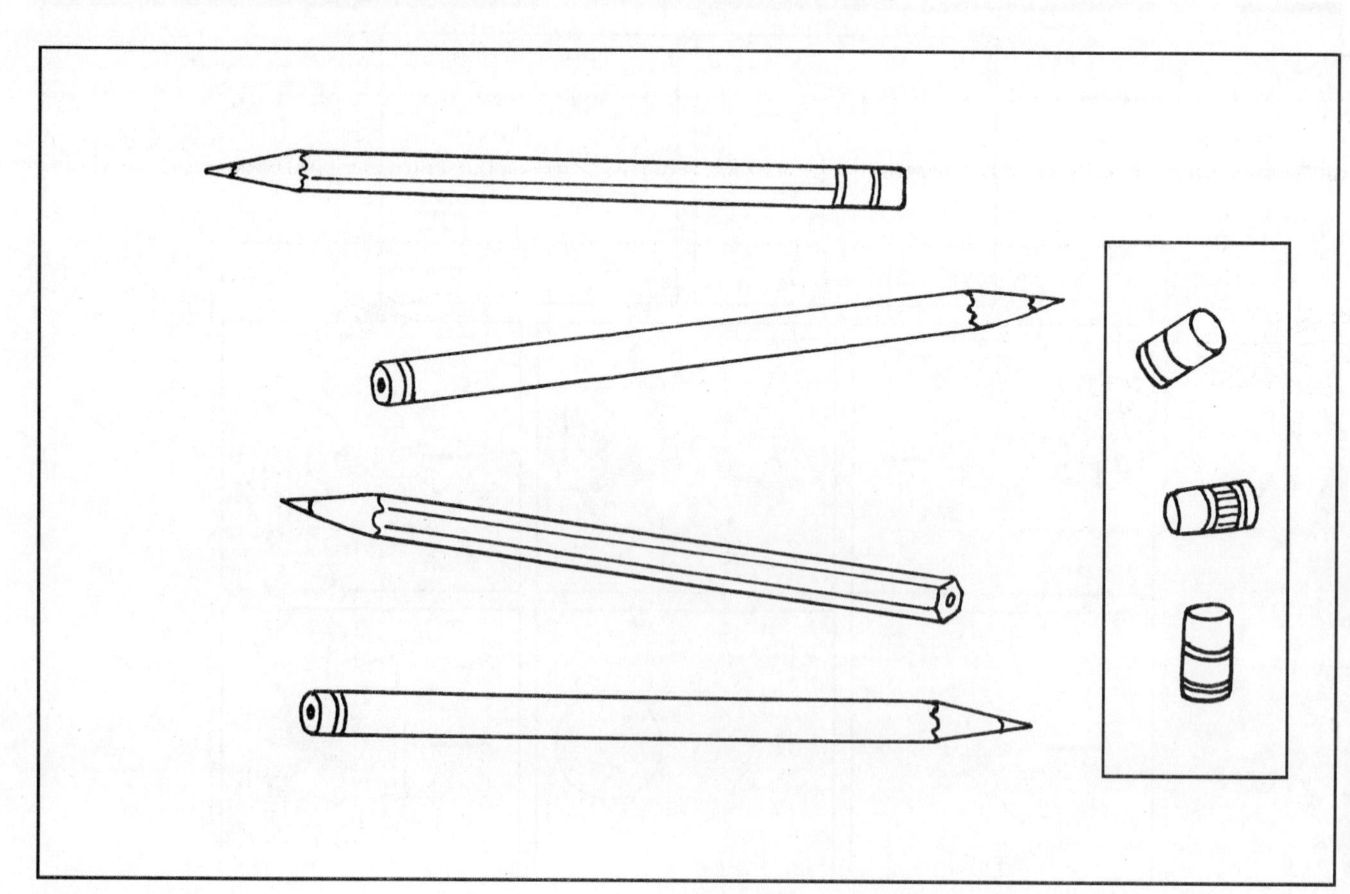

 ____

Lesson 69 Name ______________________

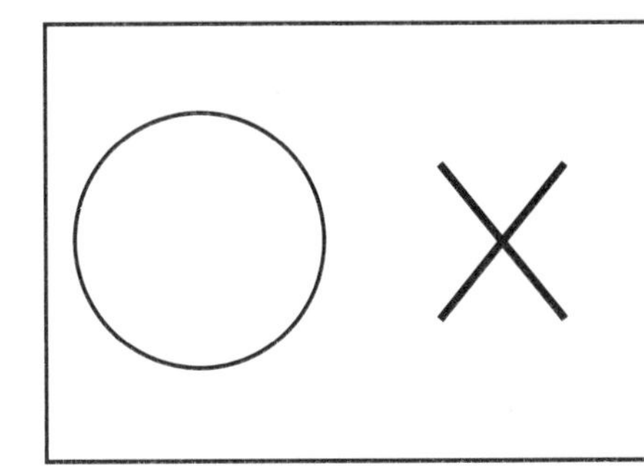

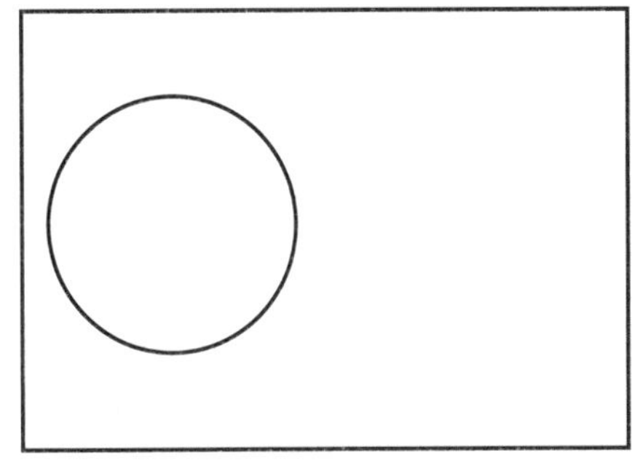

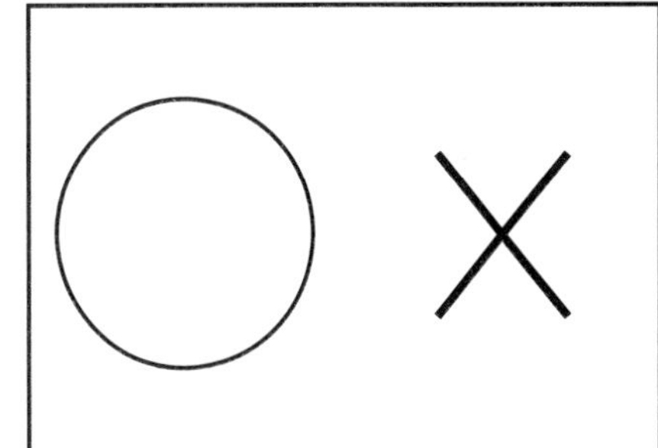

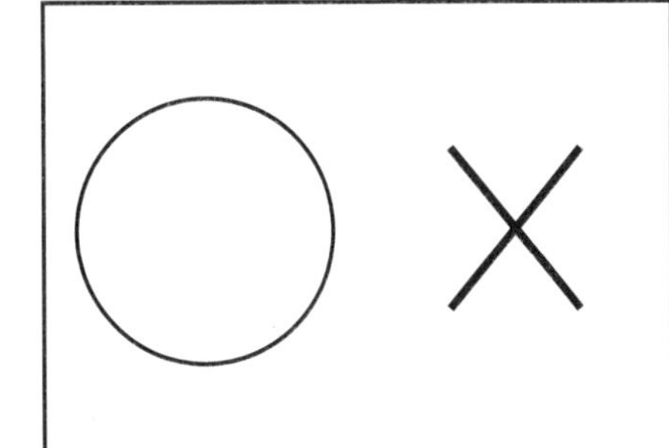

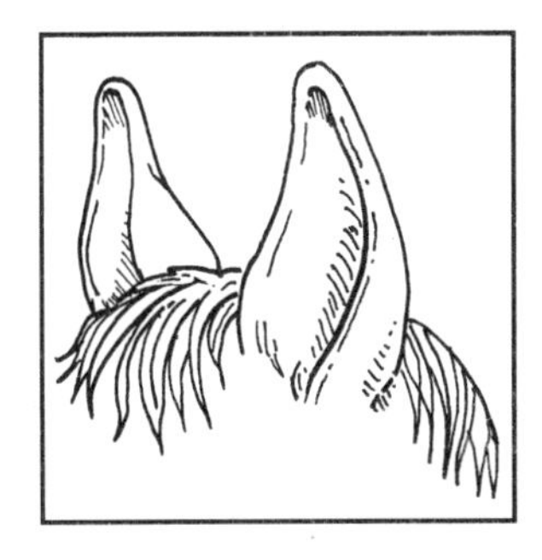

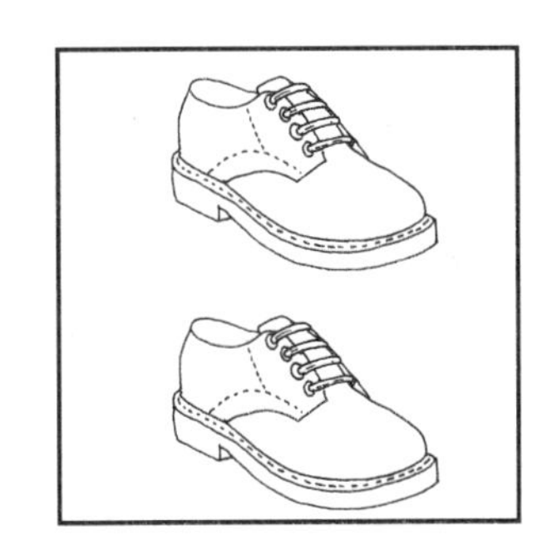

 Name ______________________

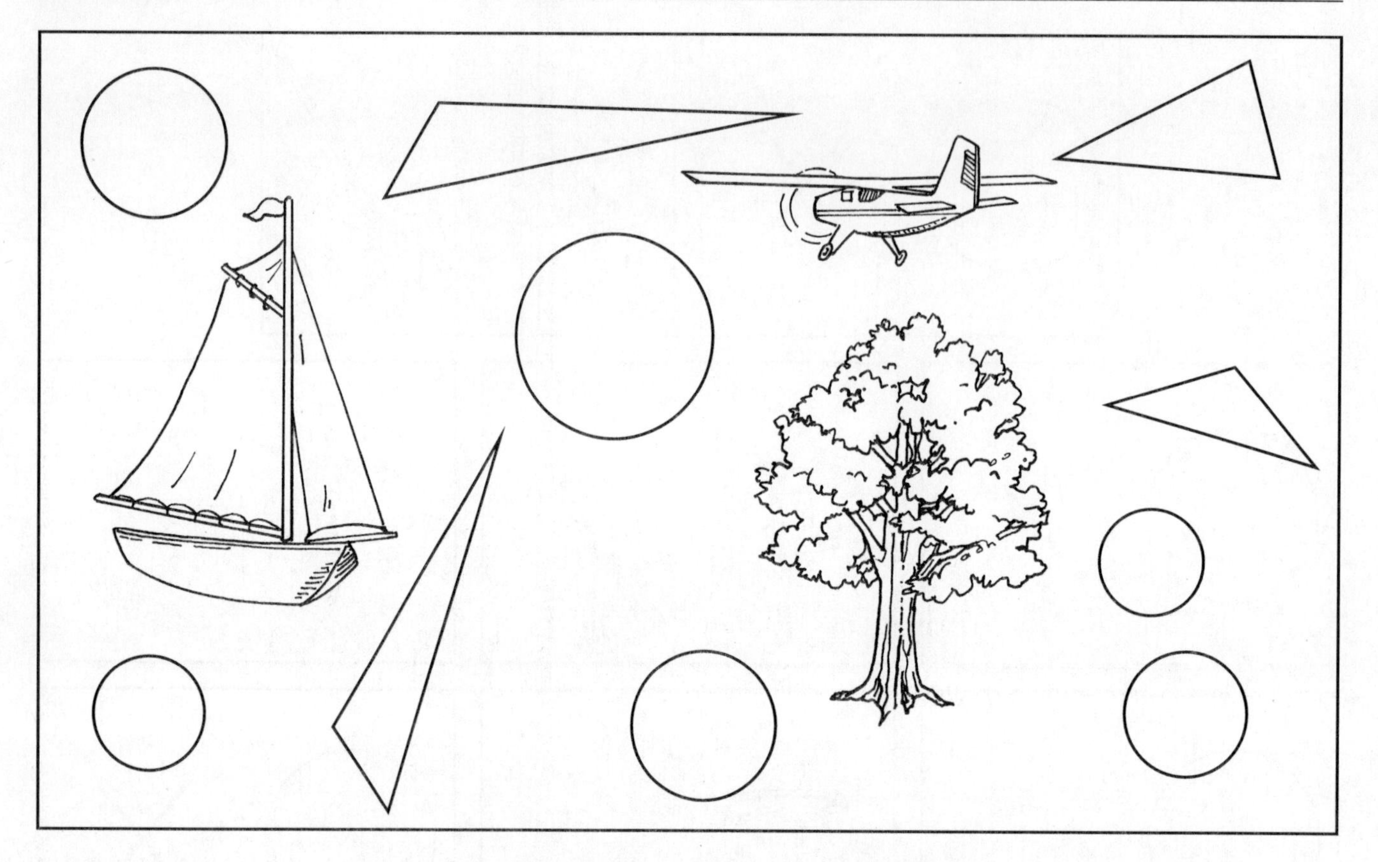

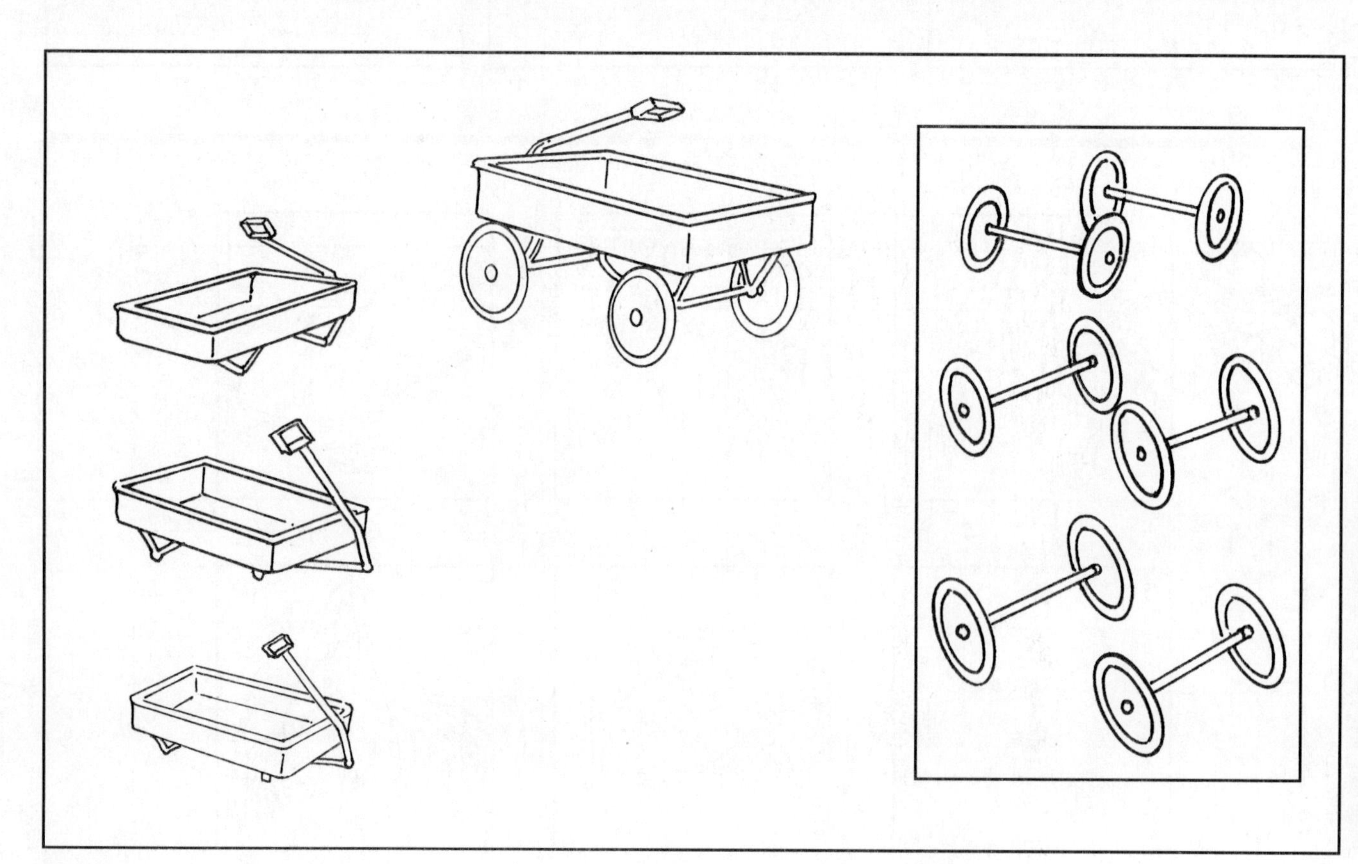

Lesson 70 Name ______________________

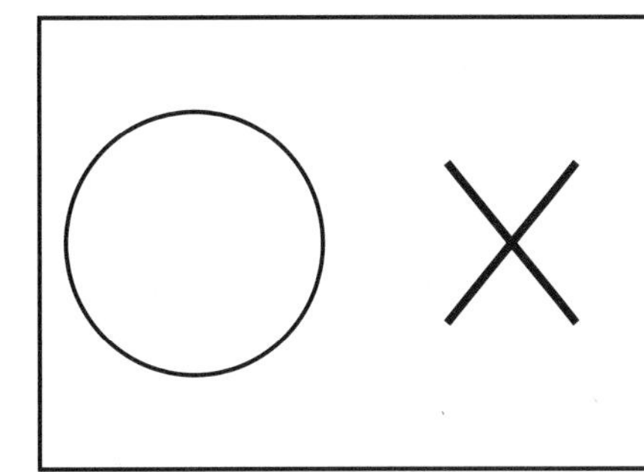

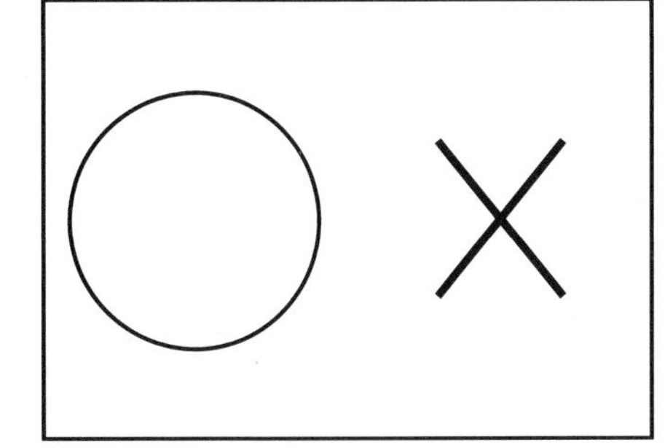

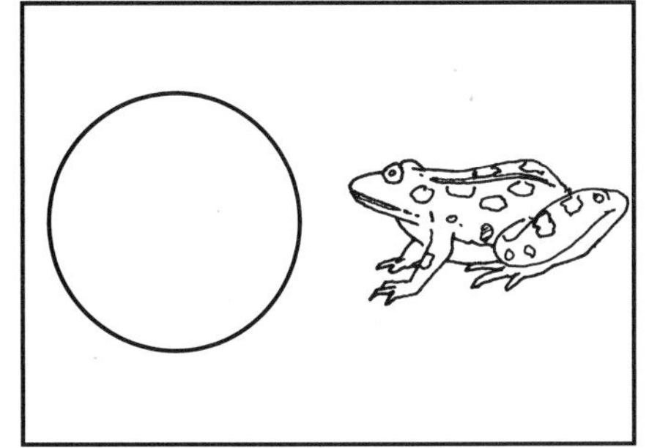

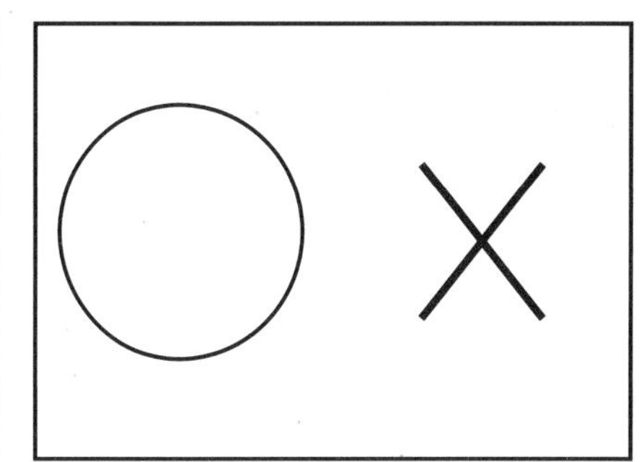

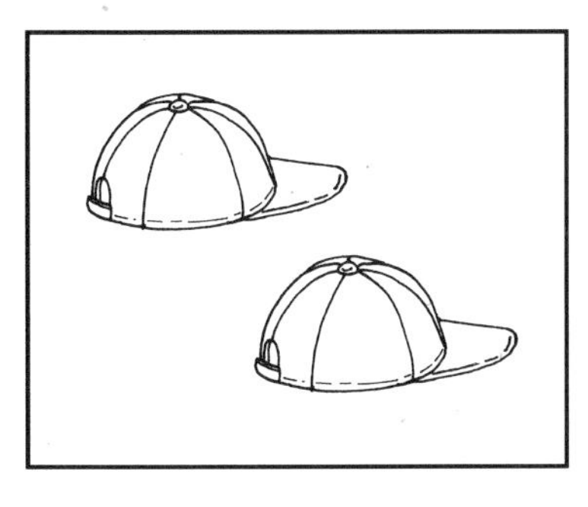

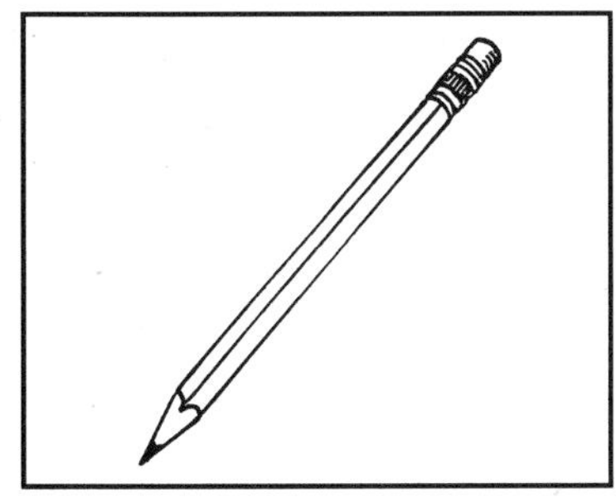

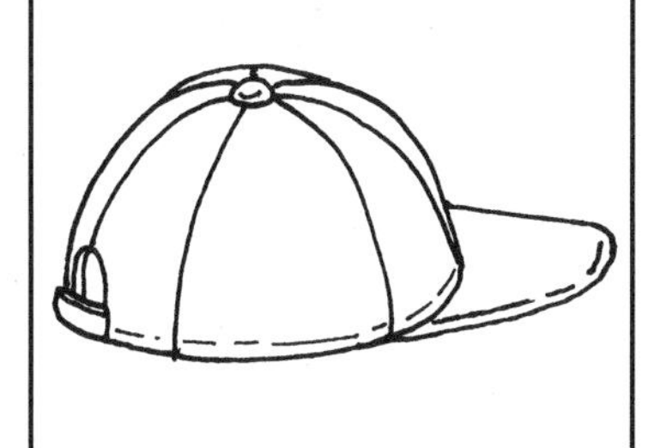

Lesson 70

Name ______________________

Lesson 71

Name ______________________________

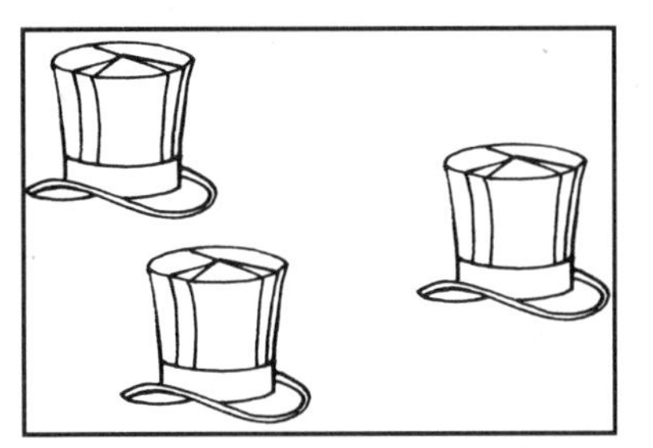

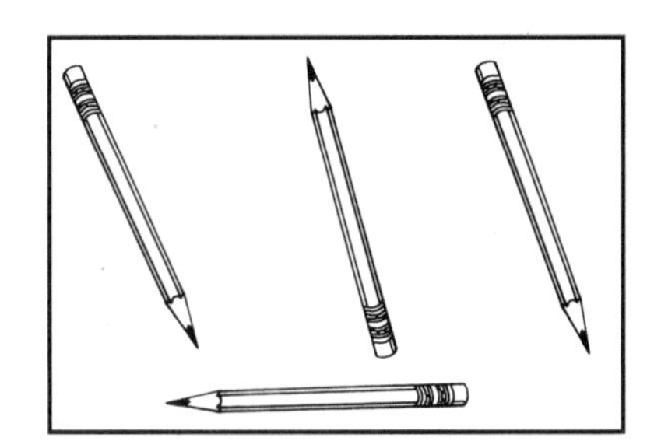

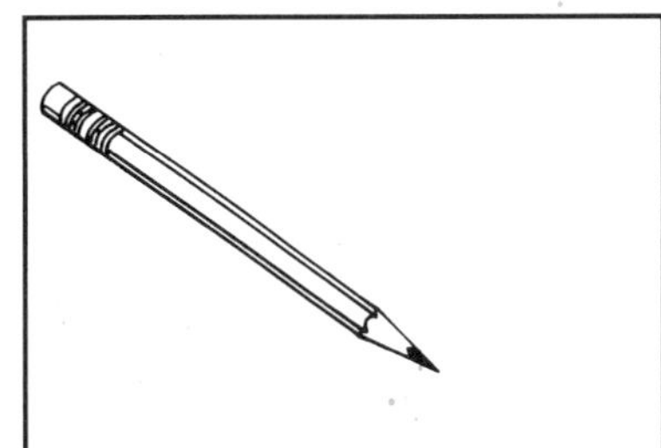

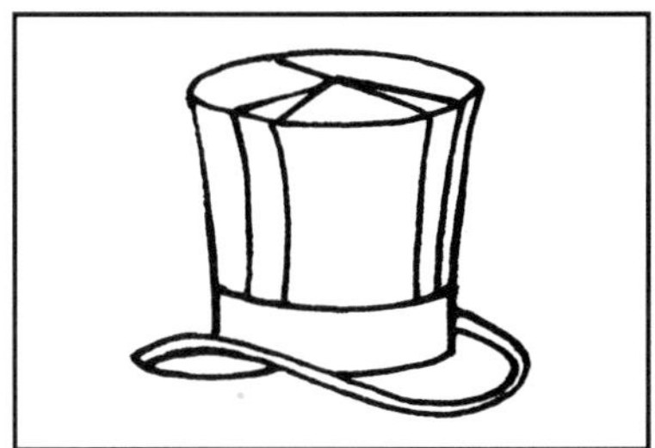

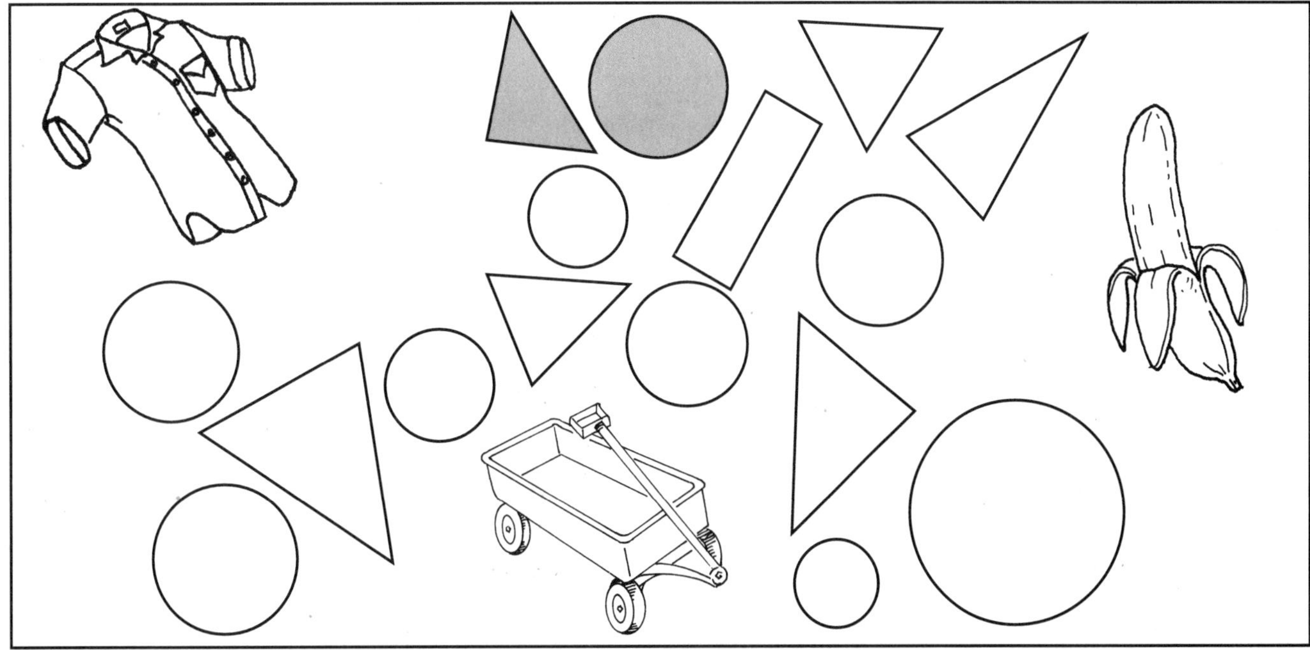

Lesson 71 Name ______________________

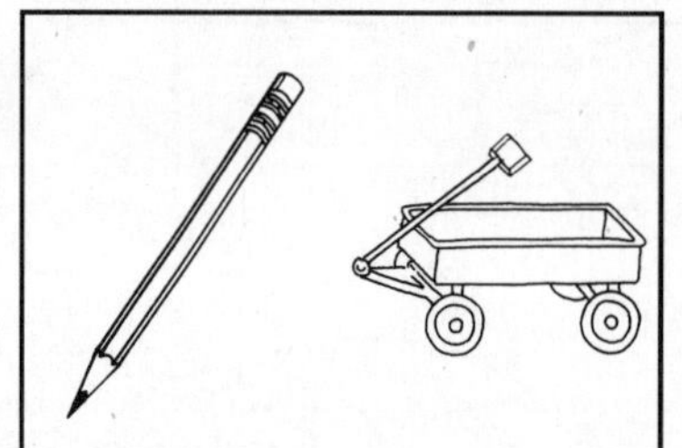

Lesson 72 Name ______________________

Lesson 72 Name ________________

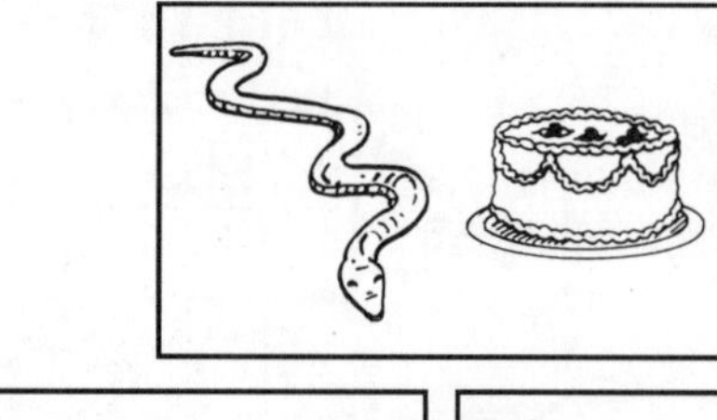
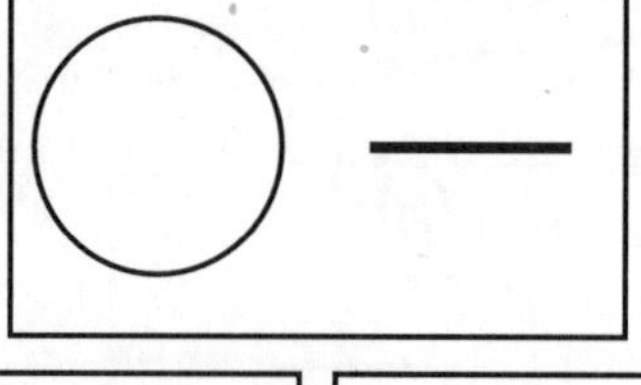

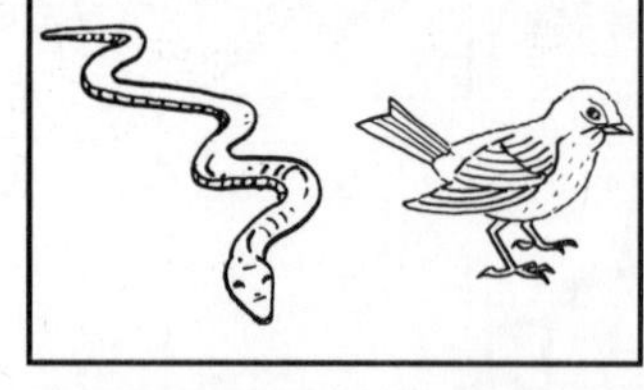

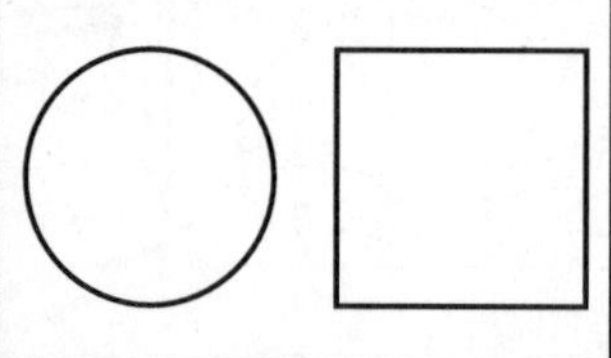

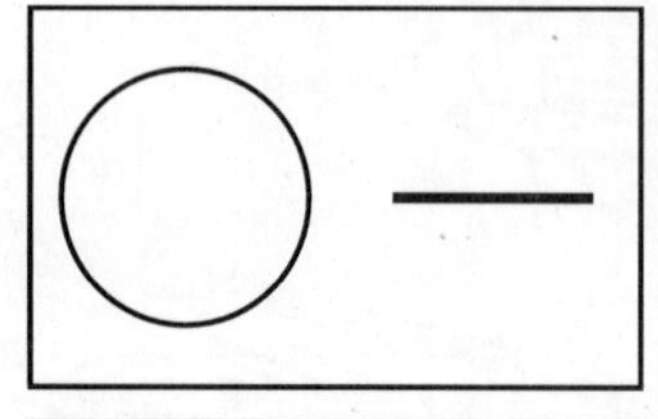
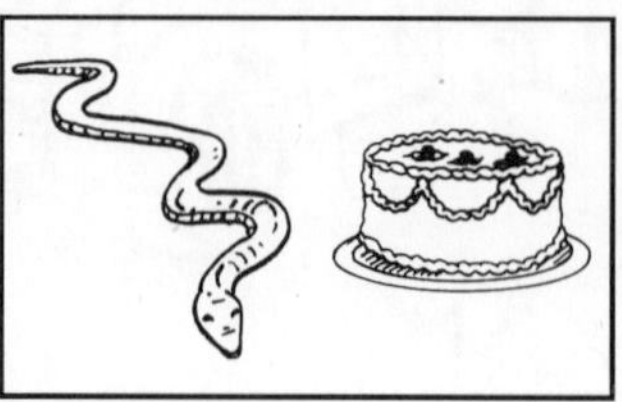
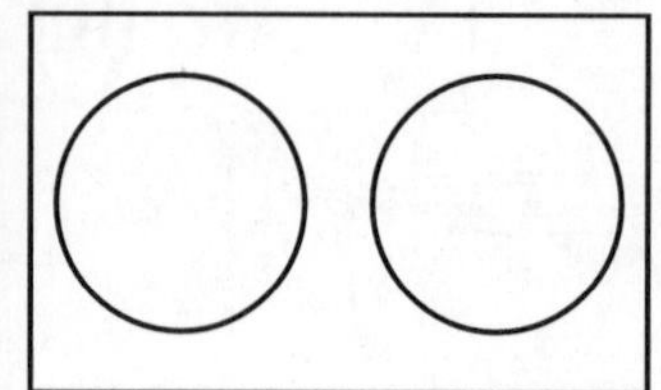

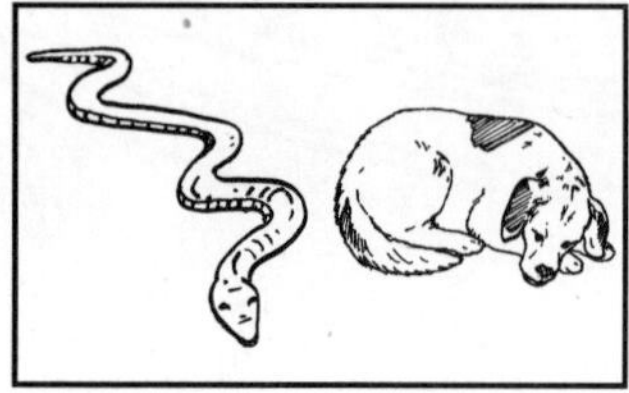
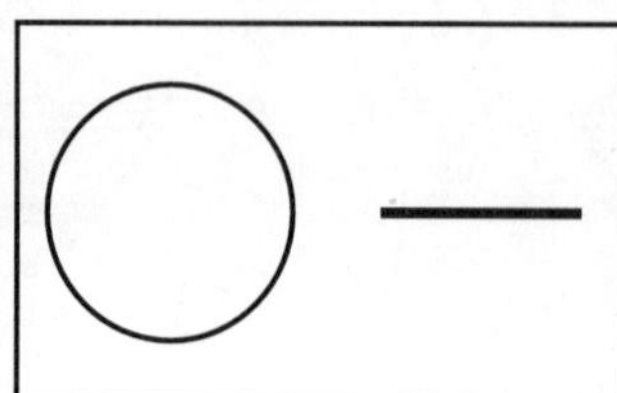
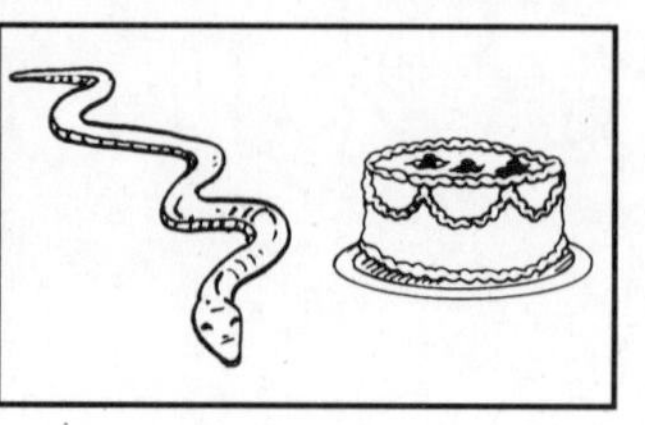

Lesson 73 Name ____________________

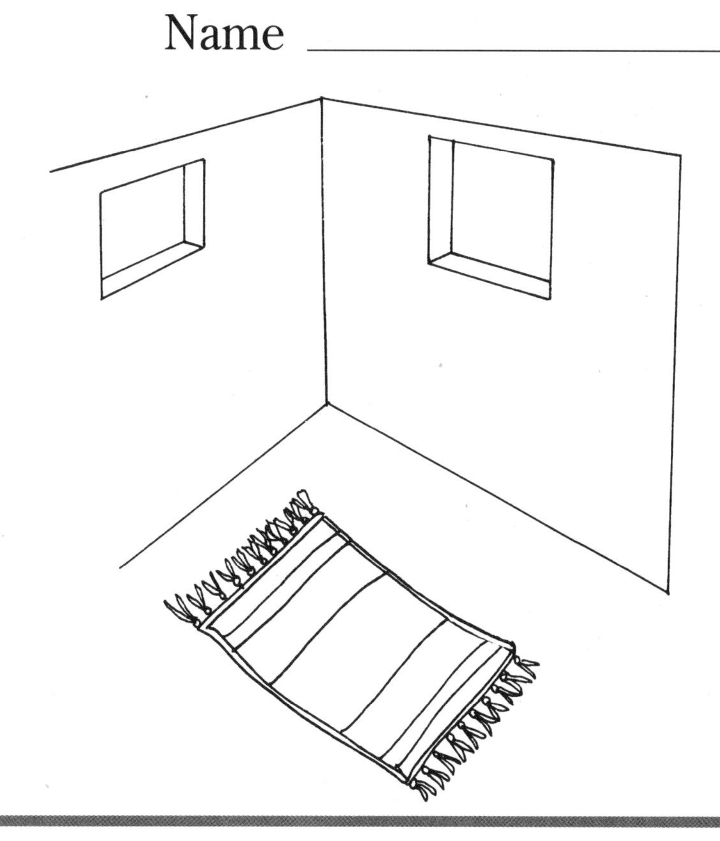

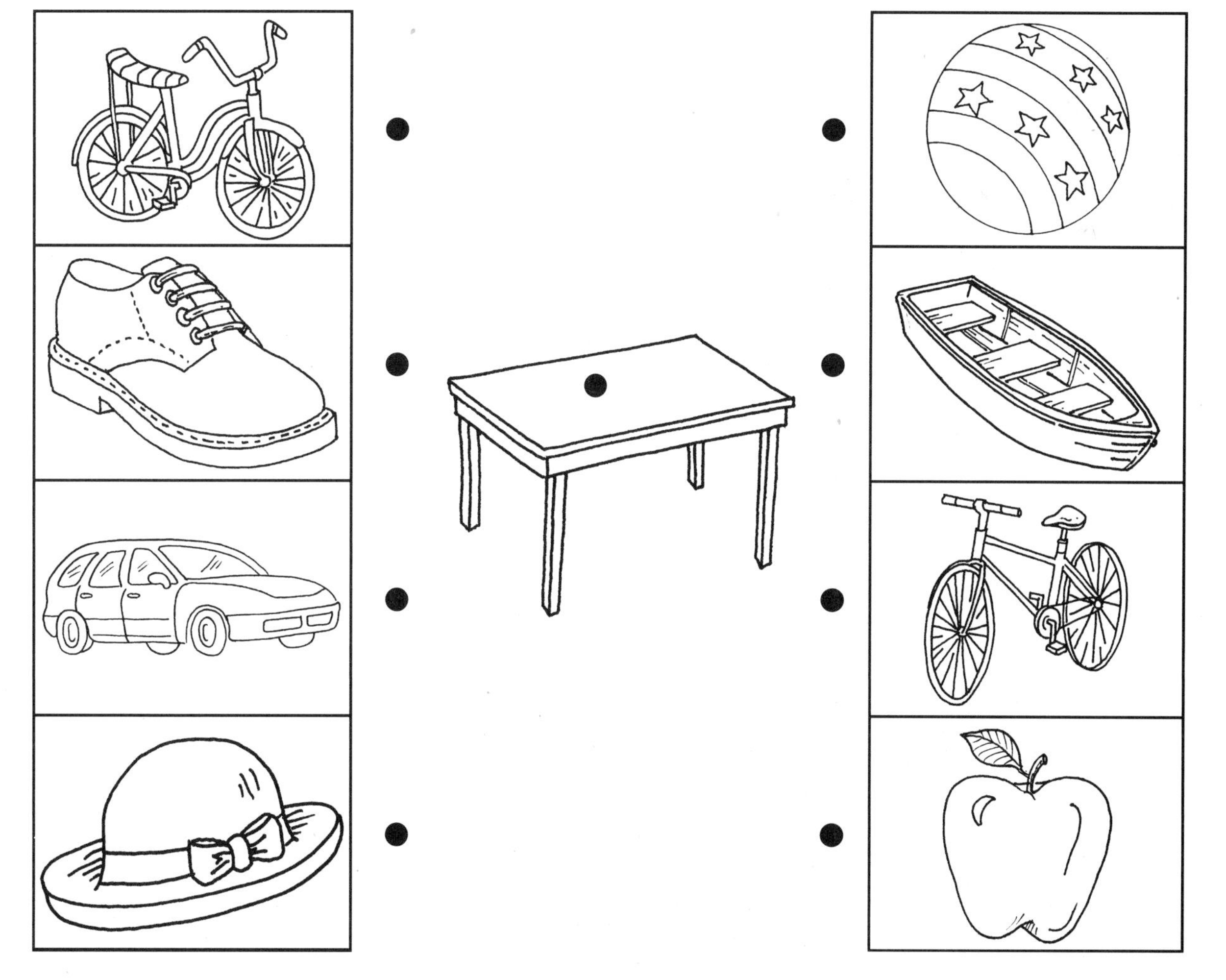

Lesson 73 Name ______________________

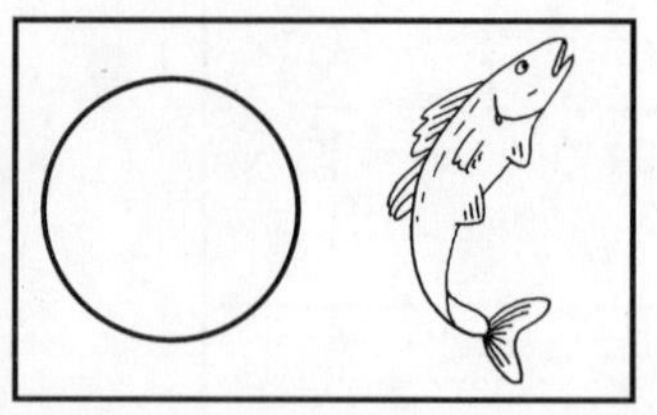

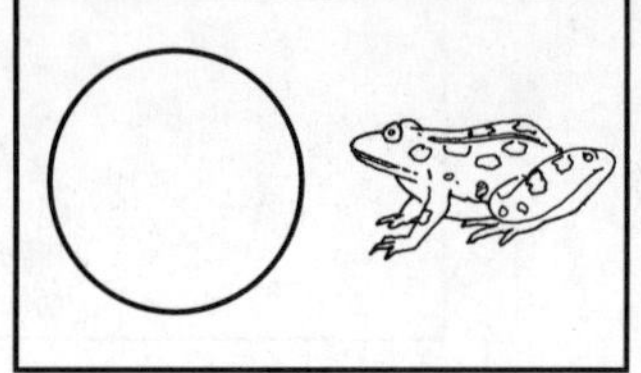
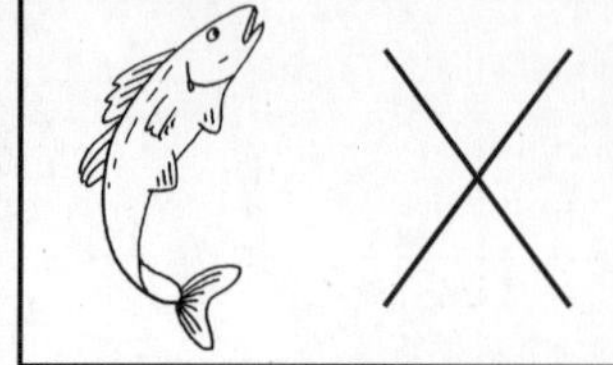

Lesson 74 Name ______________________

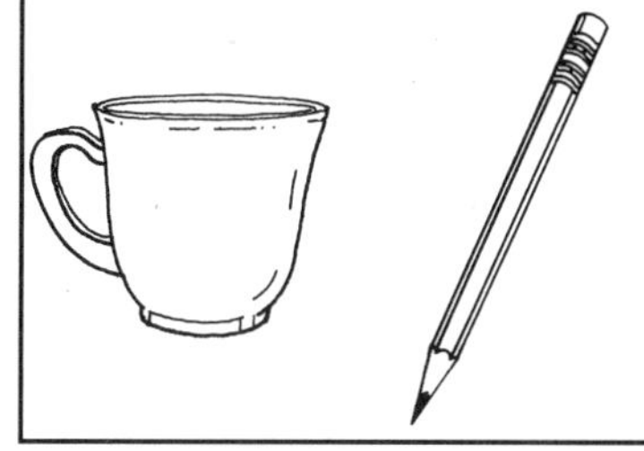

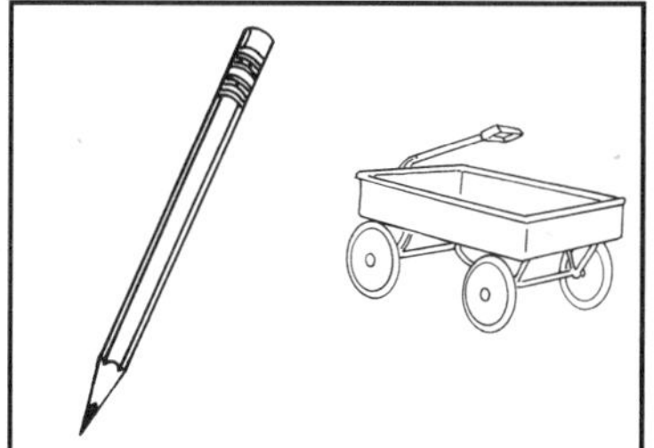

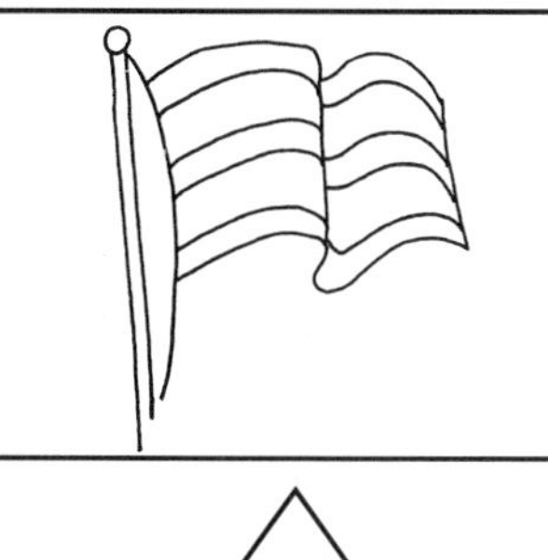
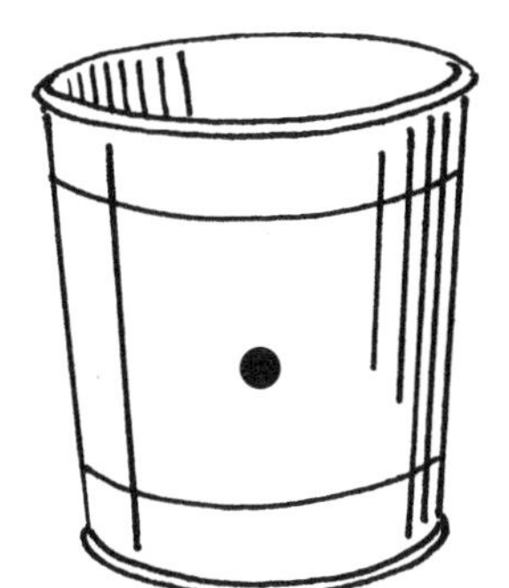
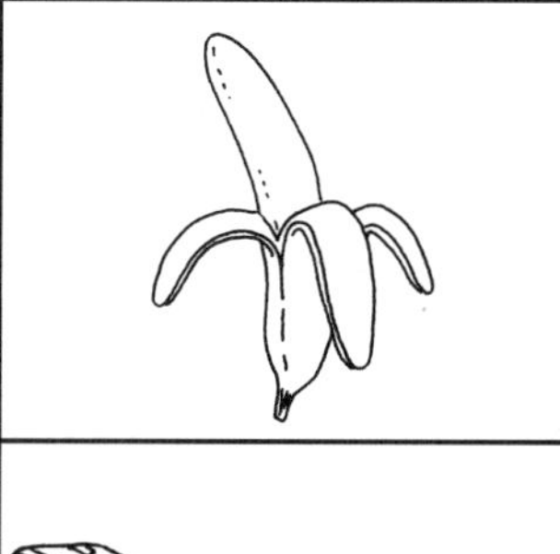

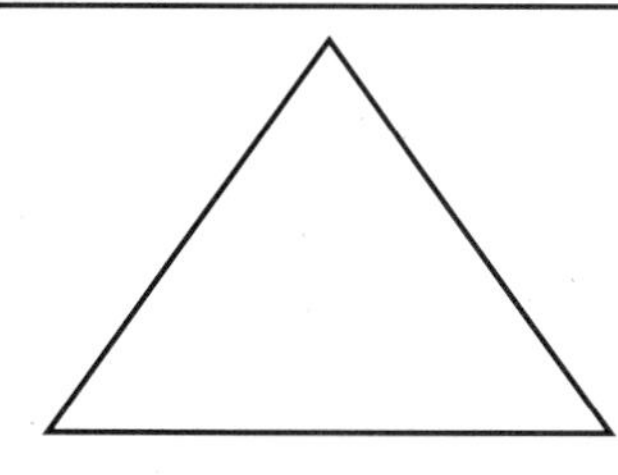
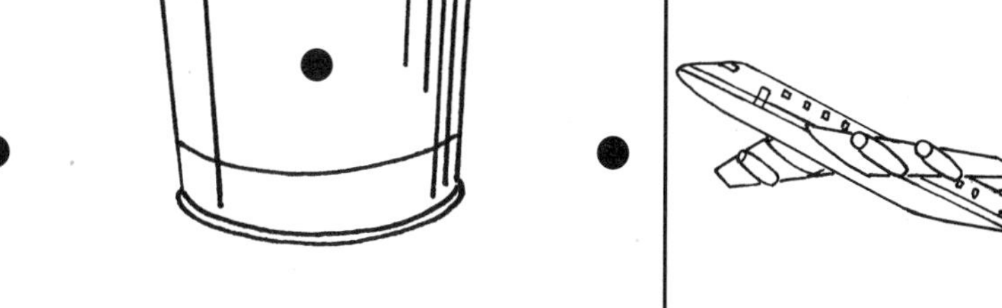

Lesson 74 Name ______________________

Lesson 75 Name ____________________

Lesson 75 Name ____________________

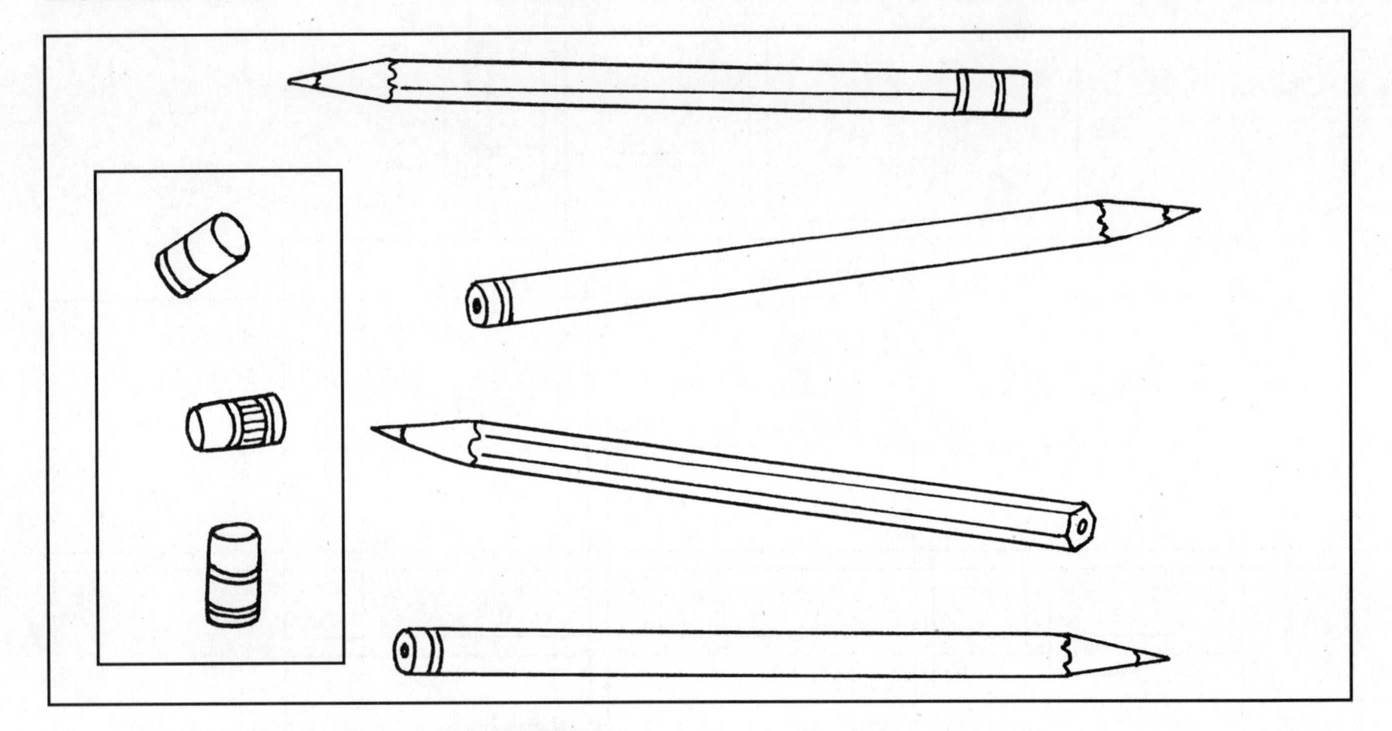

 ____

Lesson 76 Name ______________________

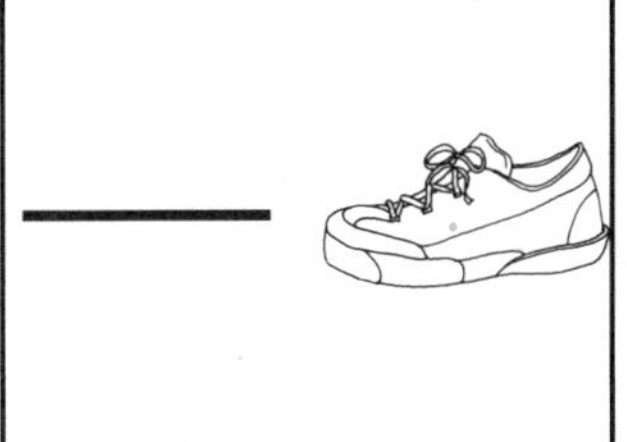

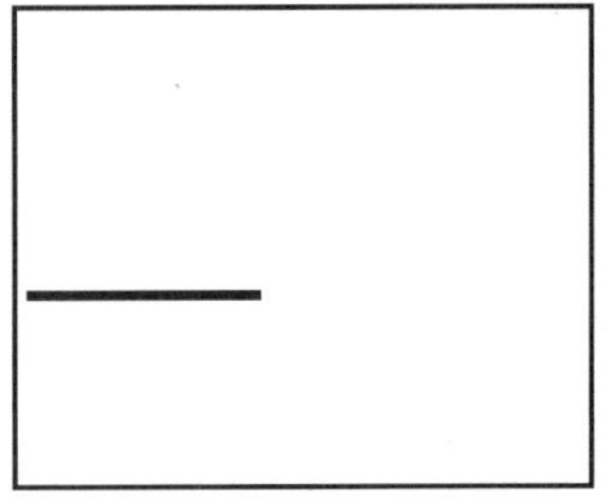

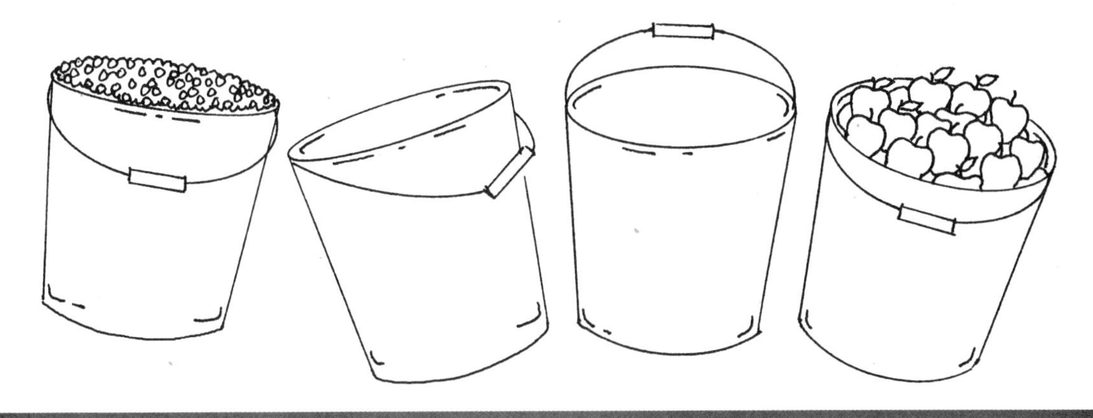

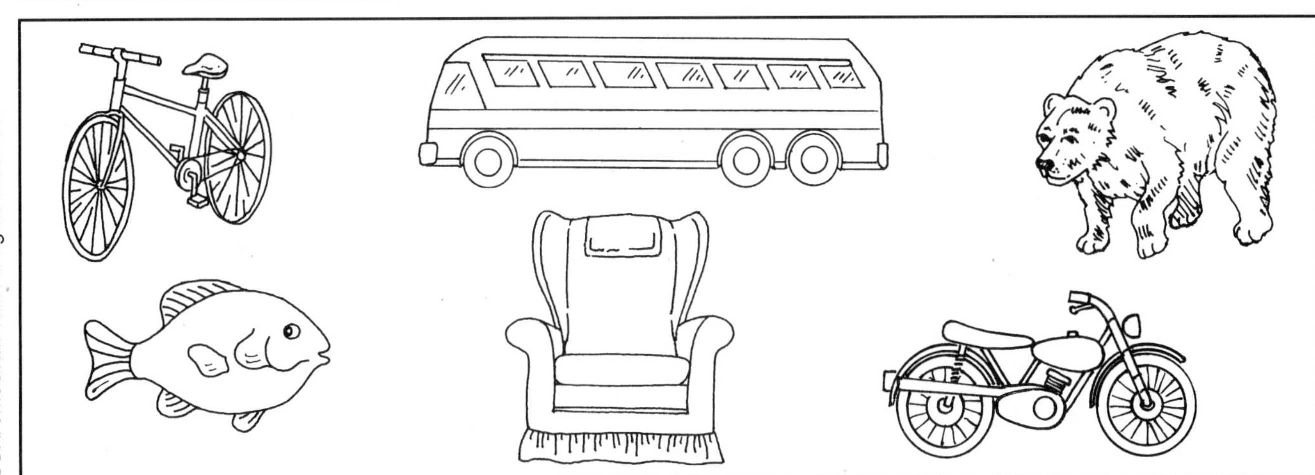

Lesson 76 Name

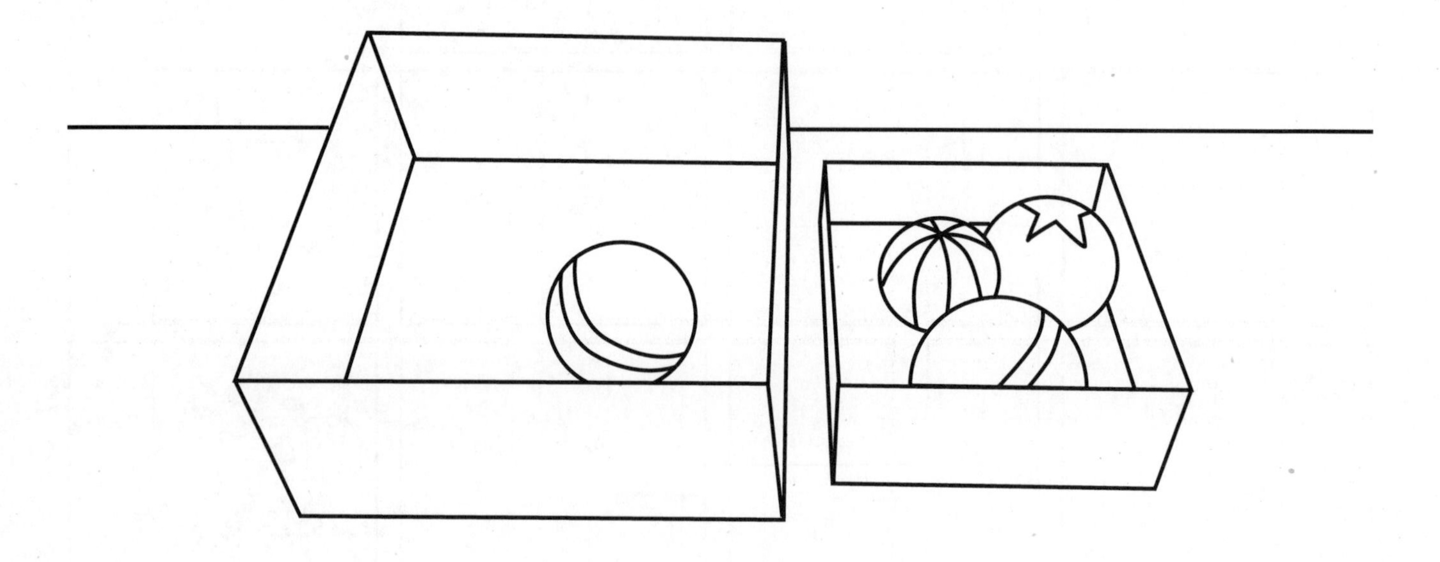

Lesson 77 Name ______________________

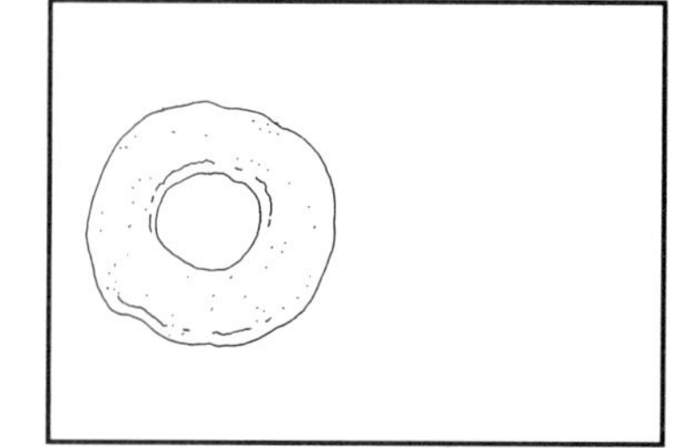

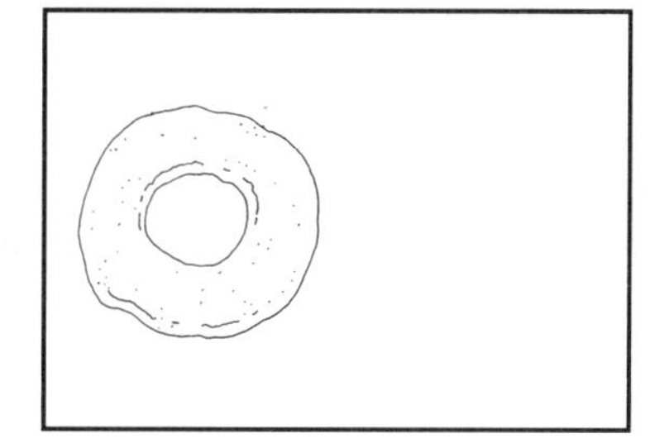

Lesson 77 Name ____________________

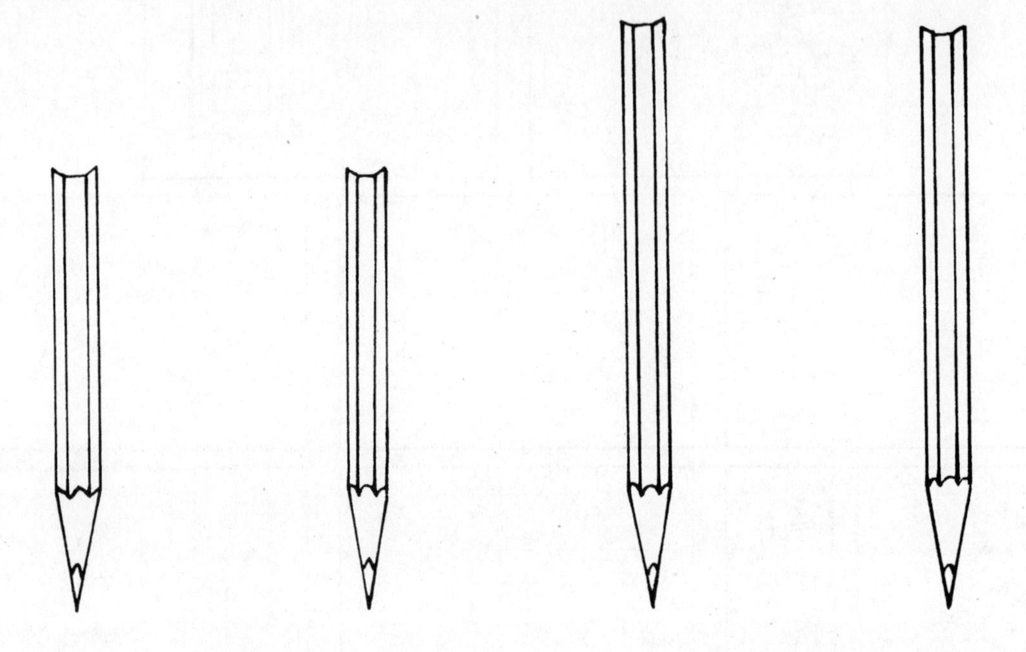

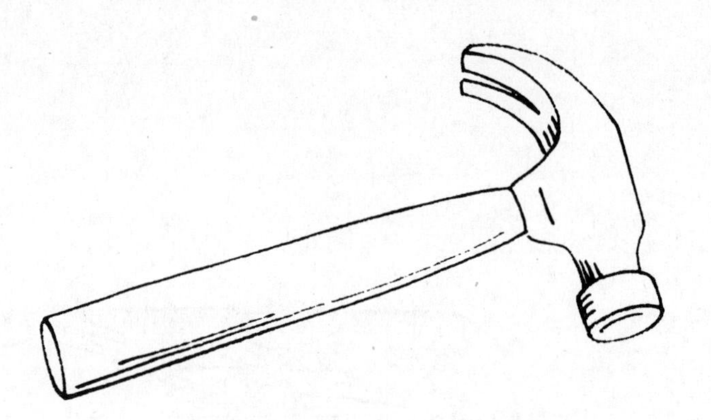

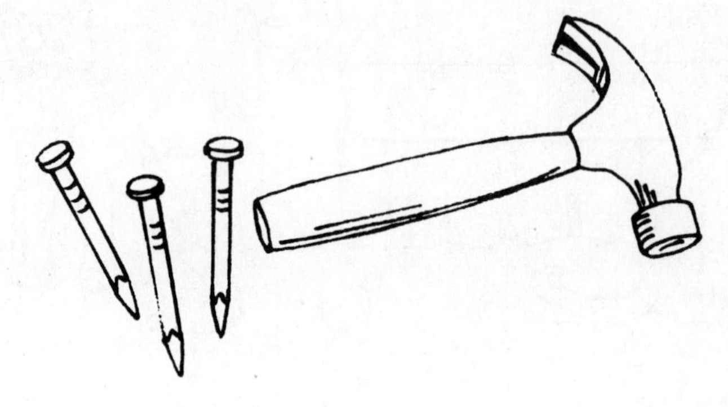

Lesson 78 Name ____________________

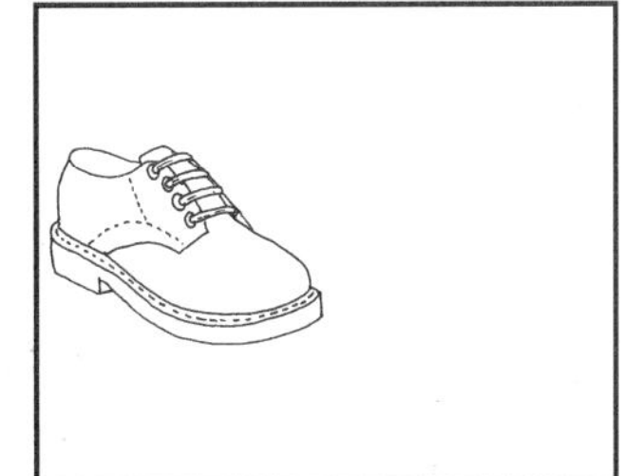

Lesson 78 Name ______________________

 ____

Lesson 79 Name ______________________________

Lesson 79 Name

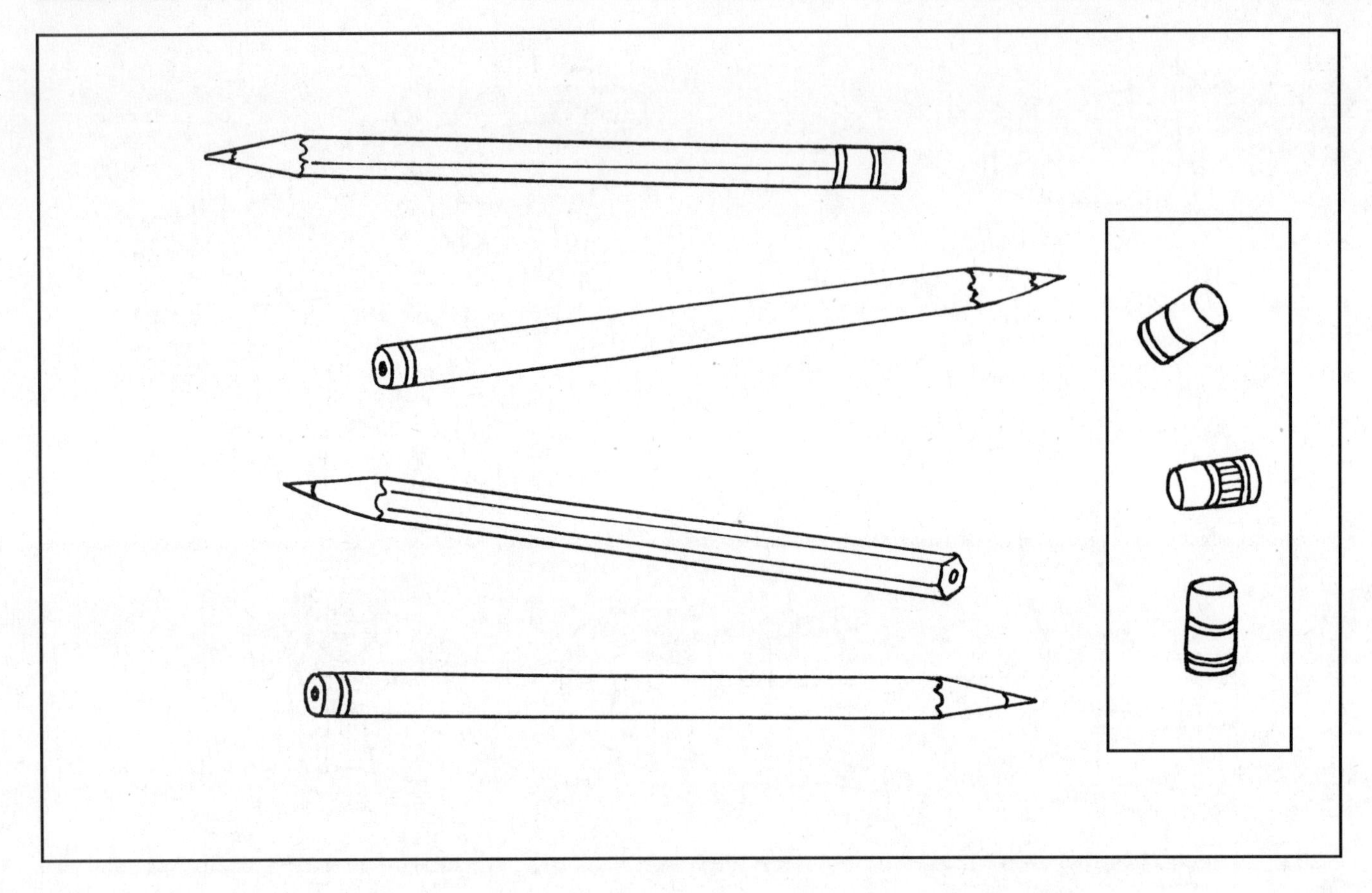

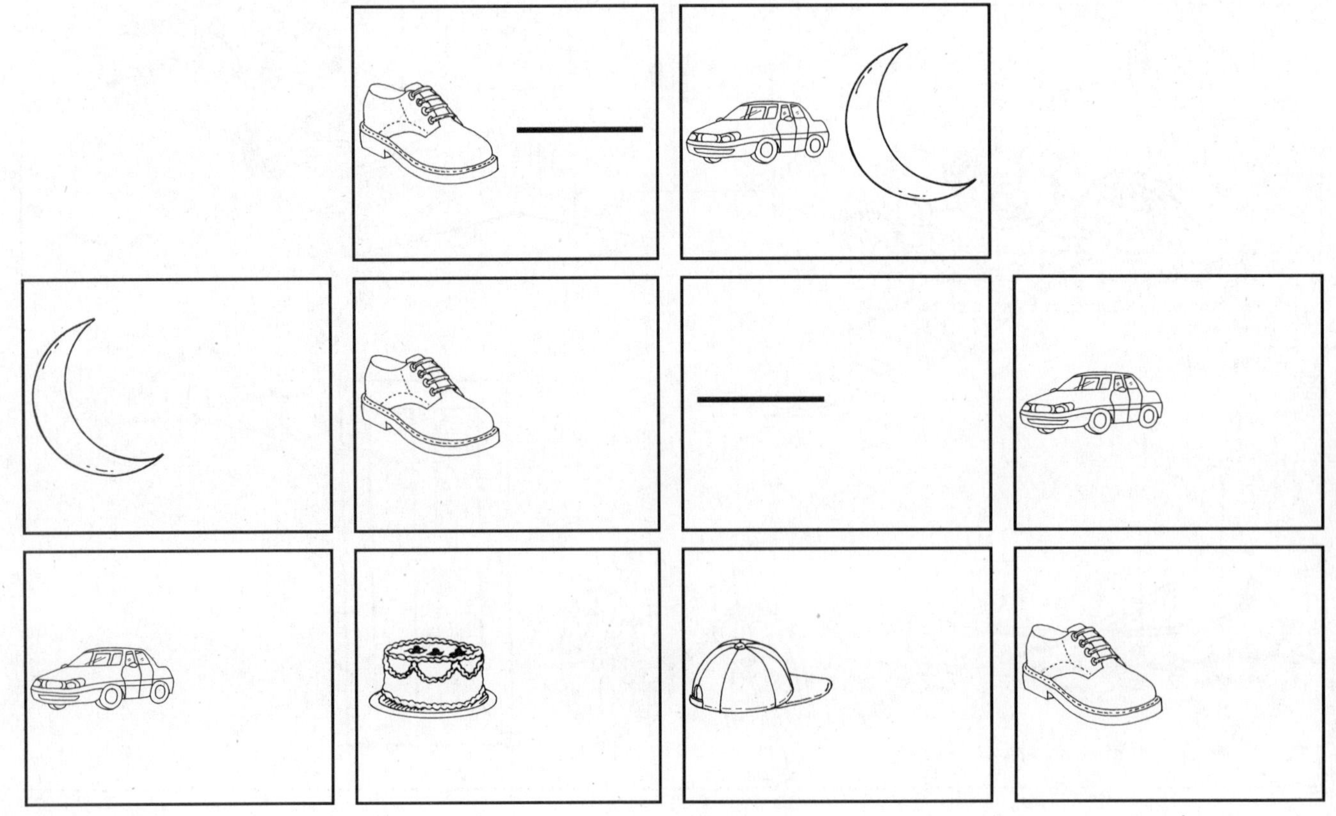

Lesson 80 Name ______________________

 ____

 Name ______________________________

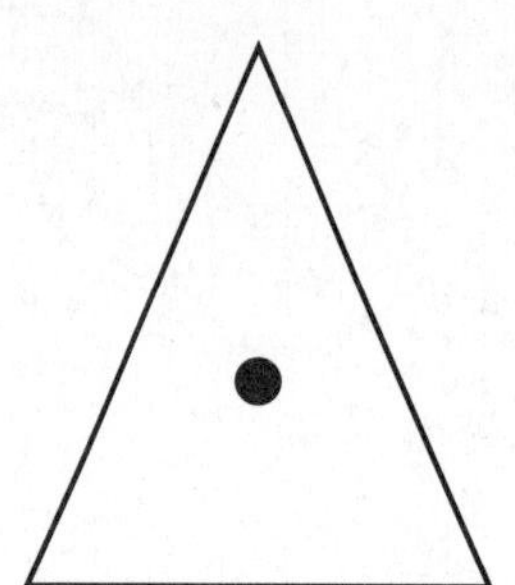
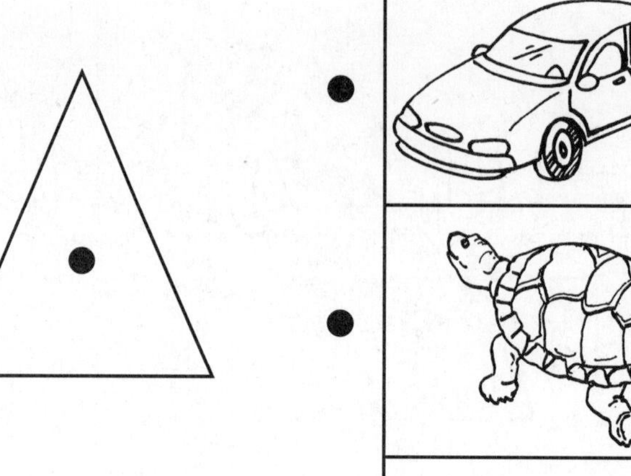
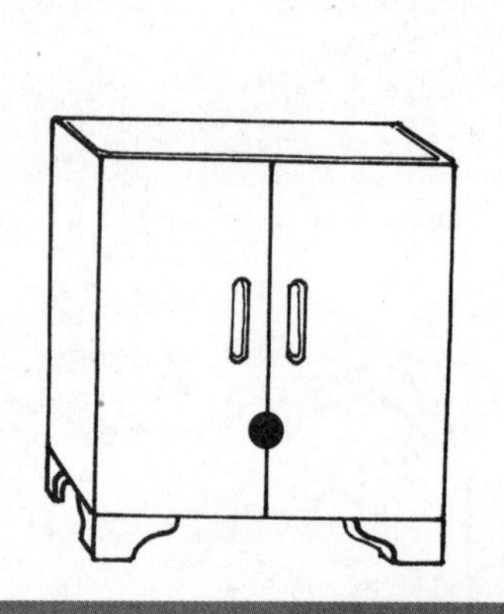

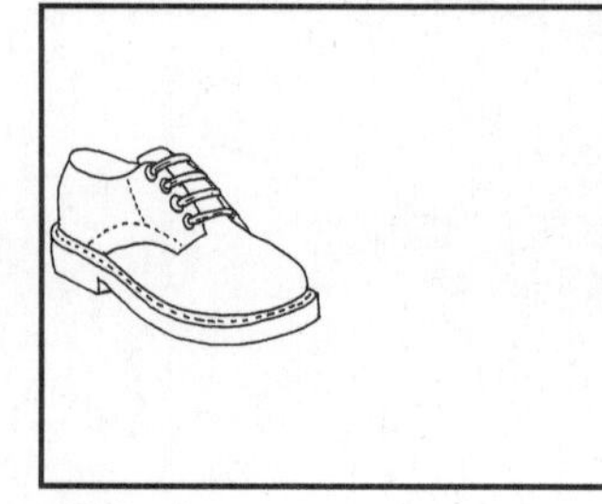

Lesson 81 Name ___________________________

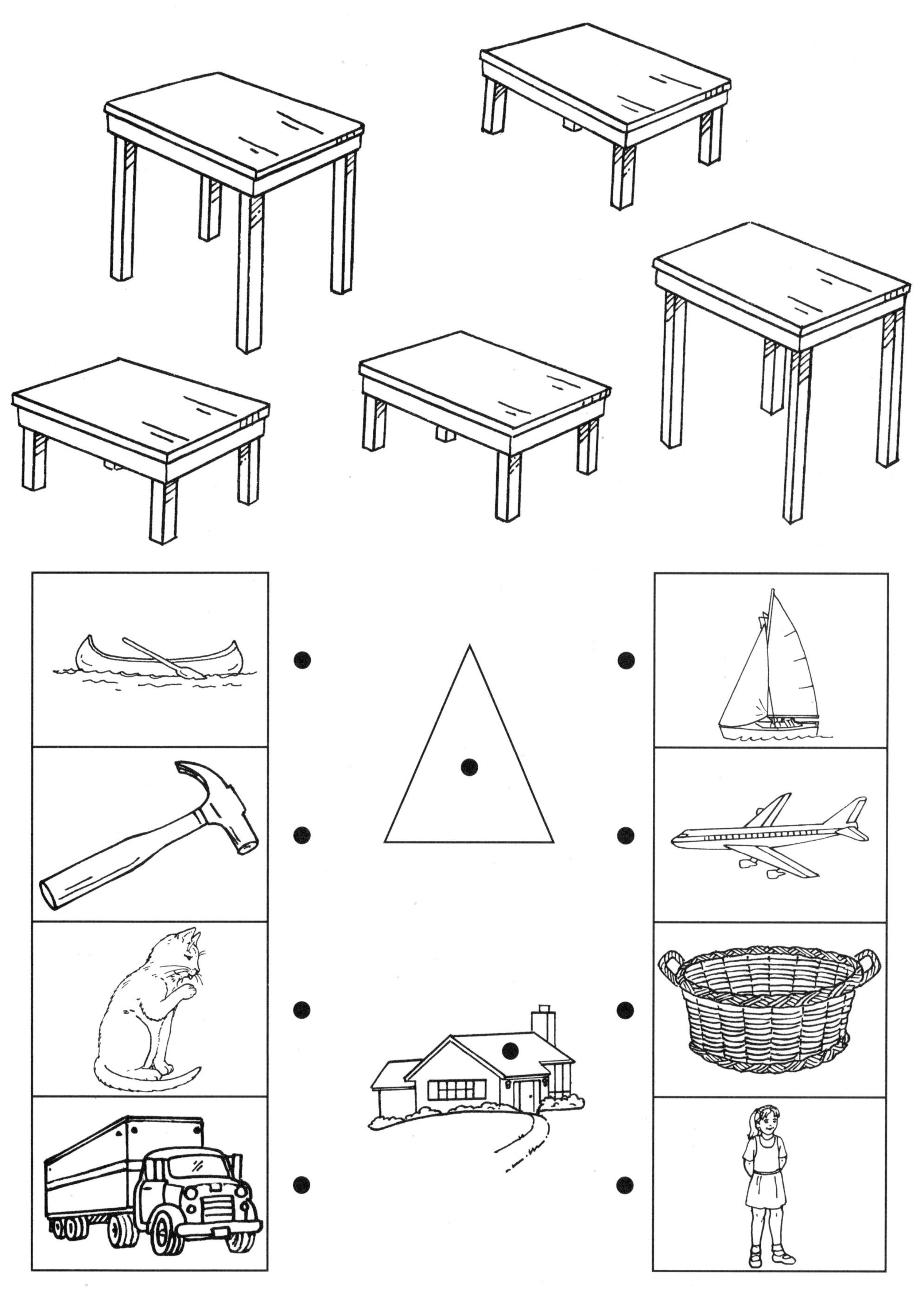

Lesson 81 Name ______________________

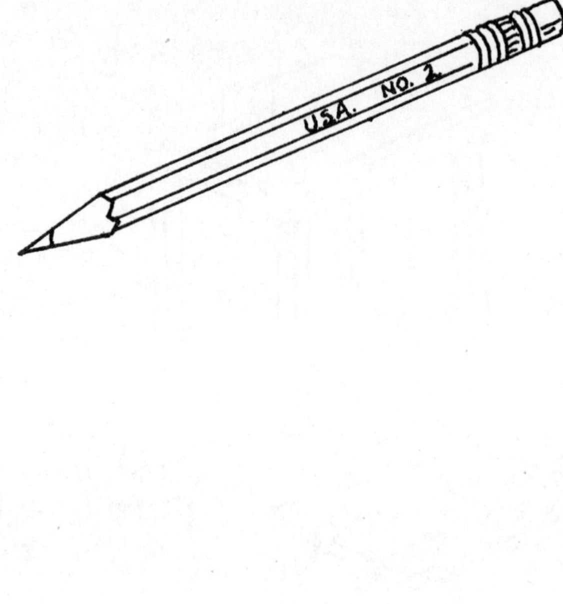

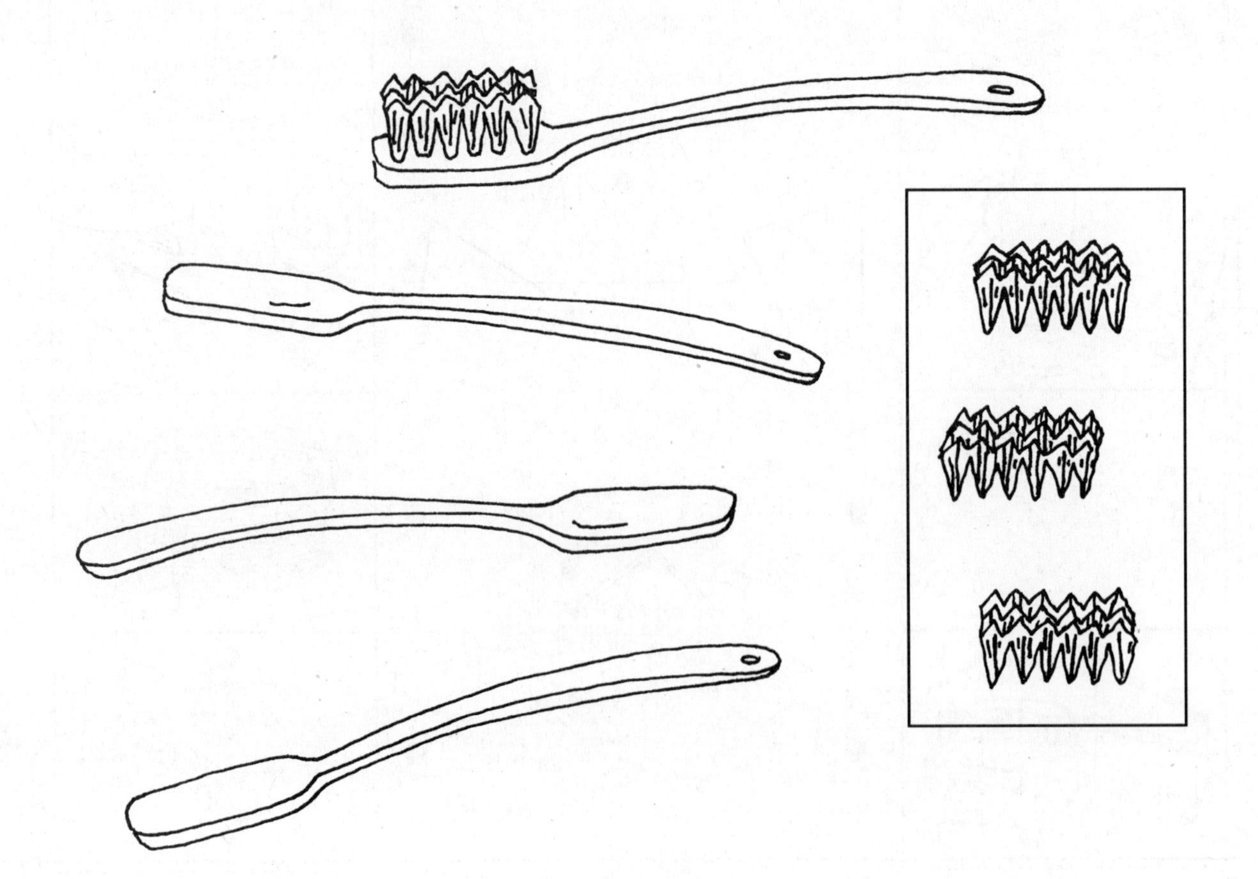

Lesson 82 Name ______

Lesson 82 Name ______________________

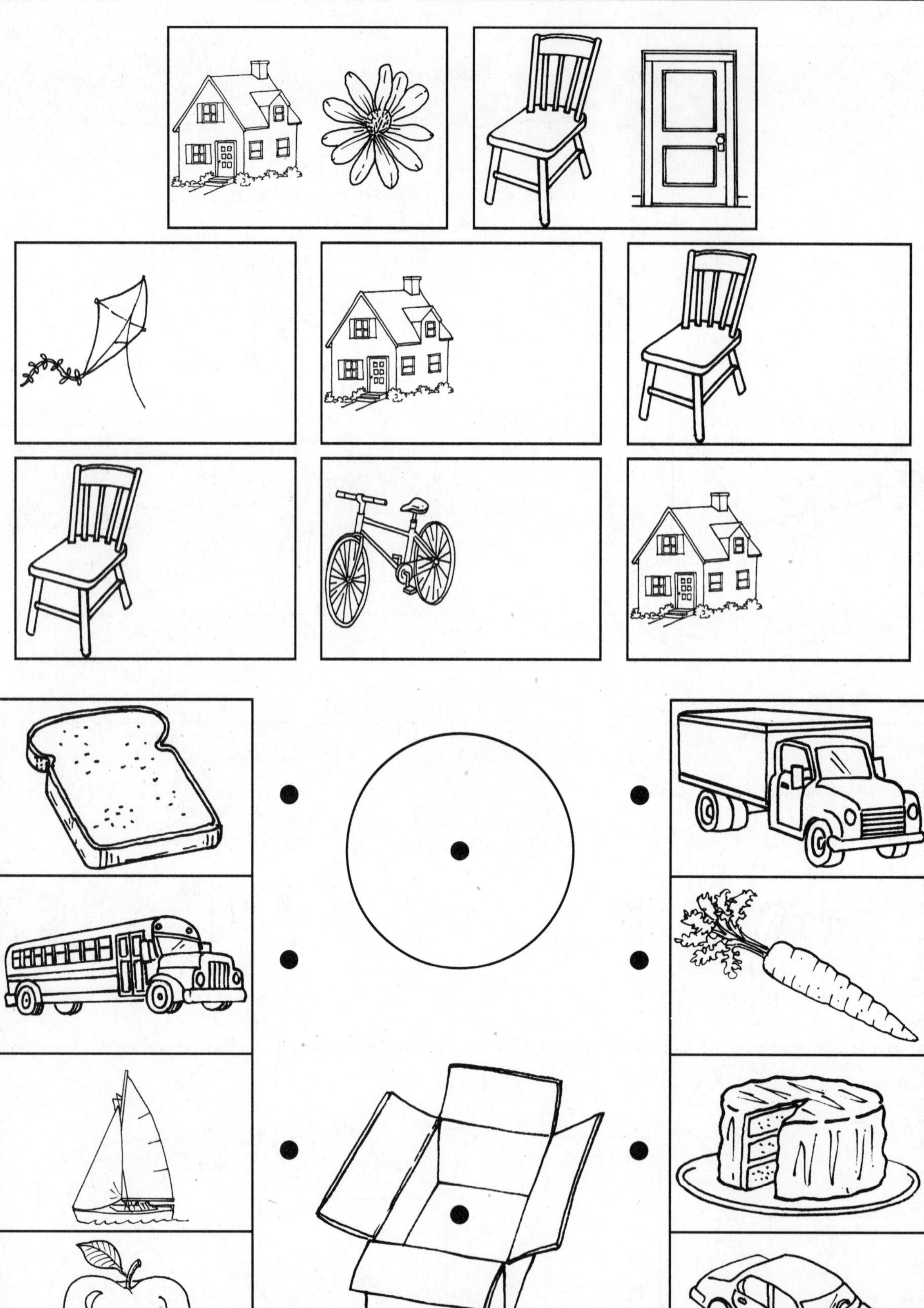

Lesson 83 Name ______________________

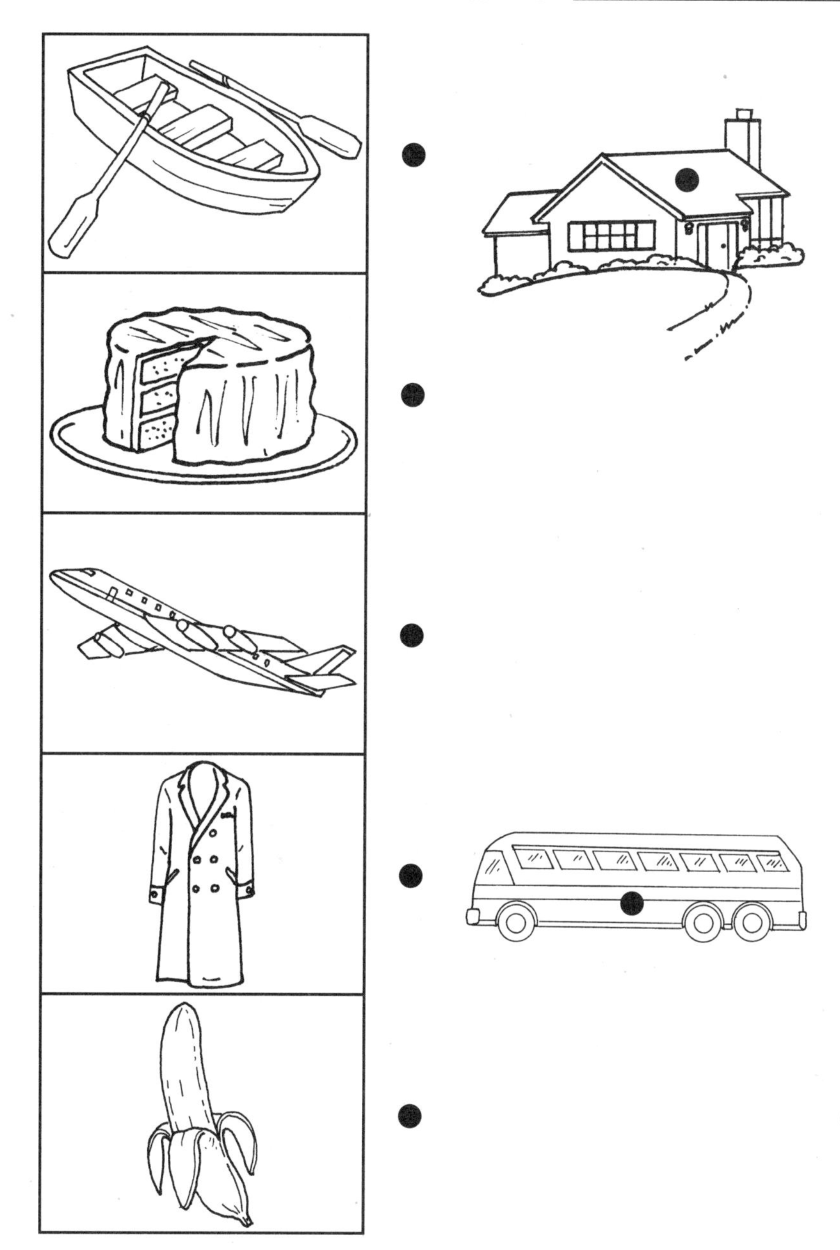

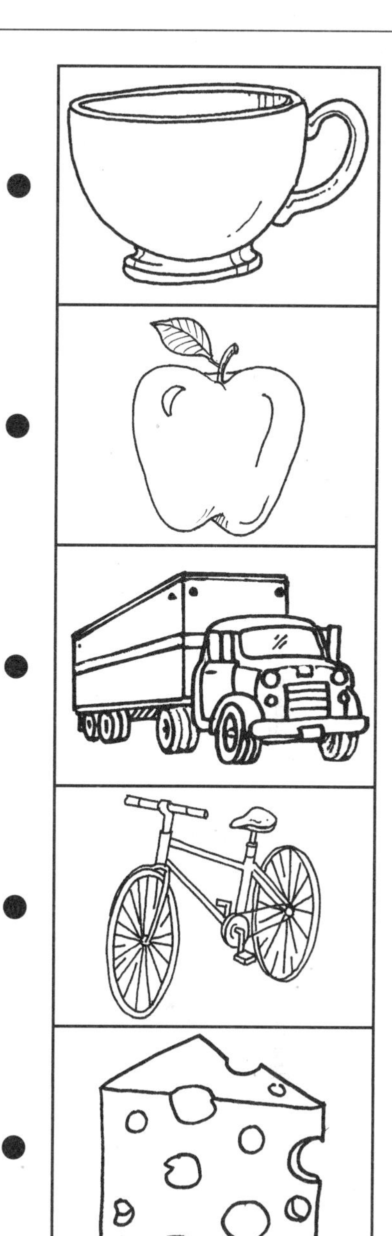

 Name ______

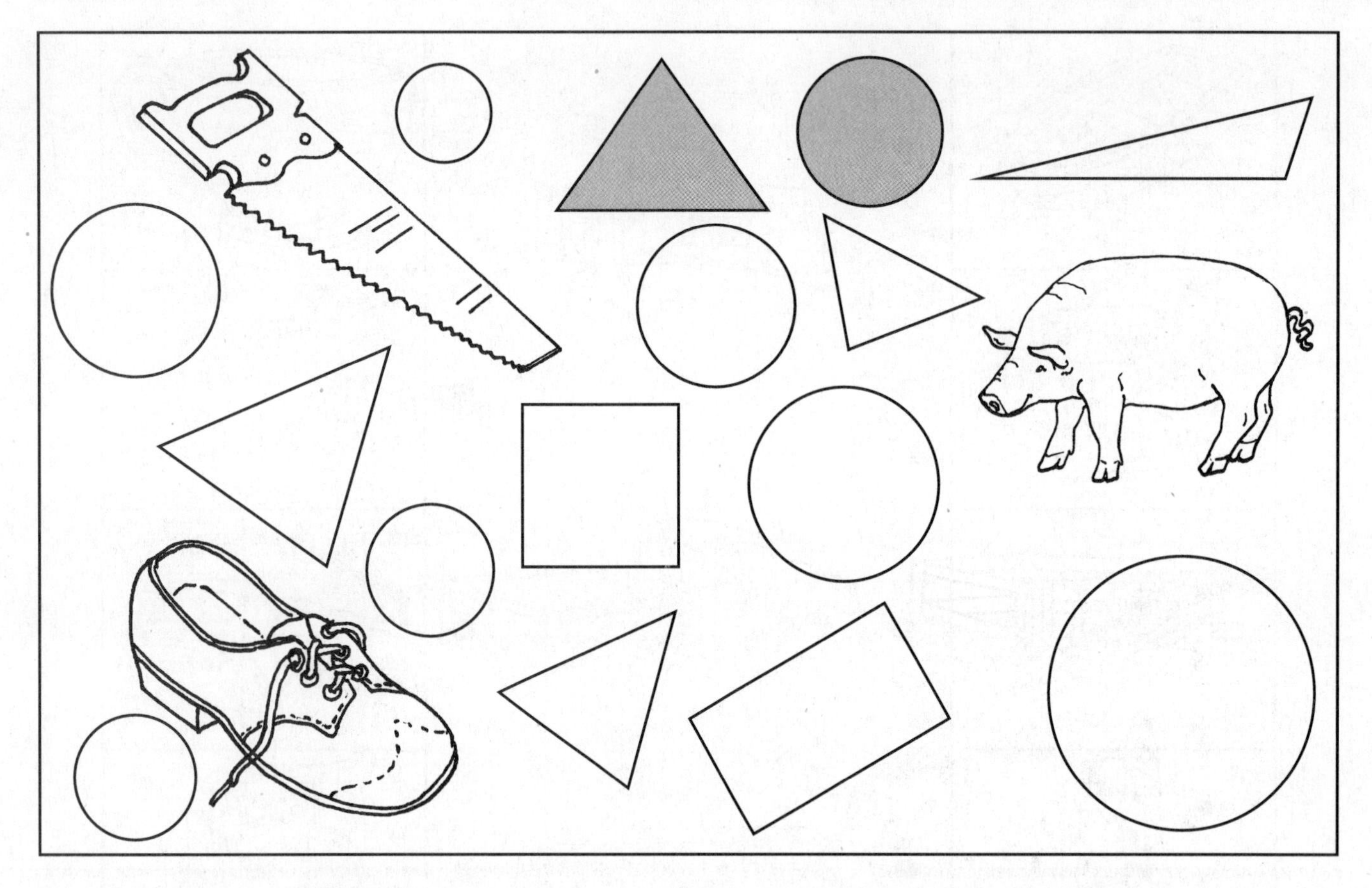

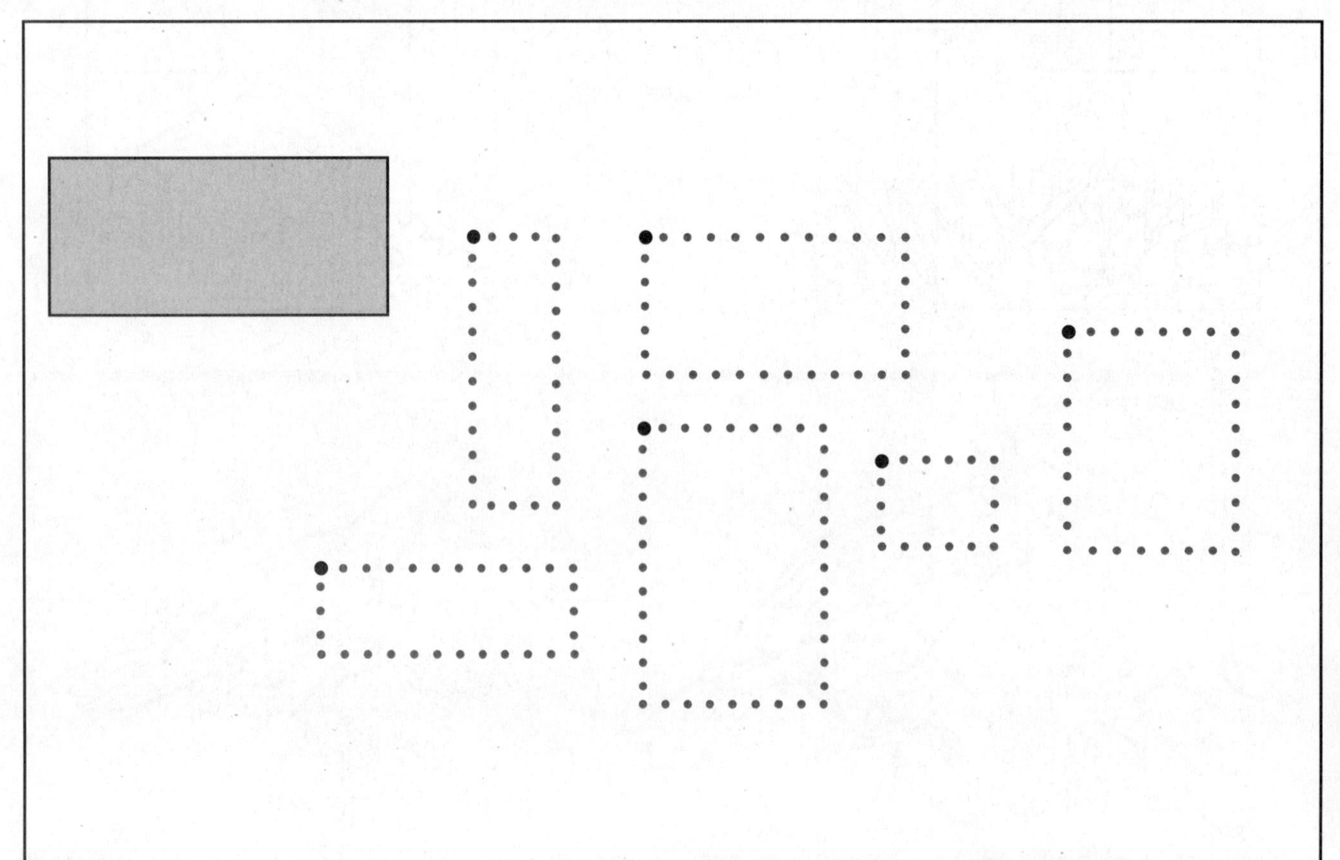

Lesson 84 Name

Lesson 84 Name ______________________

Lesson 85 Name

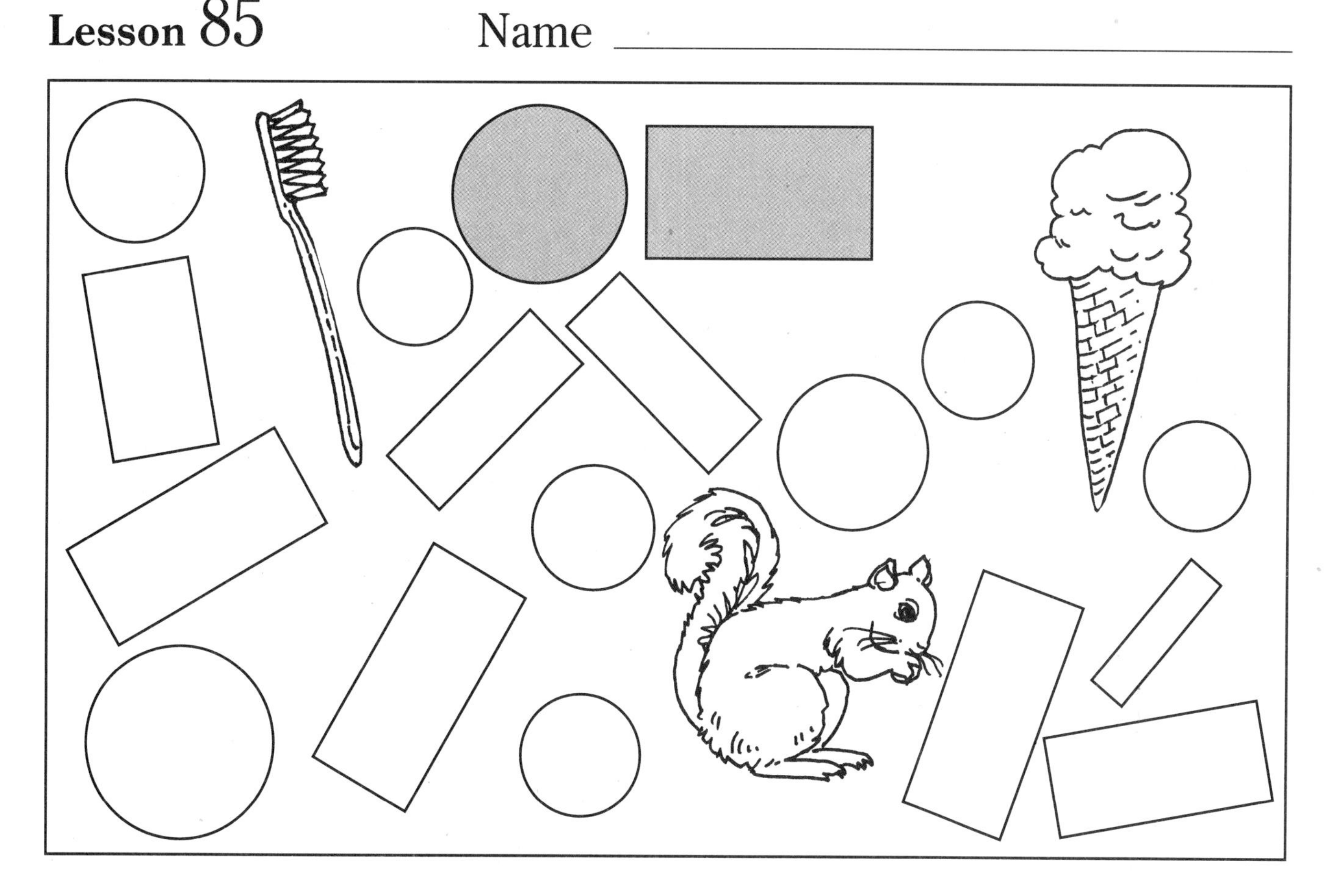

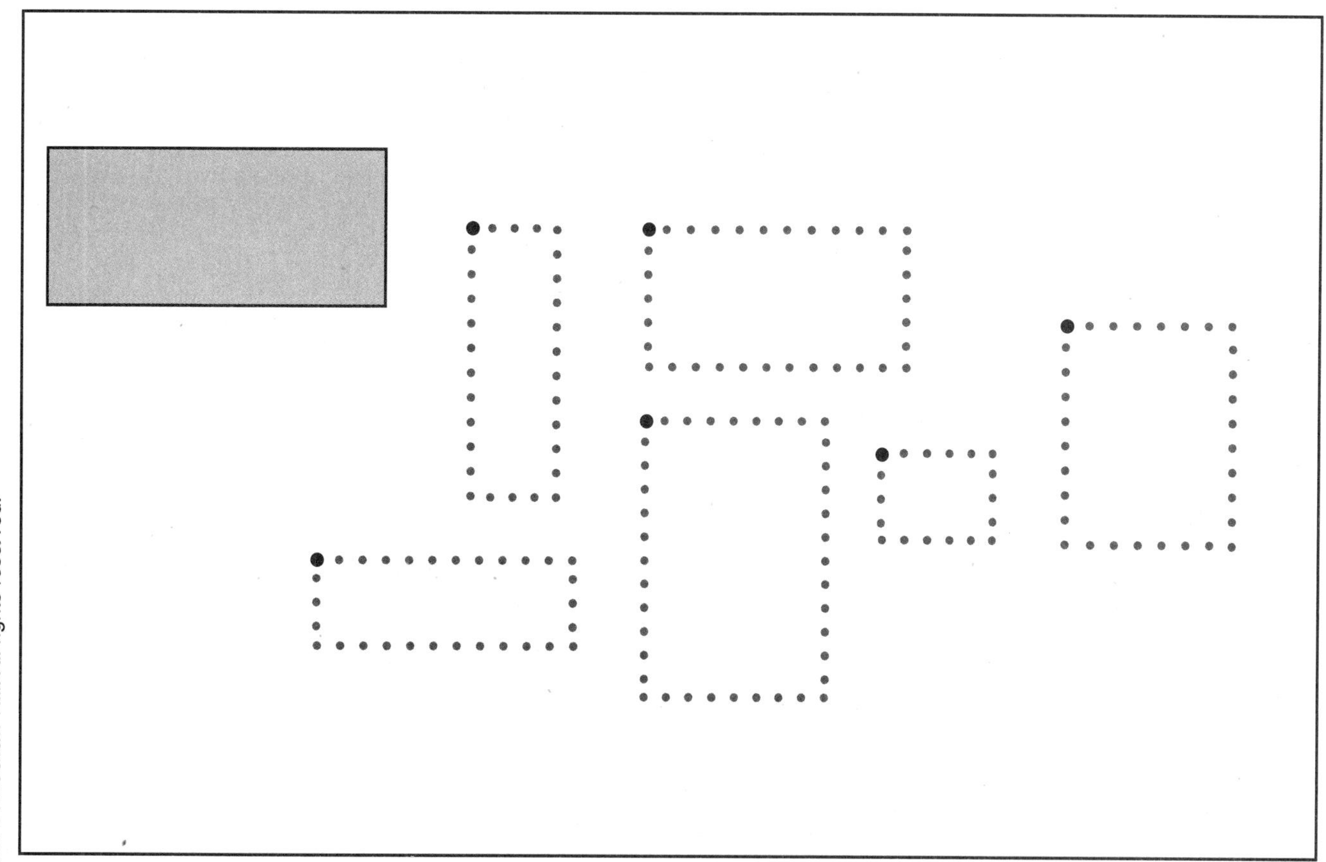

Lesson 85 Name ______________________

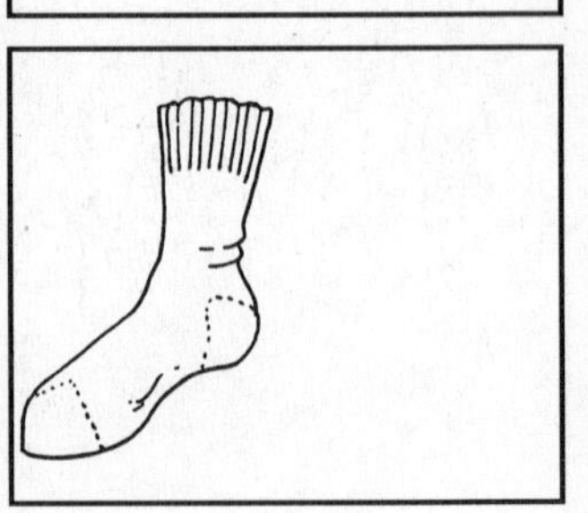

LANGUAGE for LEARNING

Siegfried Engelmann • Jean Osborn

WORKBOOK B

Columbus, Ohio

SRA/McGraw-Hill

A Division of The ***McGraw·Hill*** *Companies*

Send all inquiries to:
SRA/McGraw-Hill
8787 Orion Place
Columbus, OH 43240-4027

Printed in the United States of America.

ISBN 0-02-674647-6

14 15 POH 06 05

Lesson 51 Name ______________________

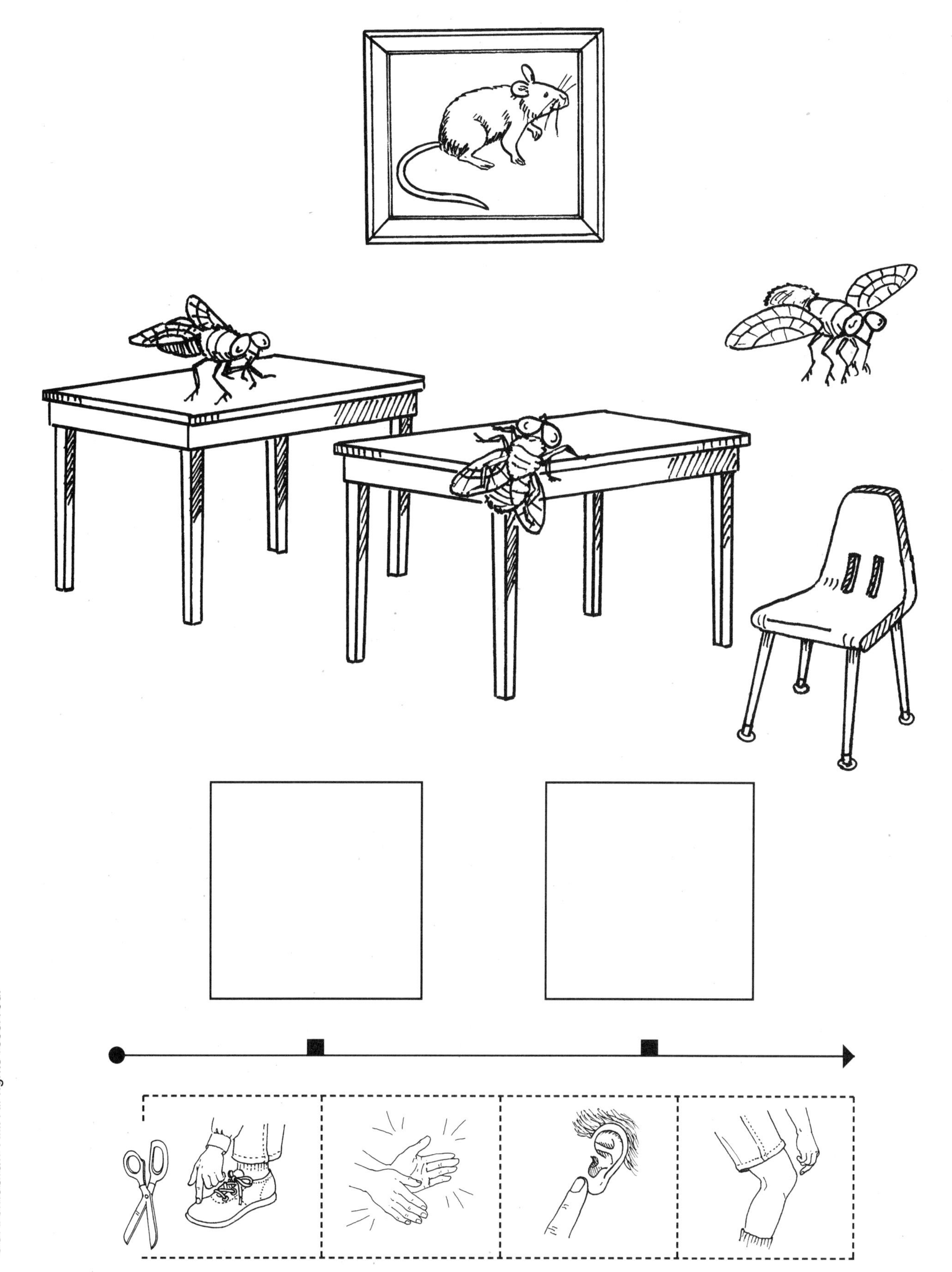

Lesson 51 Name ________________

Lesson 52 Name ______________________

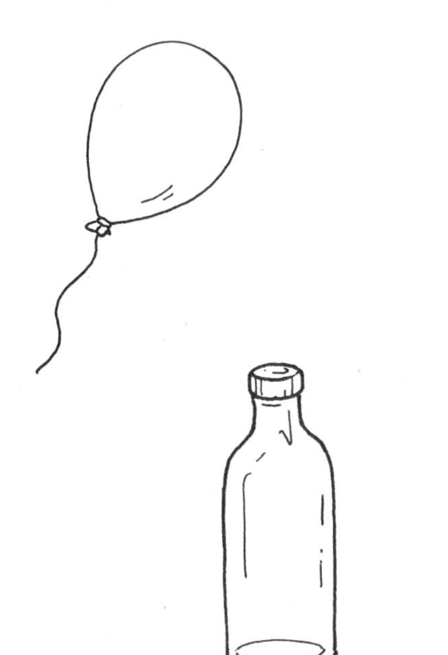

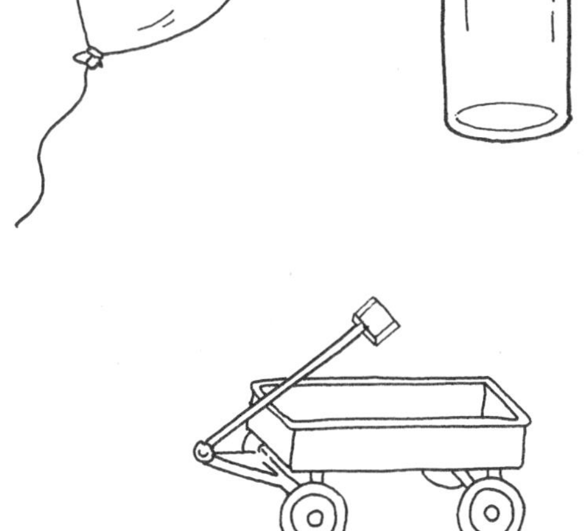

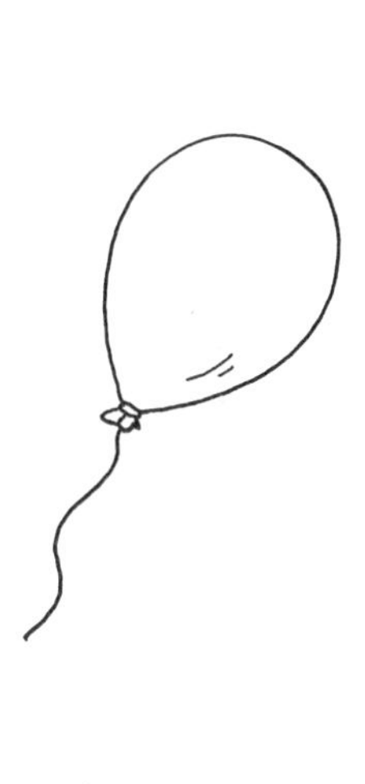

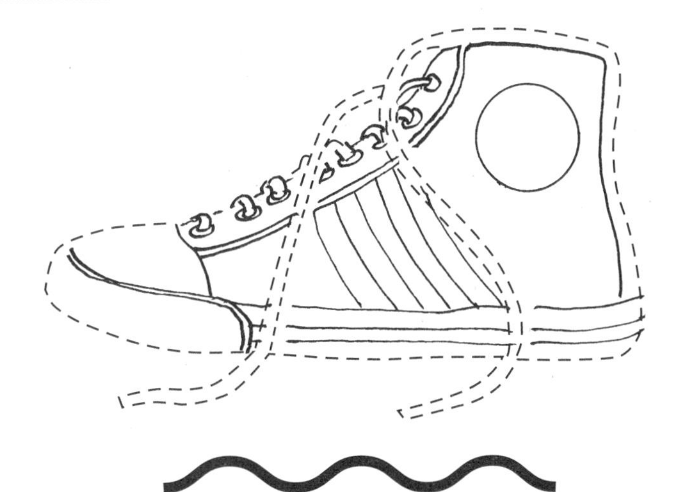

 ____

Lesson 52   Name ______________________

Lesson 53  Name ______________________

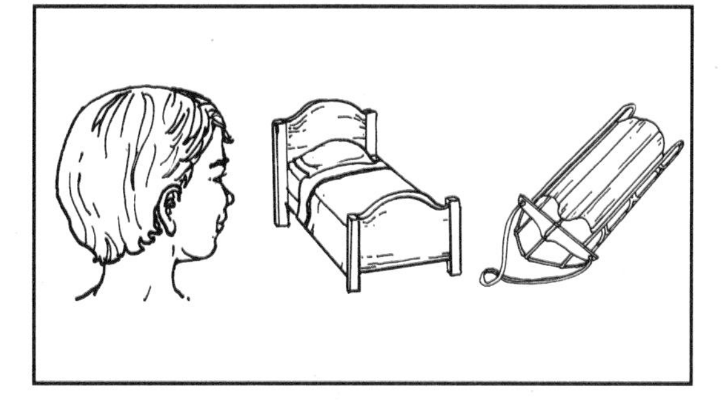

 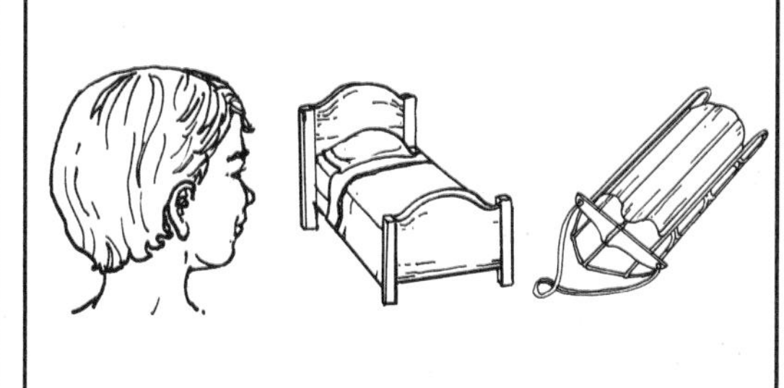

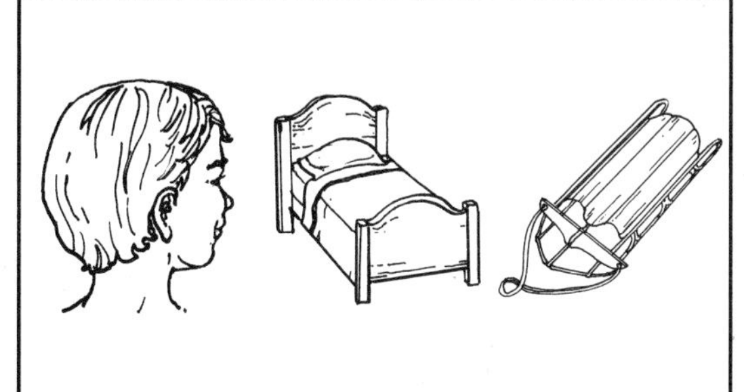 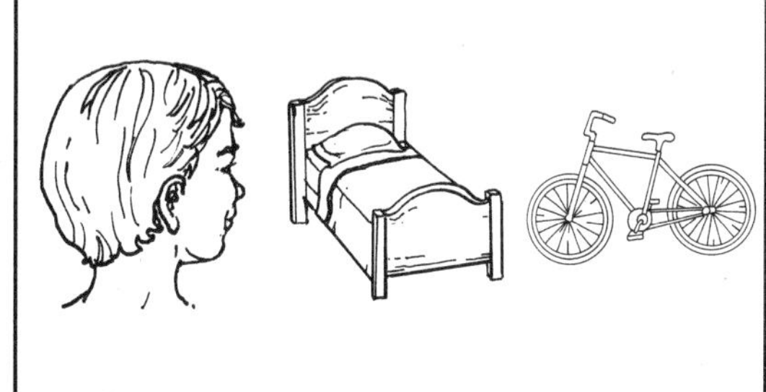

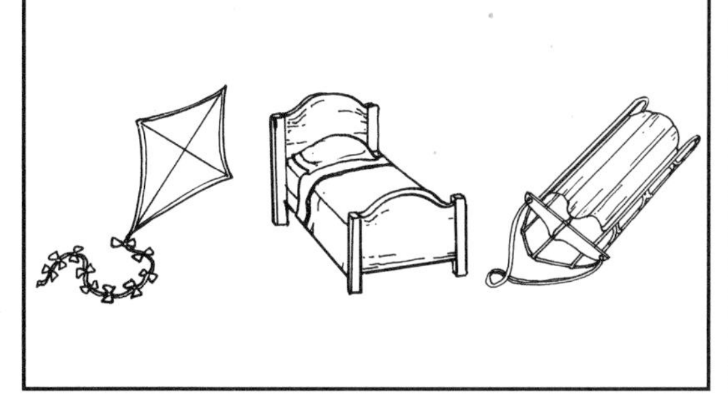 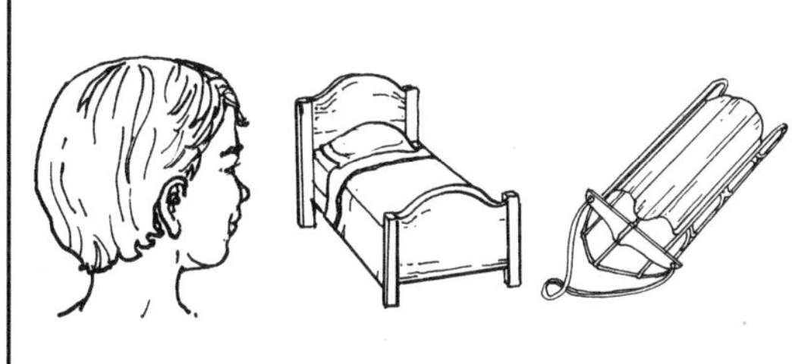

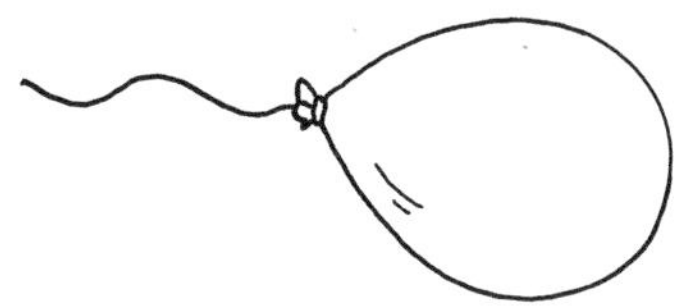

Lesson 53 Name ____________________

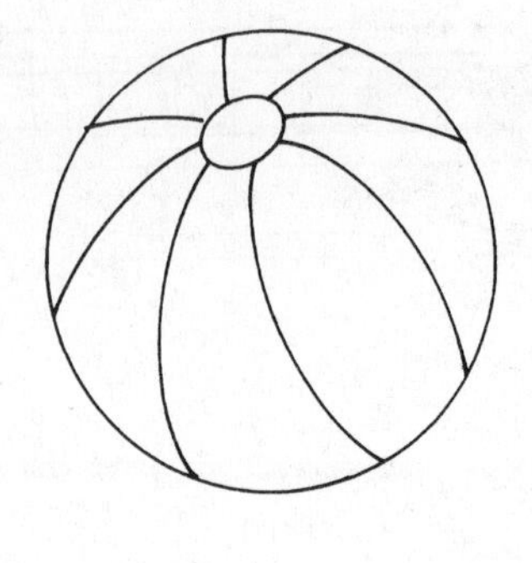

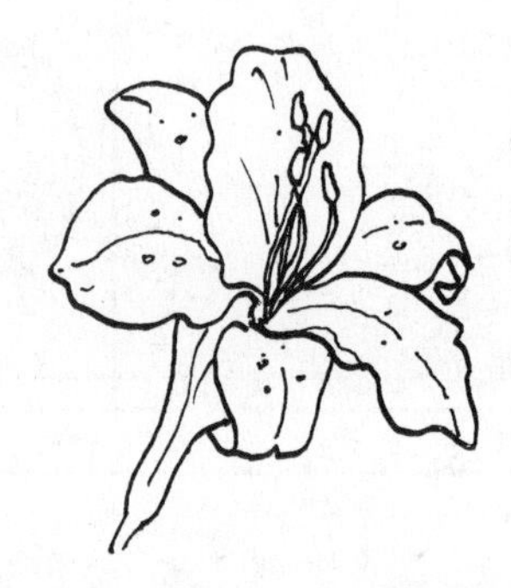

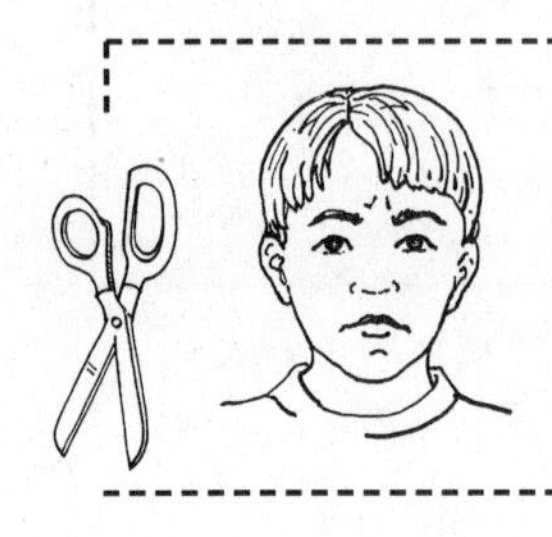

Lesson 54 Name ______________________

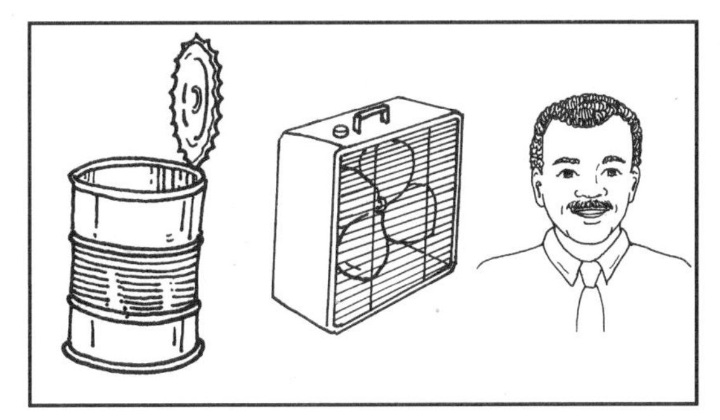

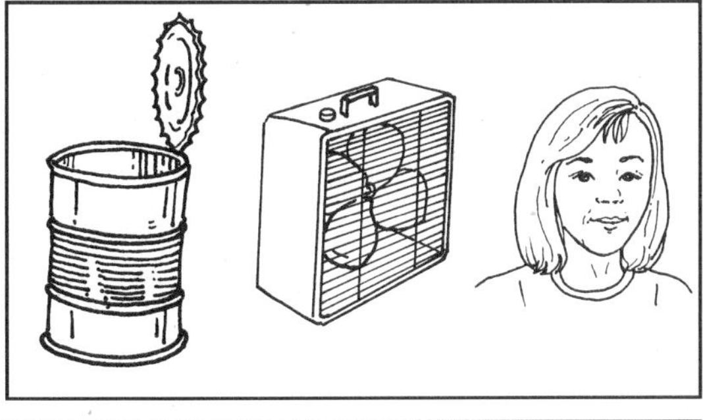

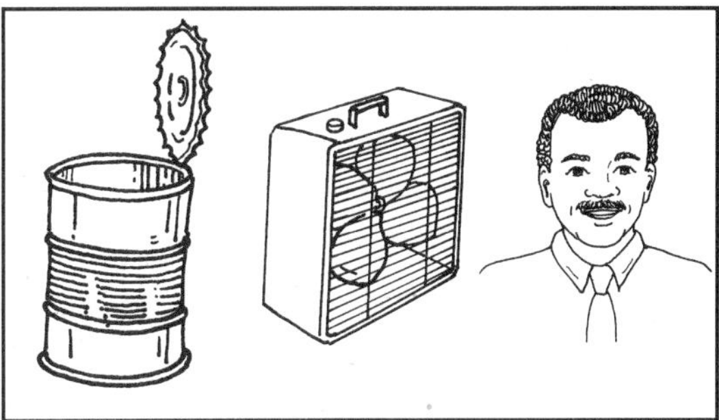

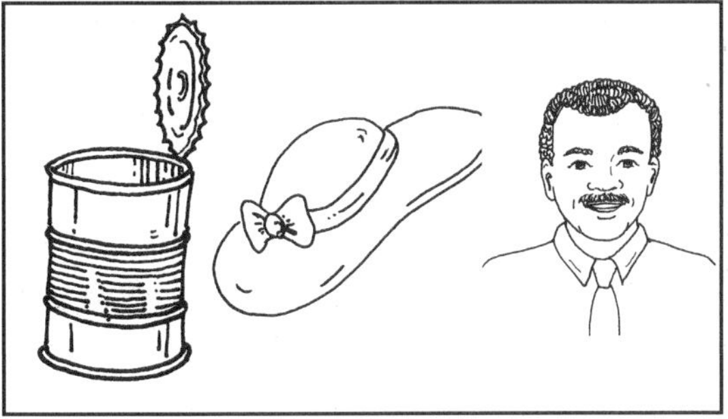

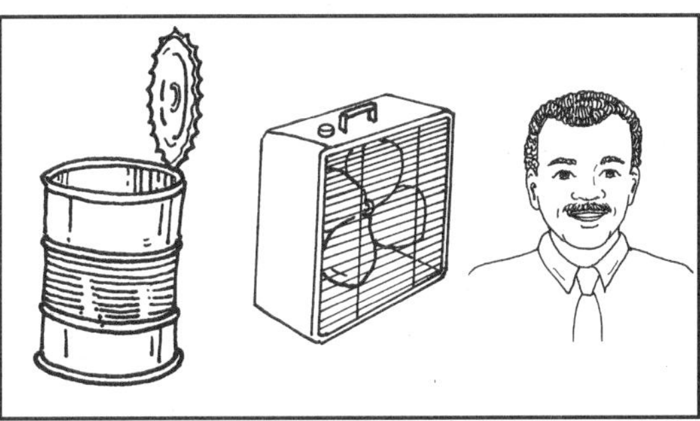

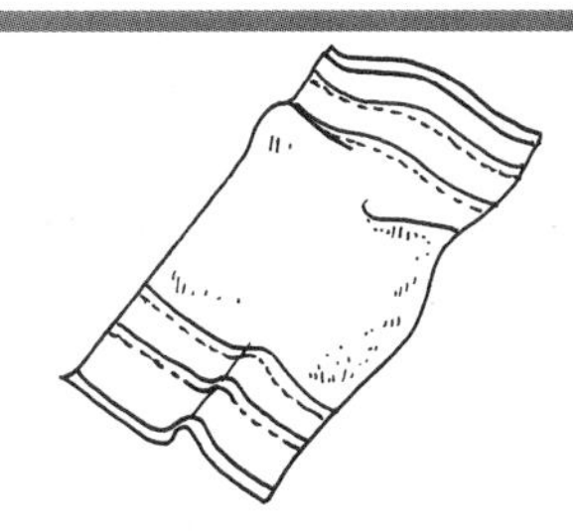

Lesson 54 Name ______________________

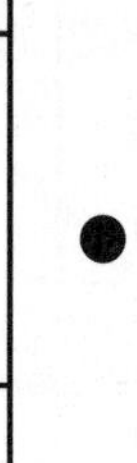

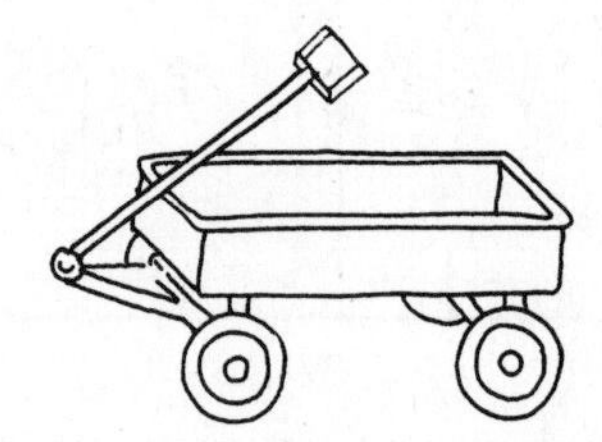

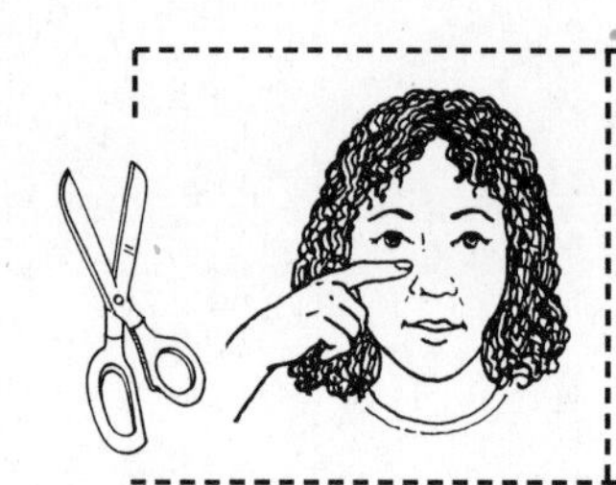

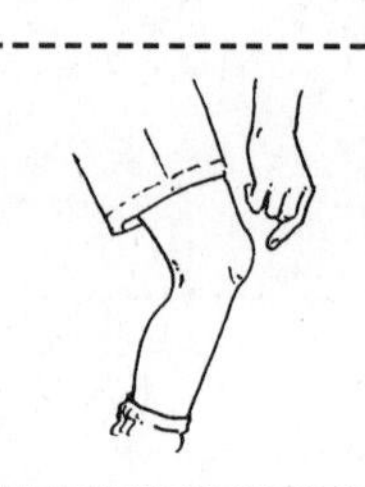
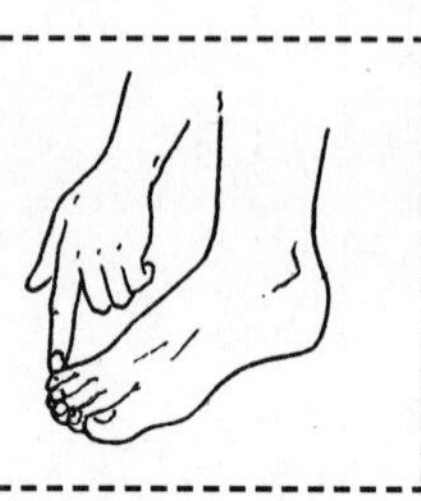

Lesson 55

Name ______________________________

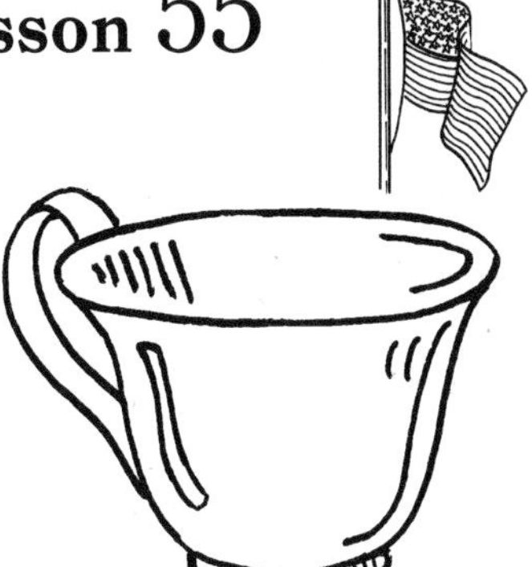

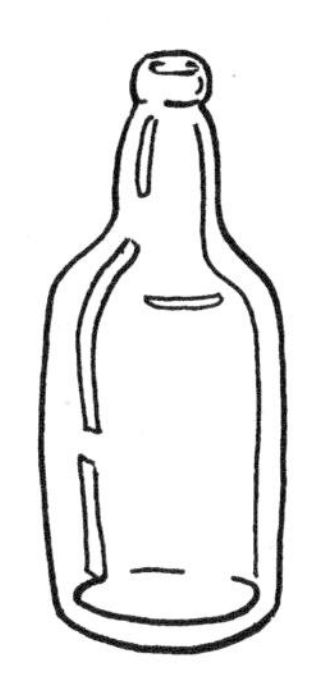

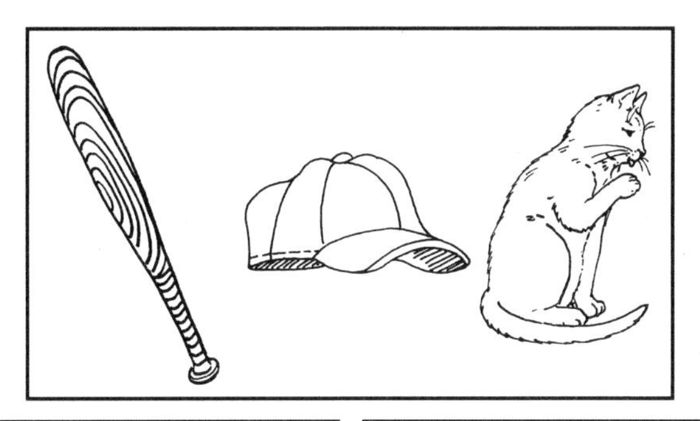

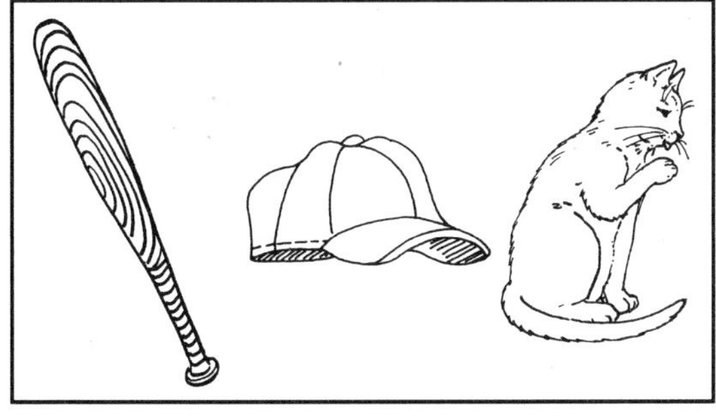

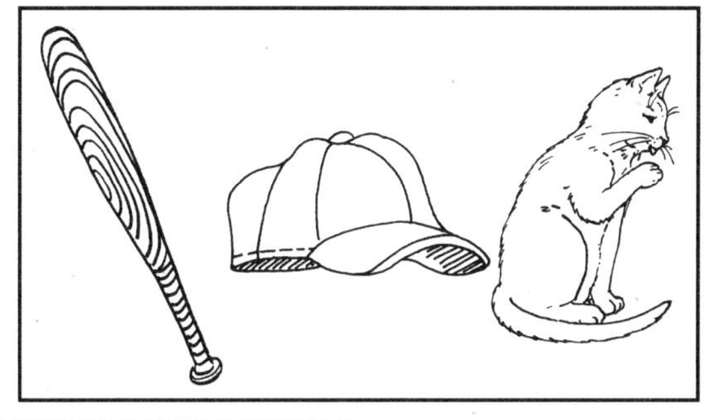

Lesson 55 Name ______________________

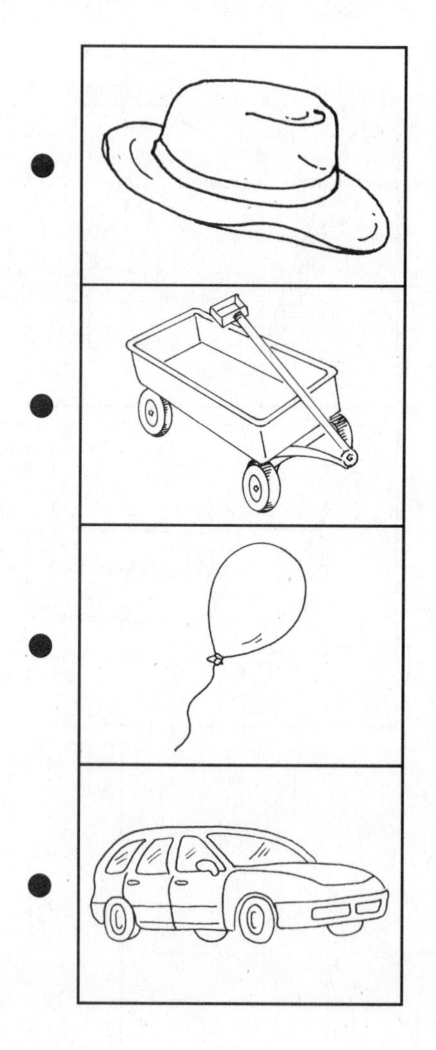

Lesson 56  Name ______________________

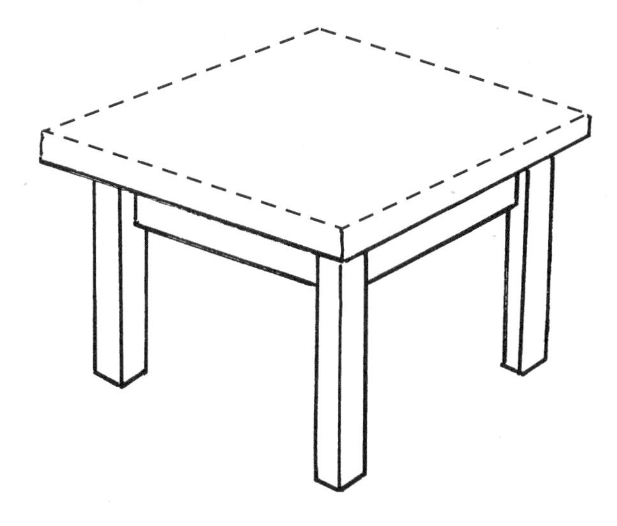

 ____

Lesson 56 Name ____________________

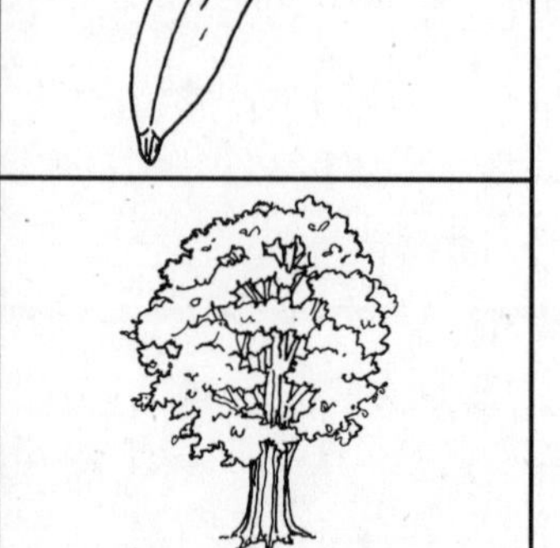

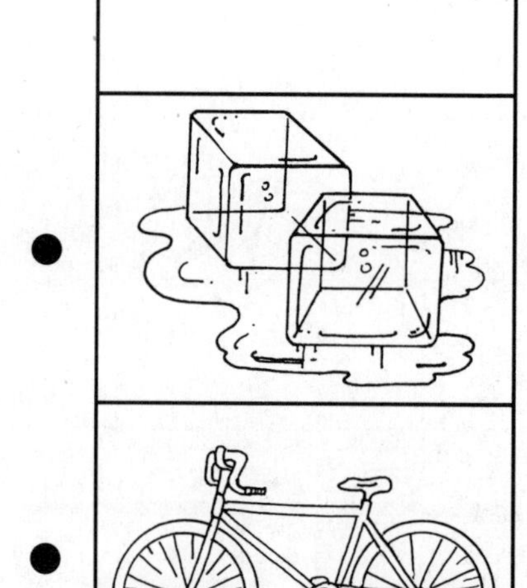

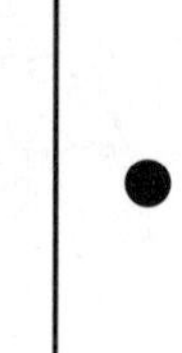

Lesson 57 Name ______________________

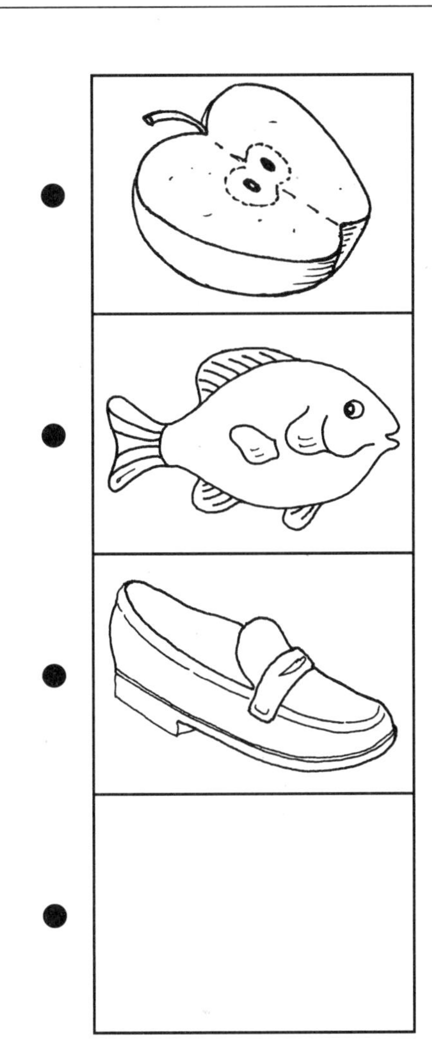

Lesson 57 Name ______________________

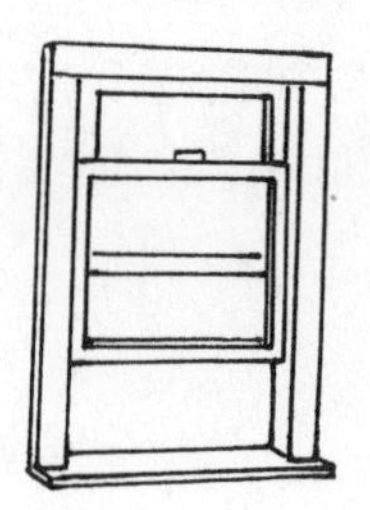

Lesson 58 Name ______________________

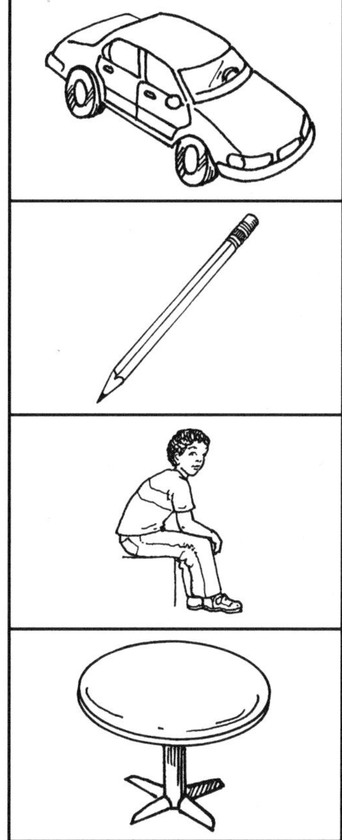

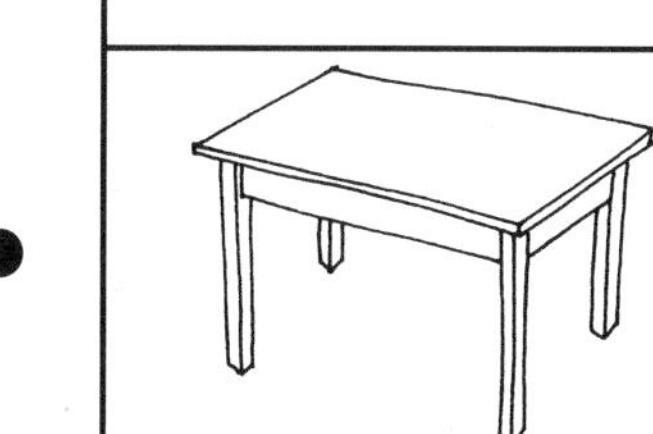

Lesson 58 Name ______________________________

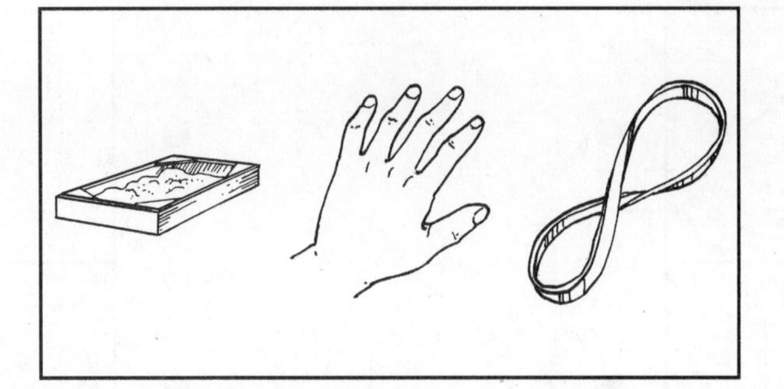

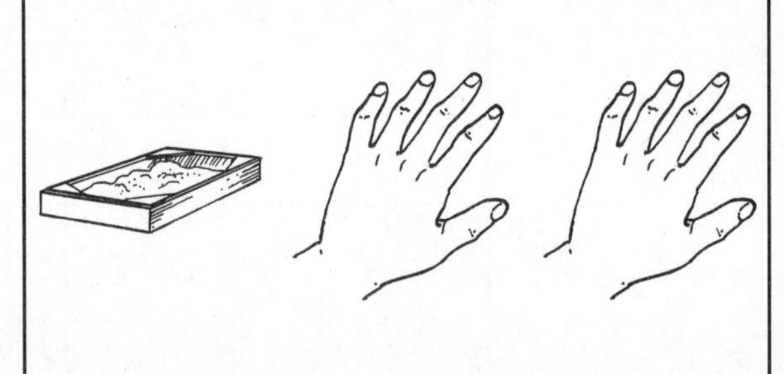

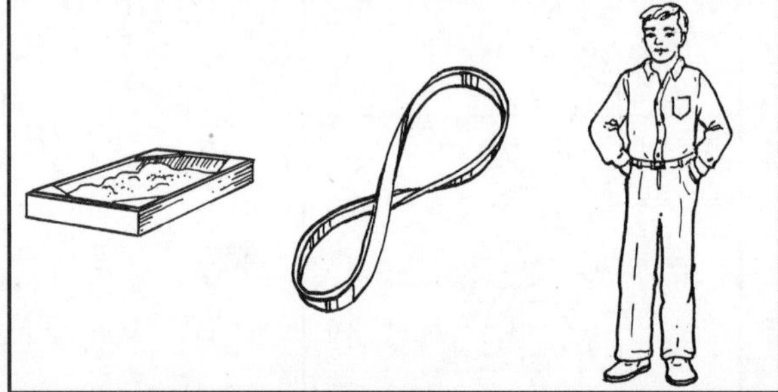

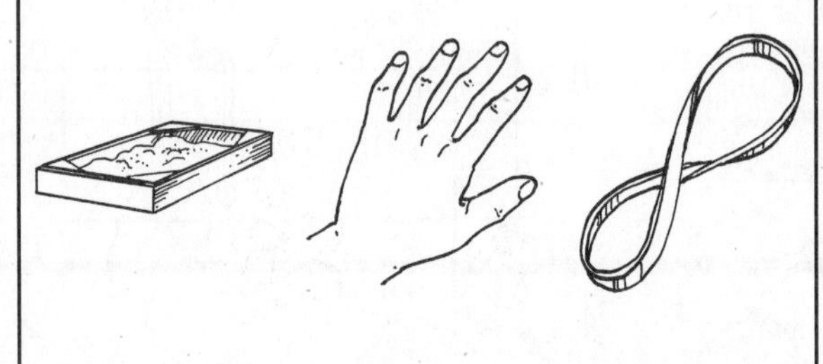

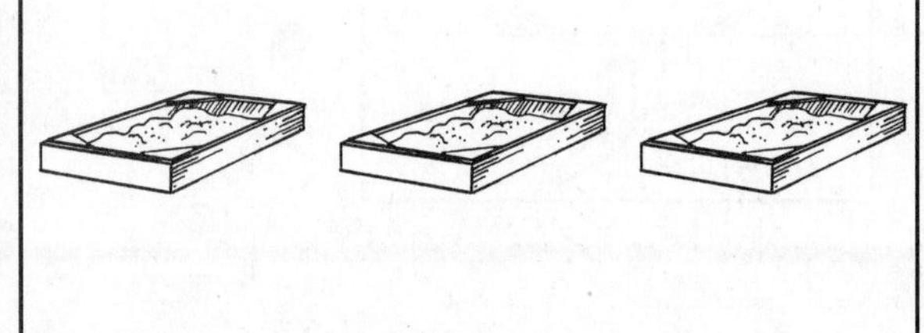

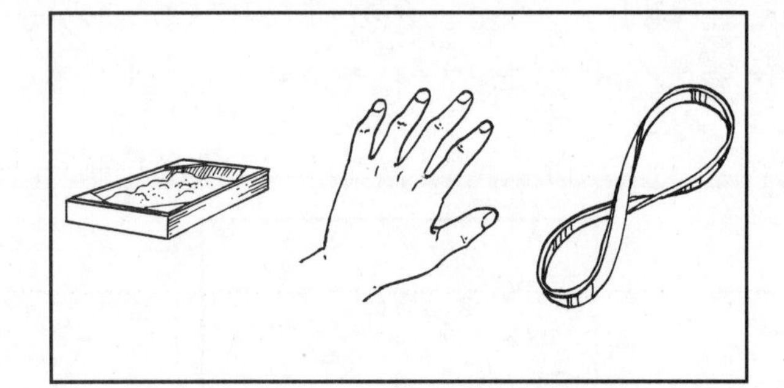

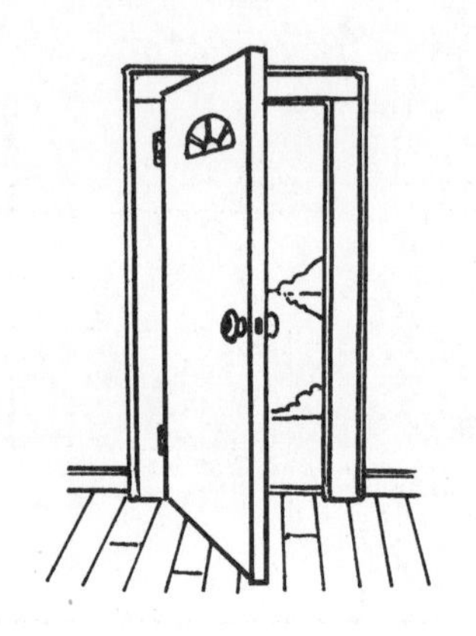

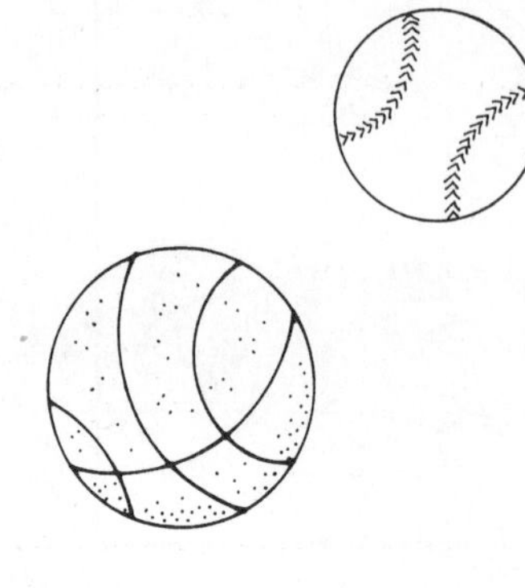

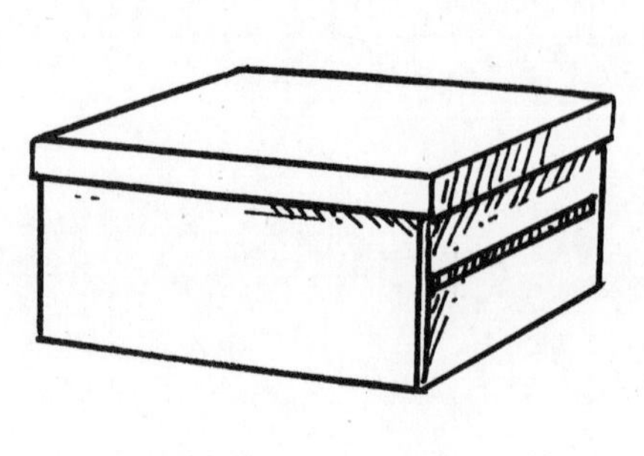

 ____

Lesson 59 Name ______________________

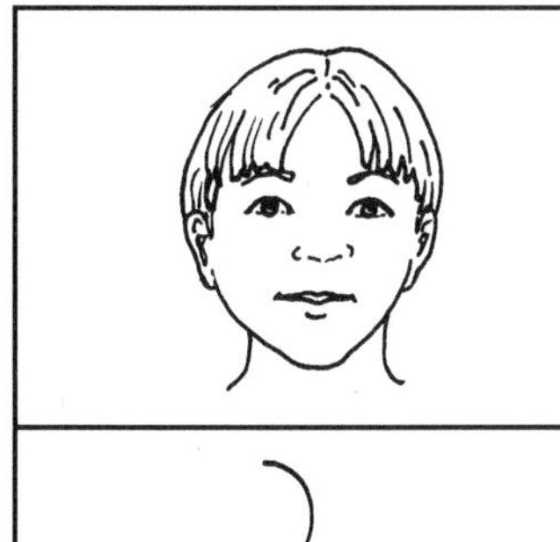

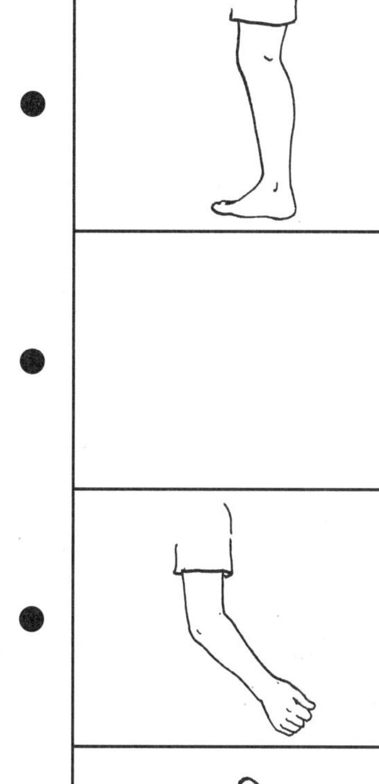

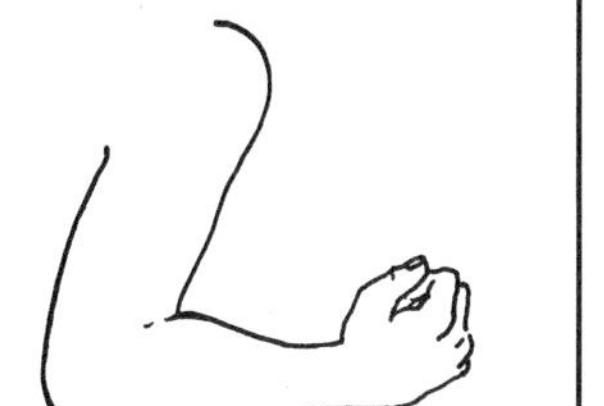

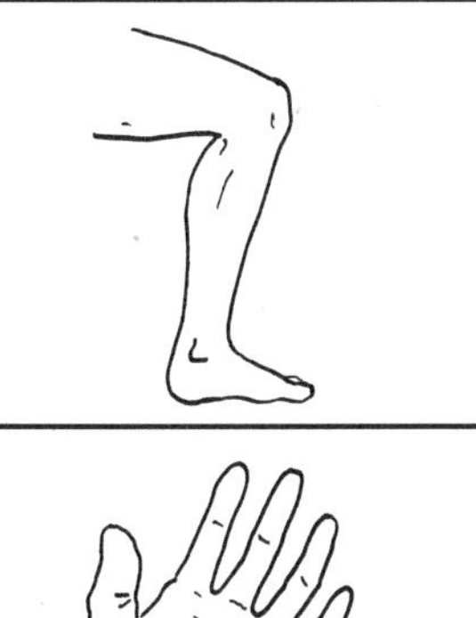

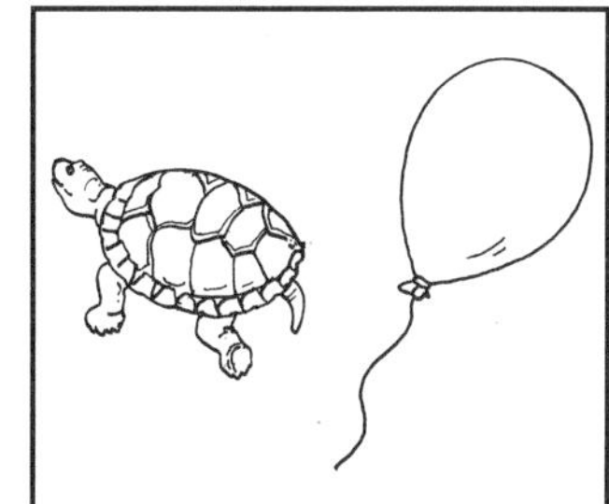

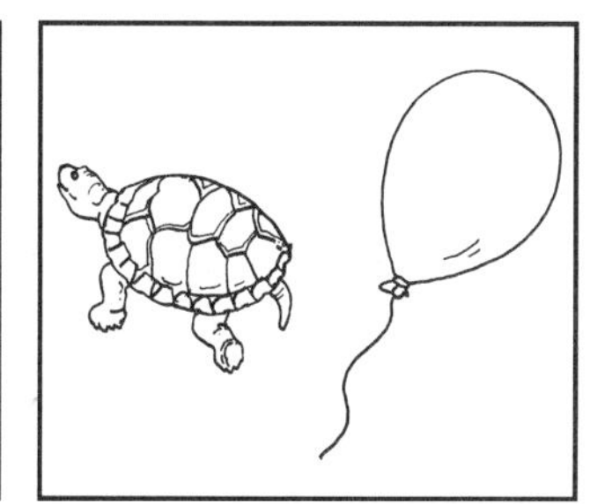

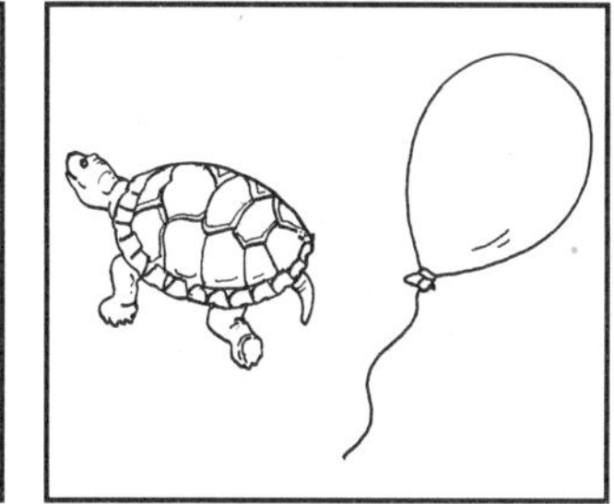

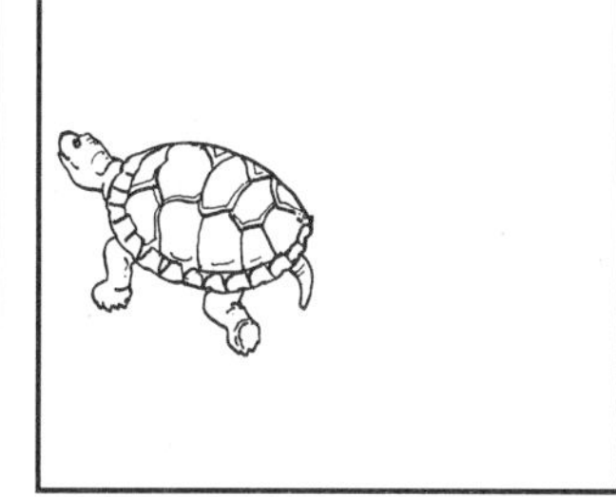

Lesson 59 Name ____________________

Lesson 60 Name ____________________

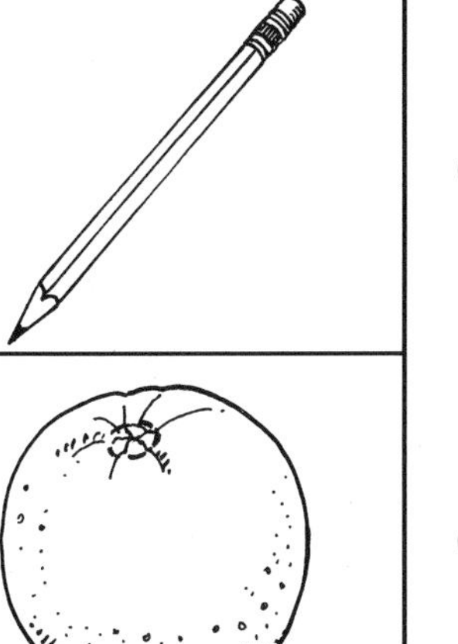
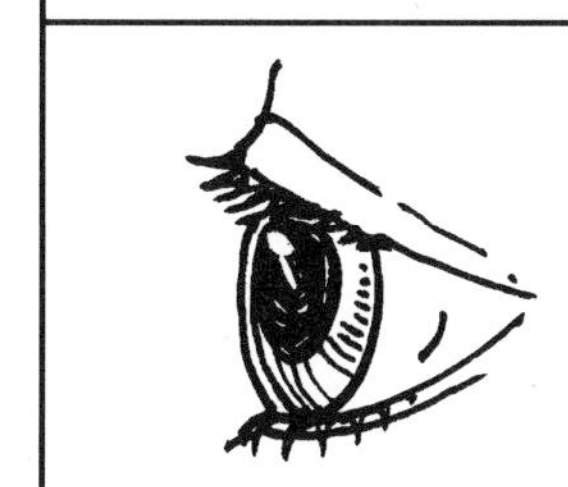
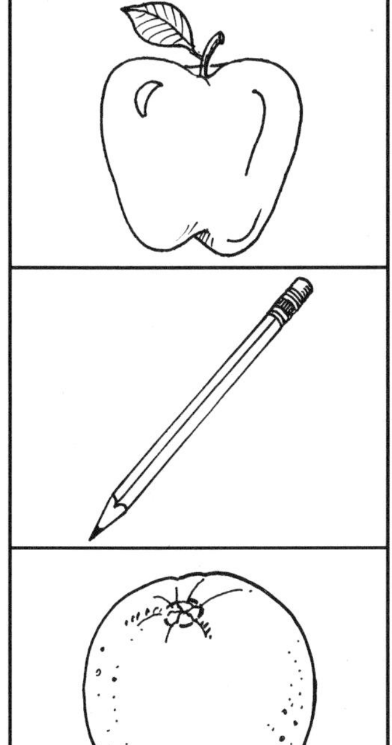
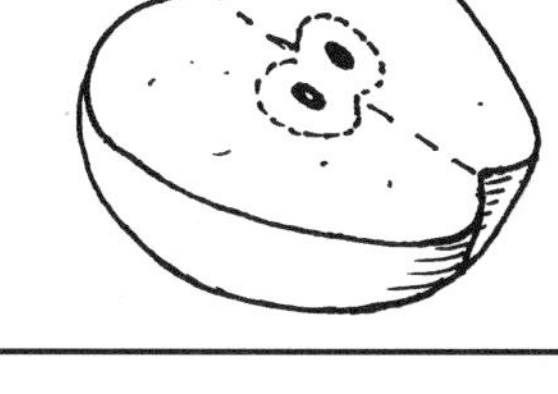

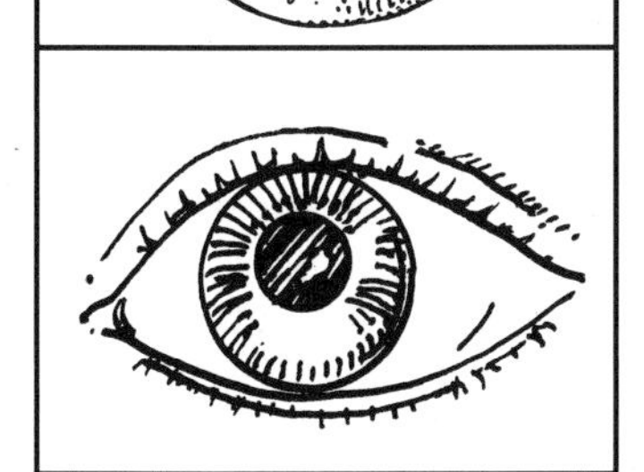

 ____

Lesson 60 Name ____________________

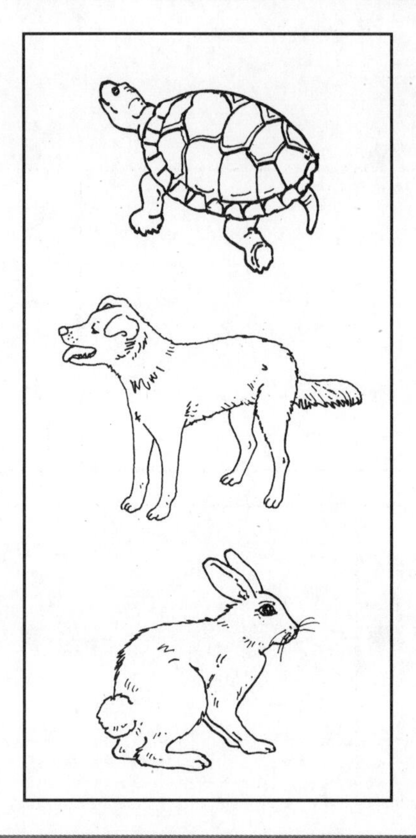

Lesson 61

Name ______________________________

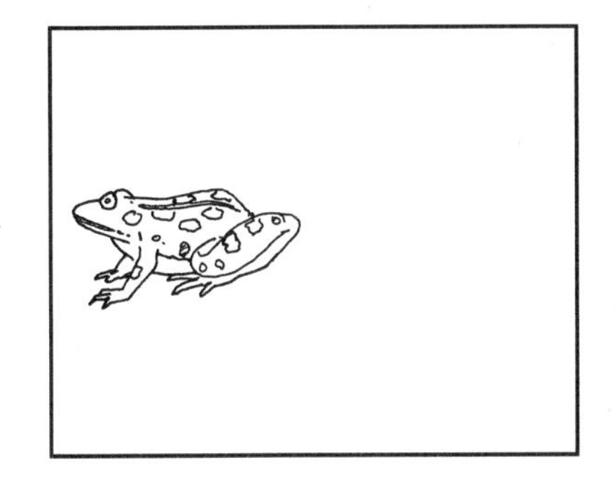

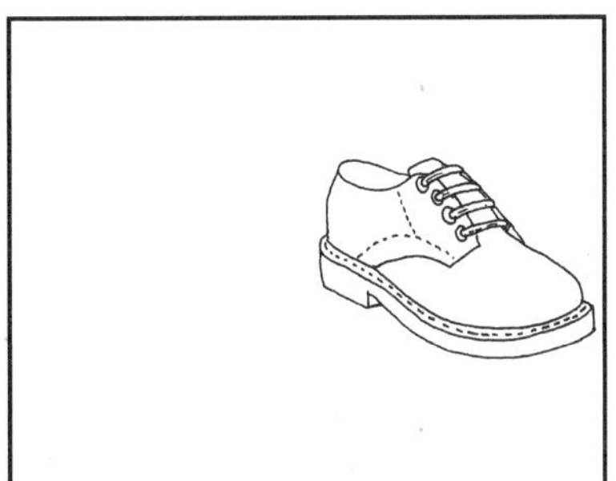

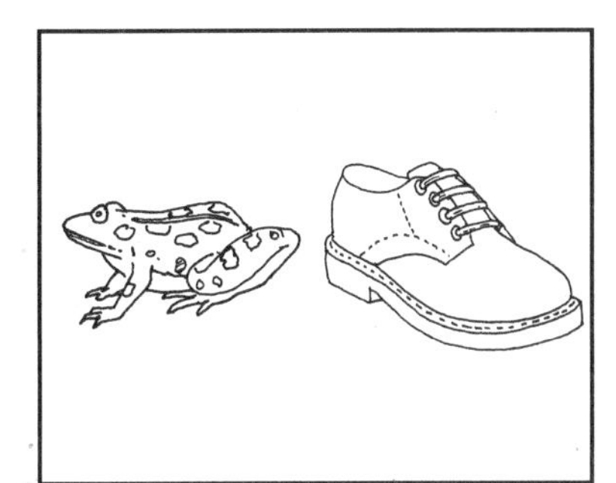

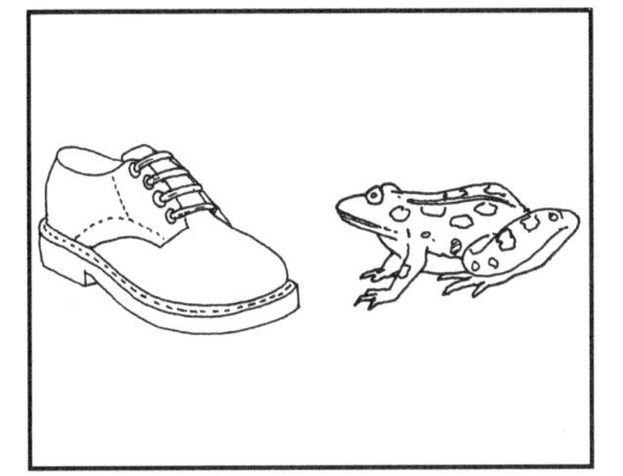

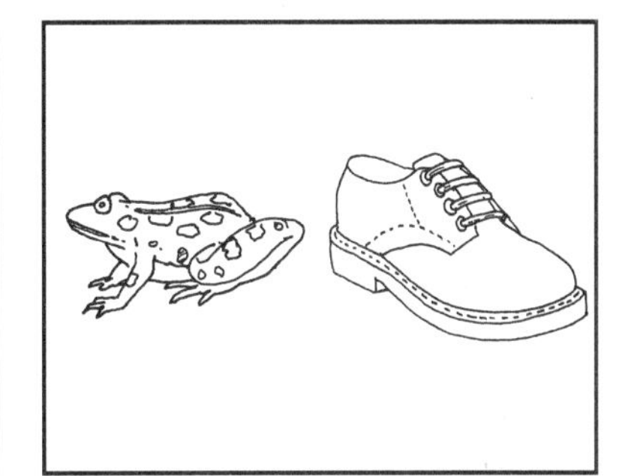

Lesson 61 Name ______________________

Lesson 62 Name ______________________________

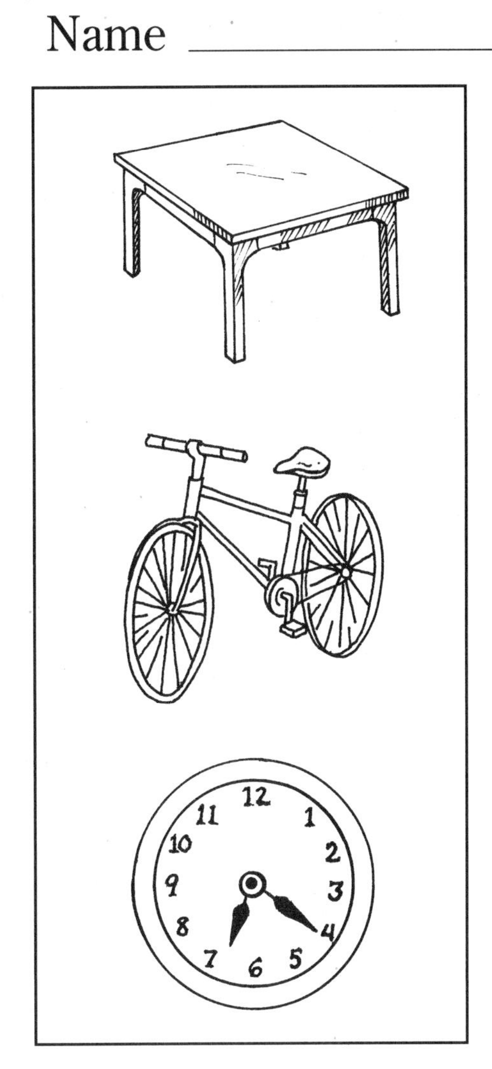

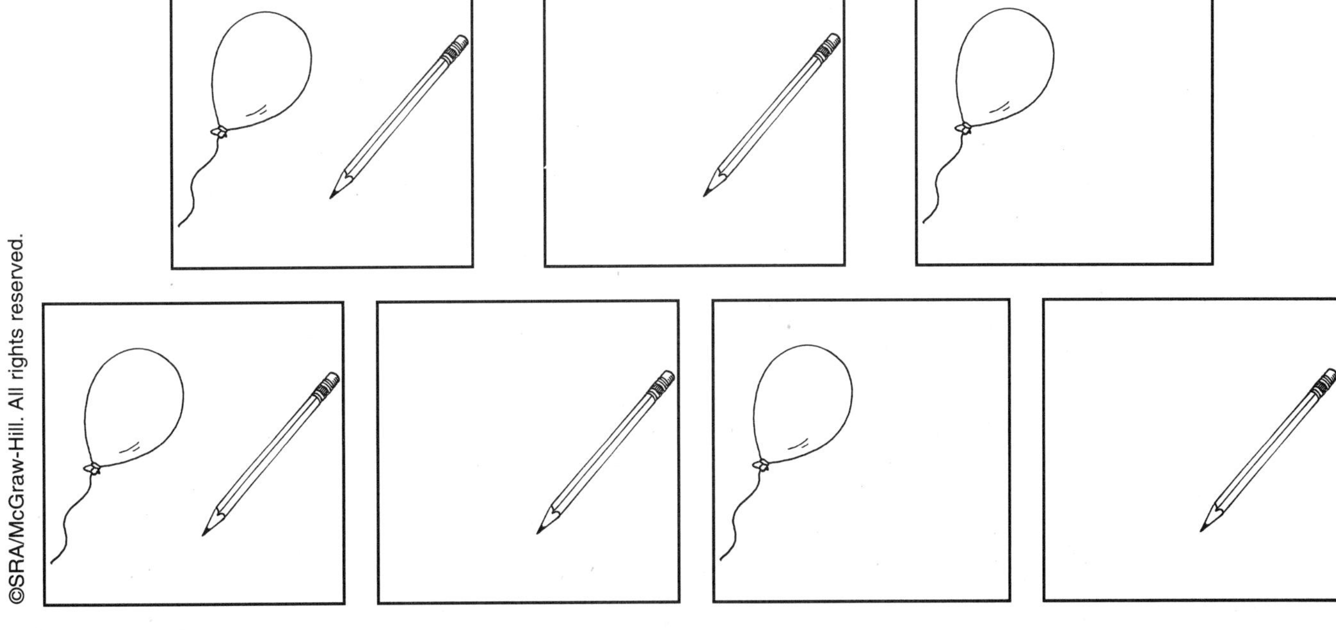

Lesson 62

Name ______________________________

 ____

Lesson 63 Name ____________________

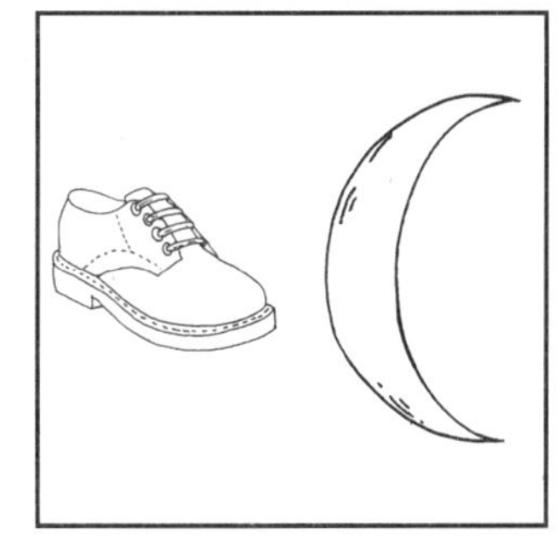

Lesson 63 Name ______________________

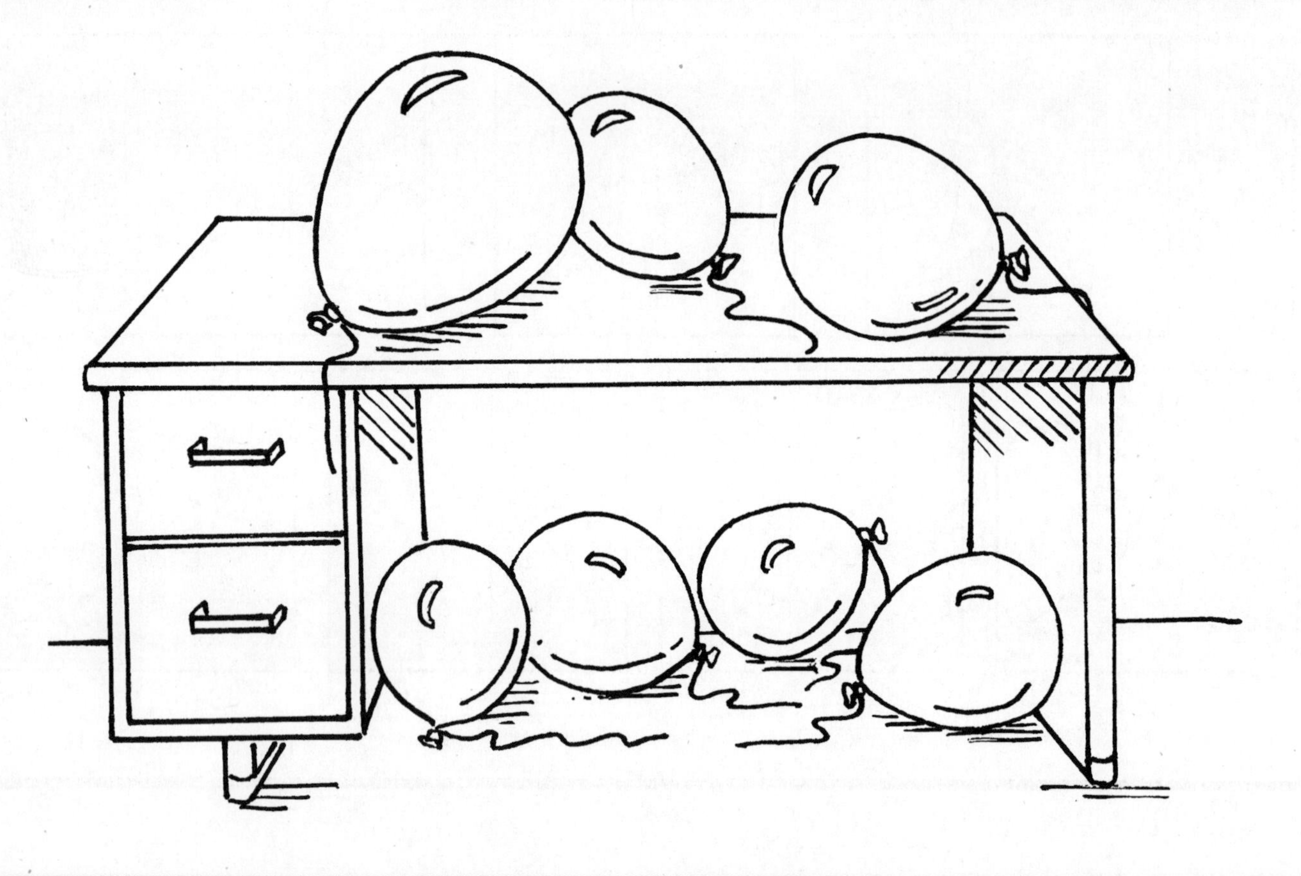

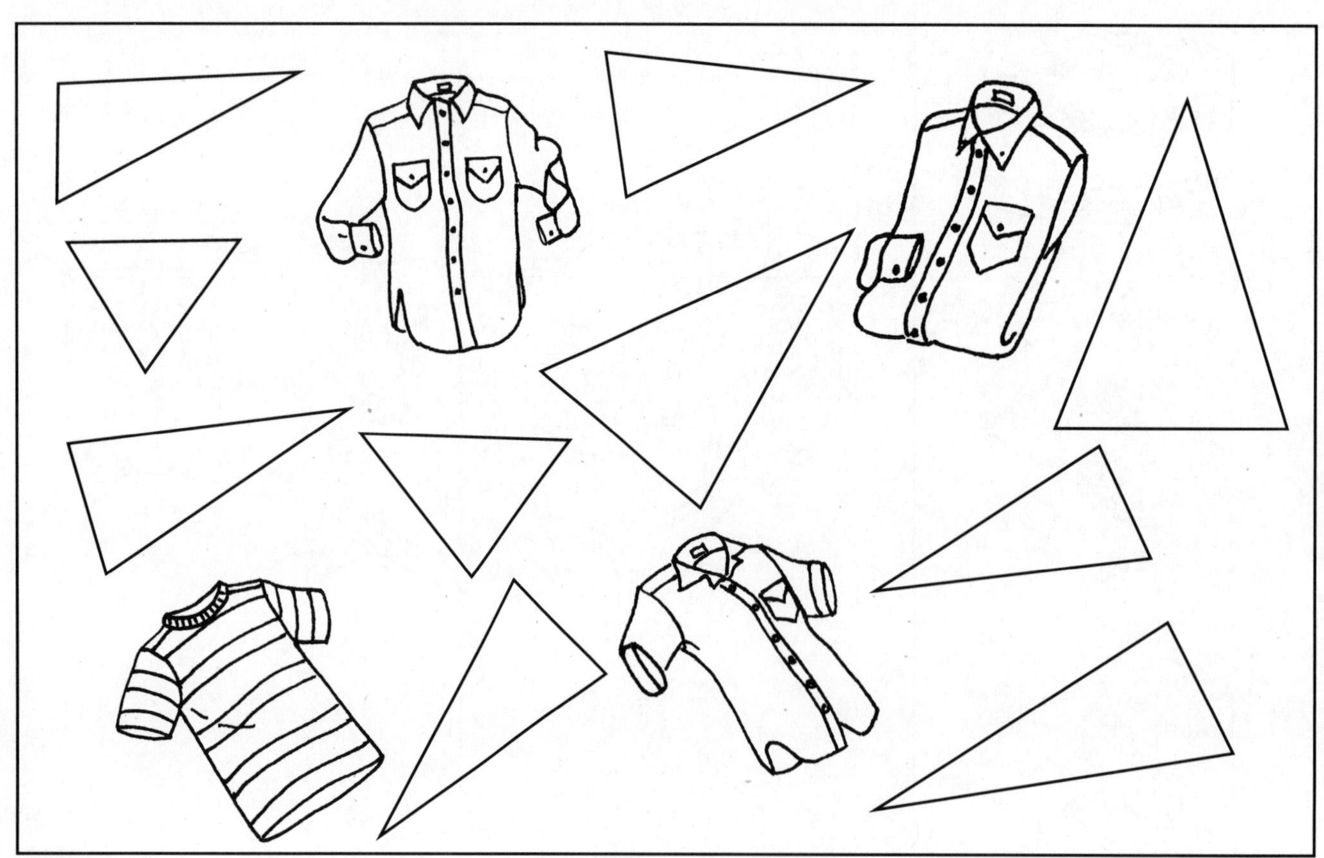

 ____

Lesson 64 Name

Lesson 64 Name ____________________

Lesson 65 Name ______________________

Lesson 65 Name ____________________

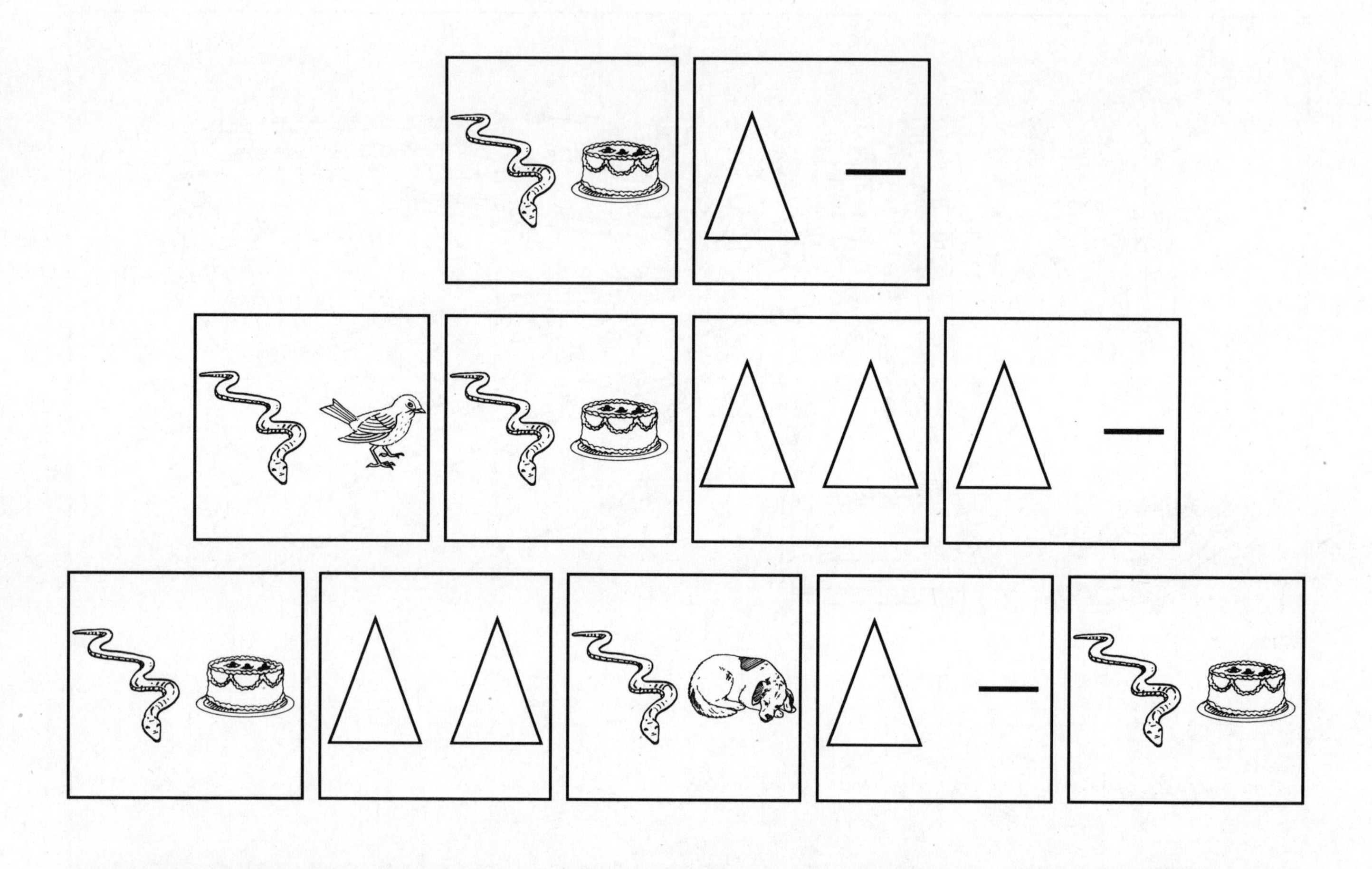

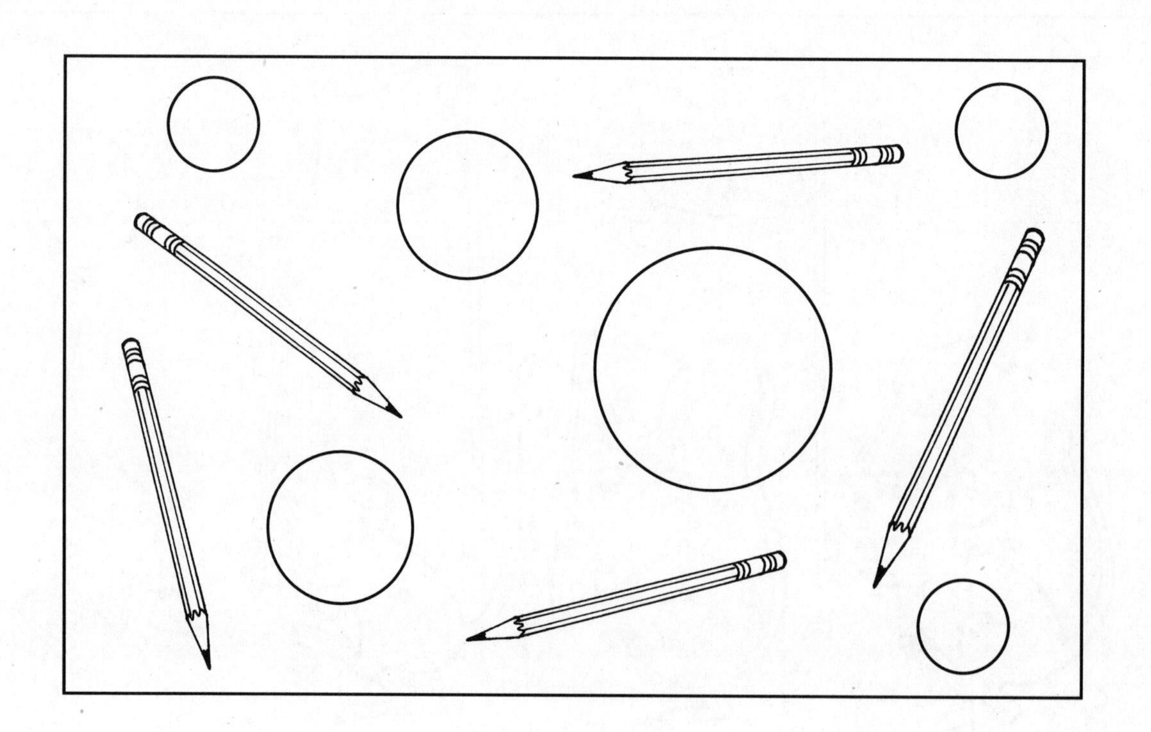

Lesson 66 Name ______________________

 ____

Lesson 66

Name ______________________

 Name ______________________

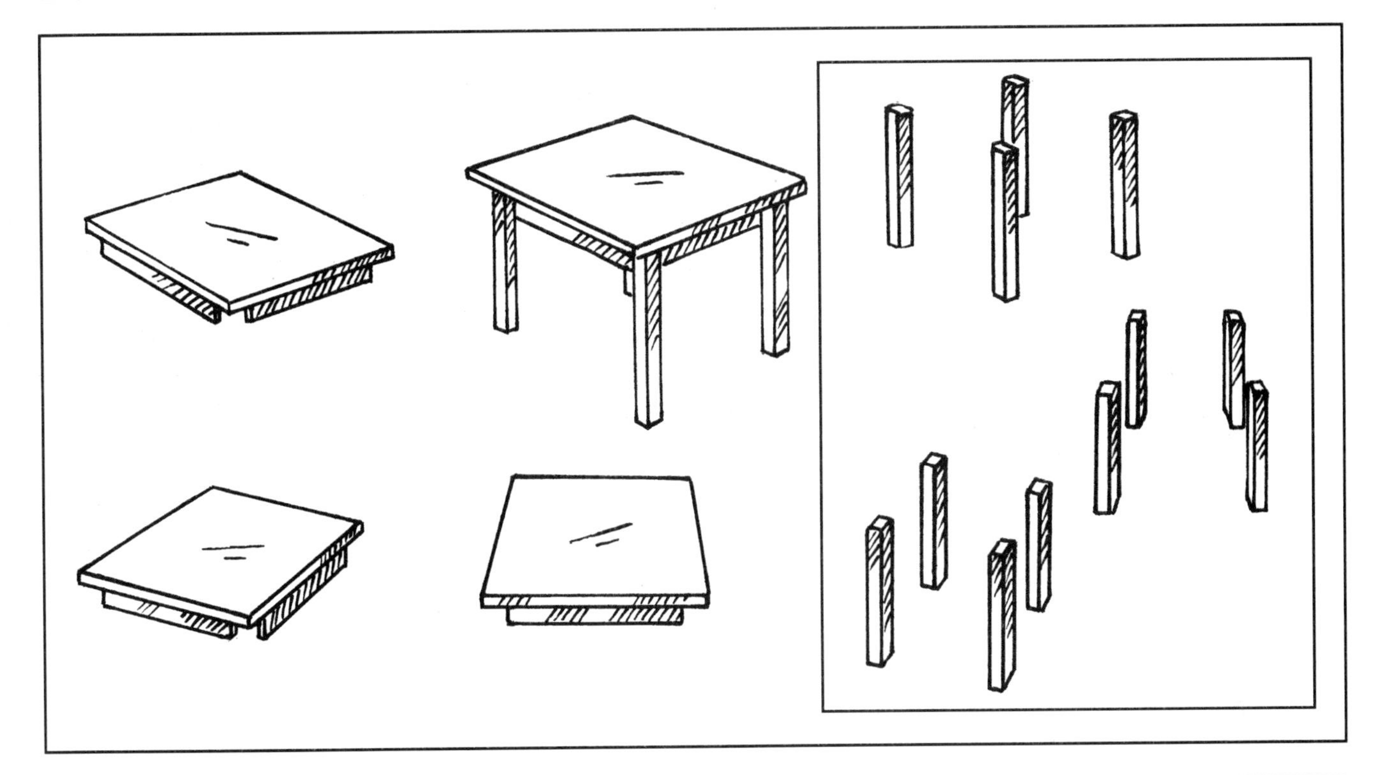

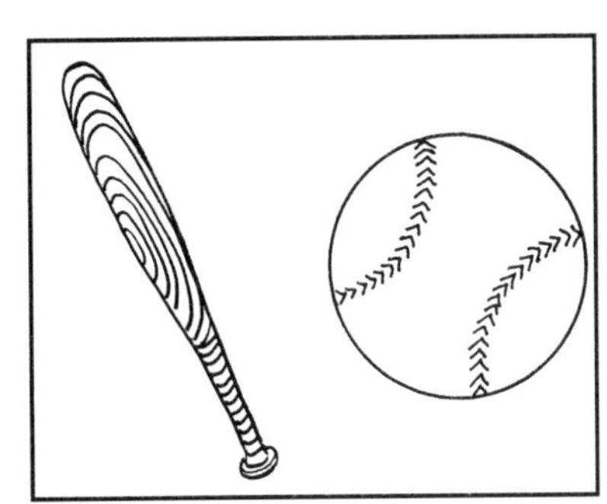

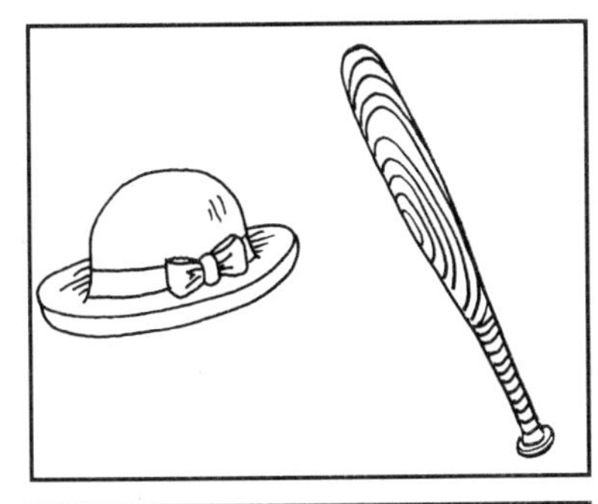

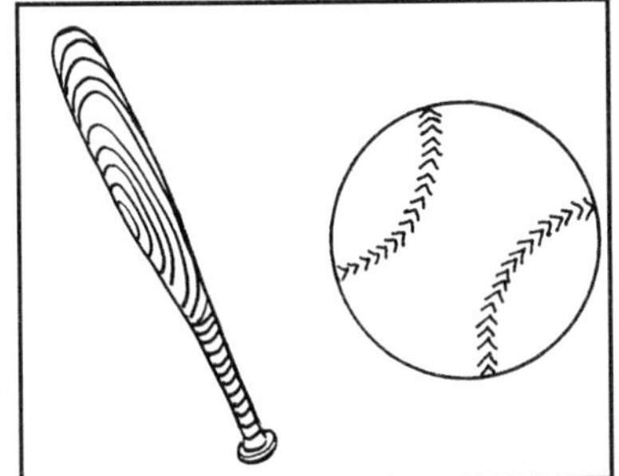

Lesson 67 Name ______

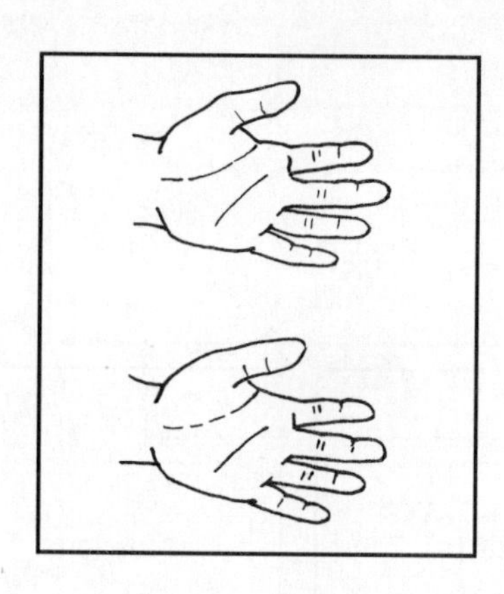

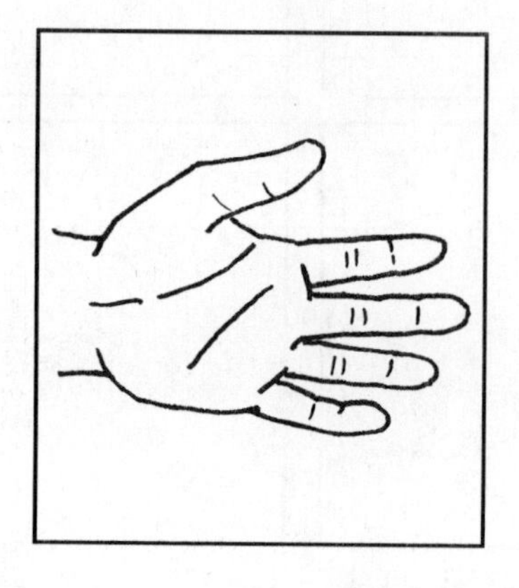

Lesson 68 Name ______________________

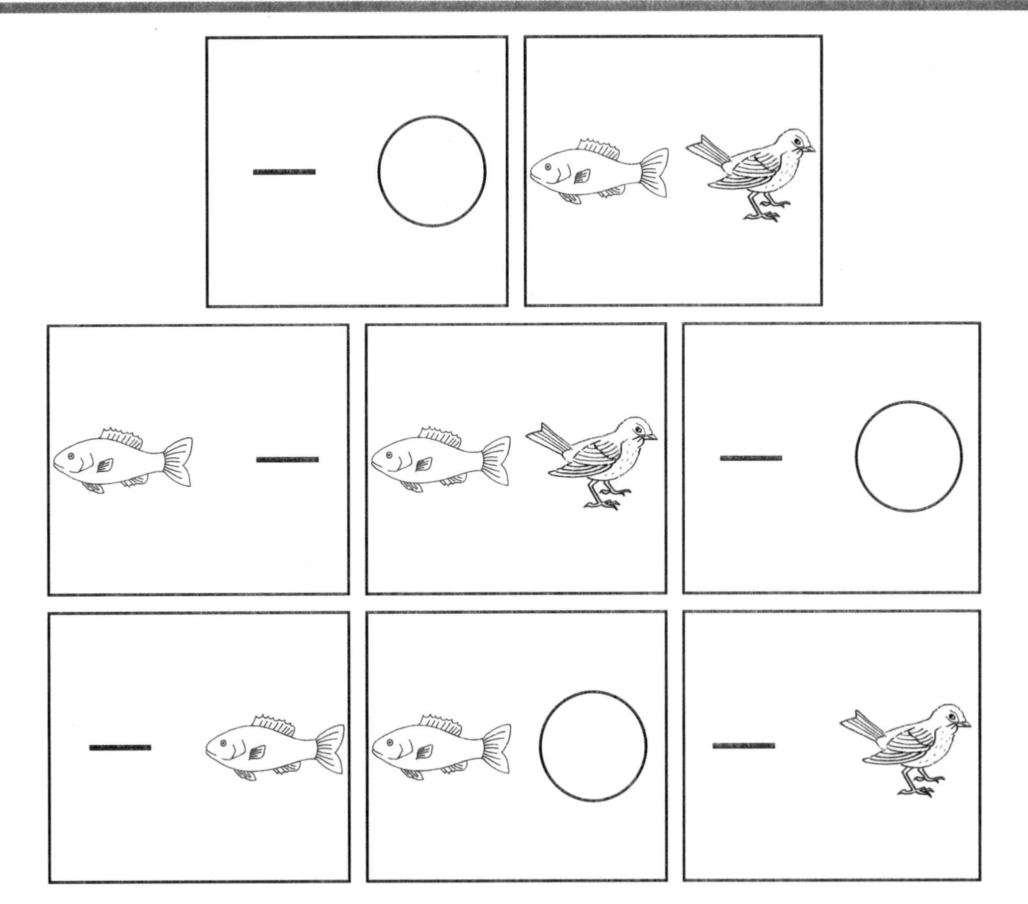

Lesson 68 Name ________________

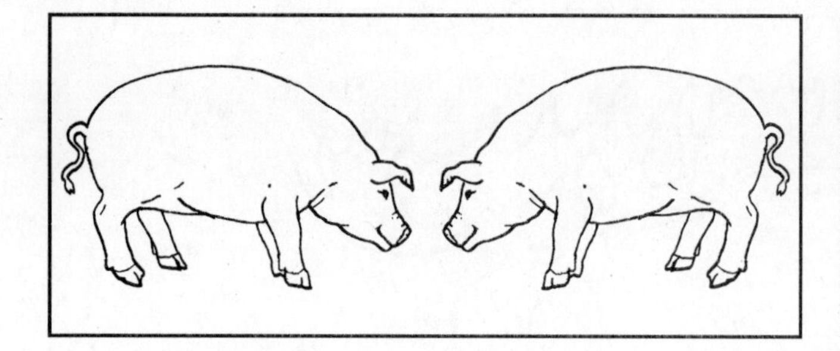

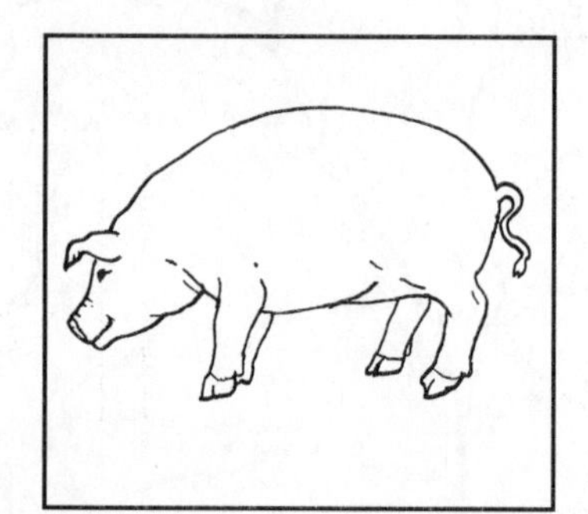

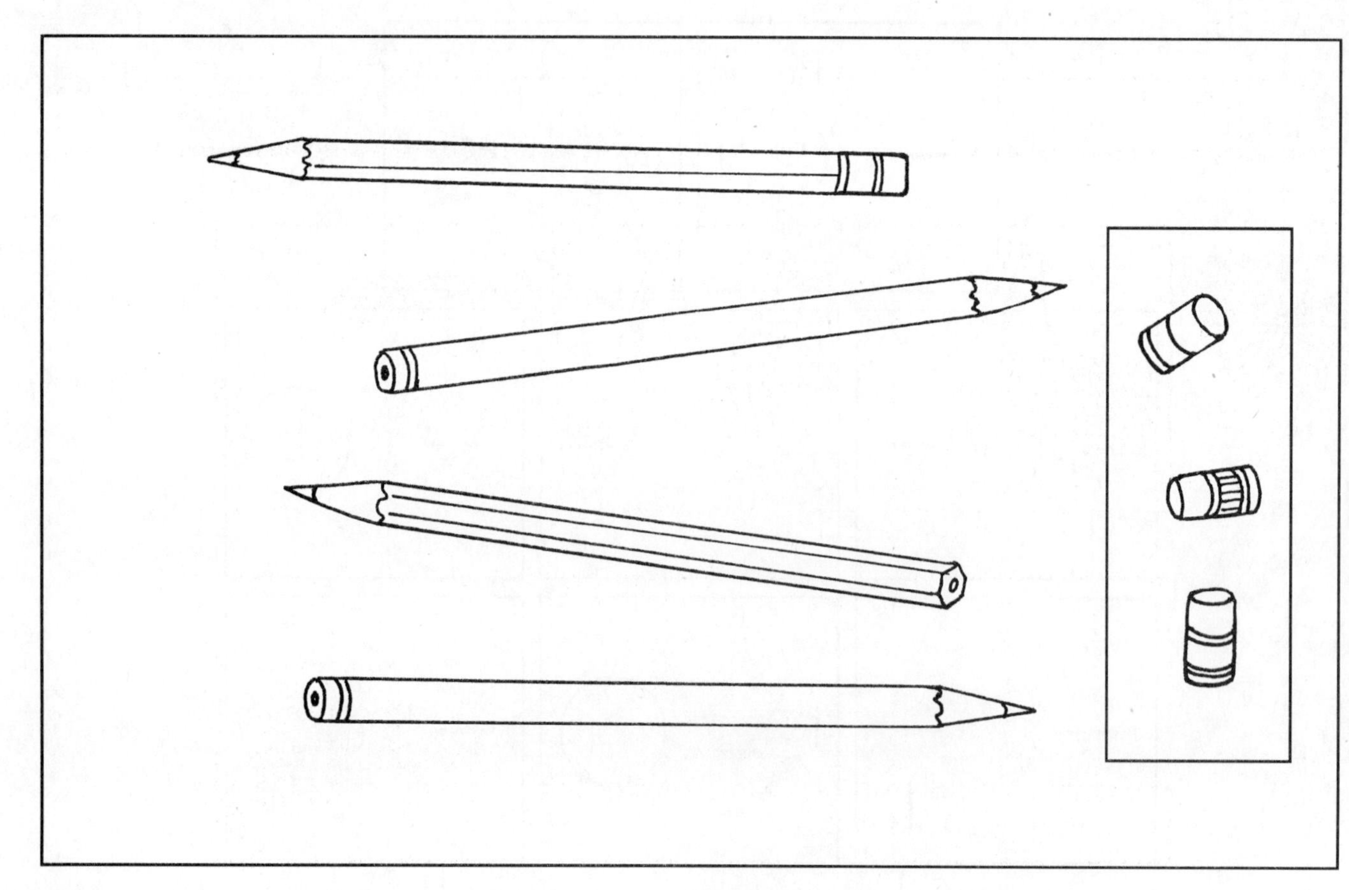

Lesson 69 Name ____________________

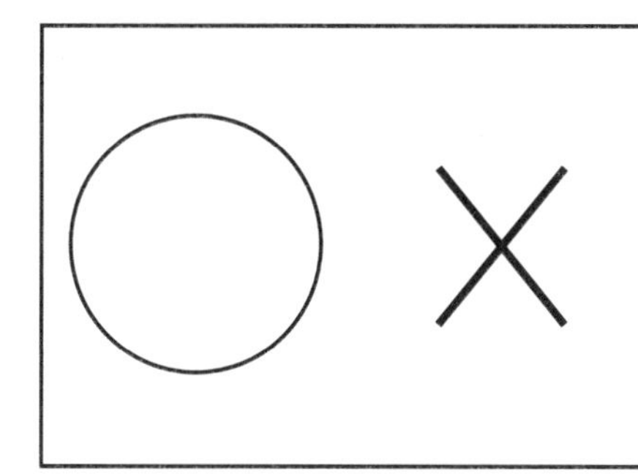

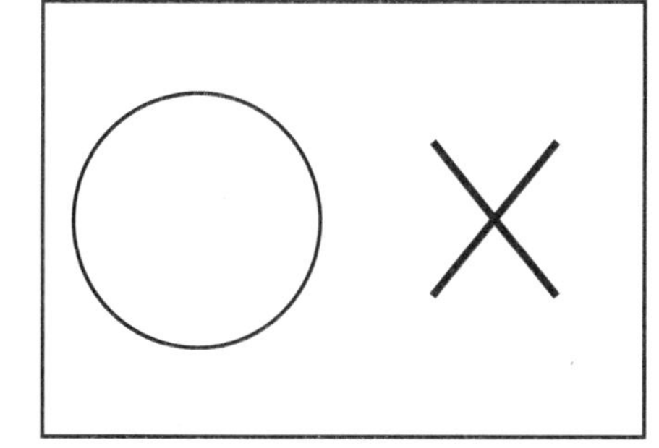

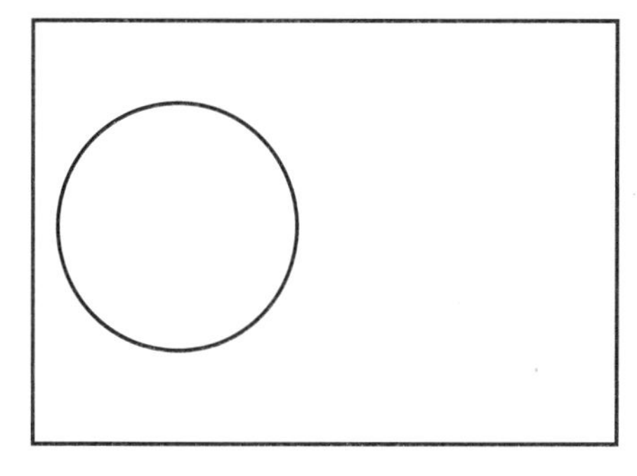

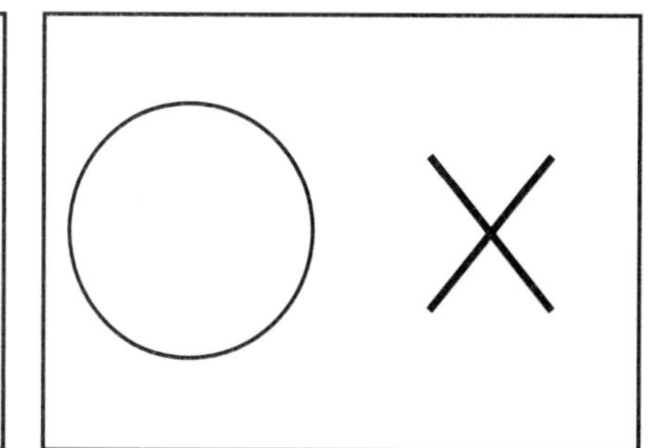

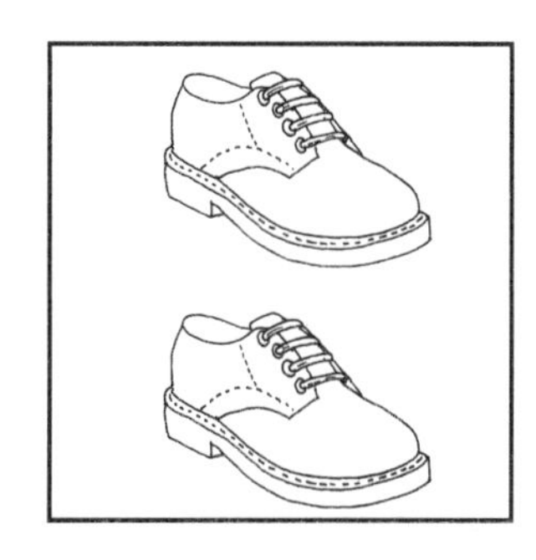

Lesson 69 Name ____________________

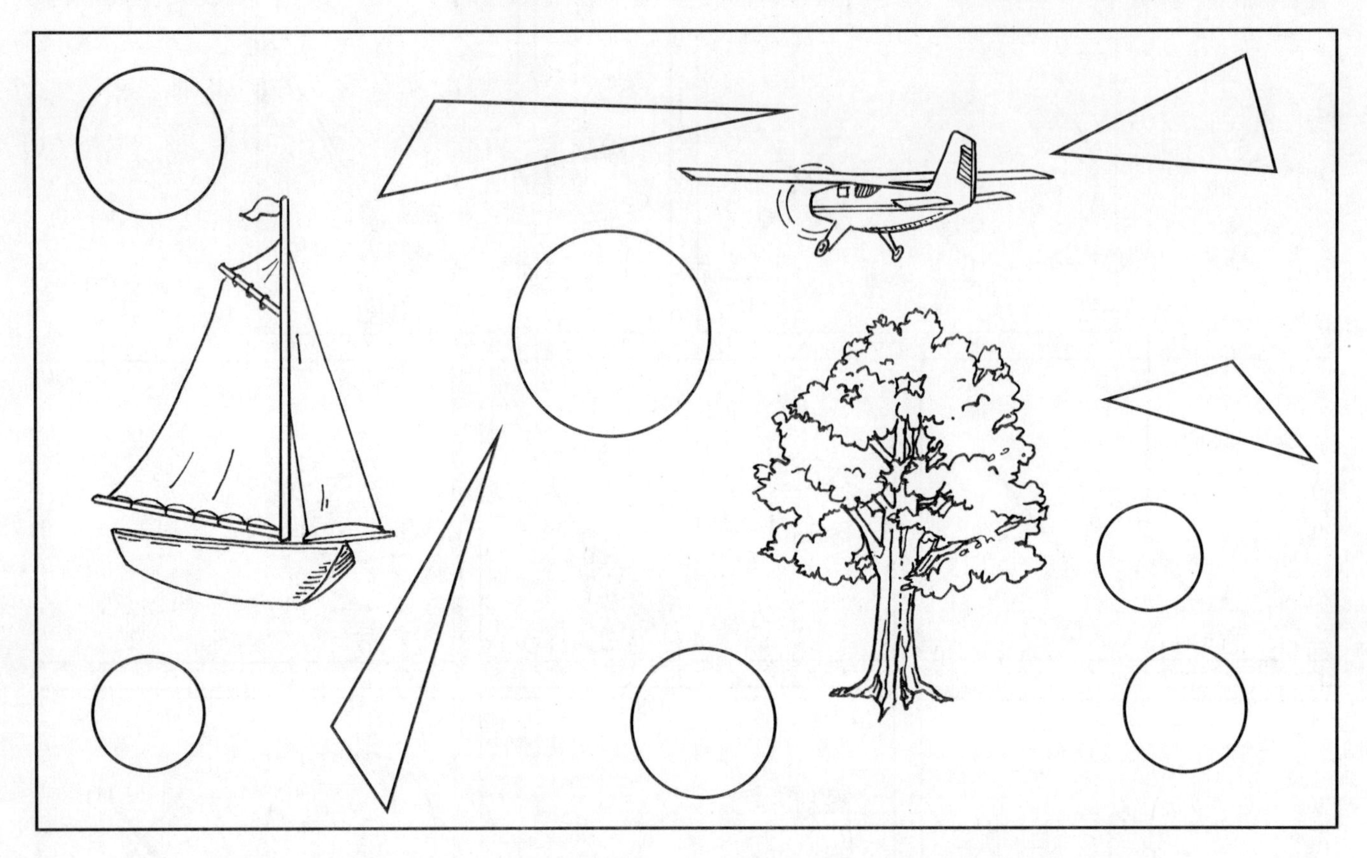

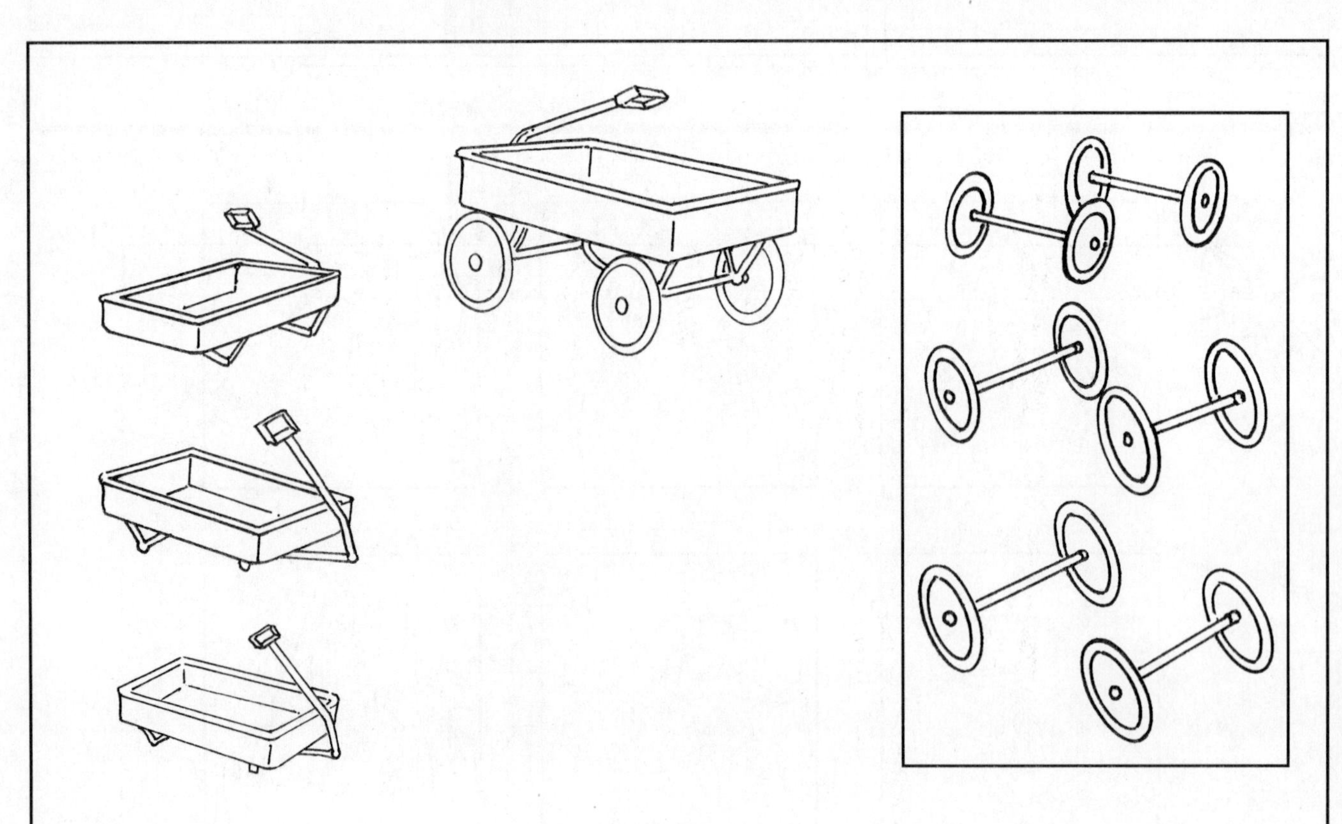

Lesson 70 Name ______________________

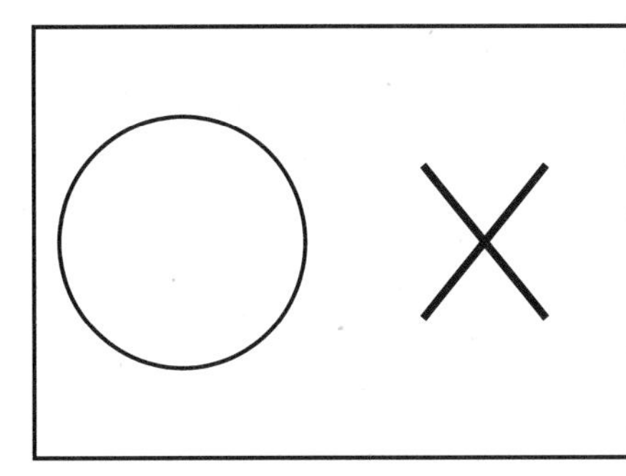

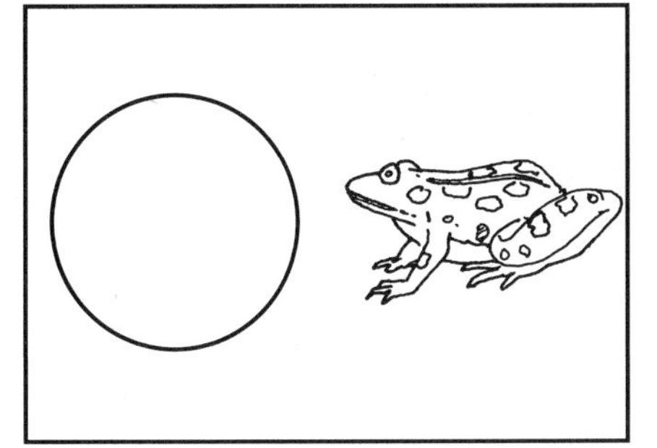

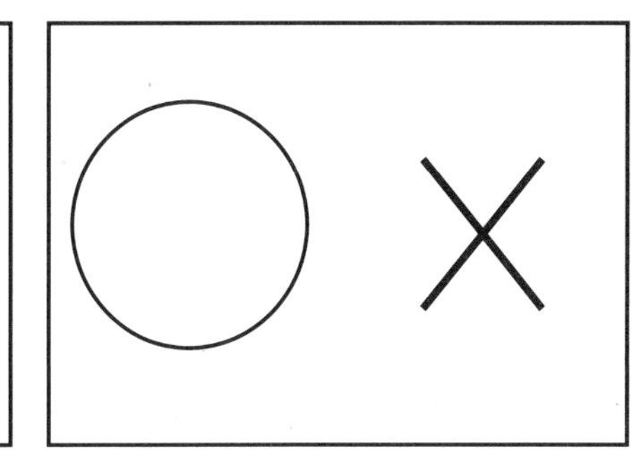

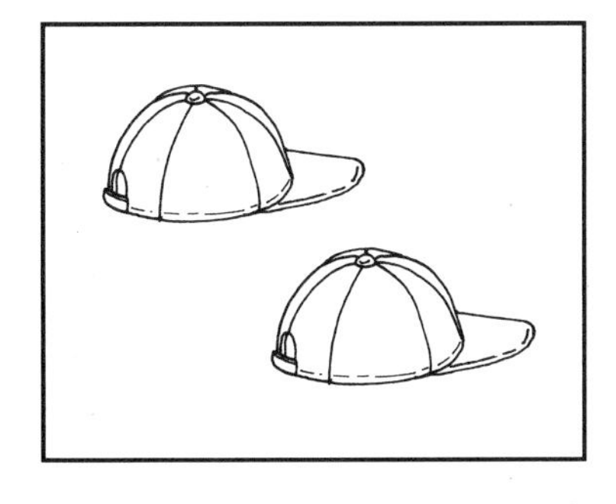
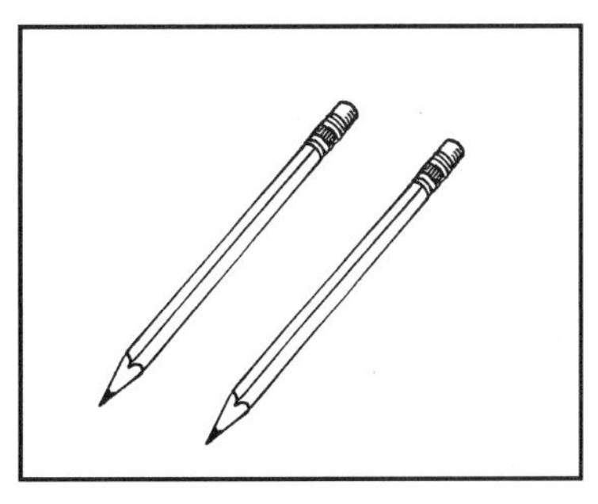

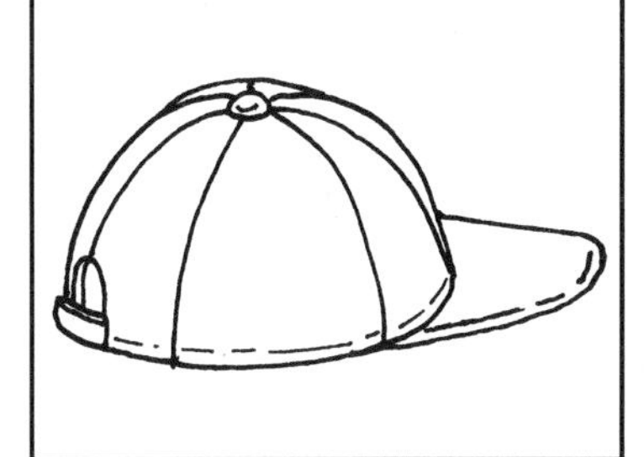

Lesson 70 Name ______________________

Lesson 71  Name ______________________

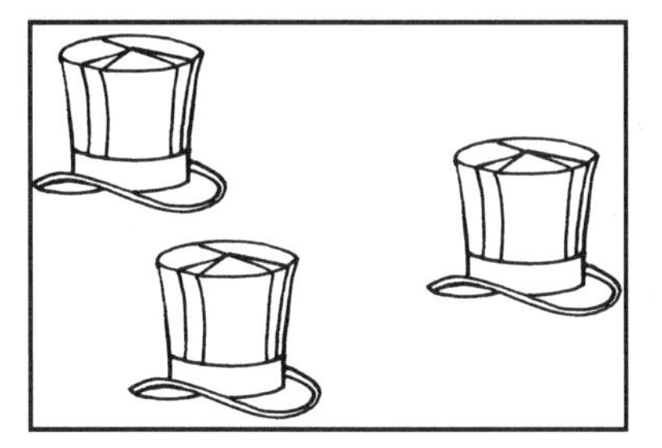

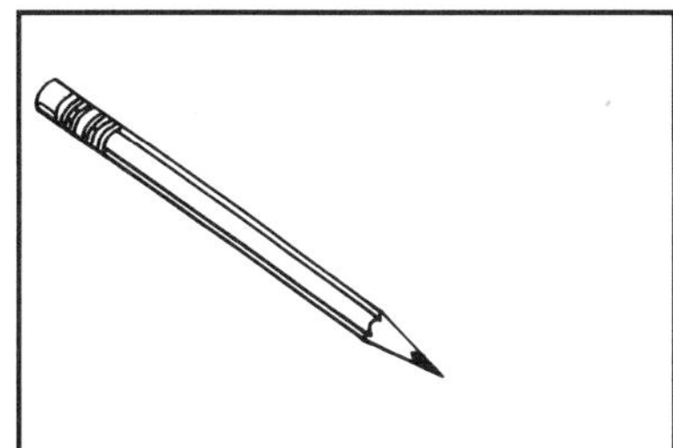

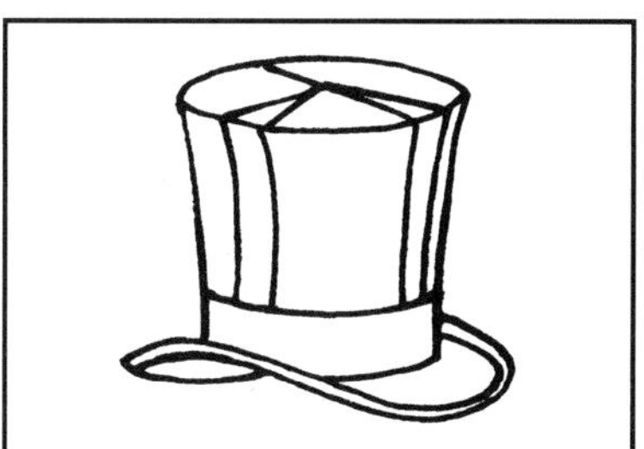

Lesson 71 Name ______________________

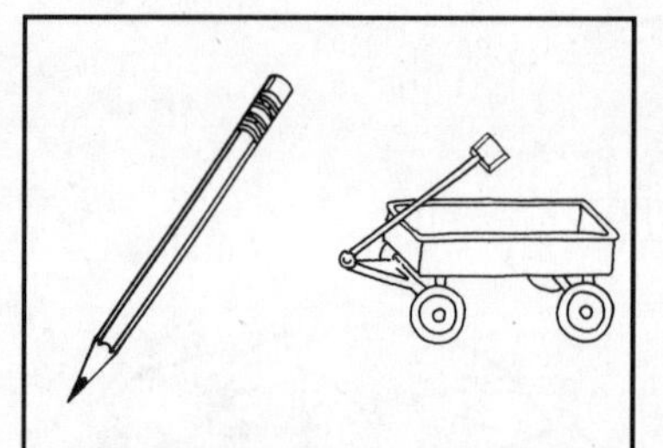

 ____

Lesson 72 Name ______________________

Lesson 72 Name ____________________

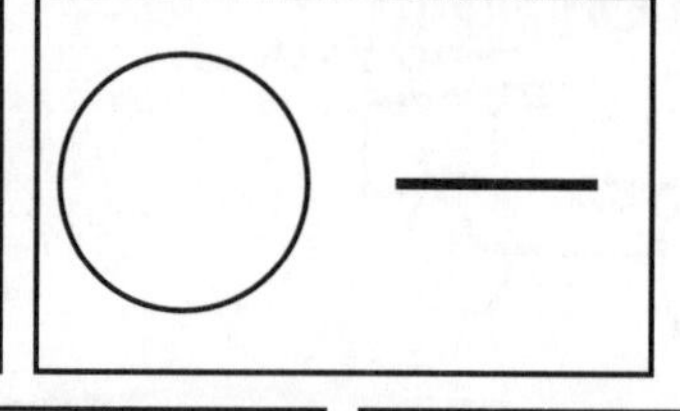

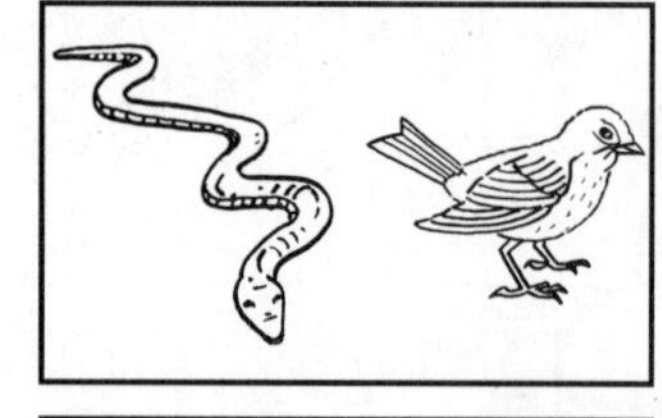

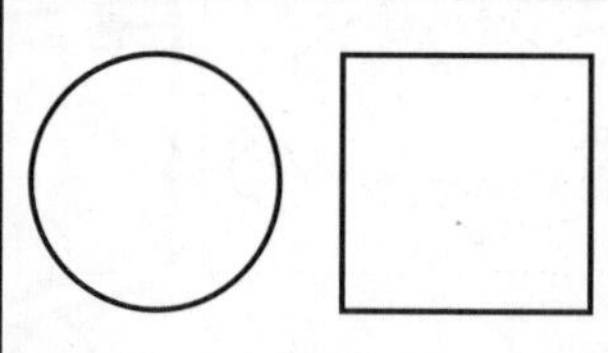

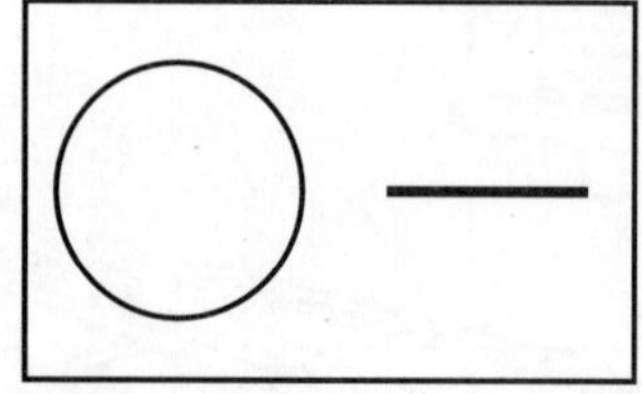
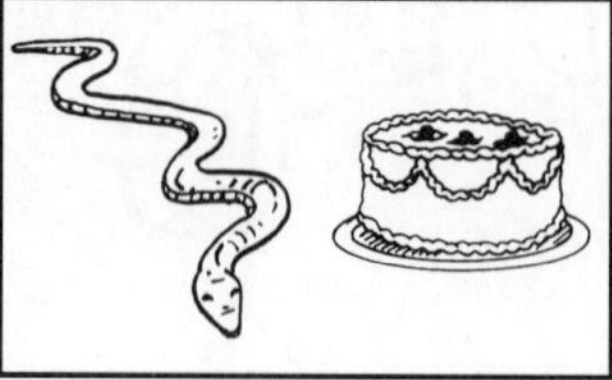
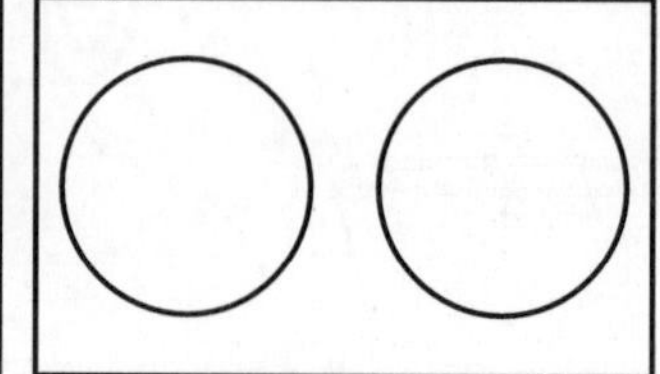

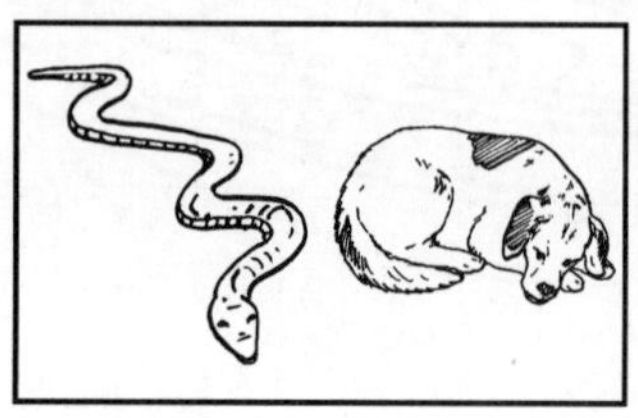
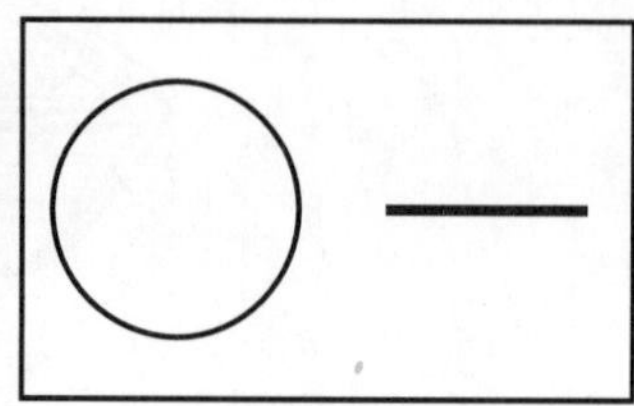
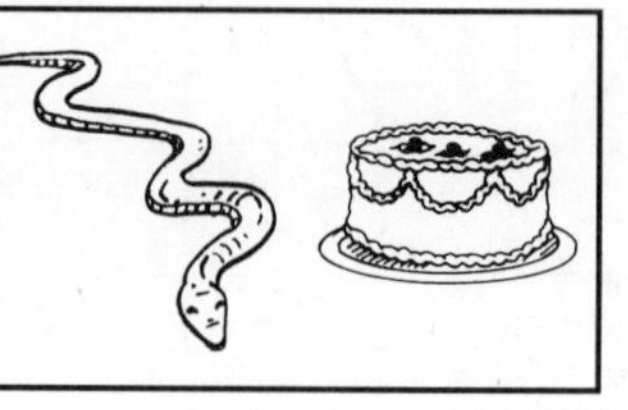

Lesson 73 Name ______________________

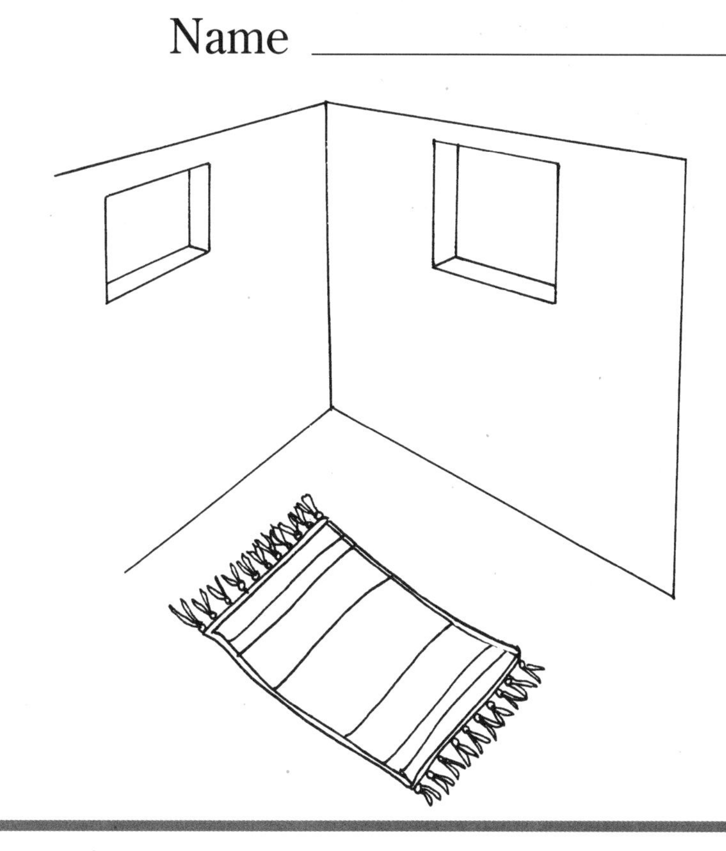

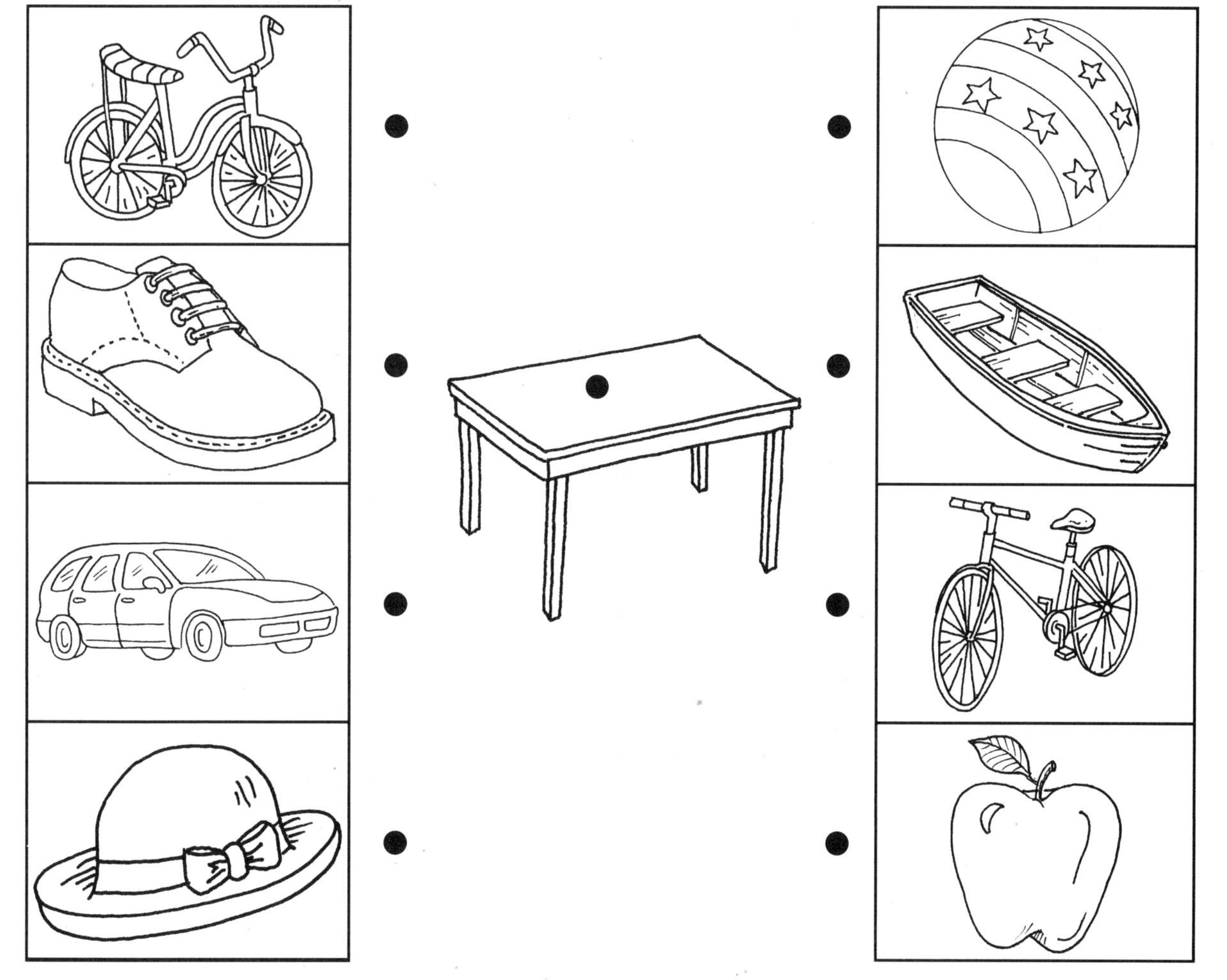

Lesson 73 Name

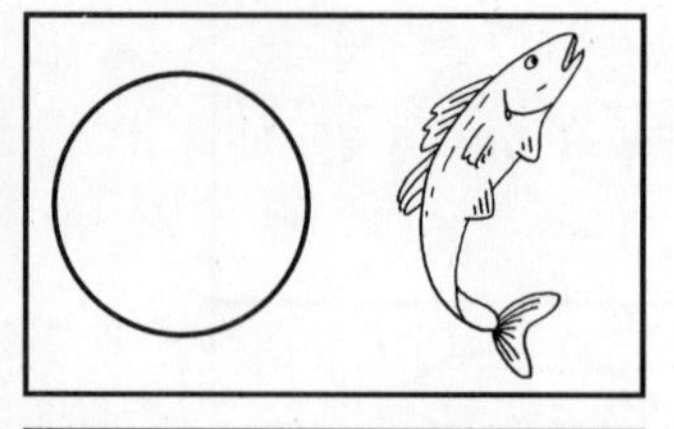

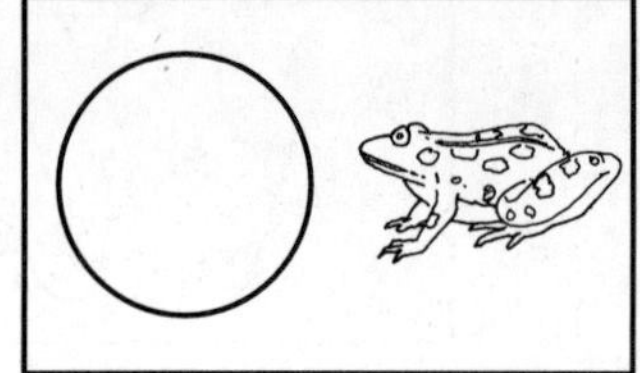

Lesson 74 Name ____________________

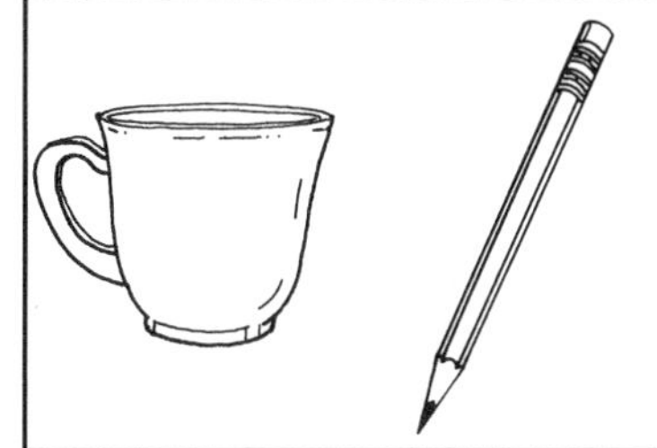
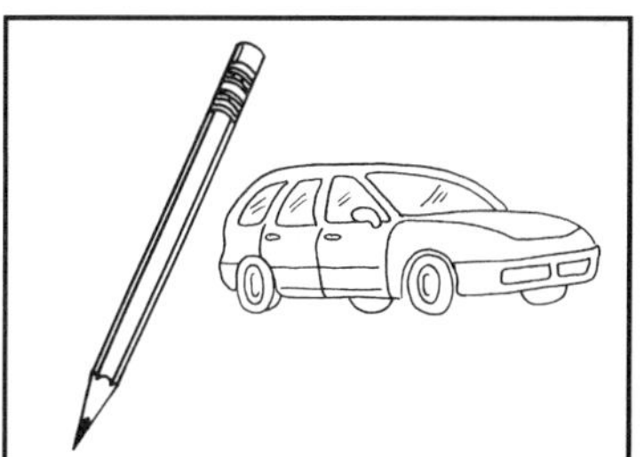

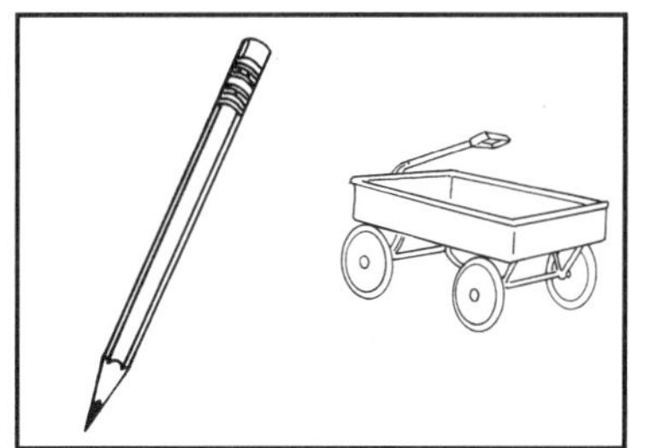

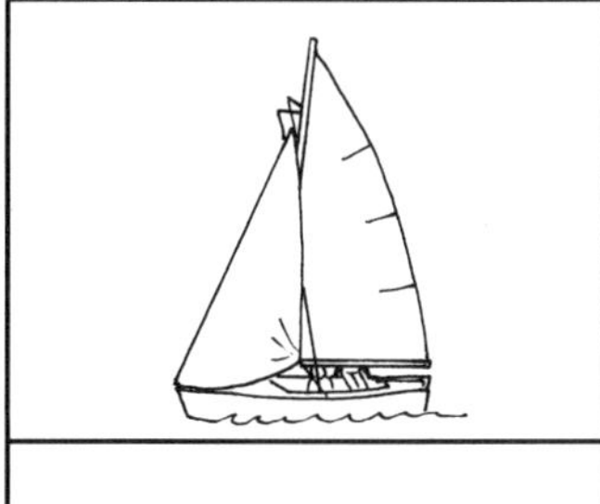

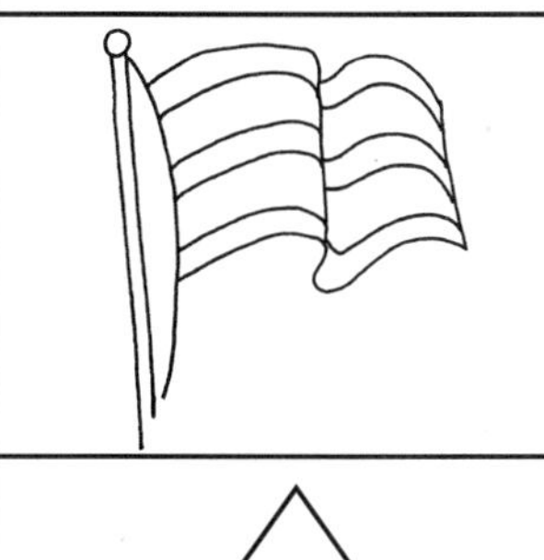
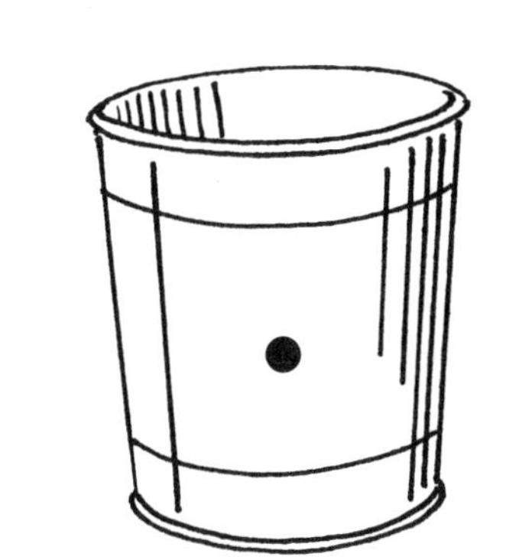
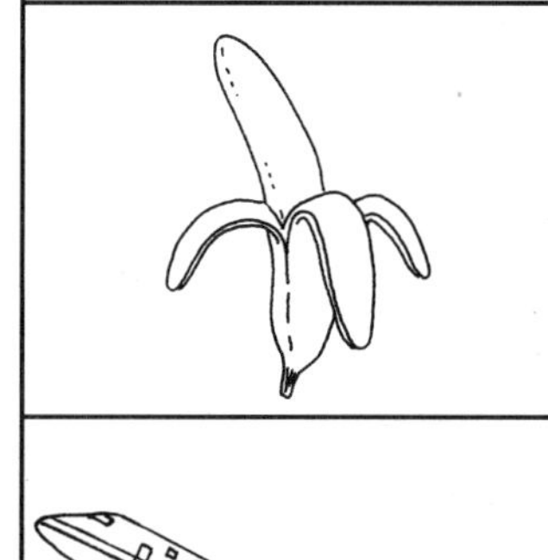

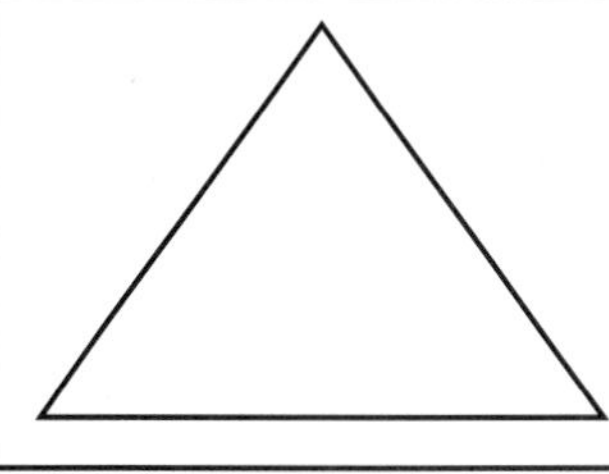
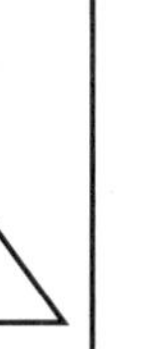
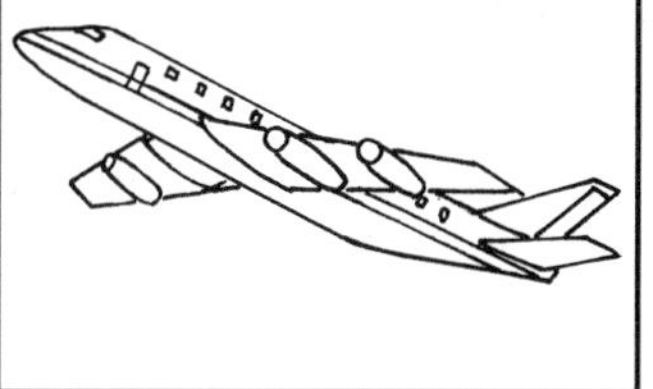

 Name ______________________

Lesson 75 Name ______________________

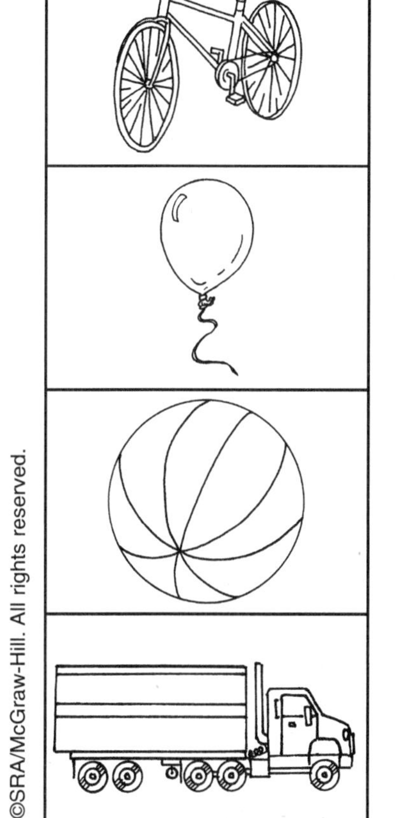

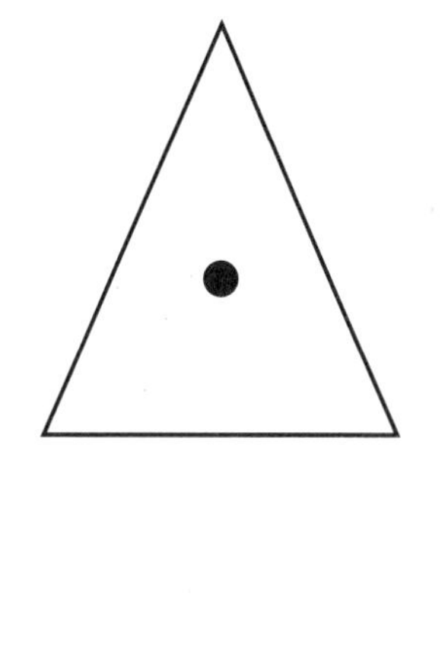

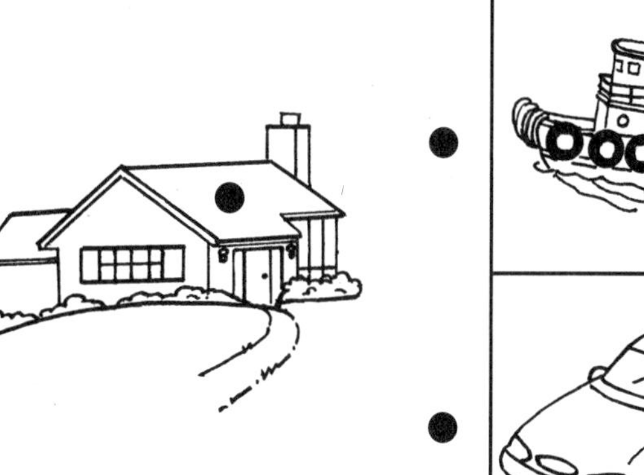

Lesson 75 Name ____________________

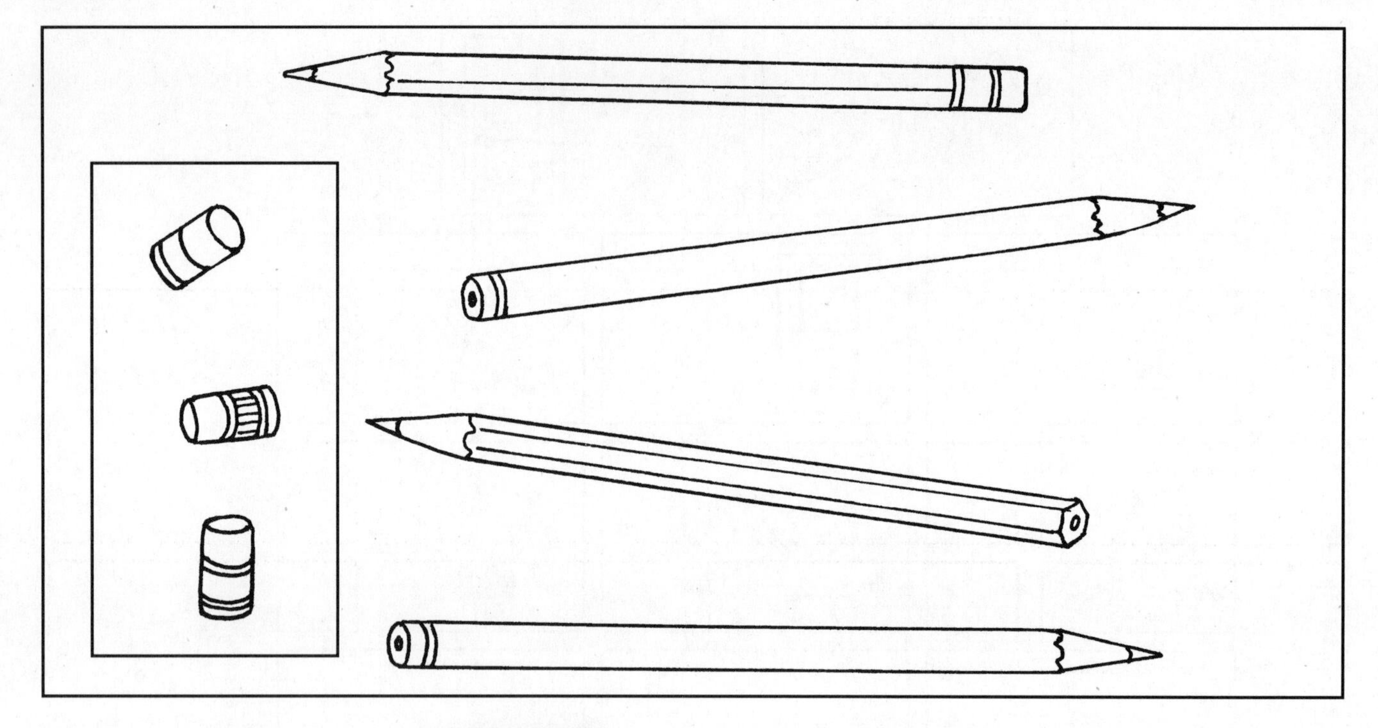

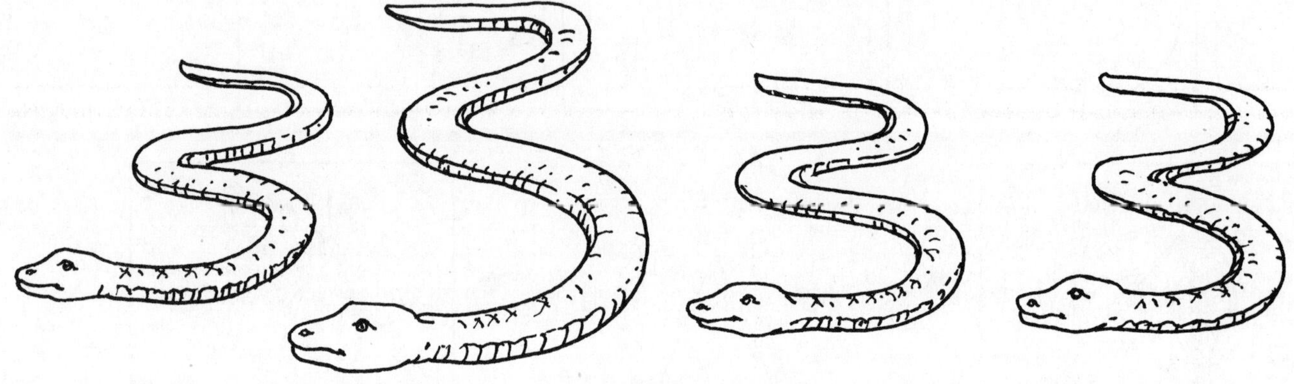

 ____

Lesson 76 Name ___

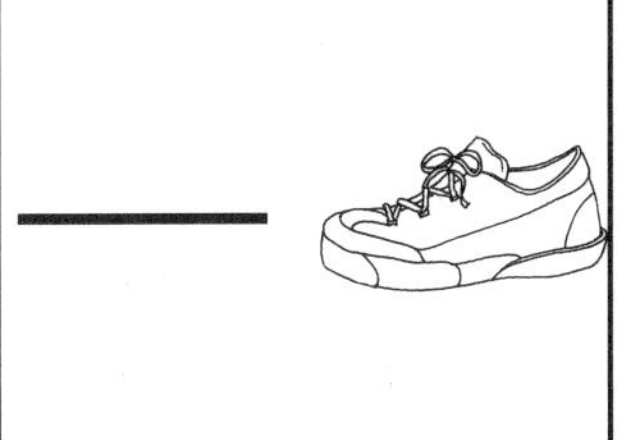

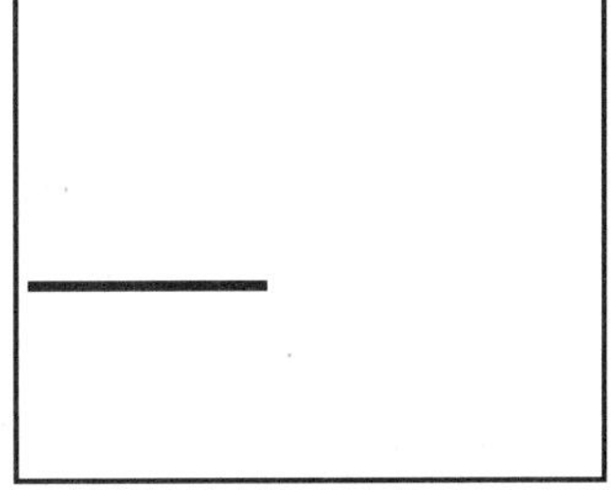

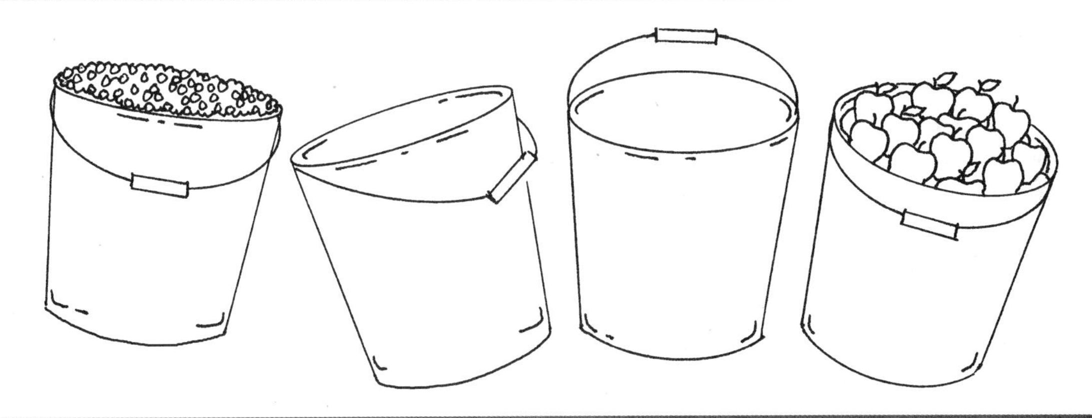

Lesson 76　　　Name ____________________

Lesson 77 Name ____________________

Lesson 77 Name ______________________________

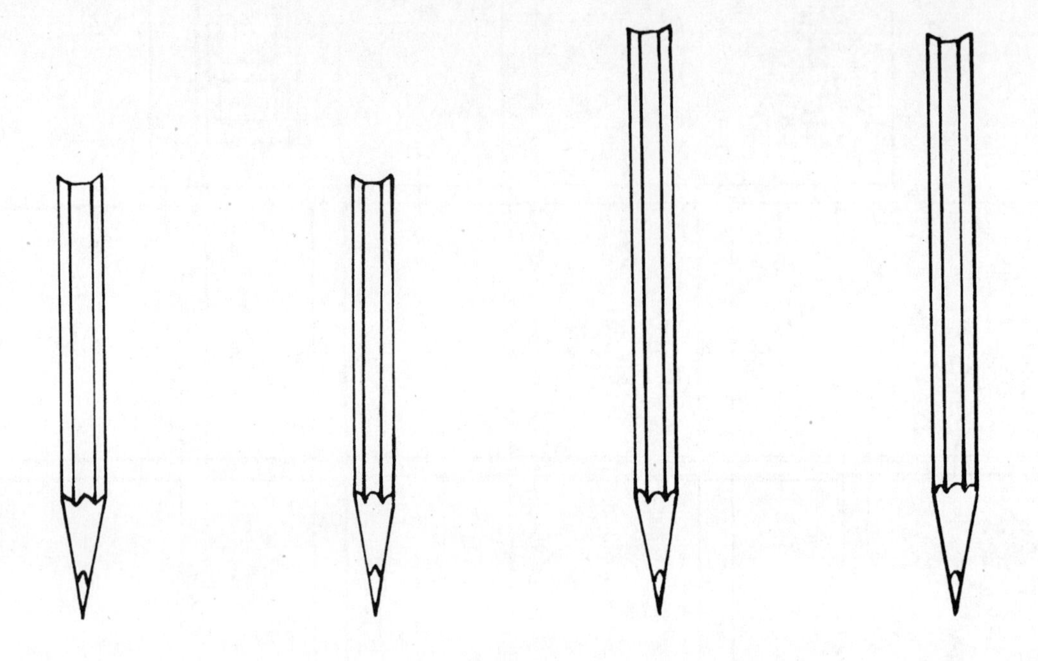

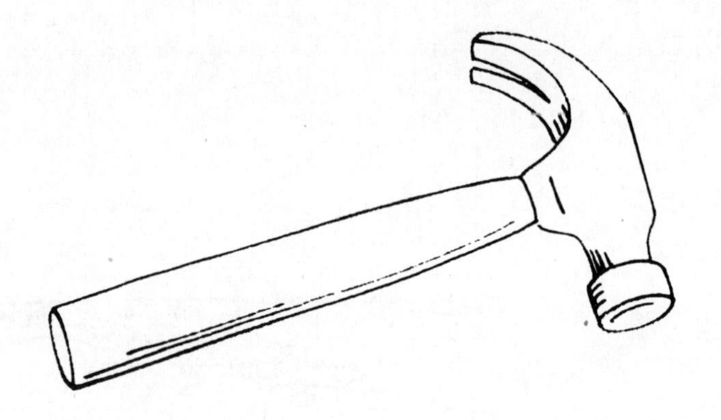

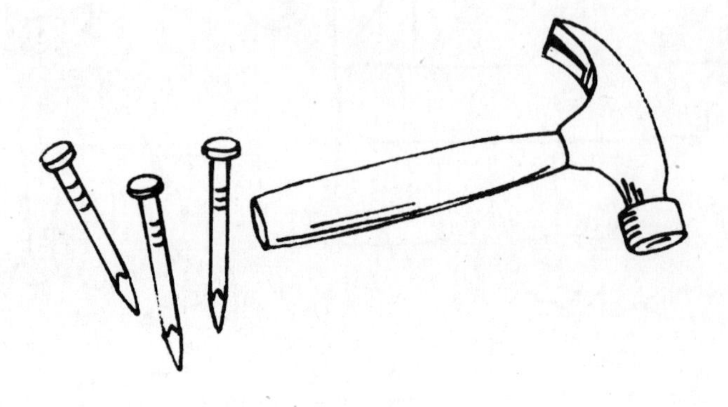

Lesson 78 Name ____________________

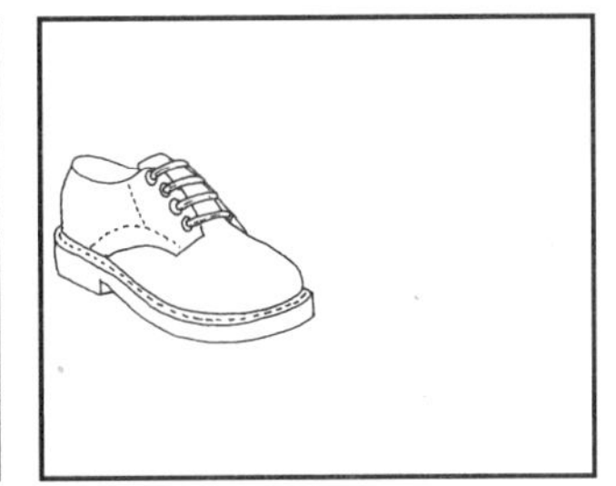

 ____

Lesson 78 Name ____________________

Lesson 79 Name ____________________

Lesson 79 Name ____________________

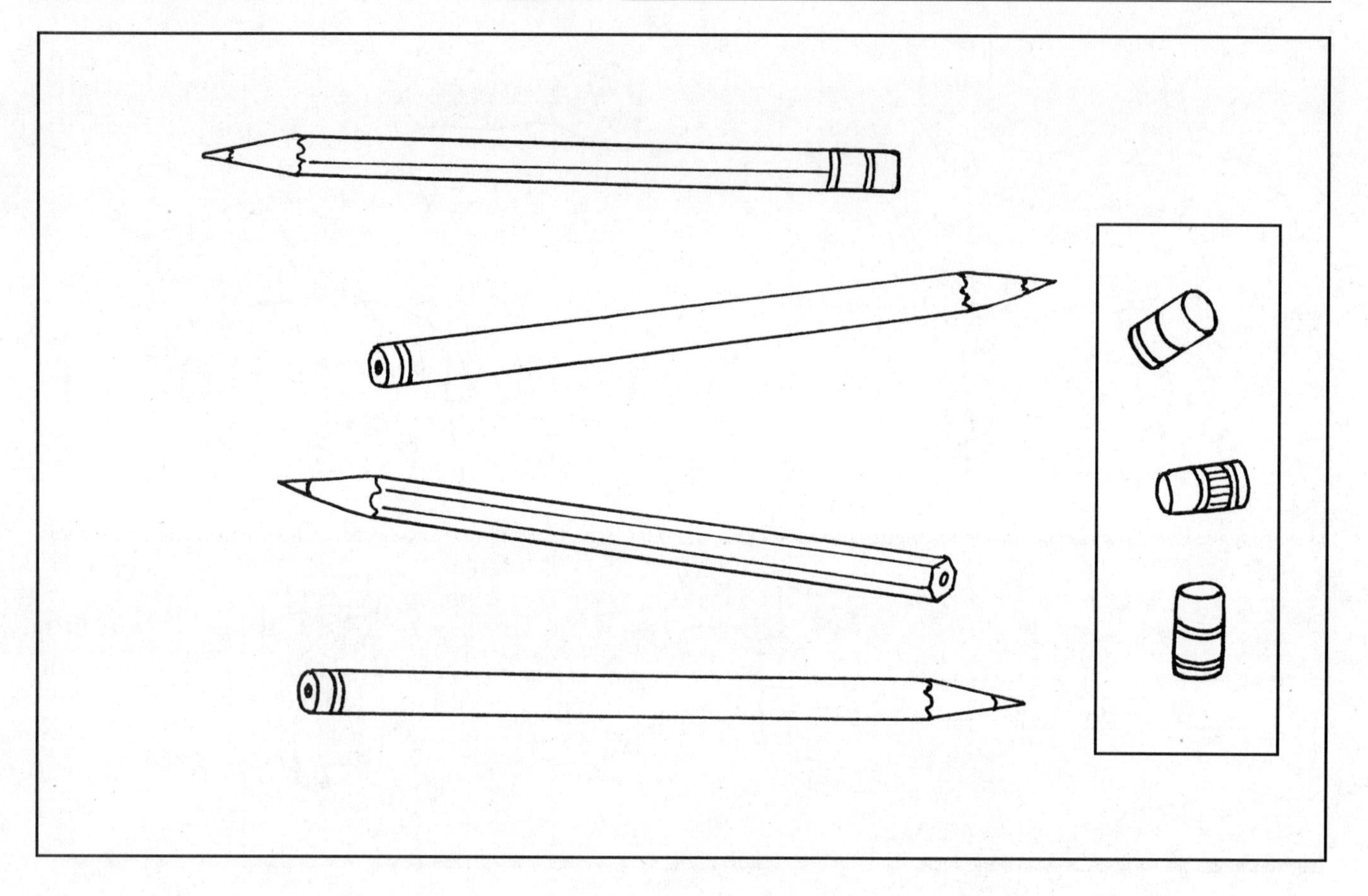

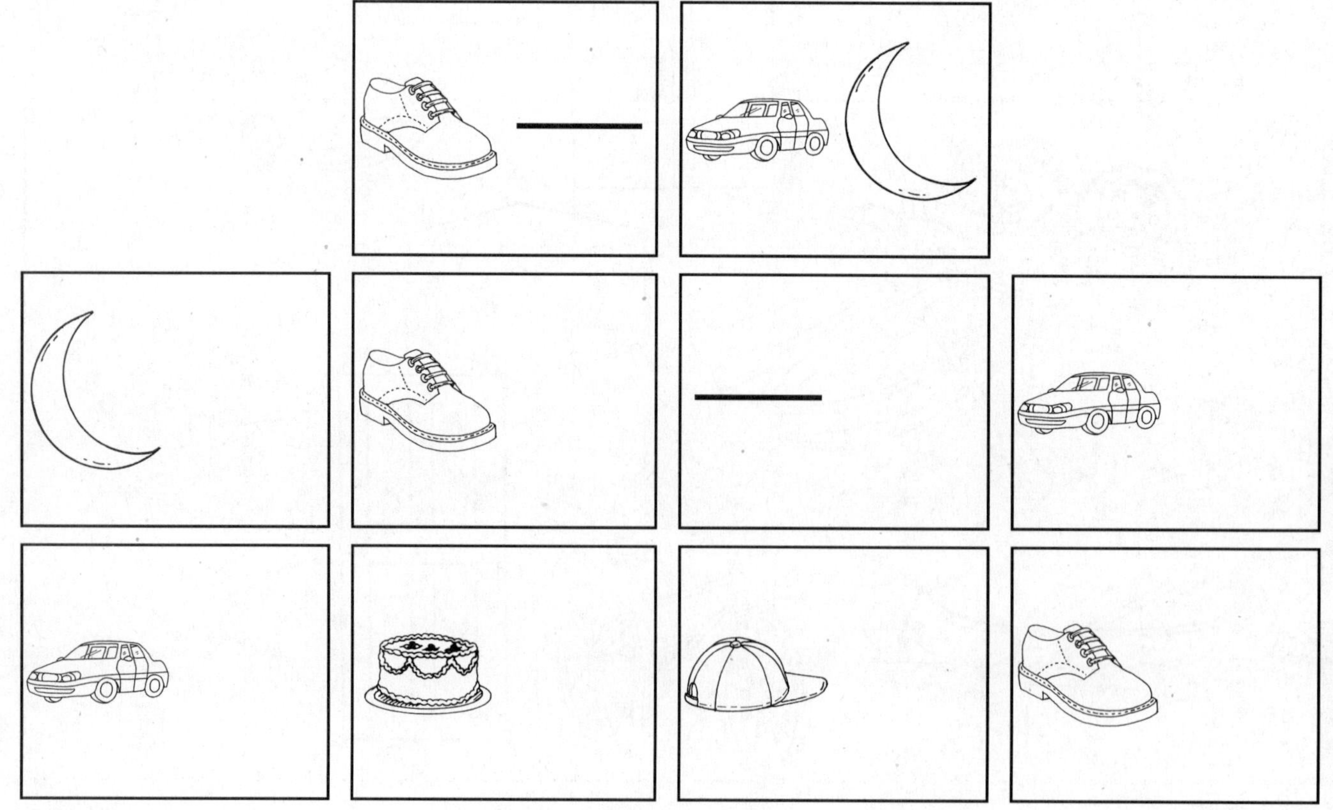

Lesson 80

Name ______________________

 ____

Lesson 80 Name ______________________

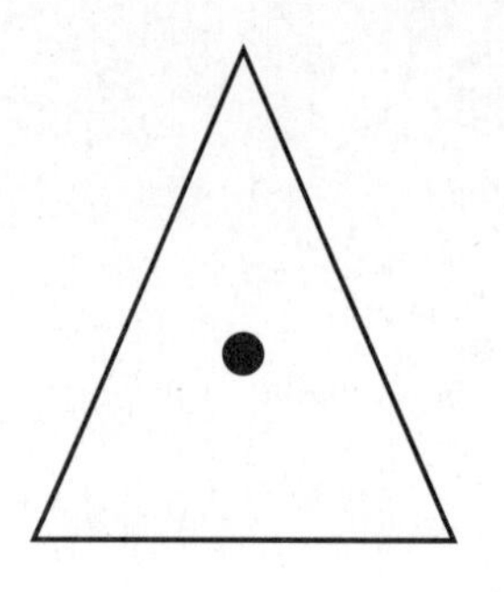

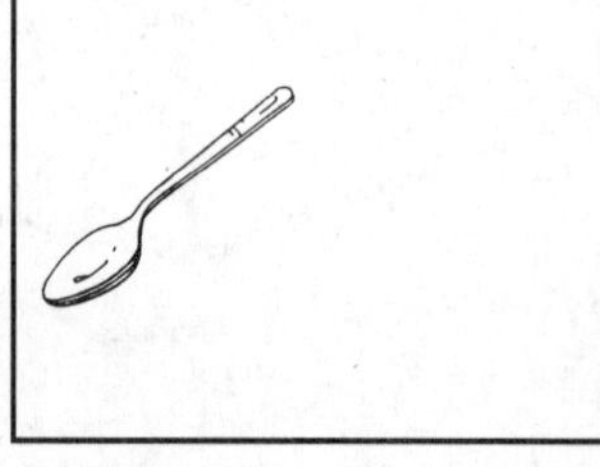

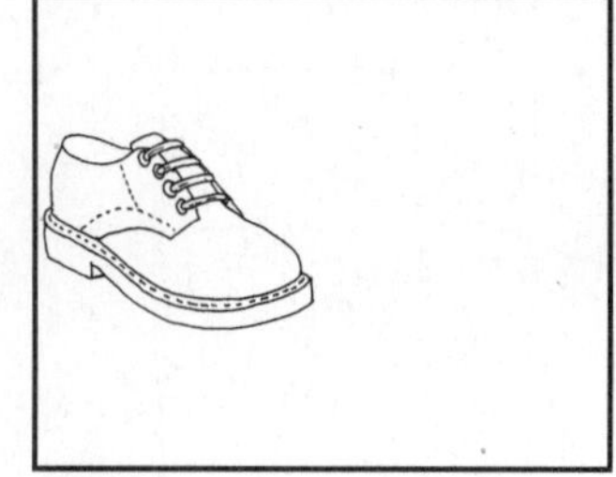

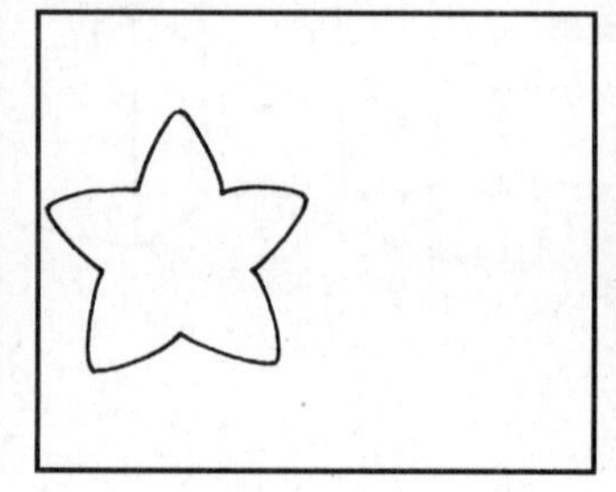

Lesson 81 Name ______________________

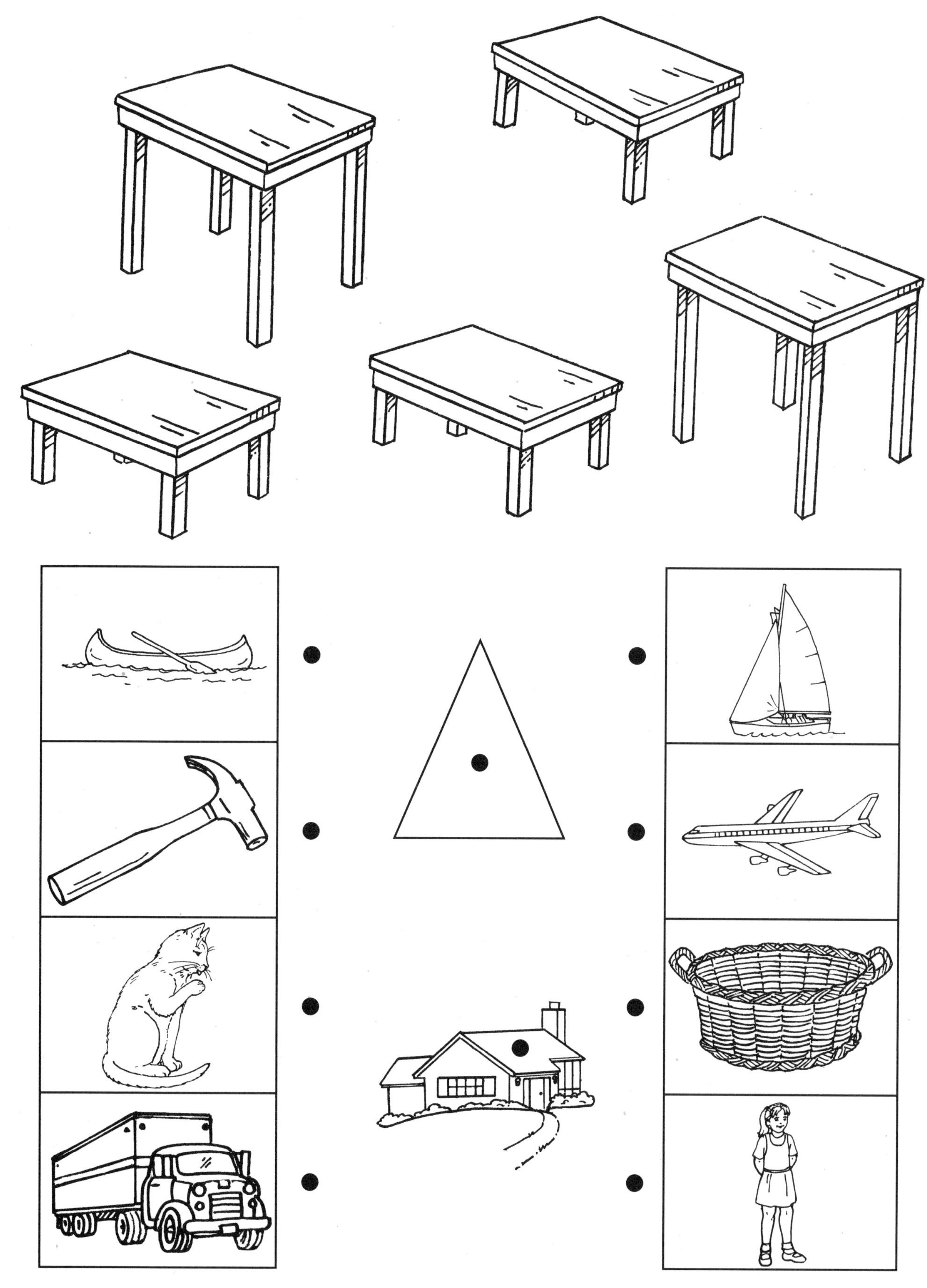

 Name ______________________

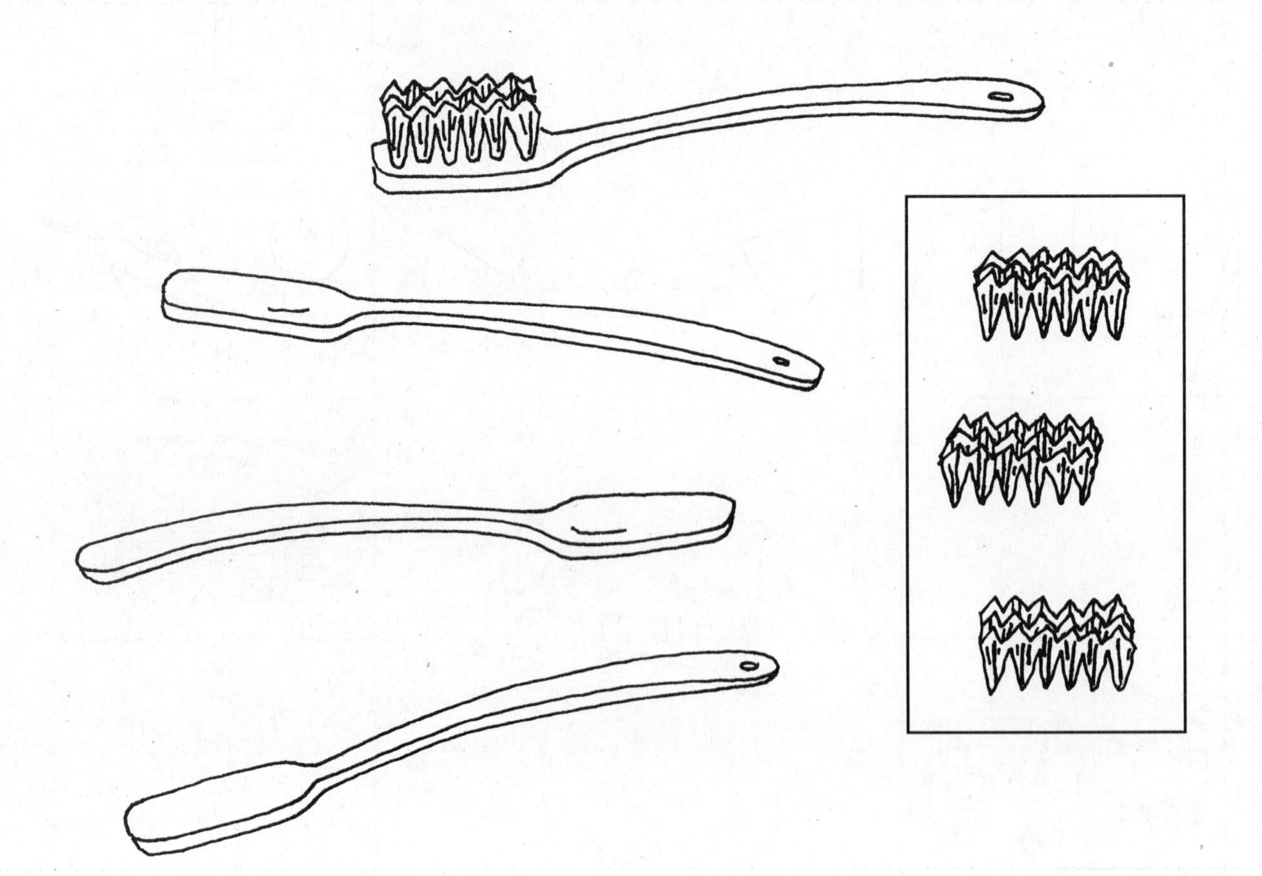

Lesson 82 Name ______________________

 ____

Lesson 82 Name ______________________

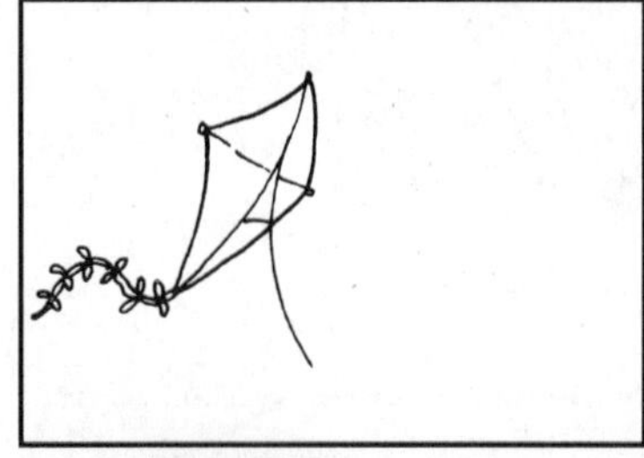  

 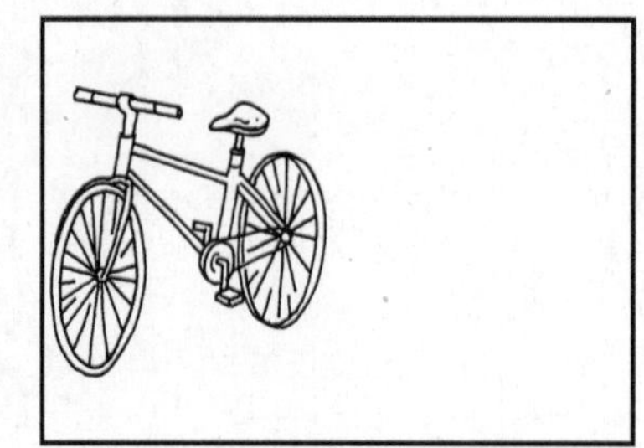 

 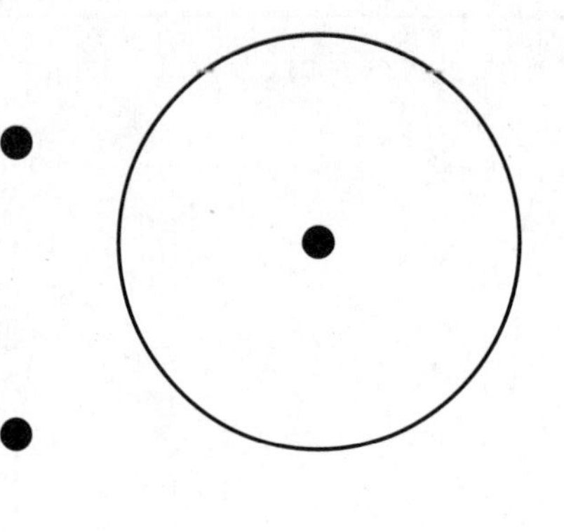 

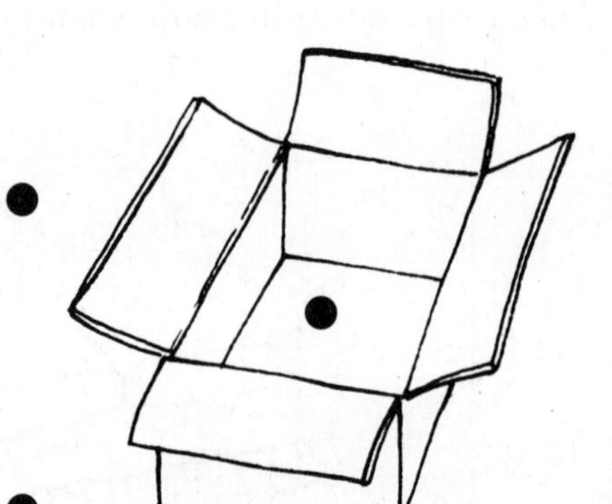 

 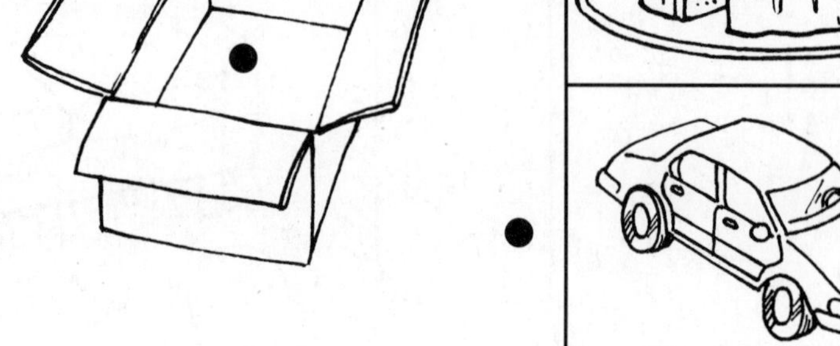

Lesson 83 Name ____________________

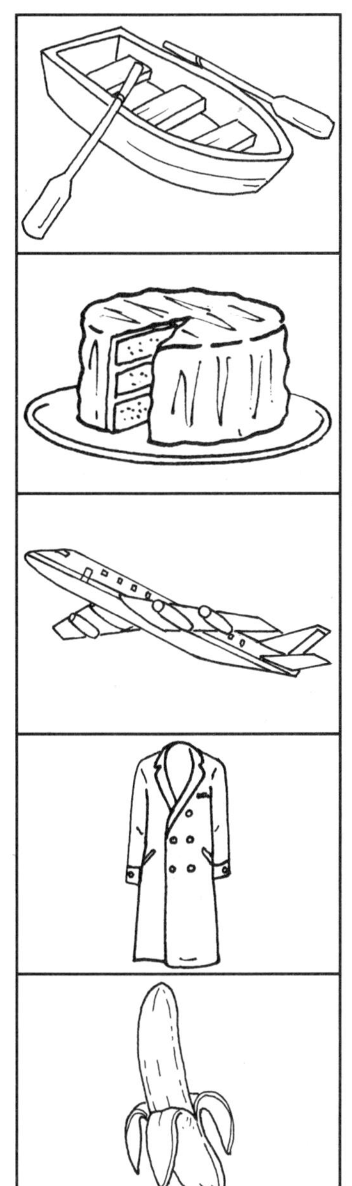

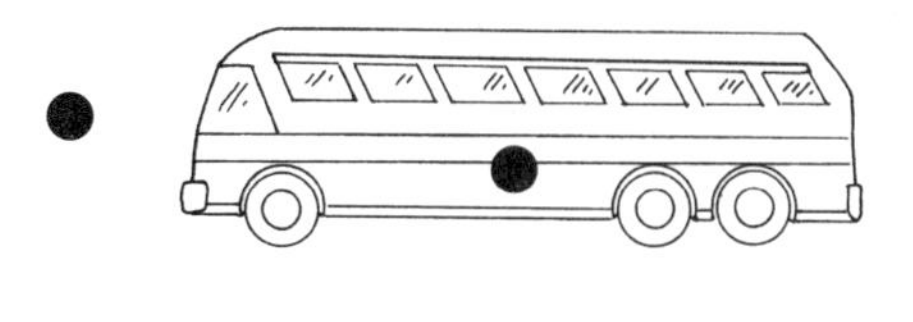

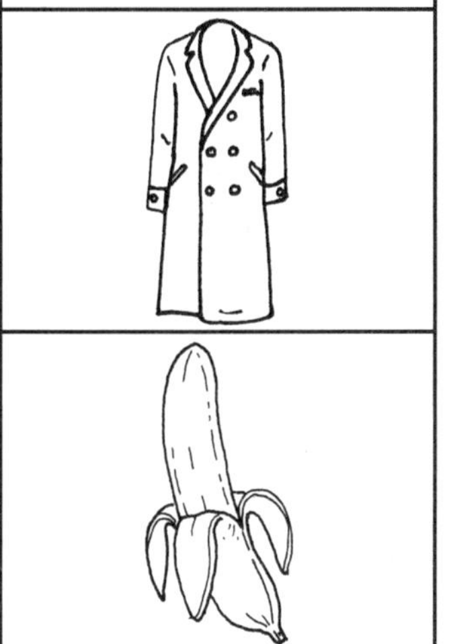

 ____

Lesson 83 Name ______________________

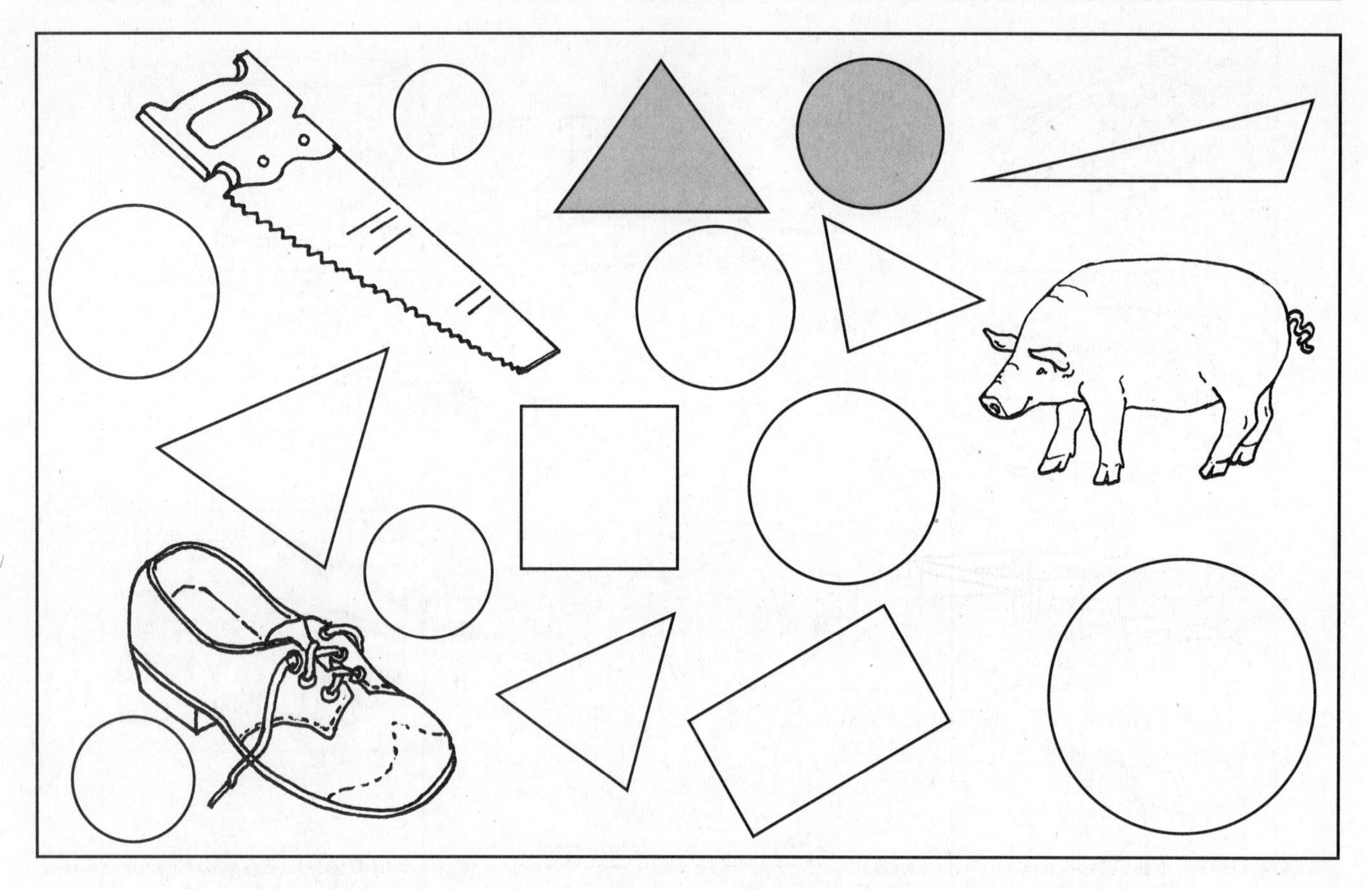

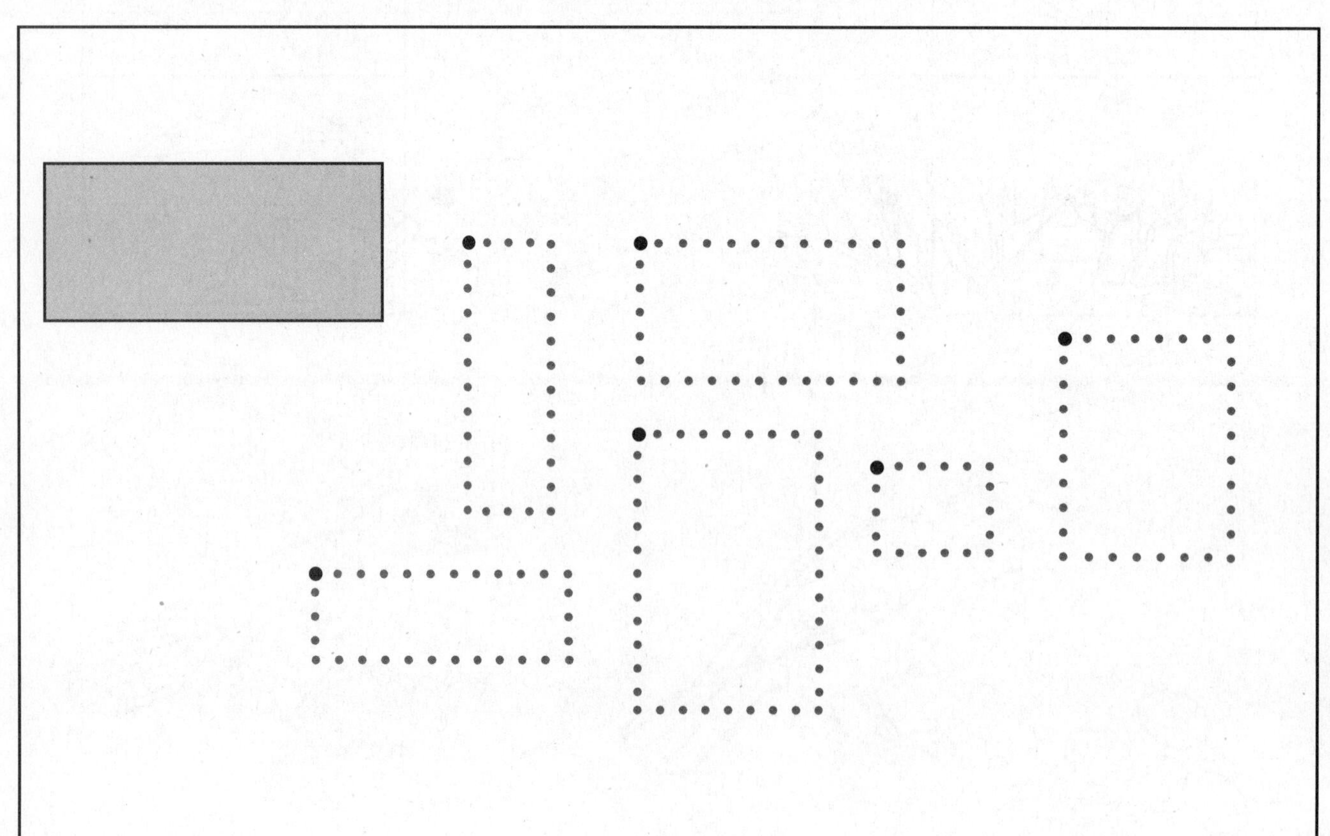

Lesson 84 Name ______________________

Lesson 84 Name ______________________

 ____

Lesson 85 Name ______________________

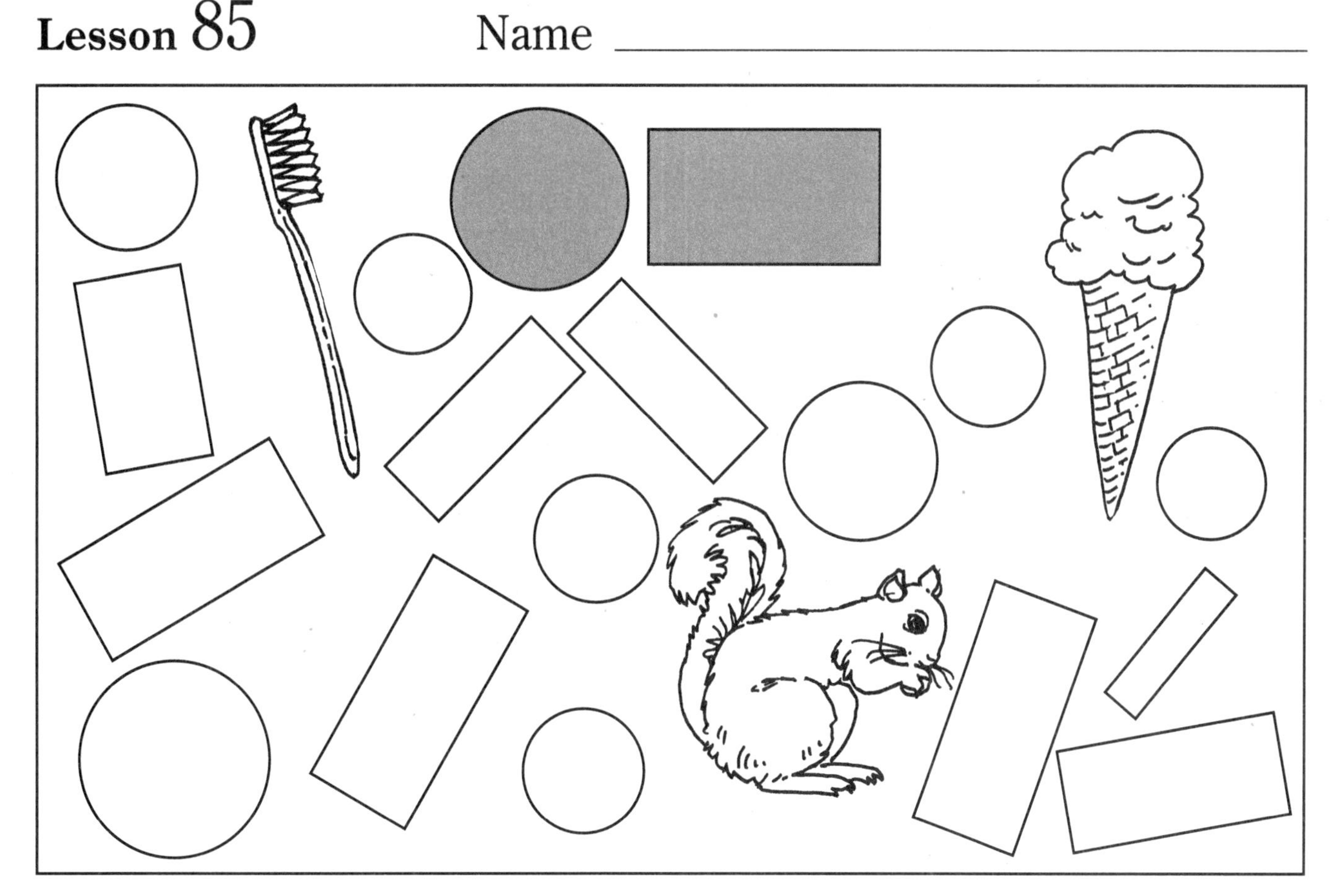

 ____

Lesson 85 Name ______________________________

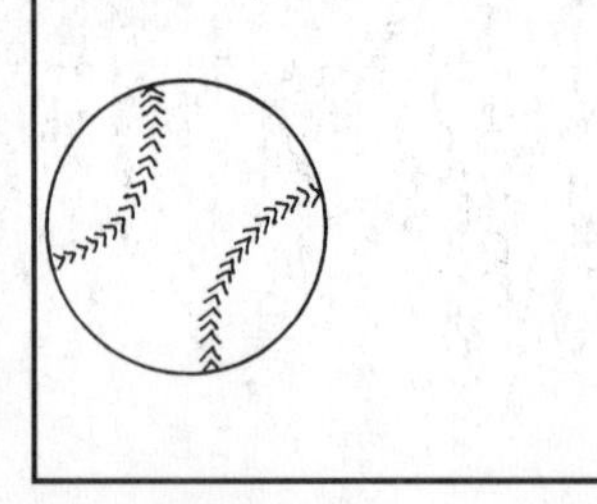

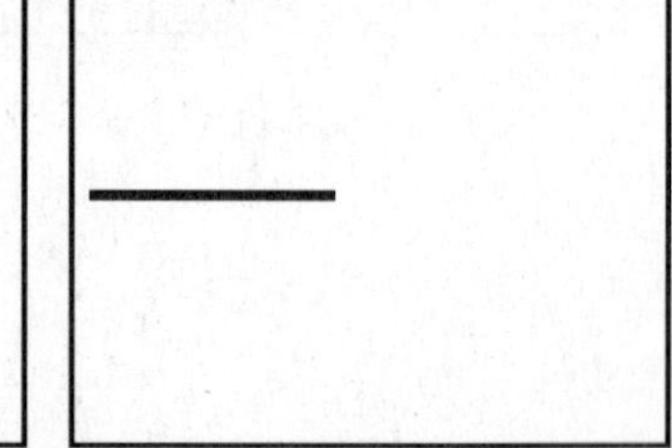

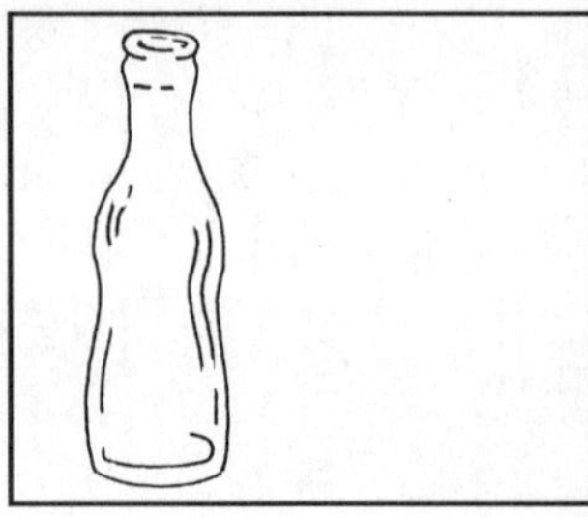

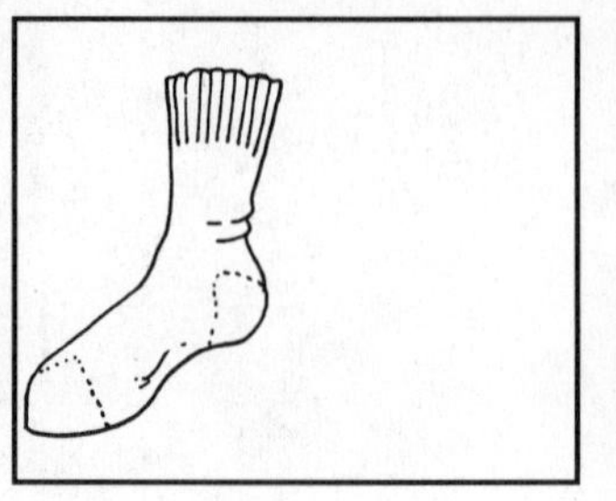

LANGUAGE for LEARNING

Siegfried Engelmann • Jean Osborn

WORKBOOK B

SRA
McGraw-Hill

Columbus, Ohio

A Division of The **McGraw-Hill** *Companies*

SRA/McGraw-Hill

A Division of The **McGraw-Hill** *Companies*

Send all inquiries to:
SRA/McGraw-Hill
8787 Orion Place
Columbus, OH 43240-4027

Printed in the United States of America.

ISBN 0-02-674647-6

14 15 POH 06 05

Lesson 51 Name ____________________

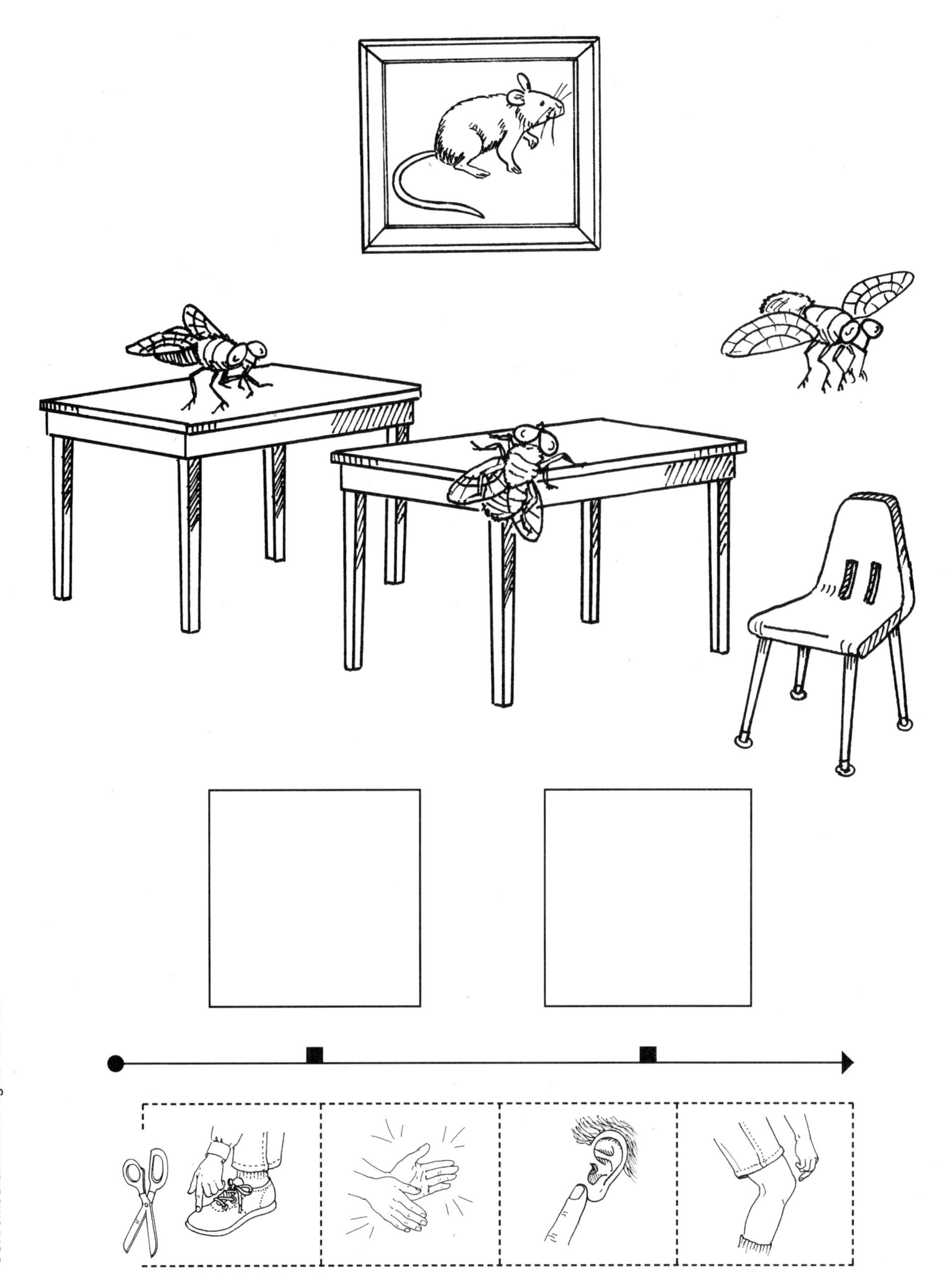

Lesson 51 Name ______________________

 ____

Lesson 52 Name ______________________

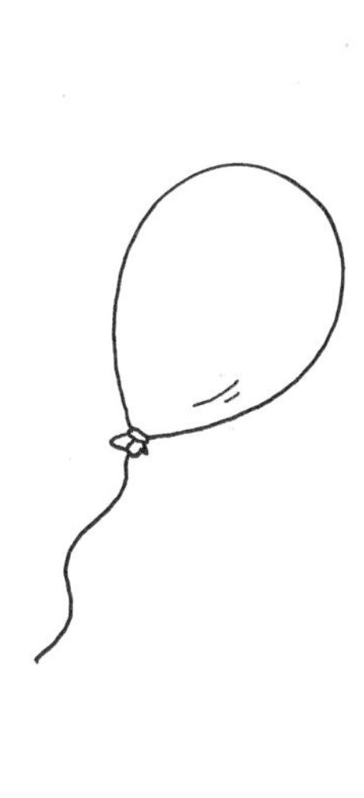

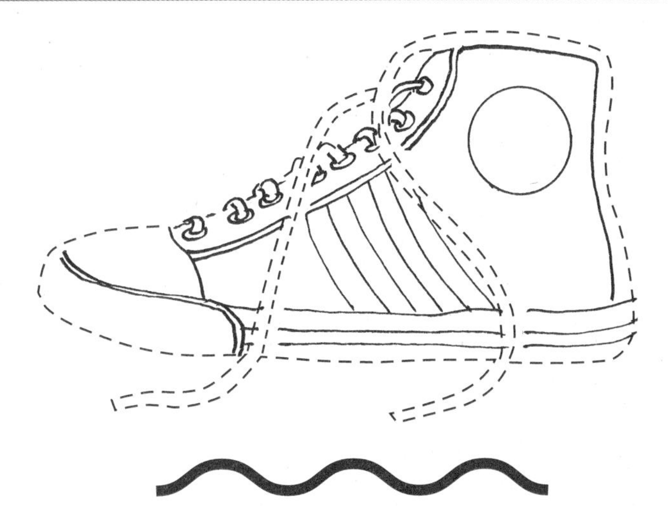

Lesson 52 Name ______________________

Lesson 53

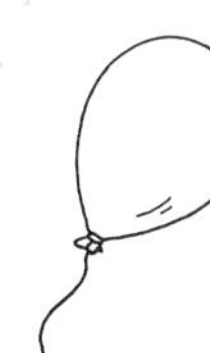

Name ______________________________

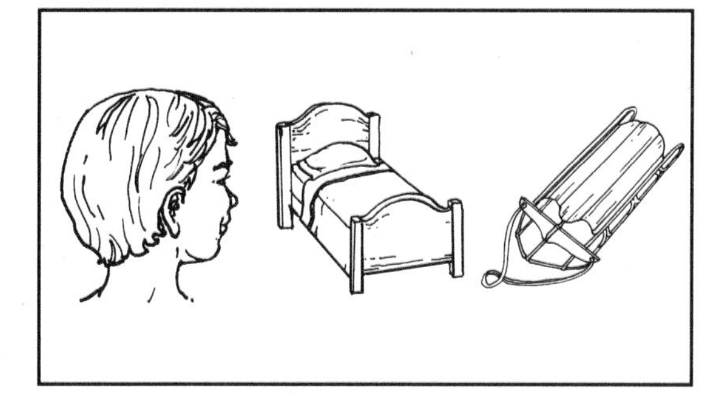

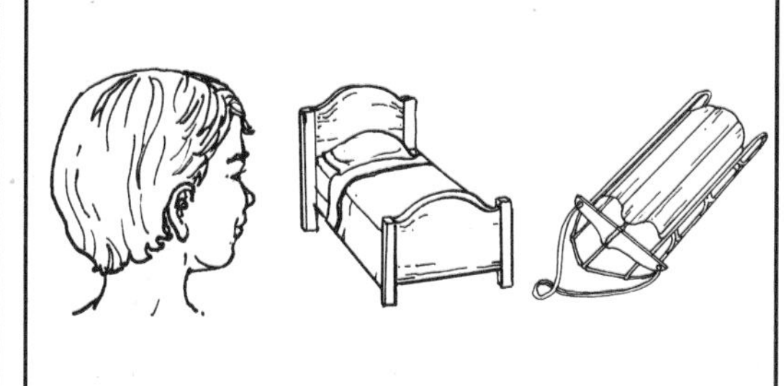

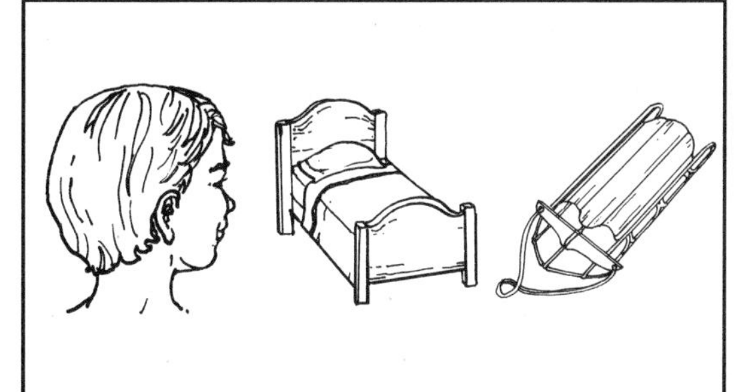
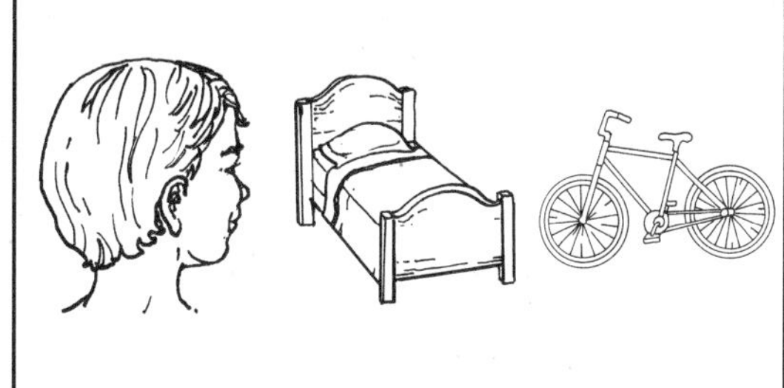

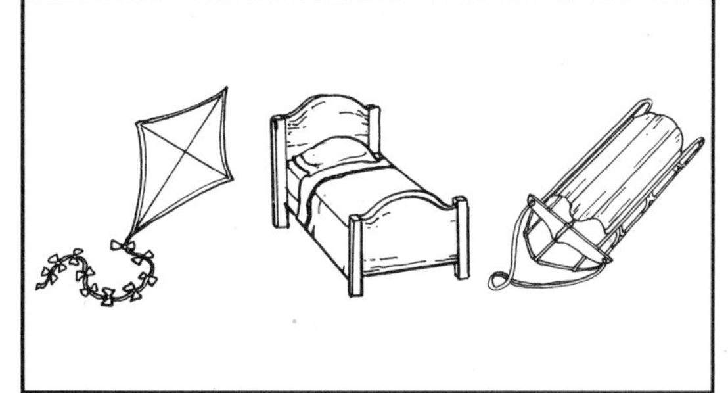
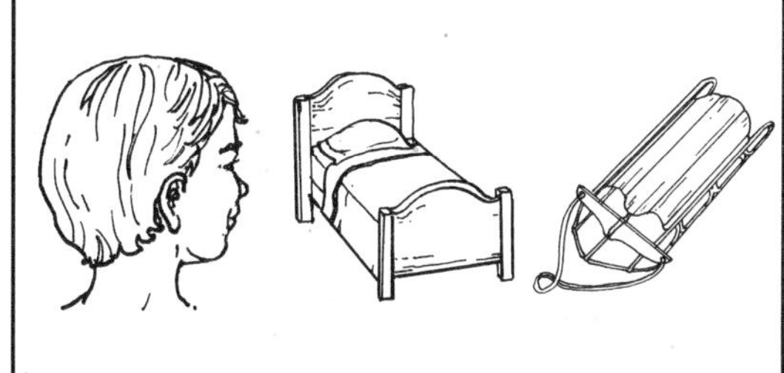

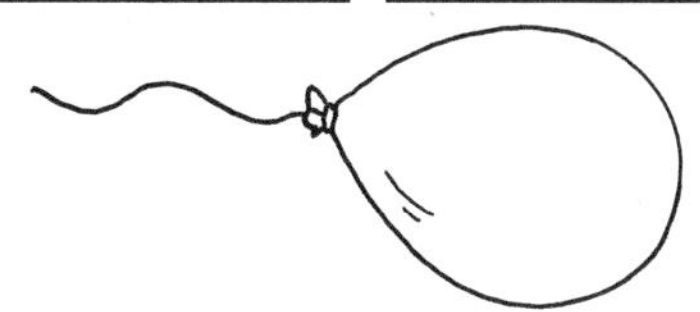

Lesson 53 Name ____________________

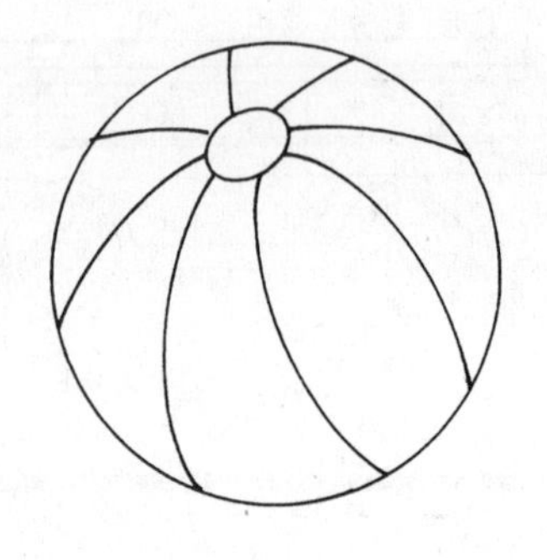

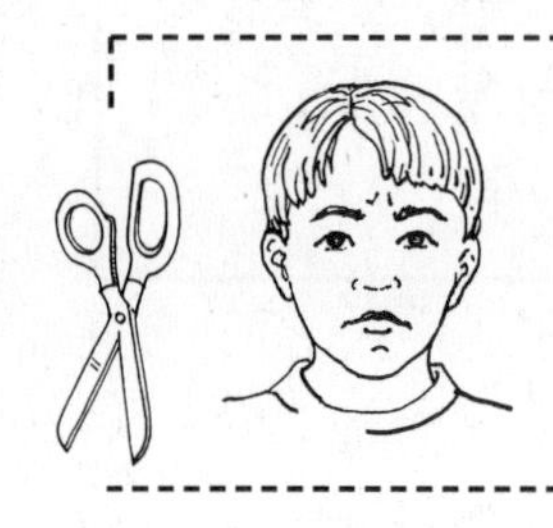

Lesson 54 Name ____________________

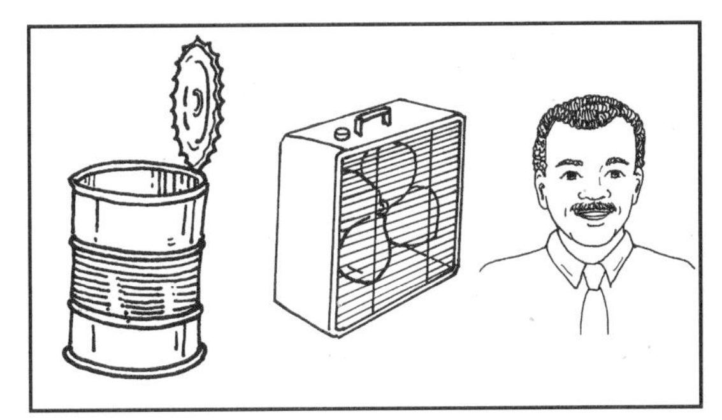

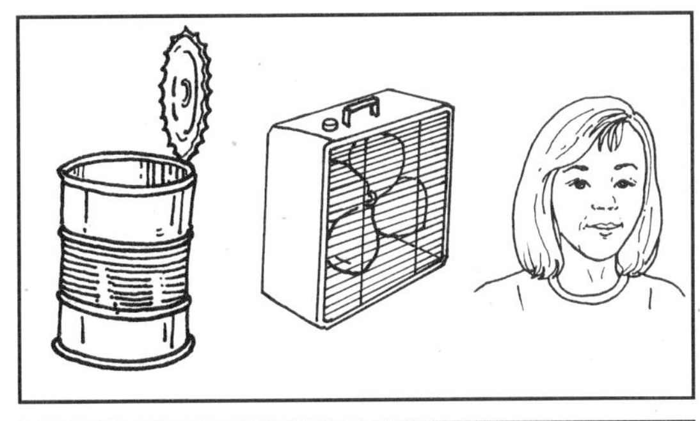

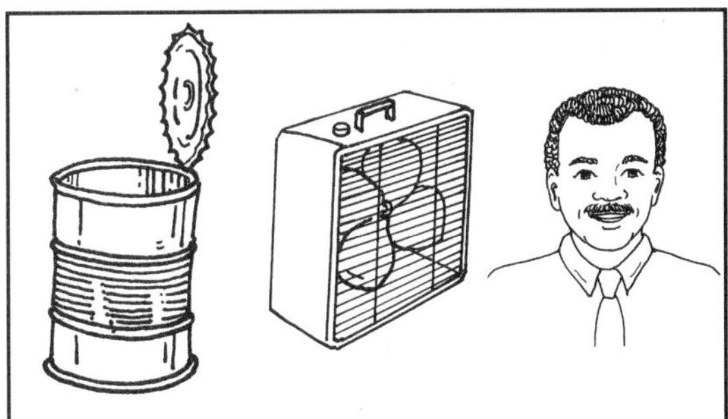

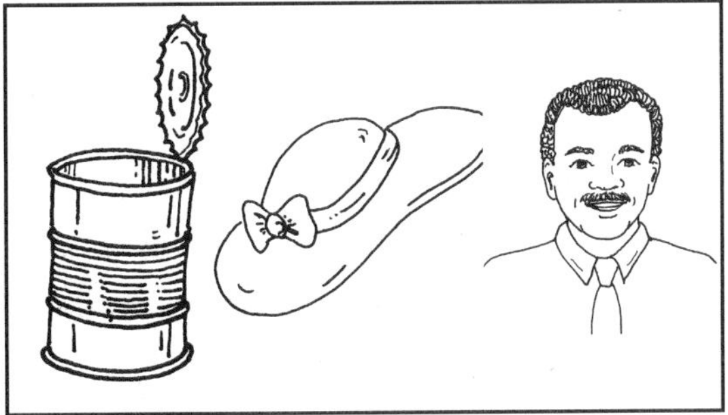

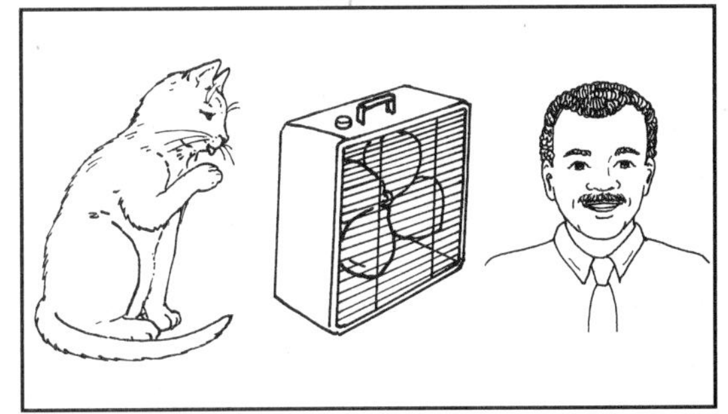

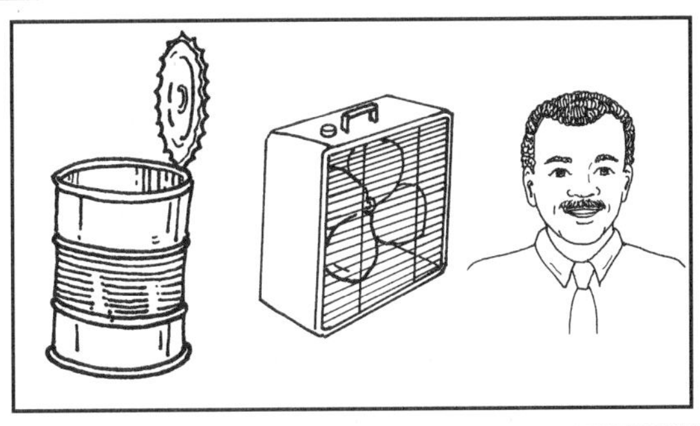

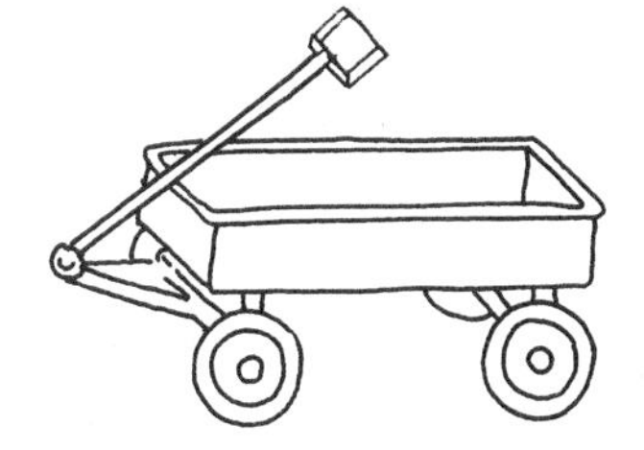

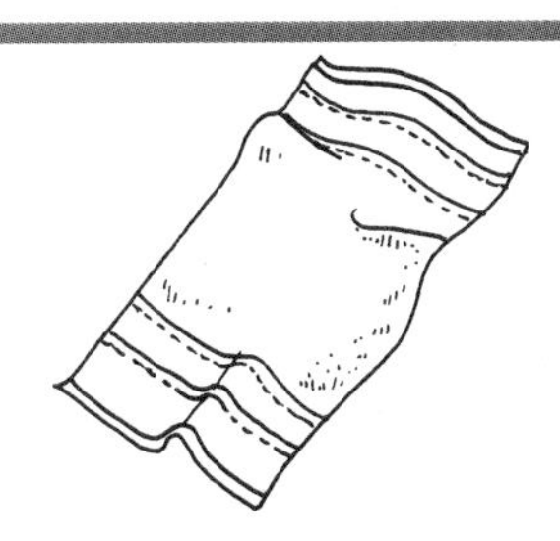

Lesson 54 Name ____________________

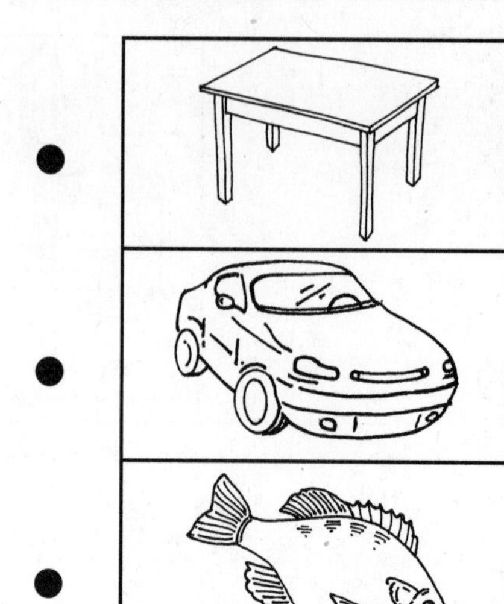

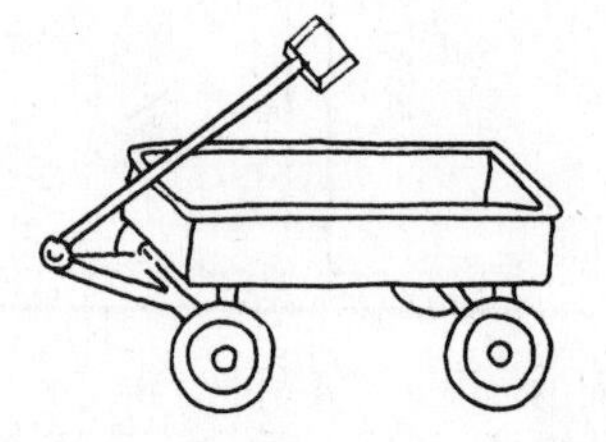

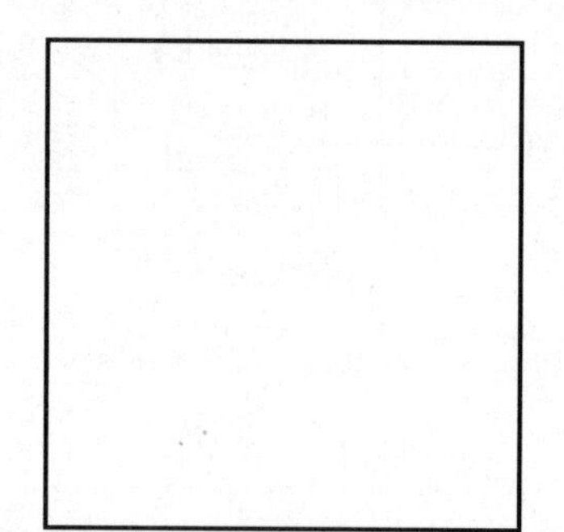

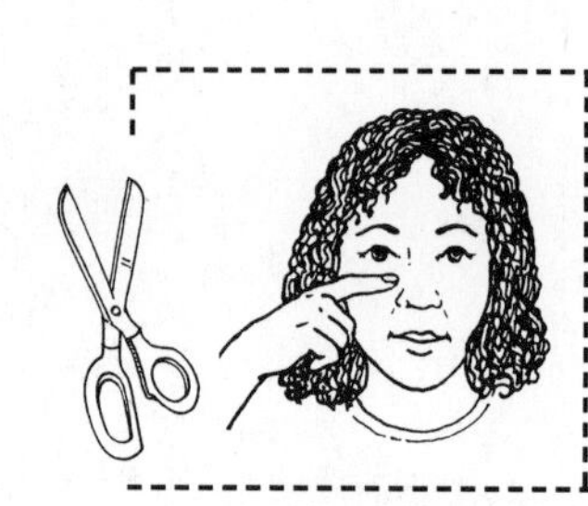
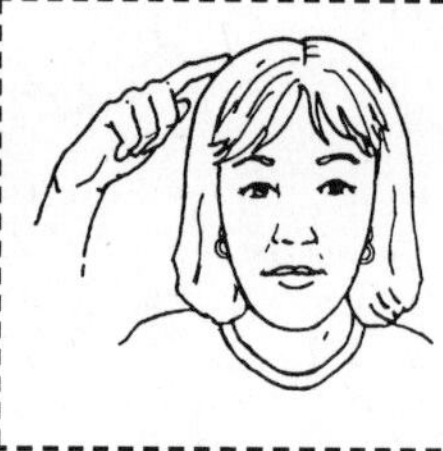
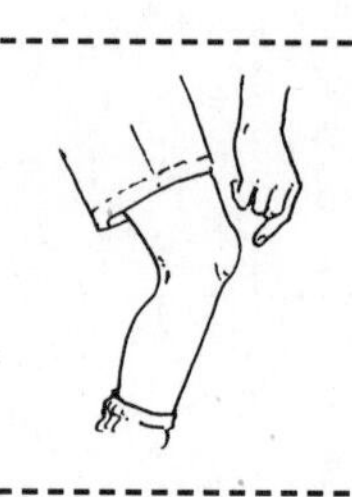
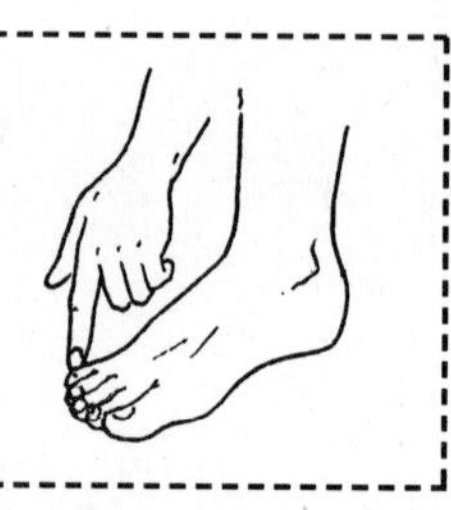

Lesson 55 Name ______________________

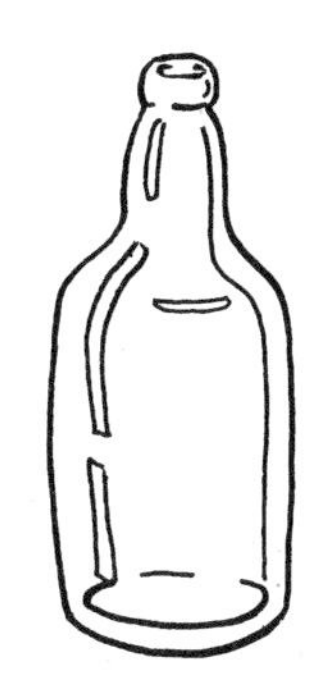

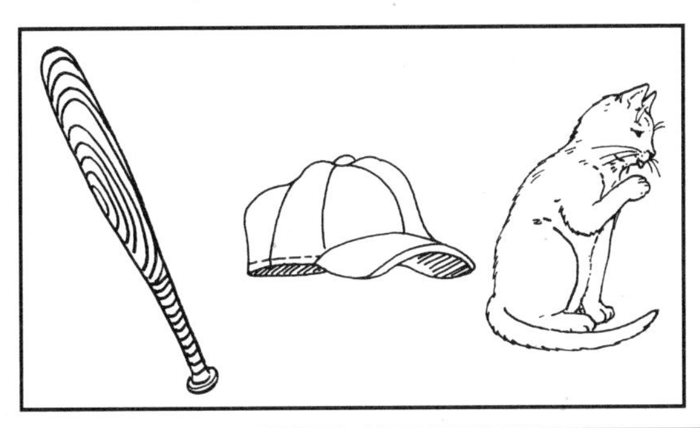

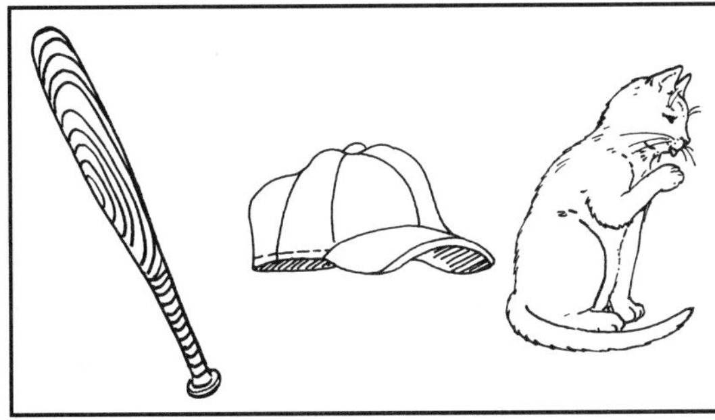

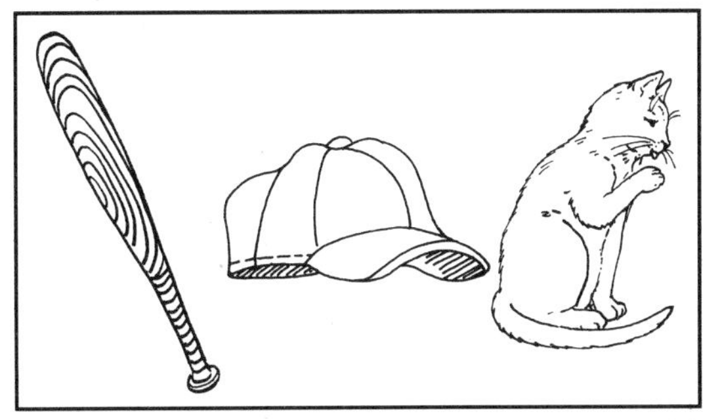

Lesson 55 Name ______________________

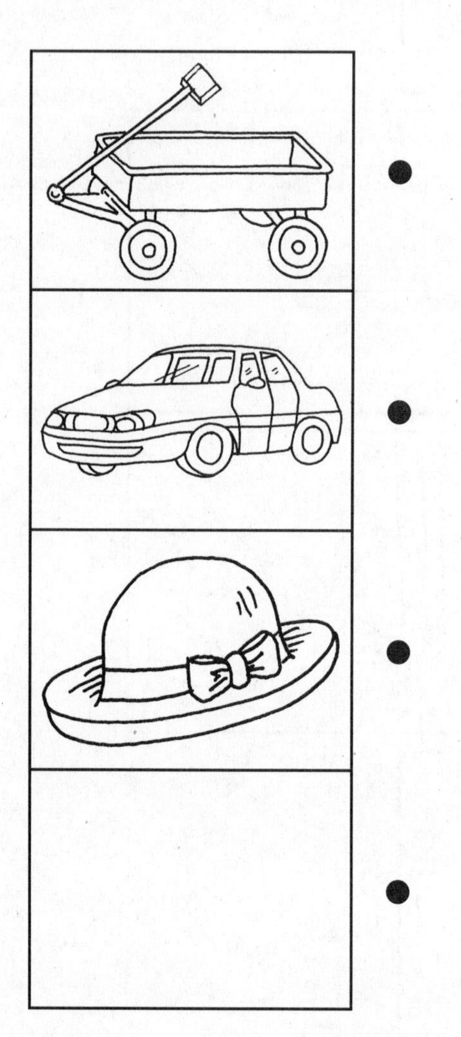
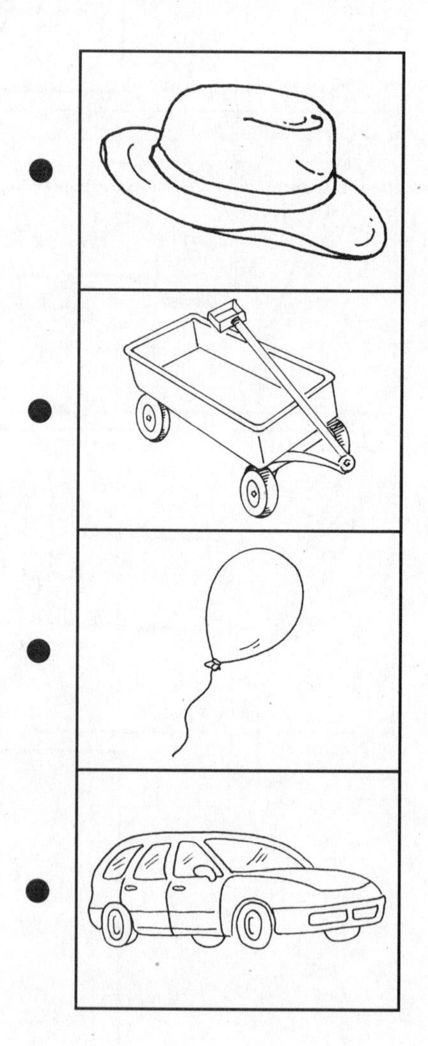

Lesson 56  Name ______________________

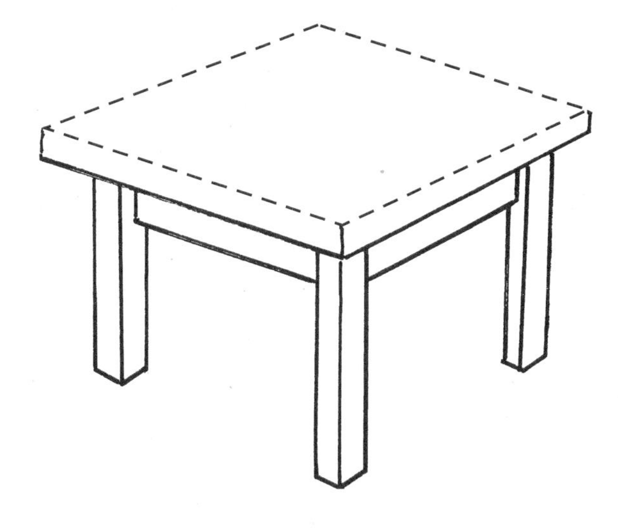

 ____

Lesson 56 Name

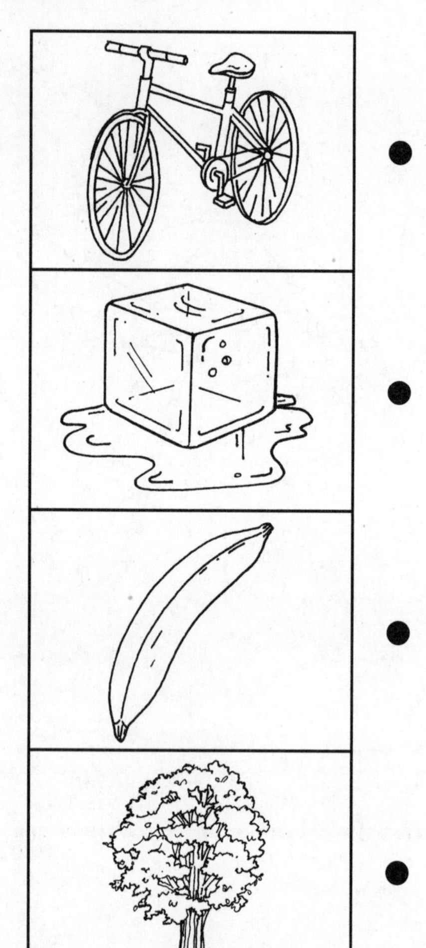

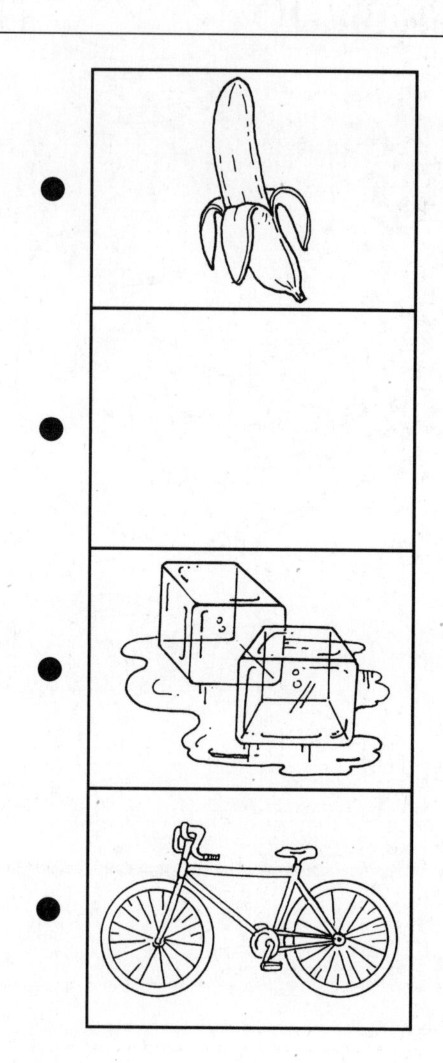

Lesson 57 Name ____________________

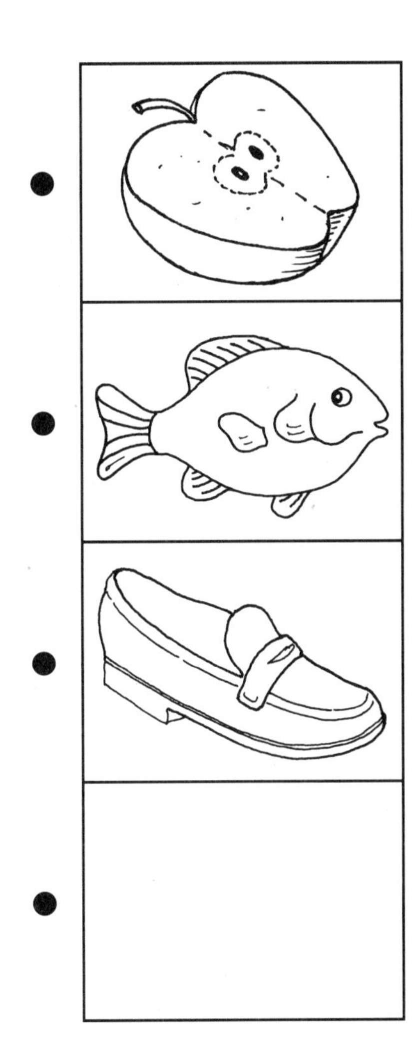

Side 1 ____________________

Lesson 57 Name ____________

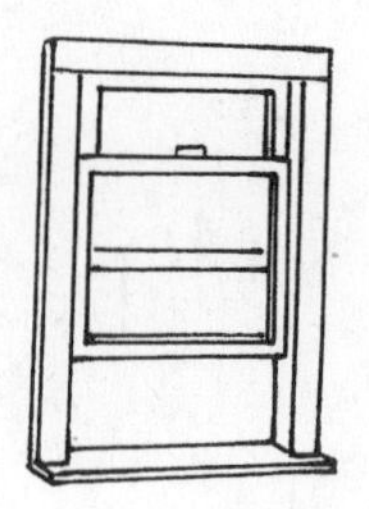

 ____

Lesson 58 Name ______________________

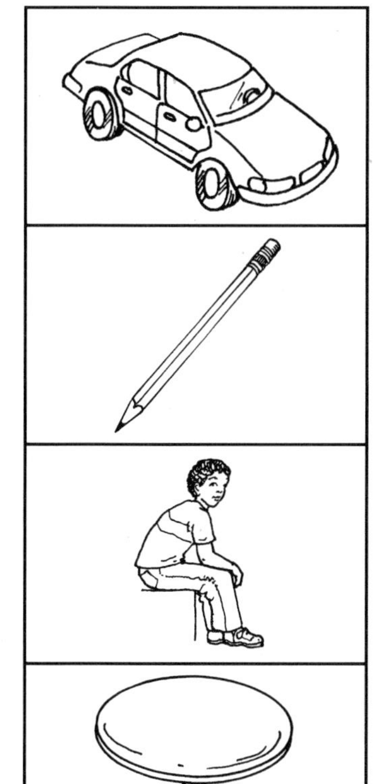

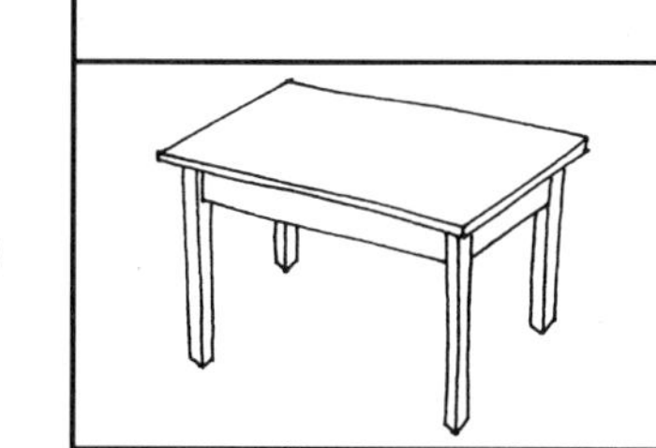

Lesson 58 Name ____________________

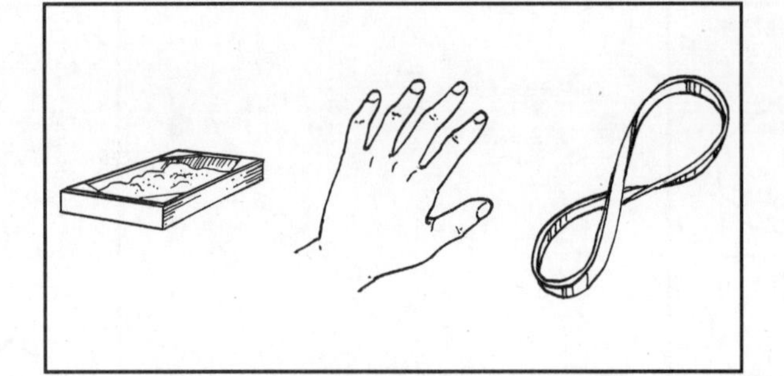

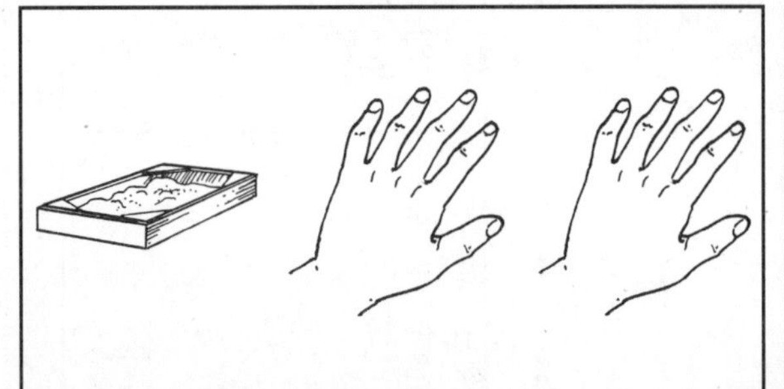

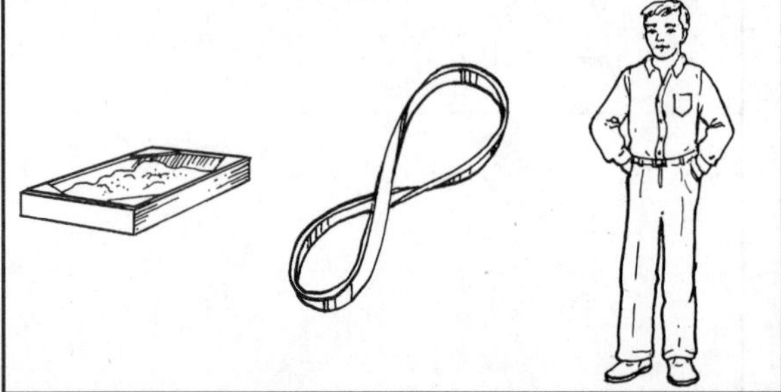

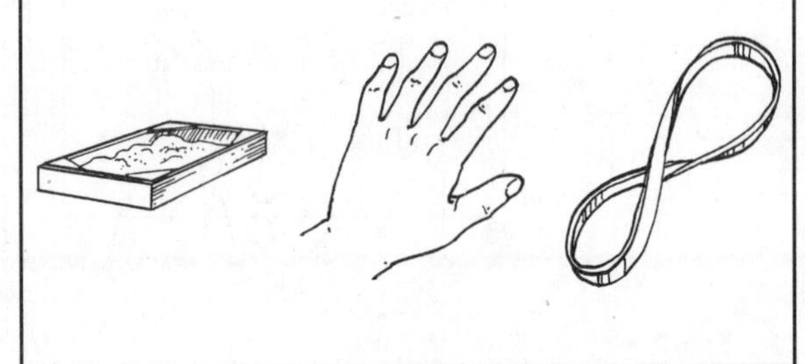

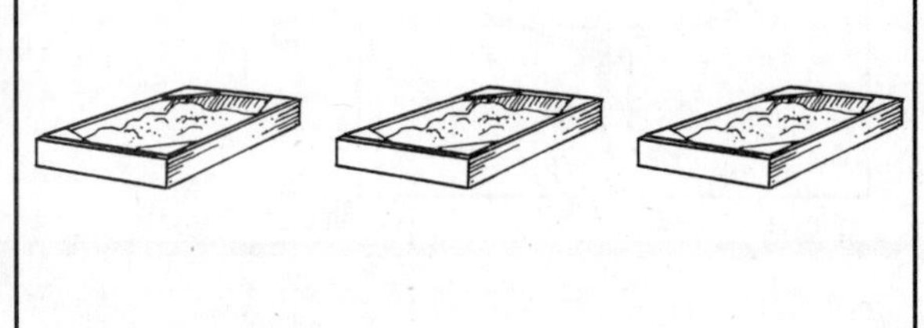

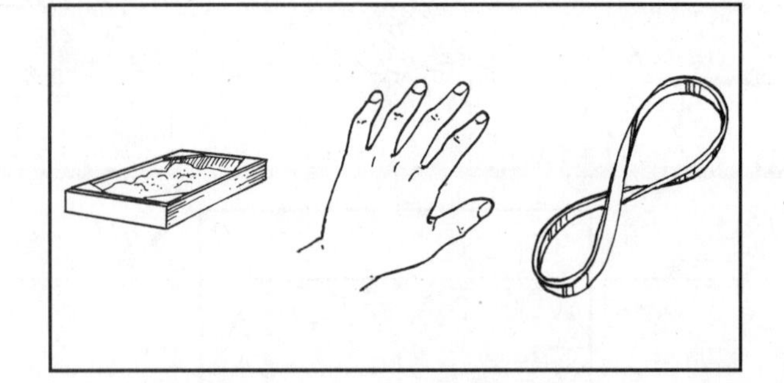

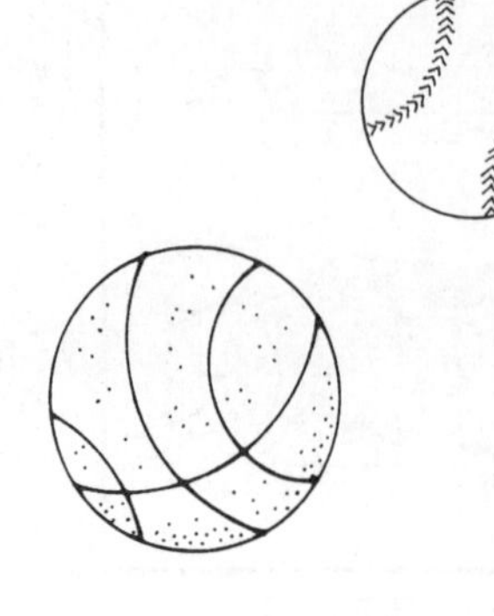

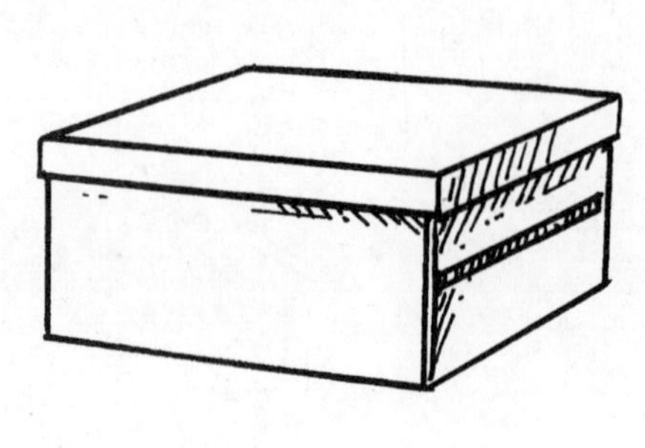

Lesson 59 Name ________________

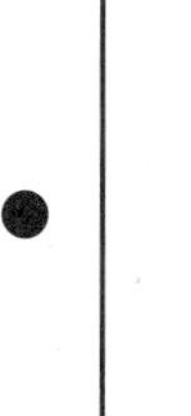

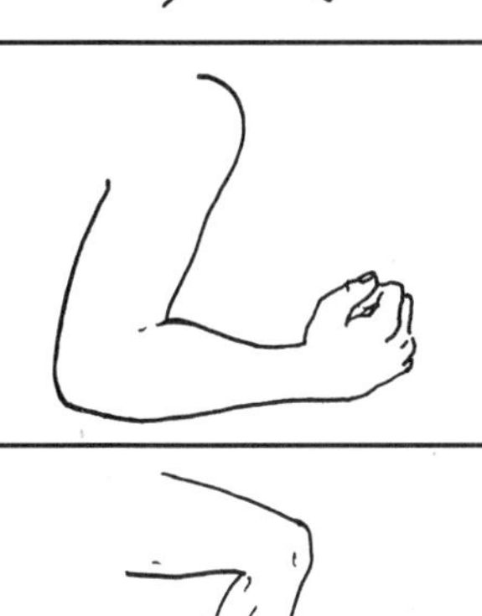

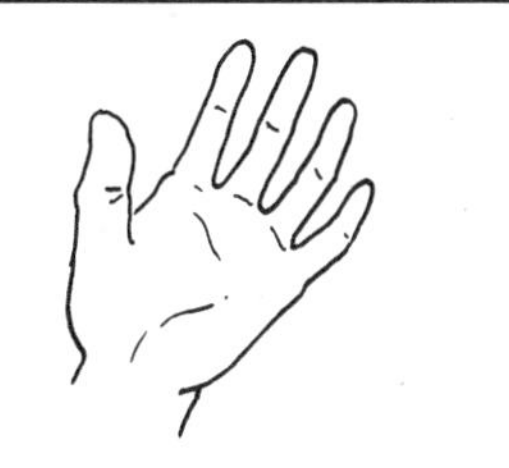

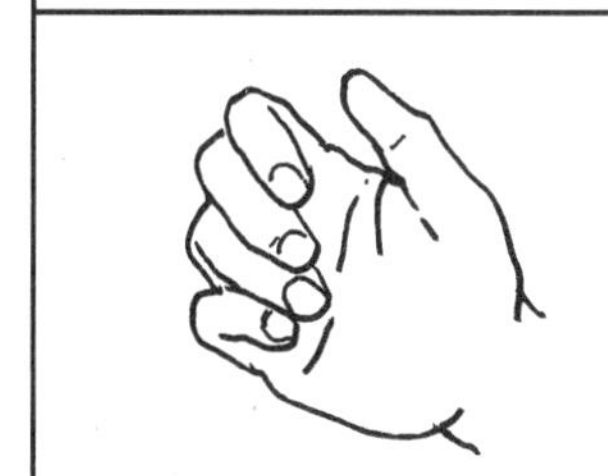

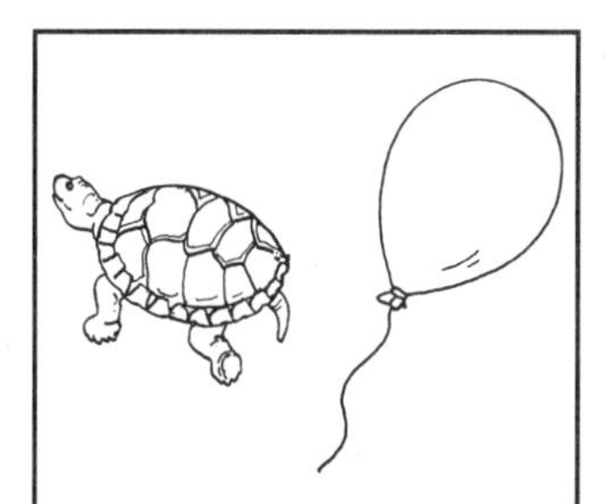

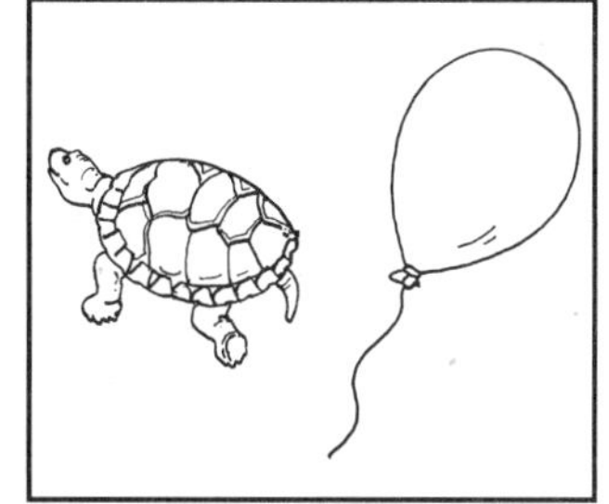
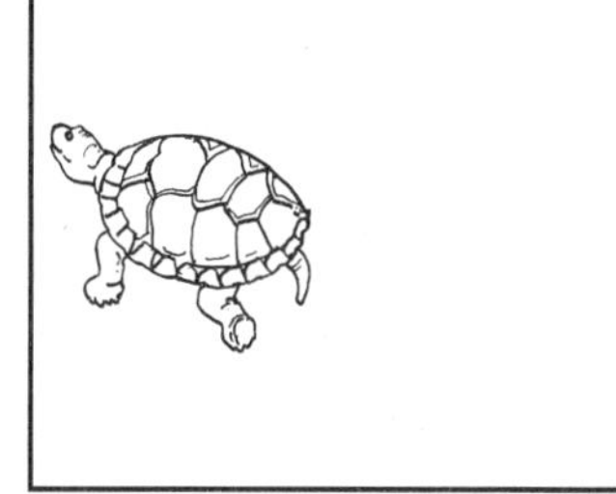

Lesson 59 Name ____________________

 ____

Lesson 60 Name ______________________

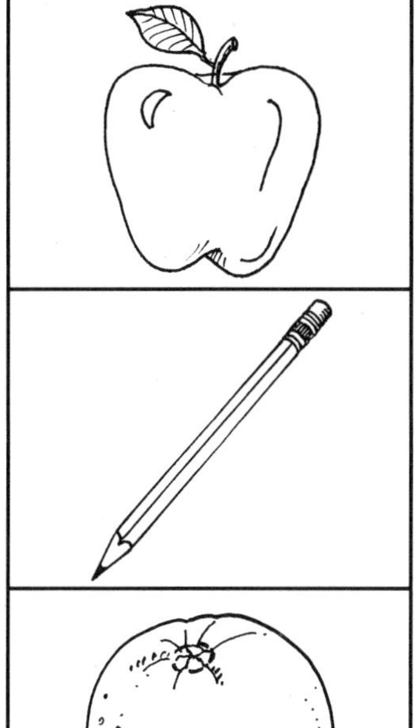

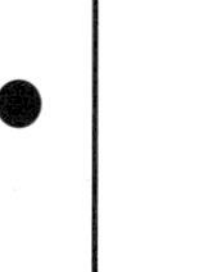
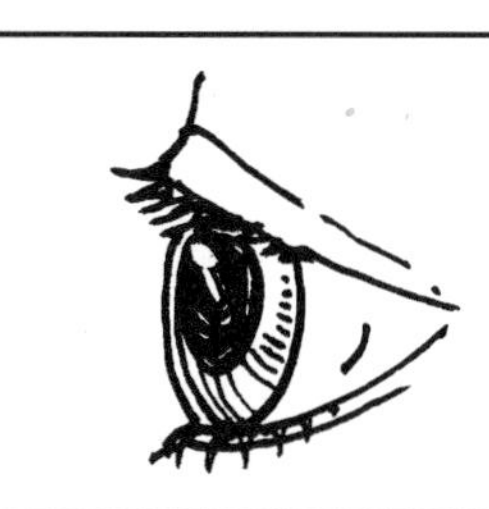

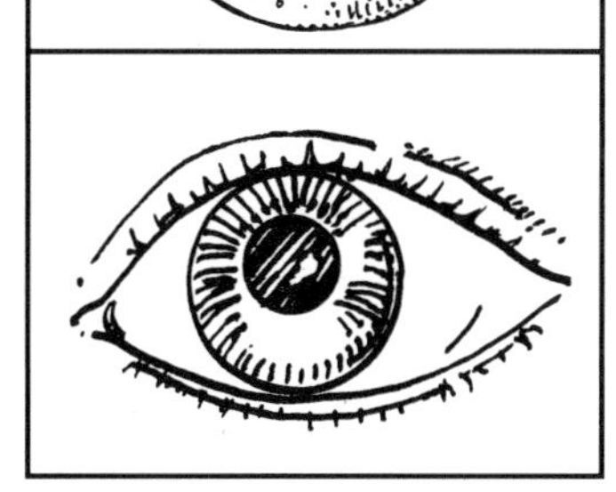

Lesson 60 Name ____________________

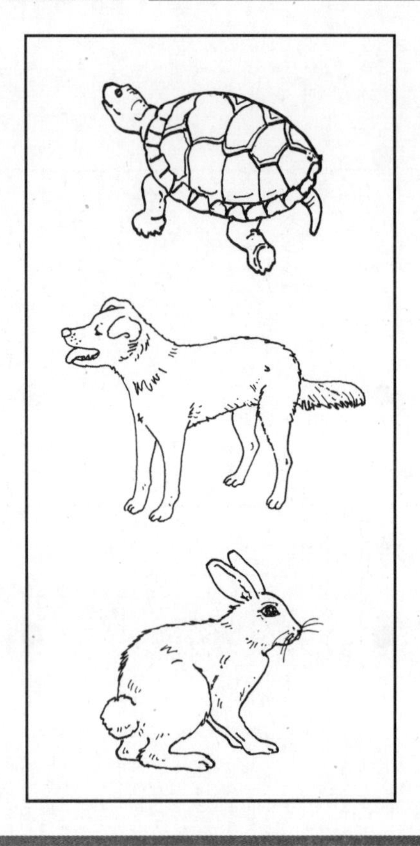

Lesson 61 Name ______________________

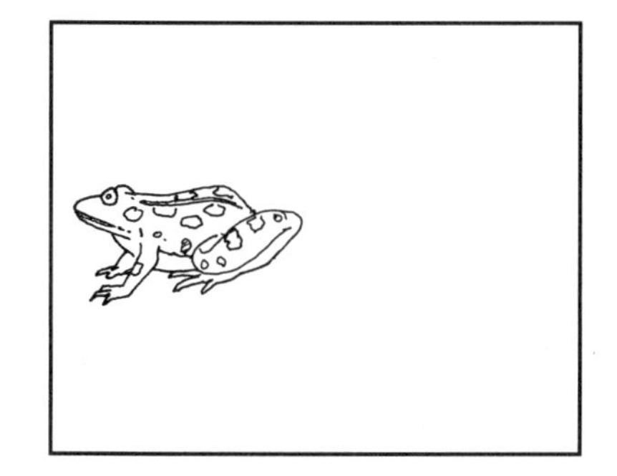
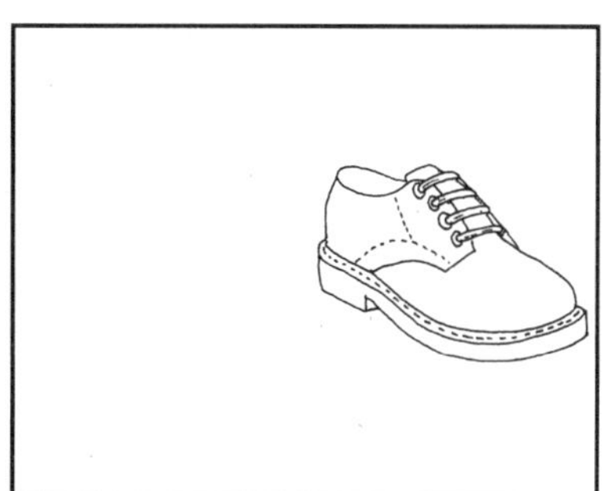
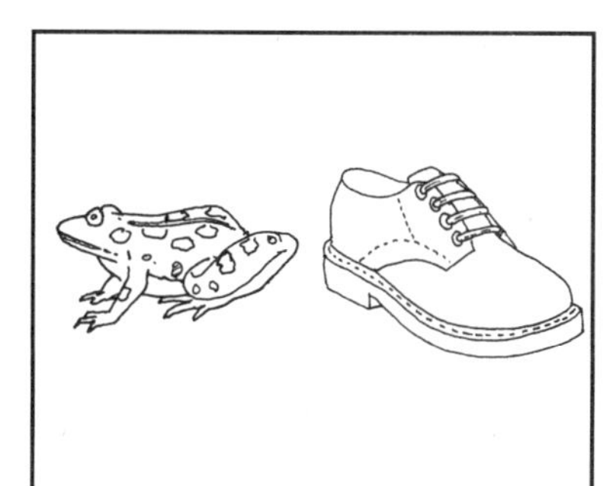

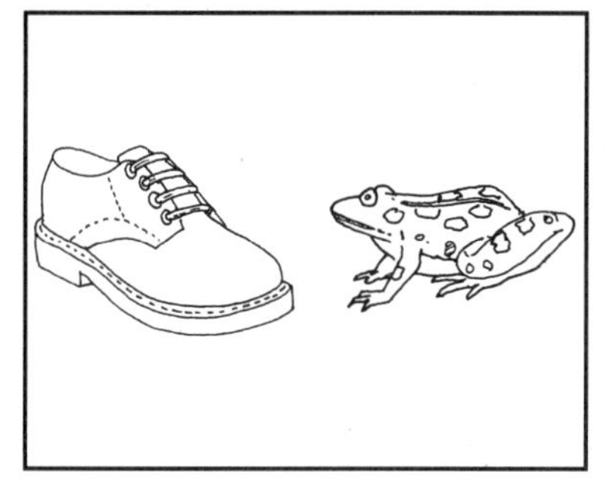
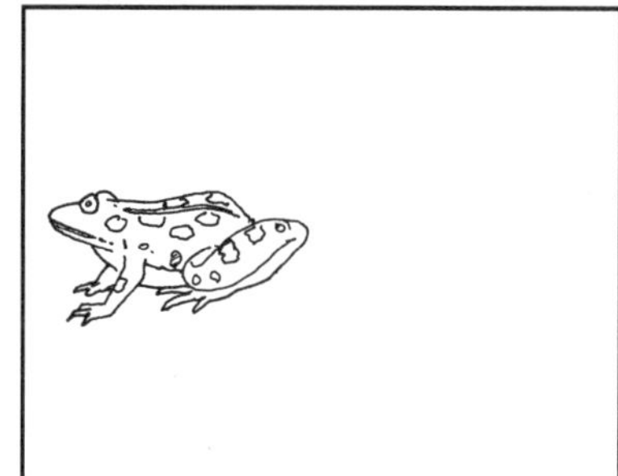
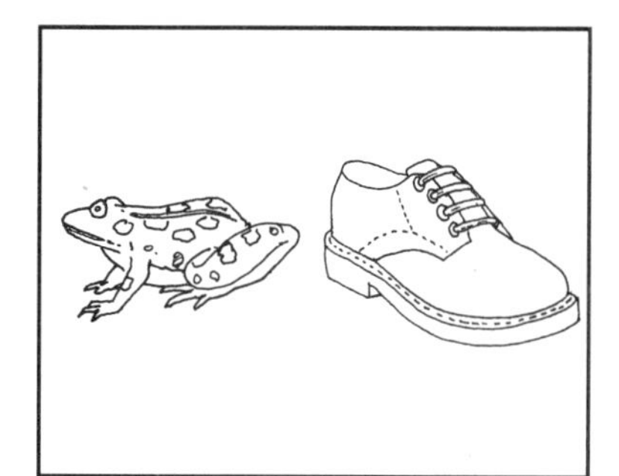

 ____

Lesson 61 Name ______________________

Lesson 62

Name ____________________

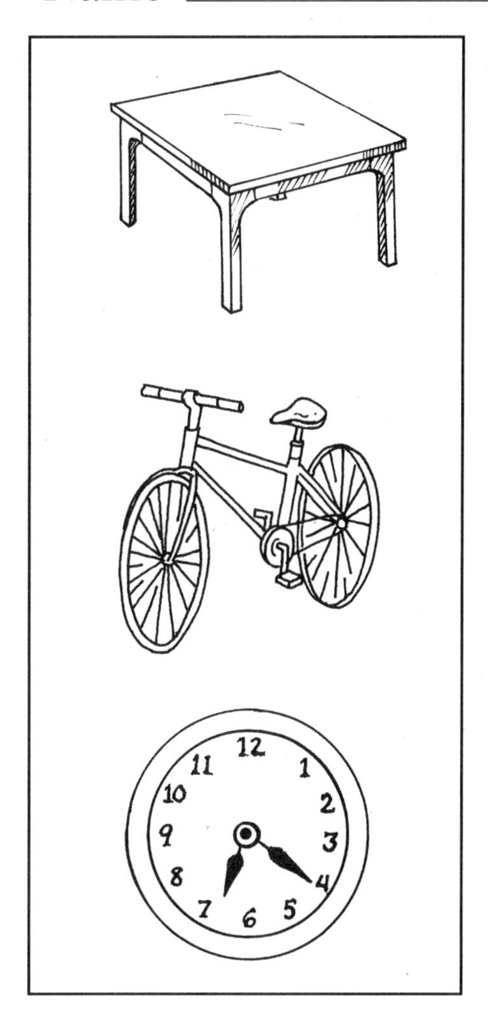

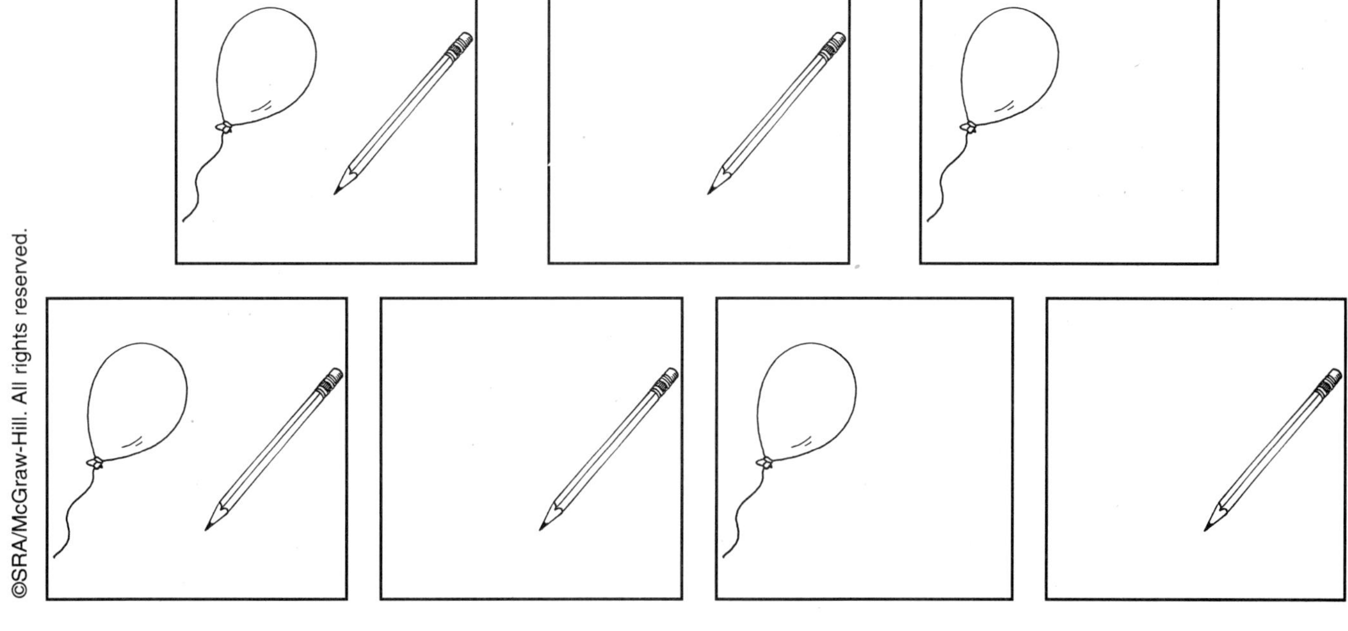

 ____

Lesson 62 Name ______________________

 ____

Lesson 63 Name ______________________

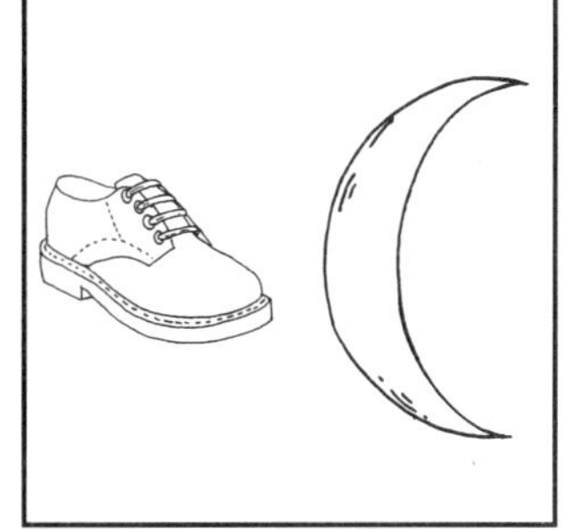

Lesson 63 Name ______________________

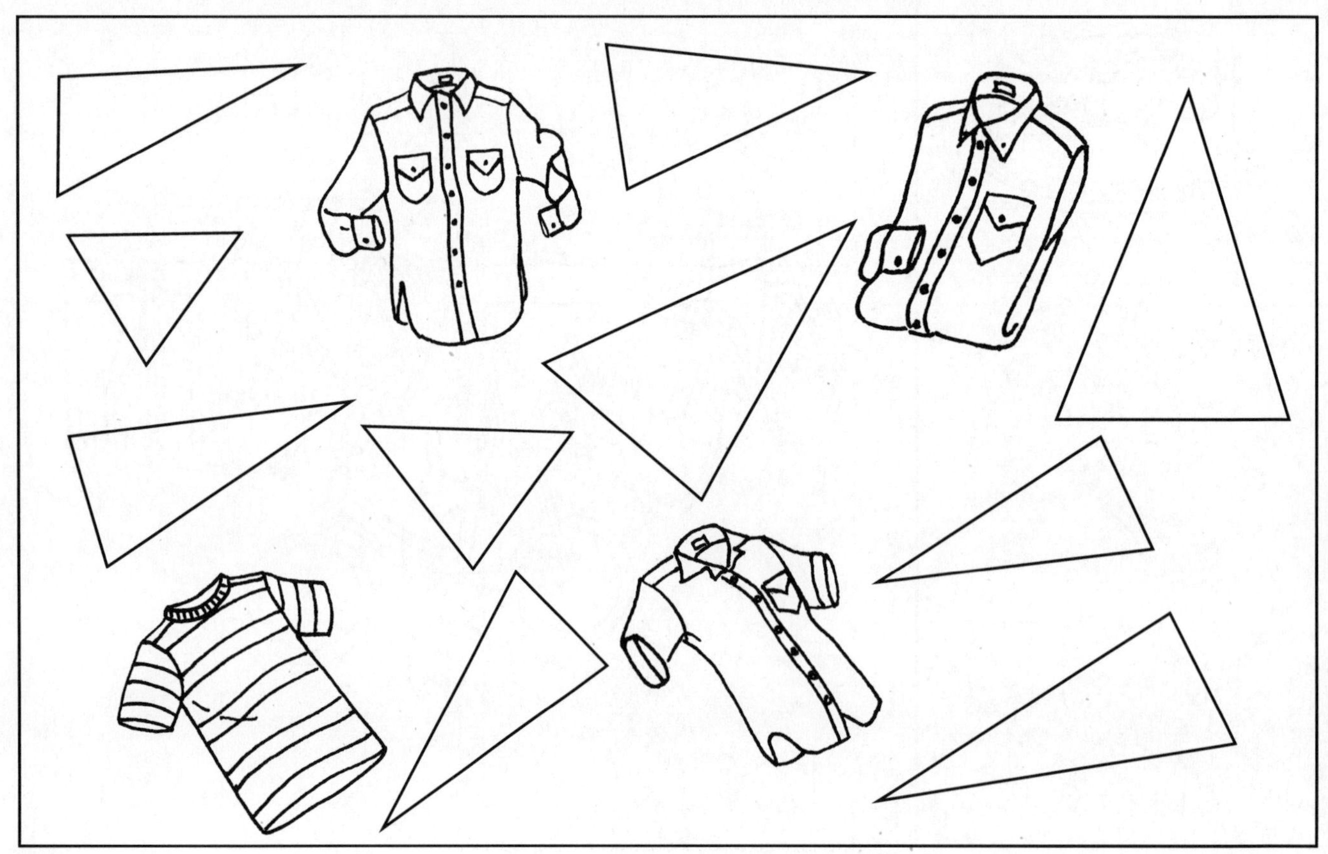

Lesson 64 Name ______________________

Lesson 64 Name ______________________

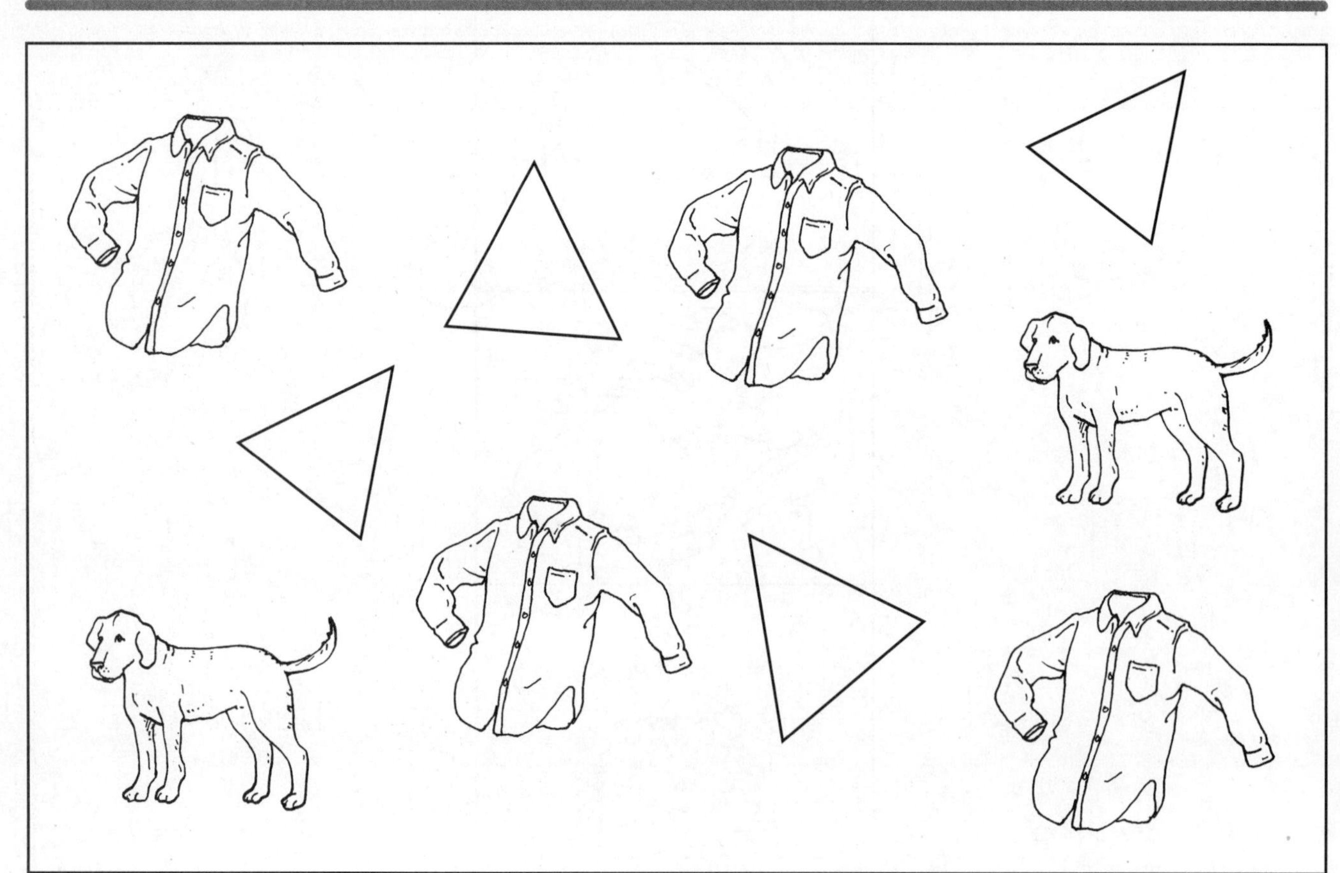

Lesson 65 Name ______________________

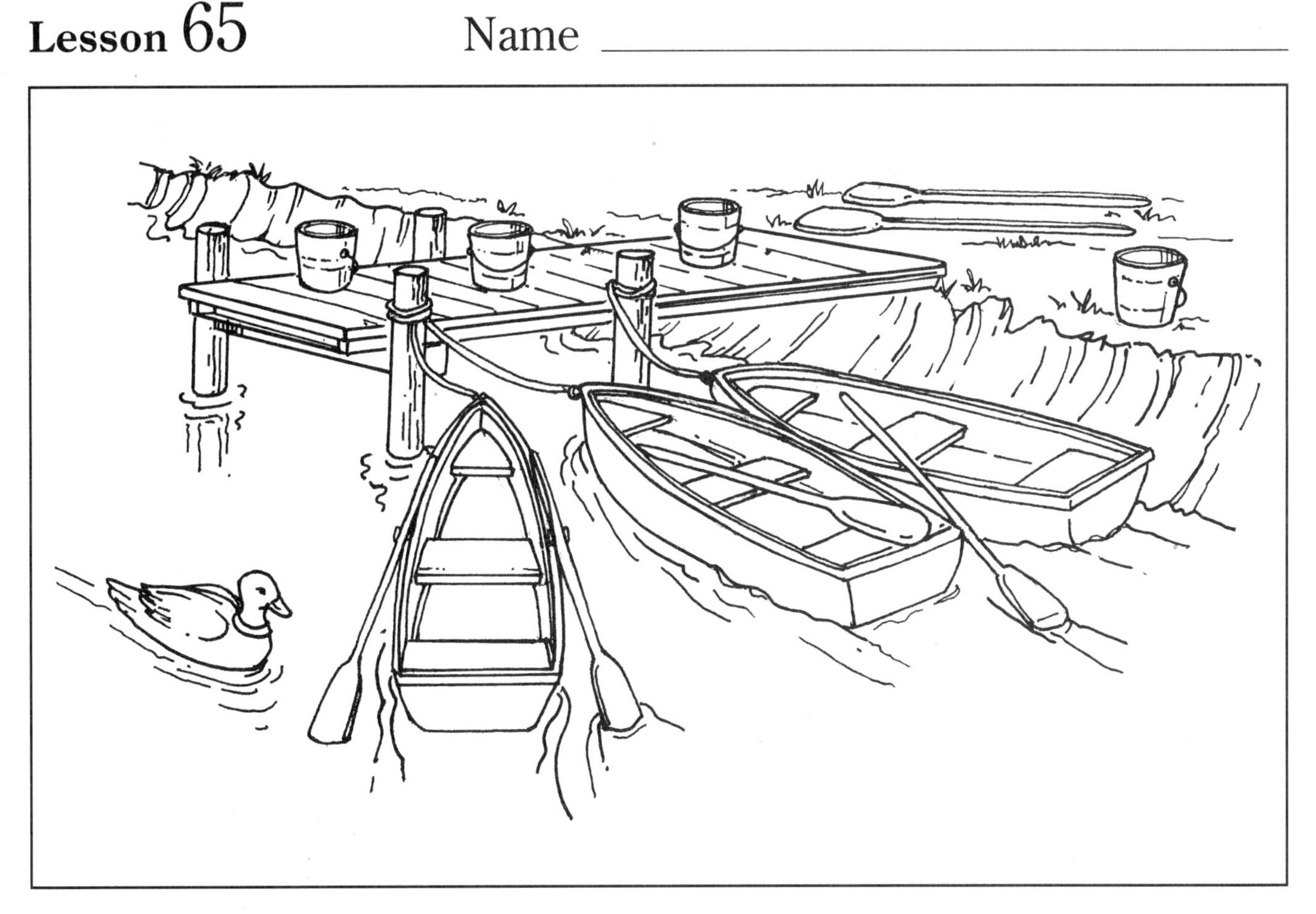

 ____

Lesson 65 Name ____________________

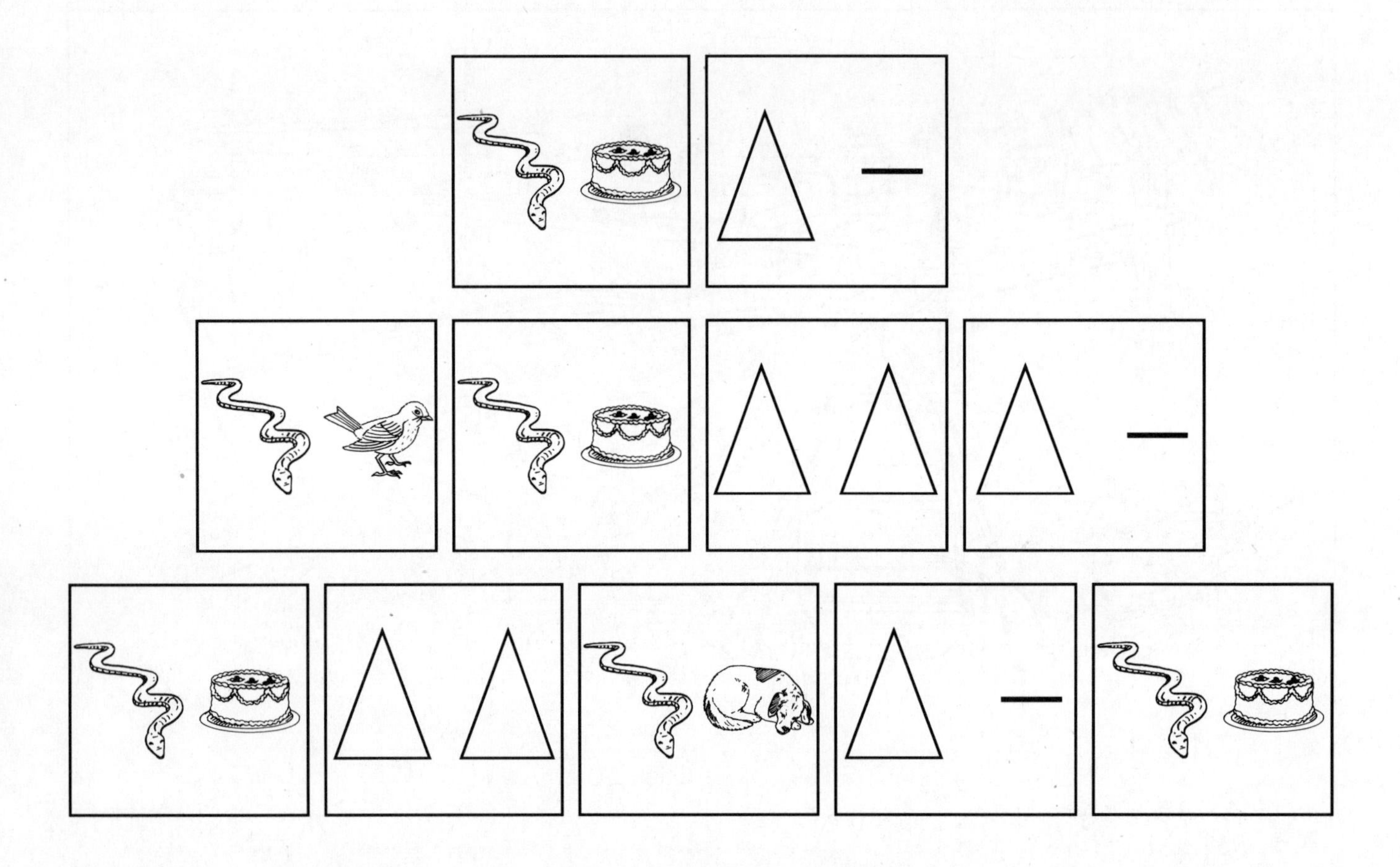

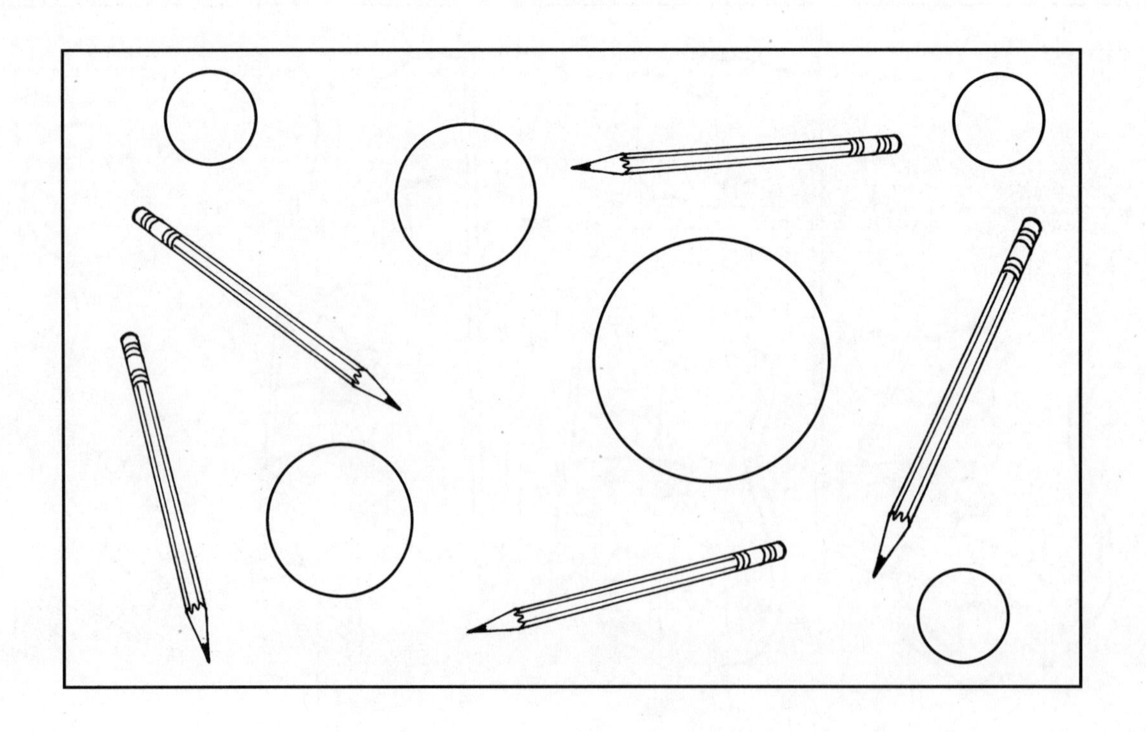

Lesson 66 Name ______________________

Lesson 66 Name ____________

Lesson 67 Name ______________________

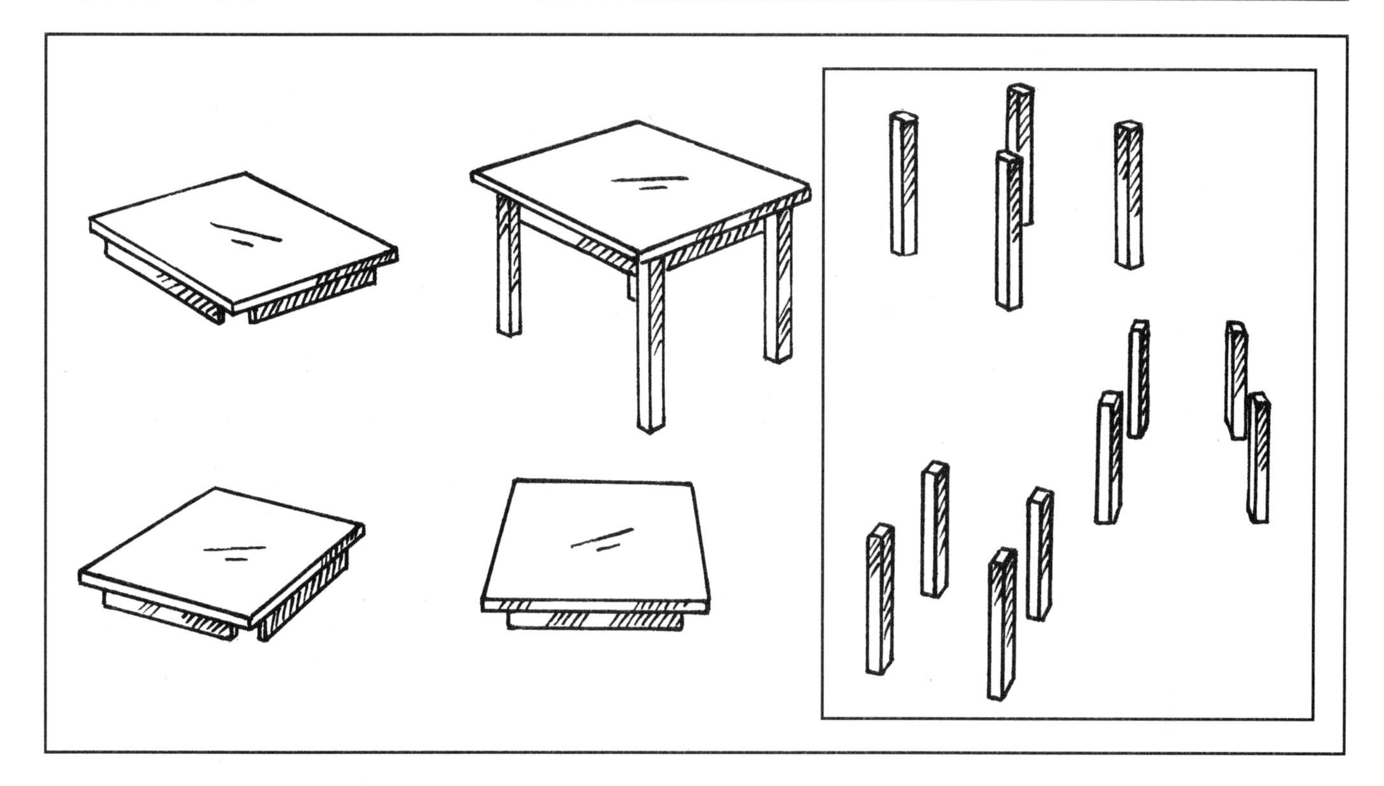

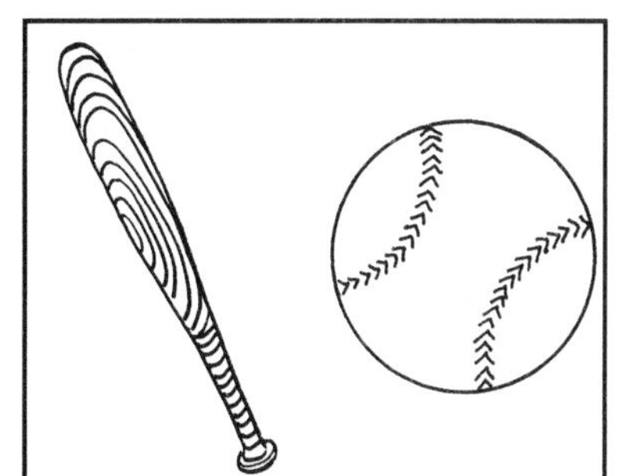

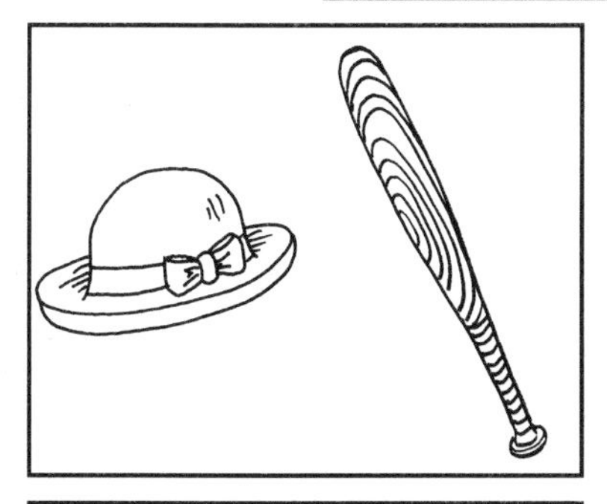

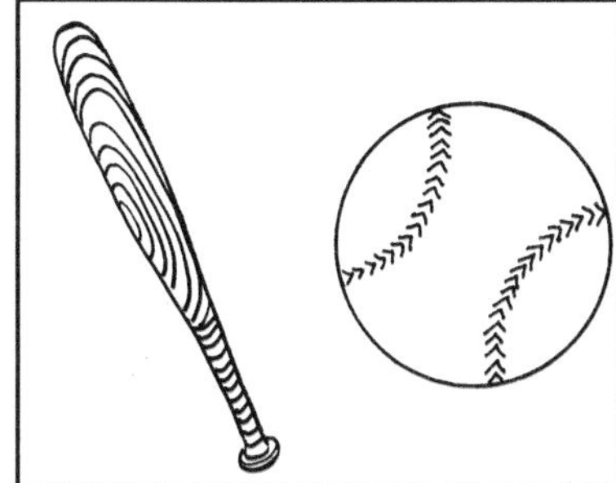

Lesson 67 Name ______________________

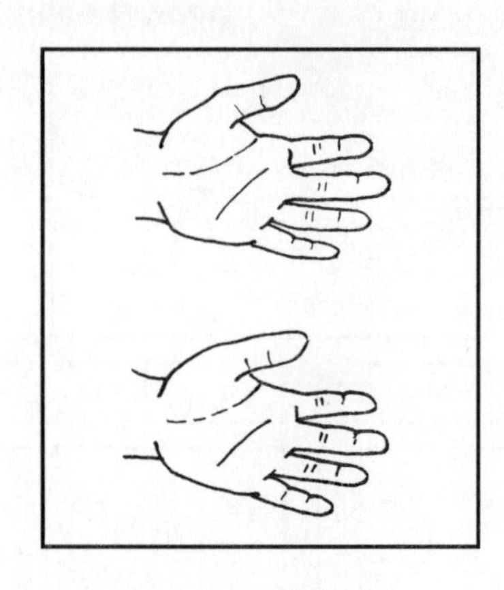

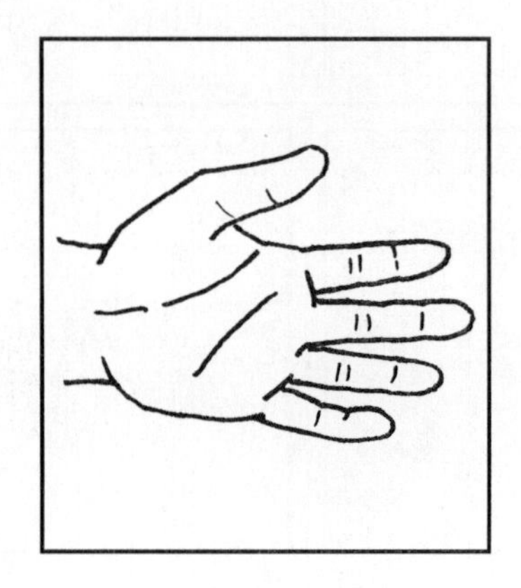

Lesson 68 Name ______________________

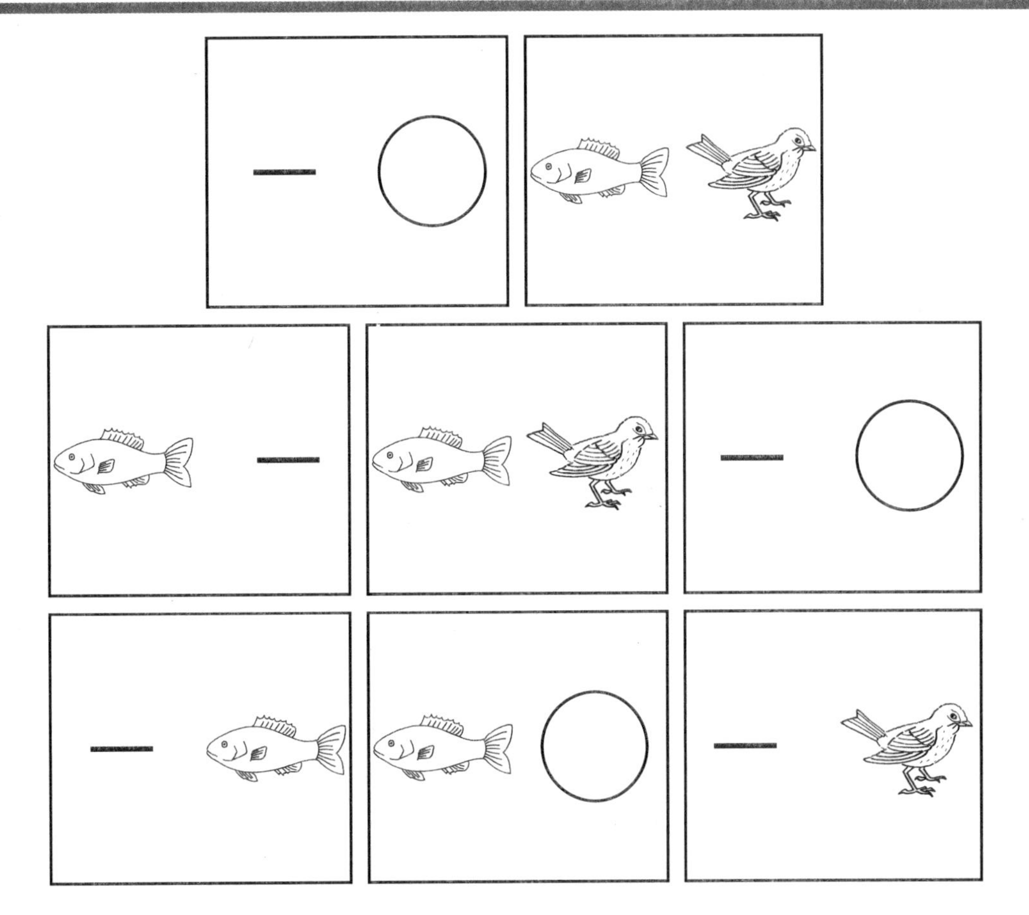

 Name ______________________

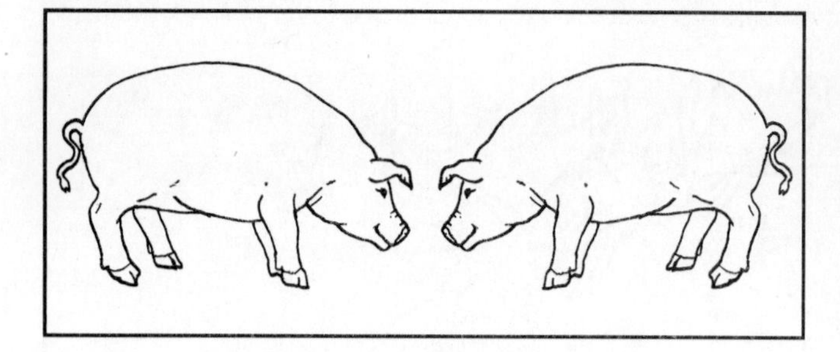

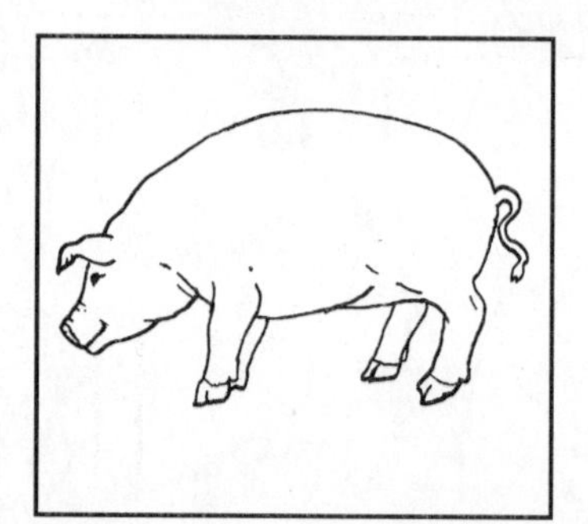

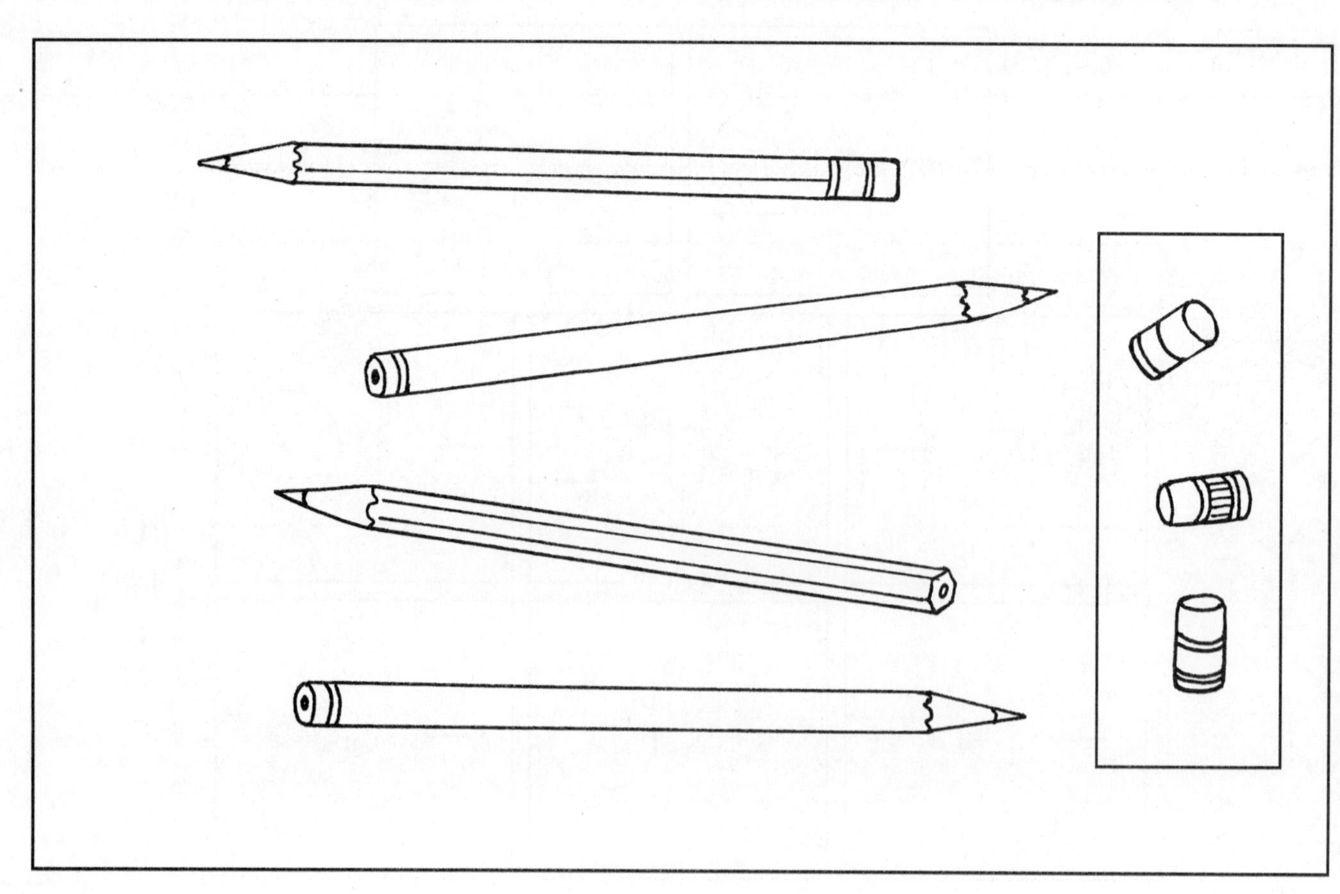

 ____

Lesson 69 Name ____________________

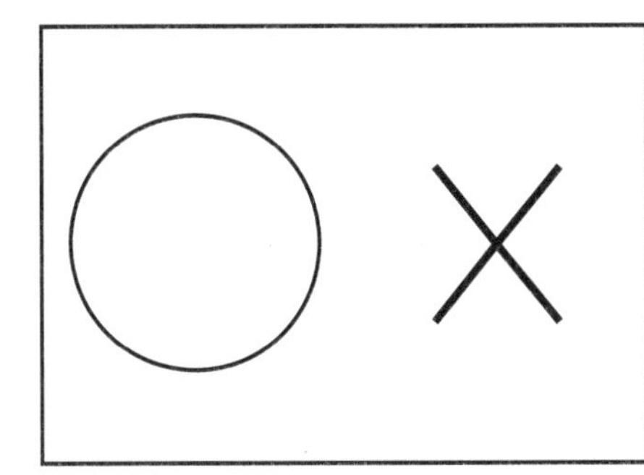

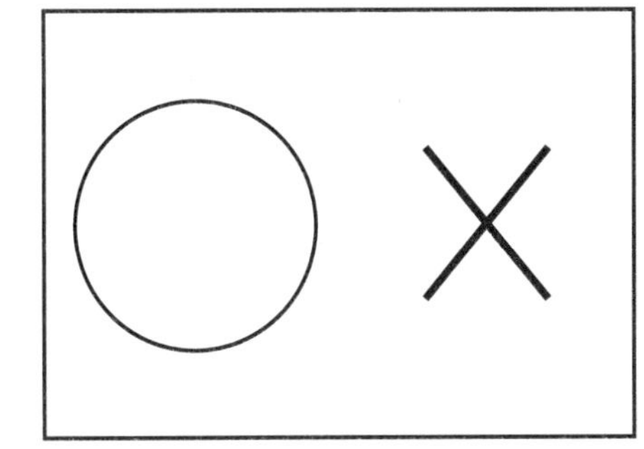

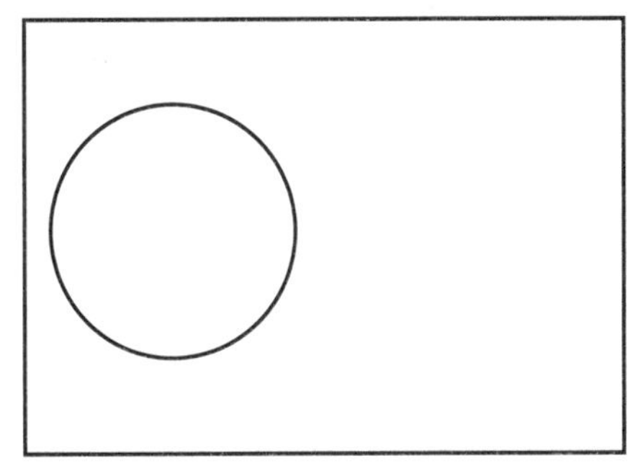

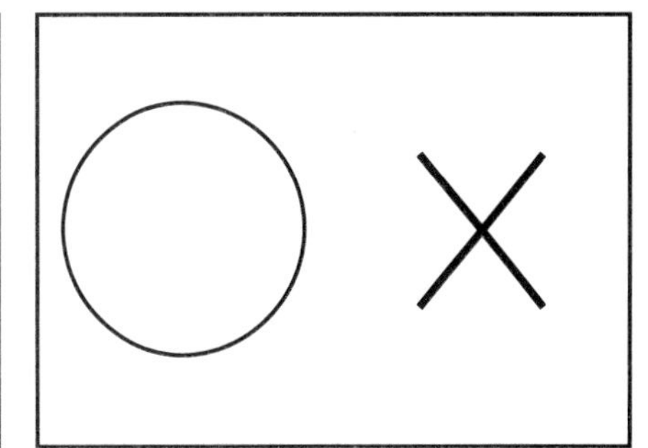

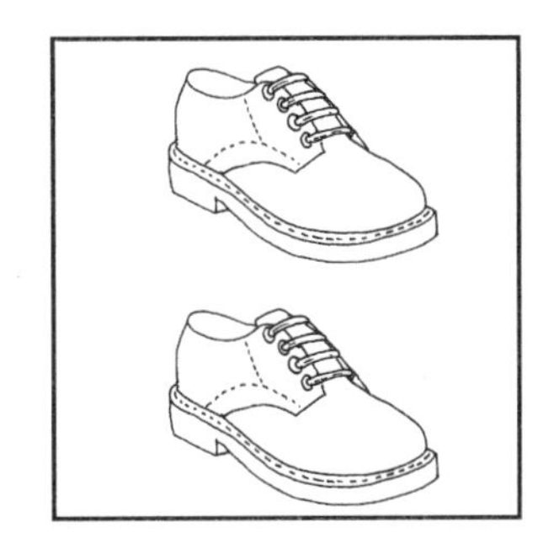

Lesson 69 Name

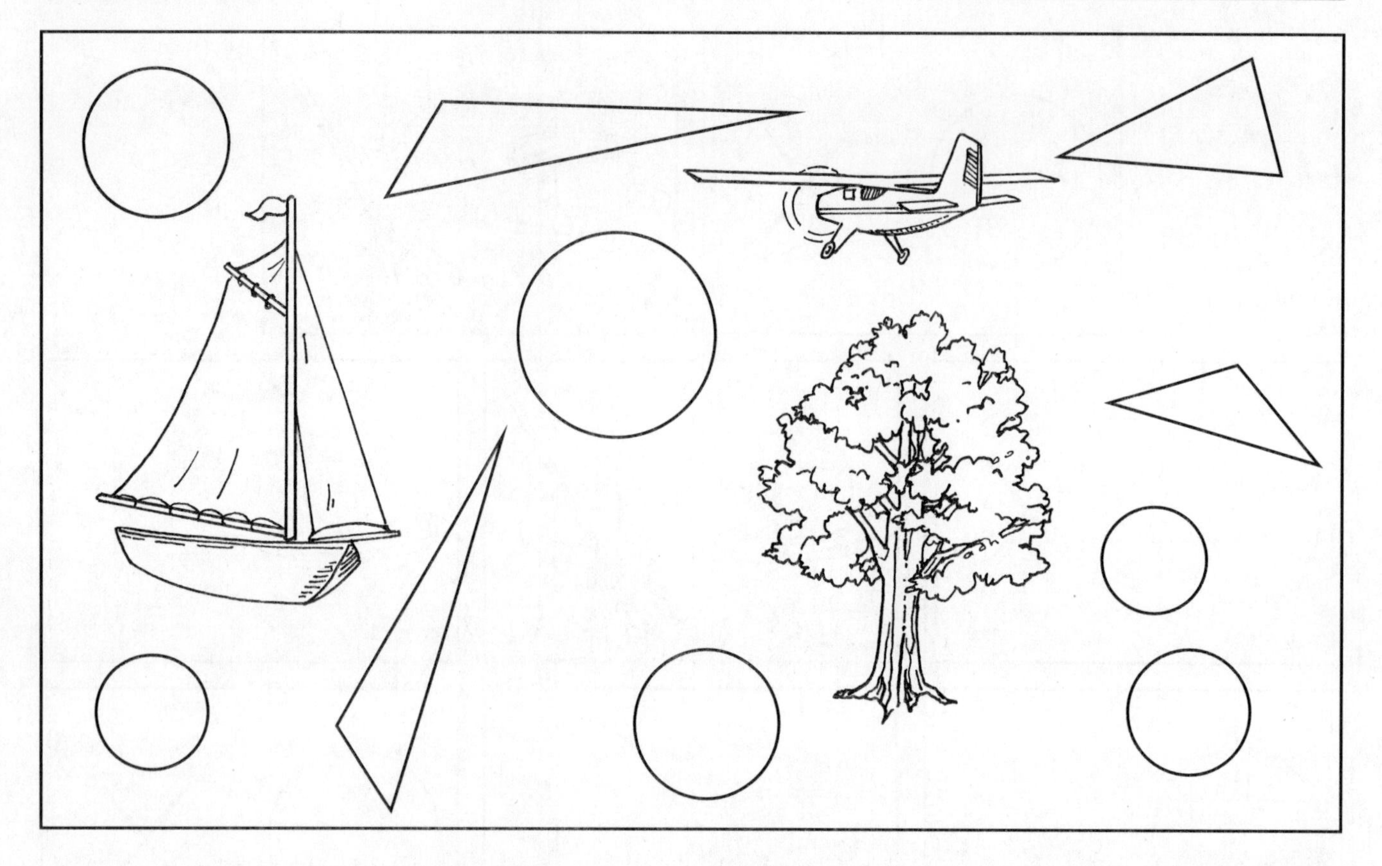

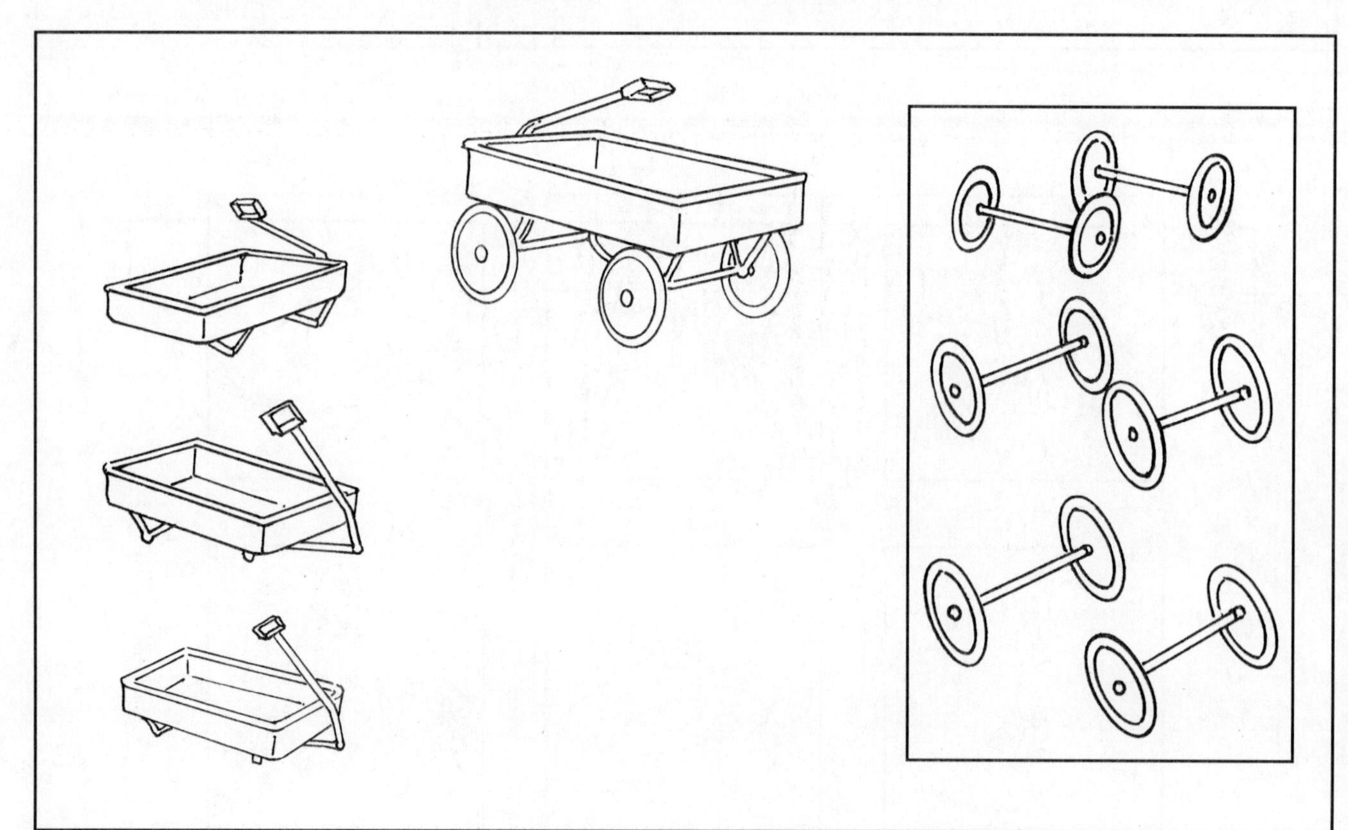

Lesson 70 Name ______________________

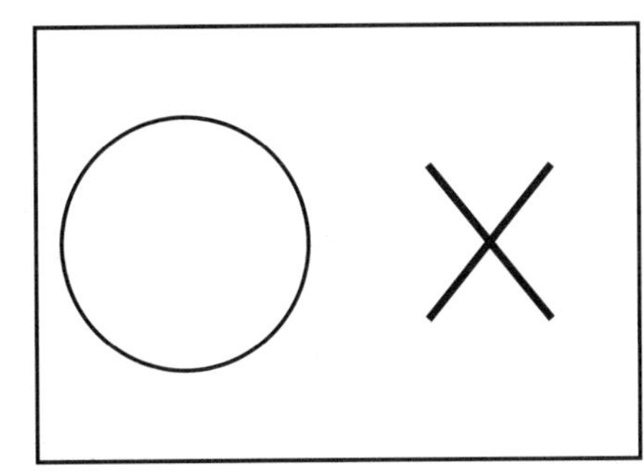

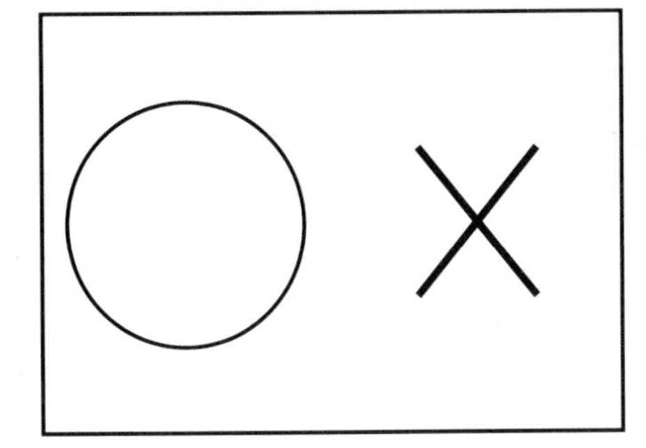

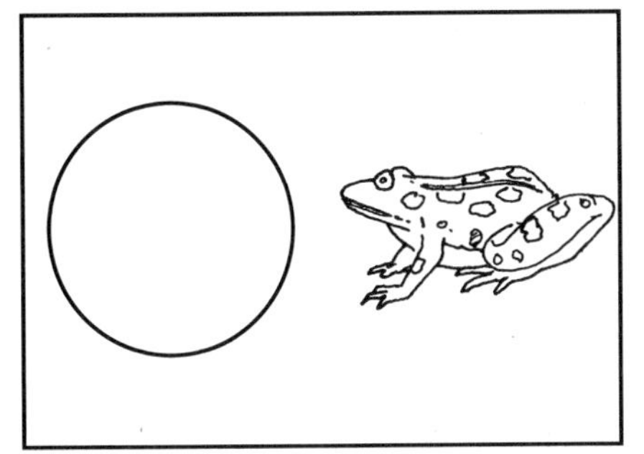

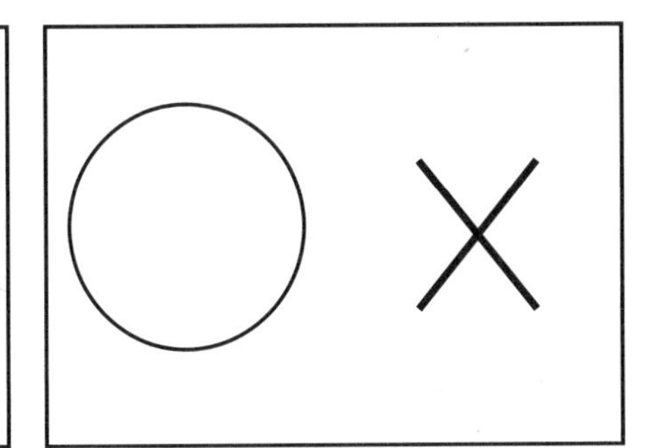

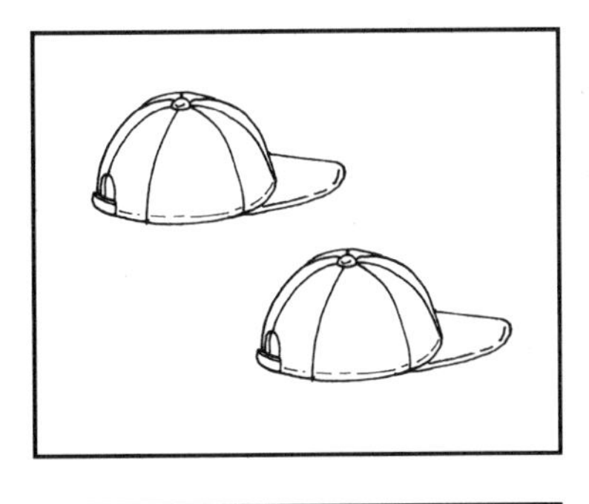

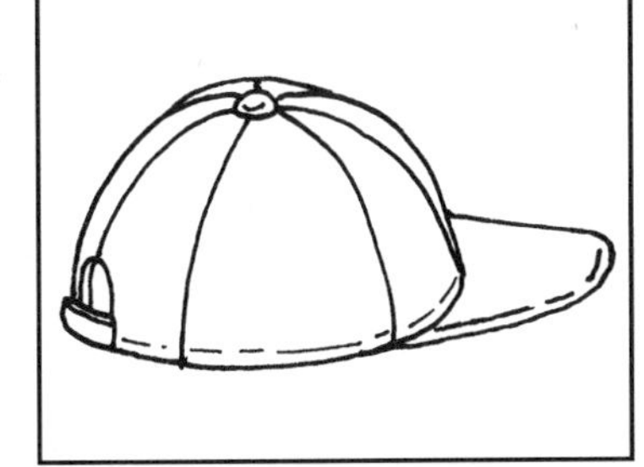

Lesson 70 Name ____________________

Lesson 71 Name ______________________

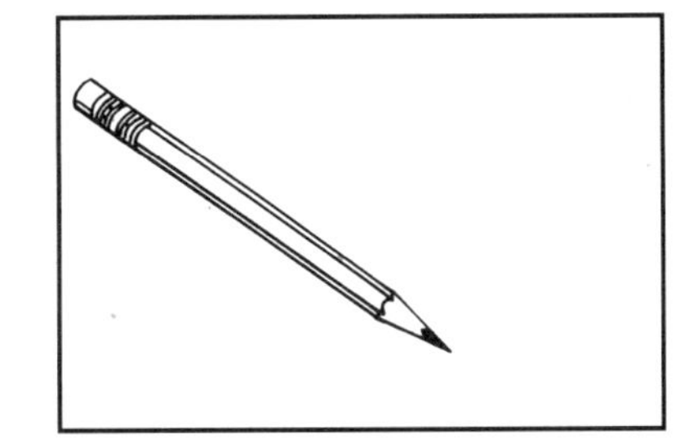

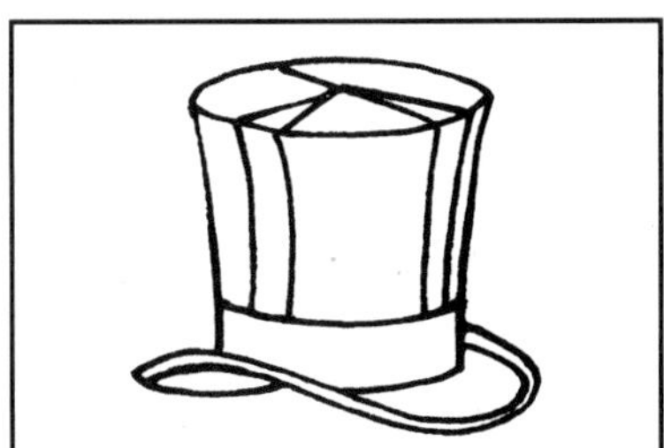

Lesson 71 Name ____________________

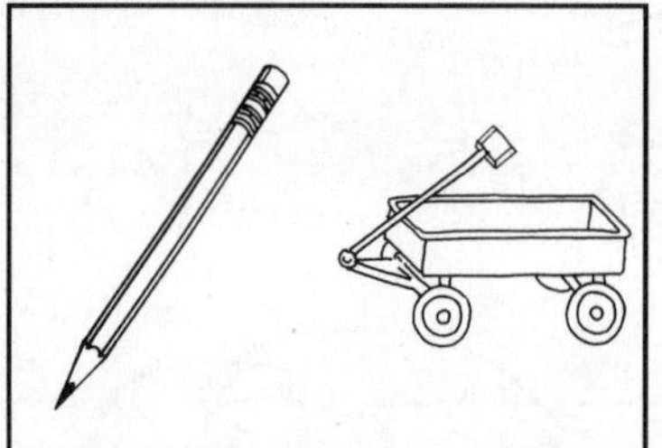

Lesson 72 Name ______________________

Lesson 72 Name ______________________

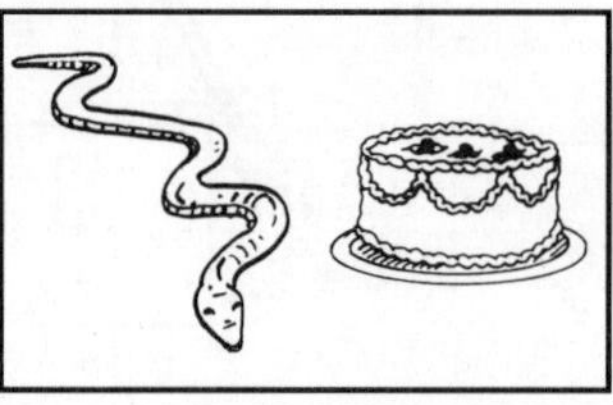

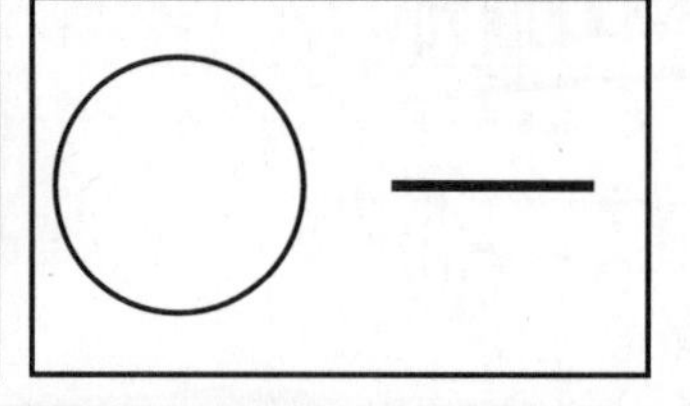

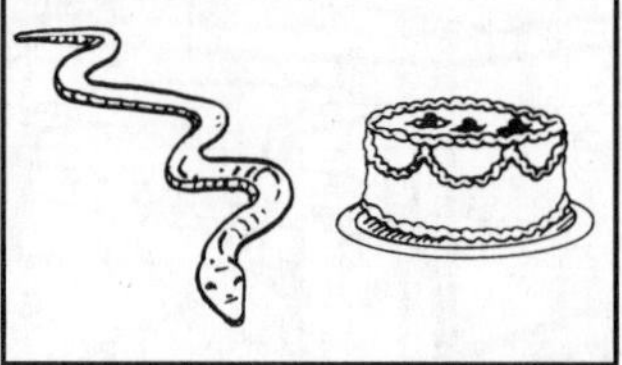

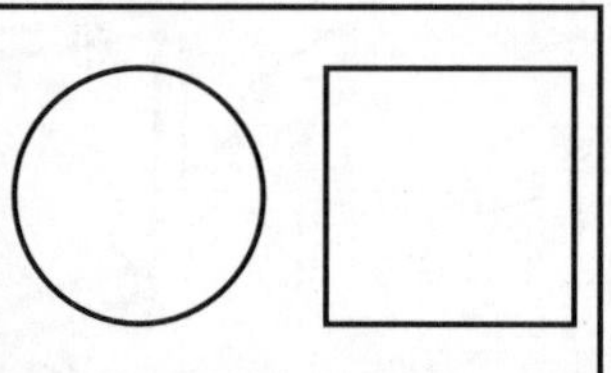

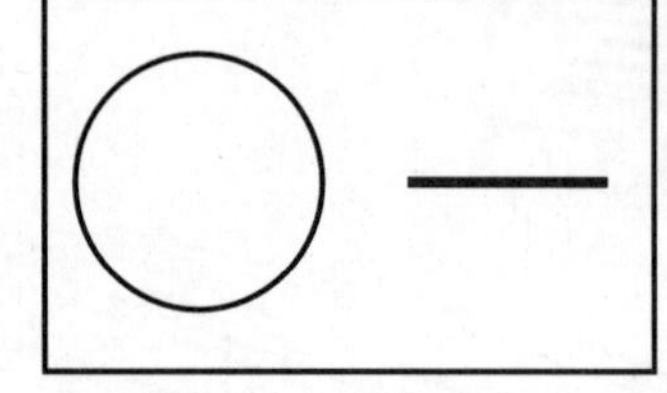

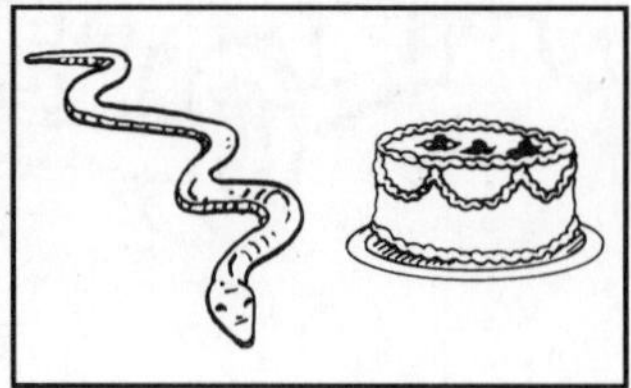

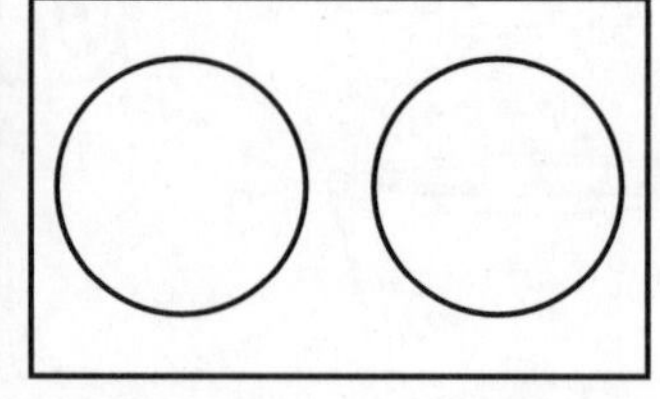

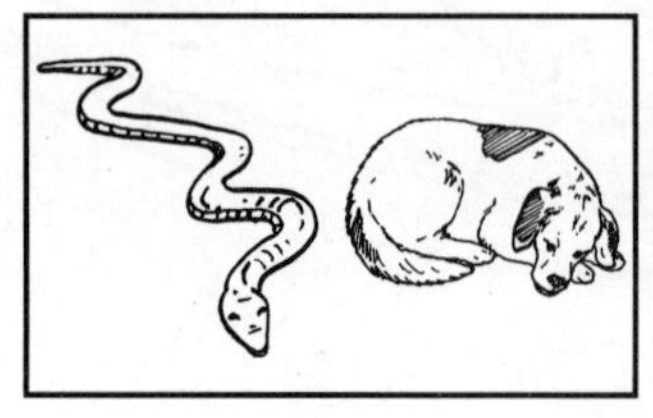

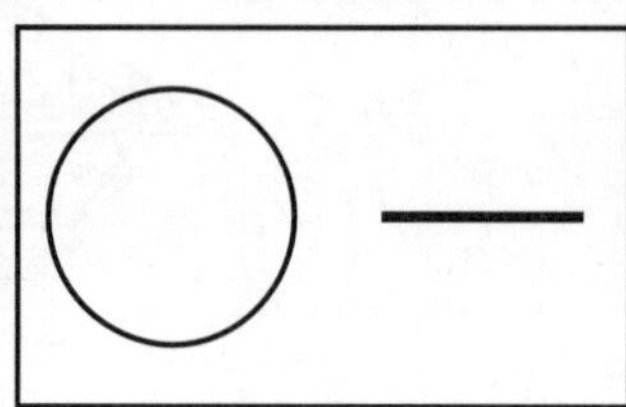

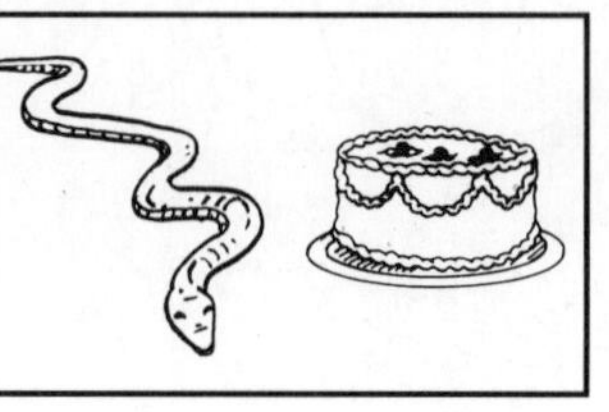

Lesson 73 Name ____________________

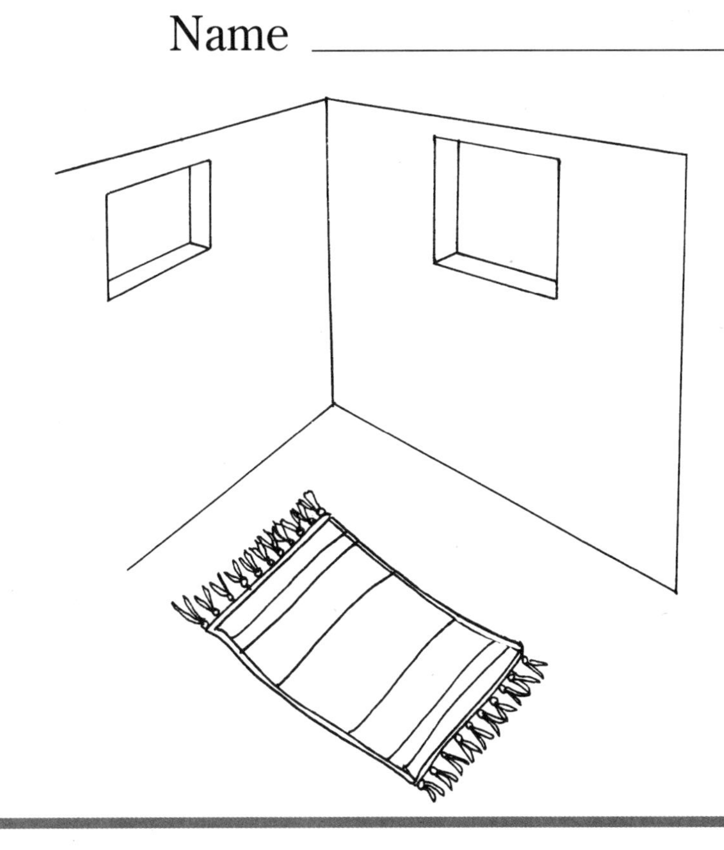

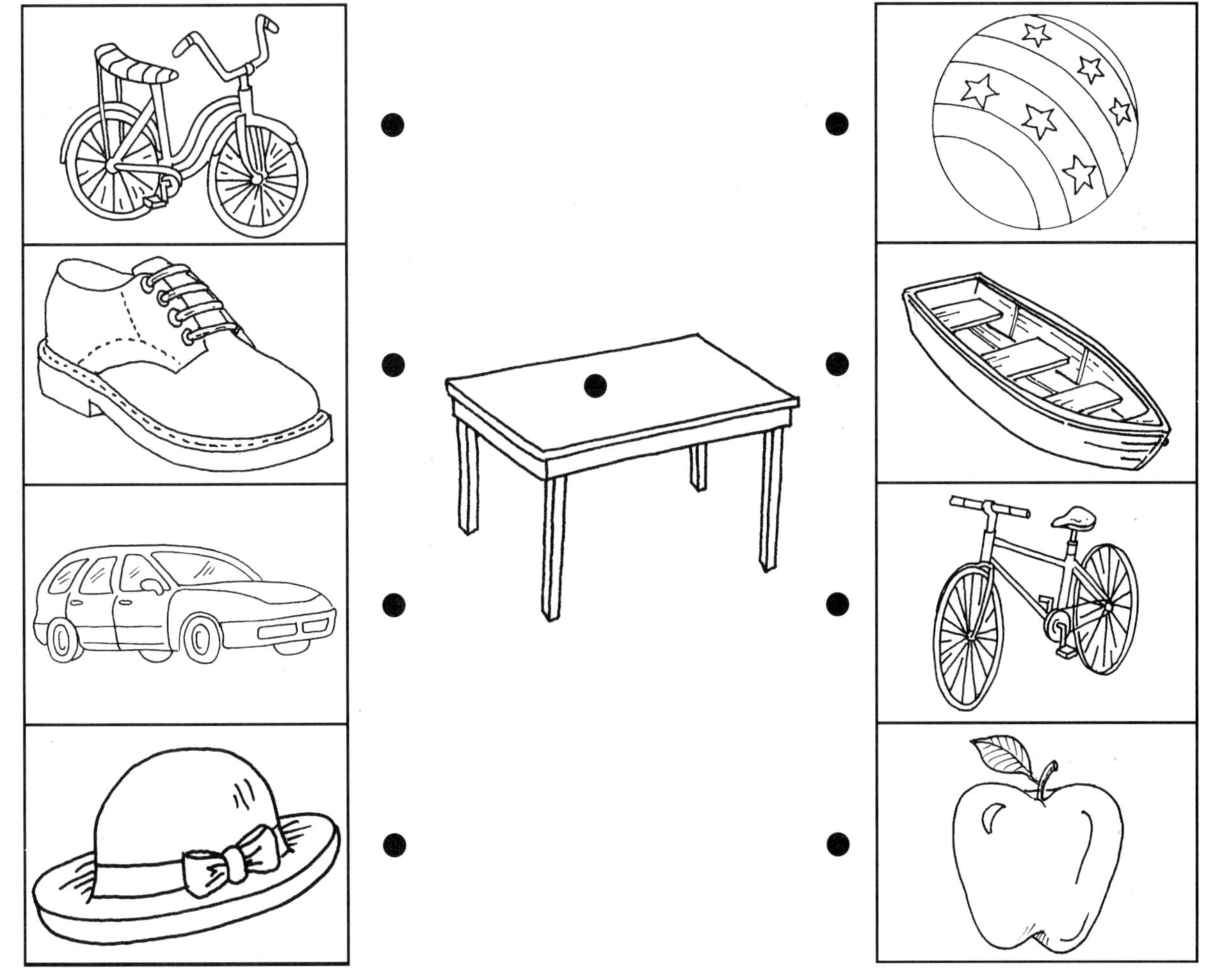

Lesson 73 Name ____________________

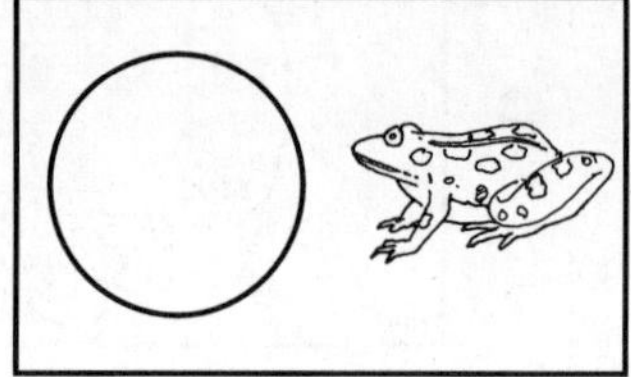
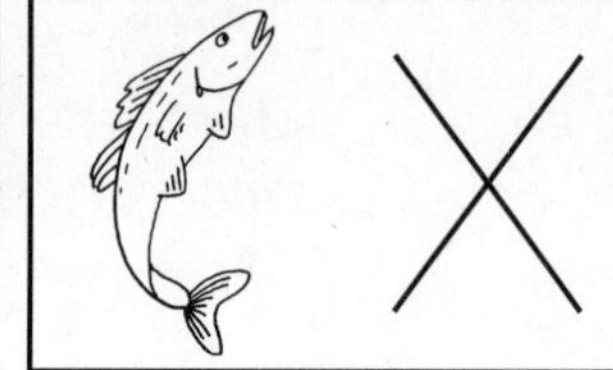

Lesson 74 Name ______________________

Lesson 74 Name ____________________

Lesson 75 Name ______________________

Lesson 75 Name ______________________________

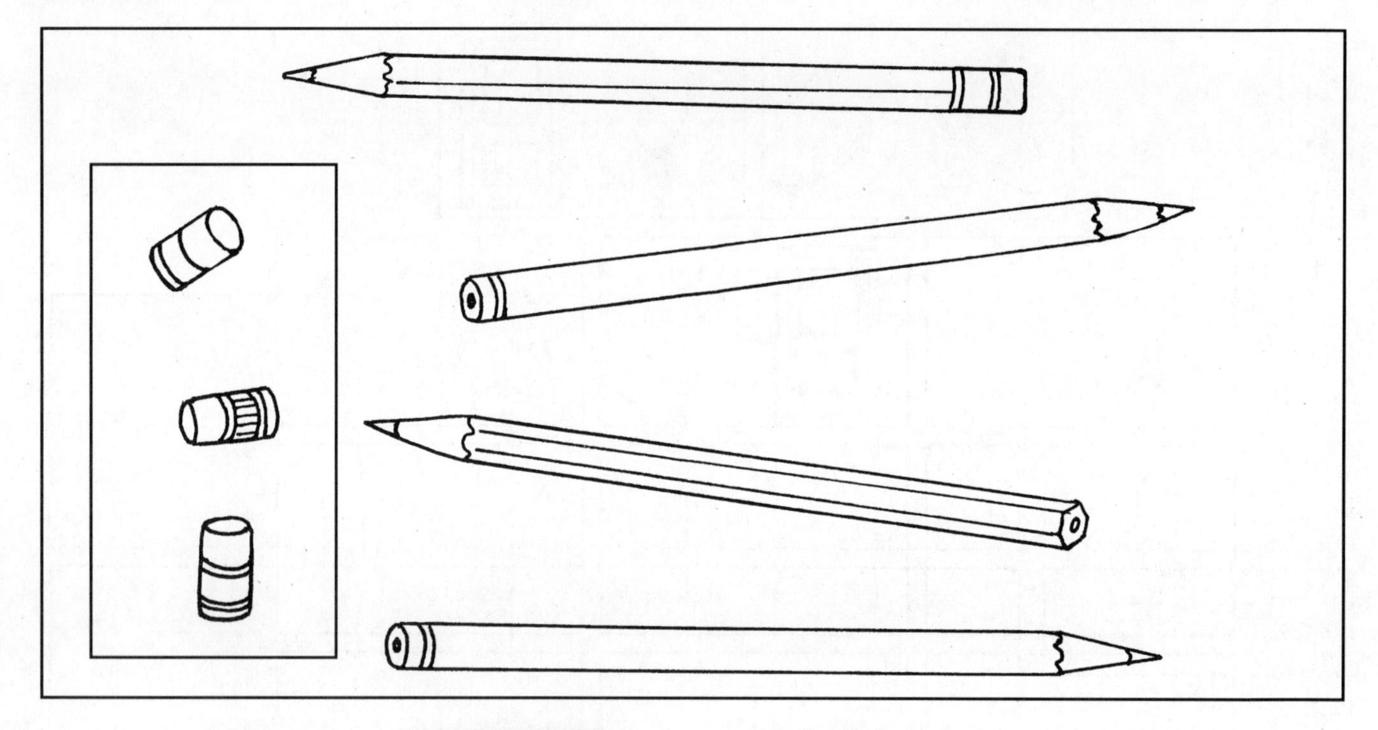

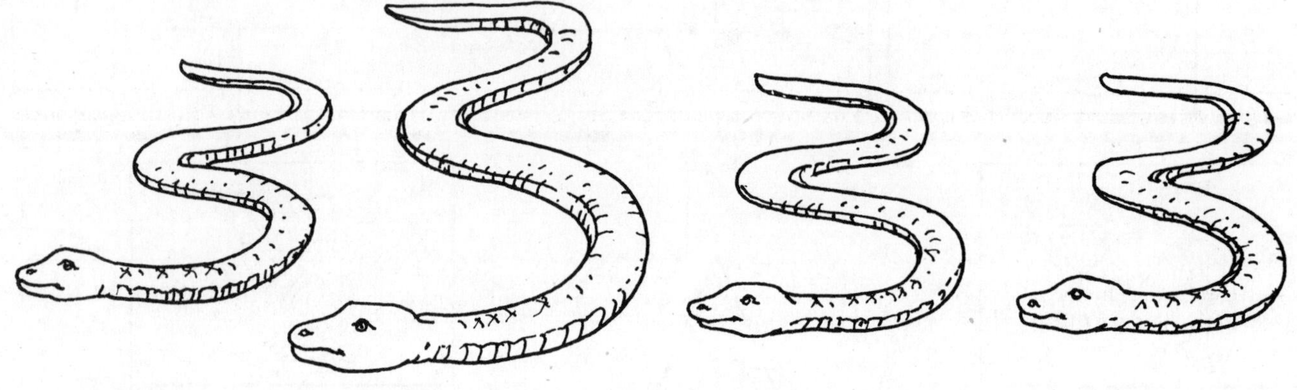

Lesson 76 Name ______________________

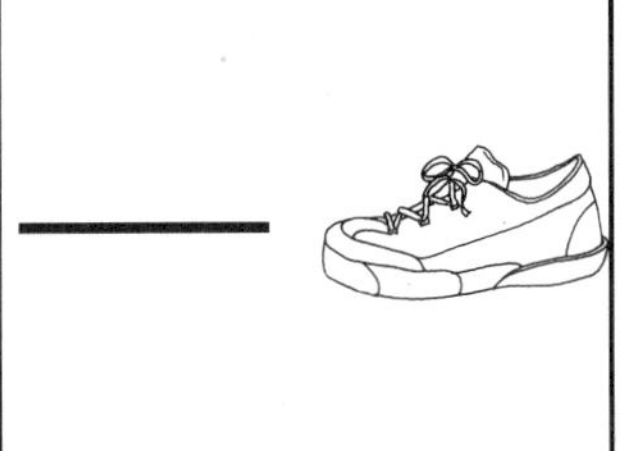

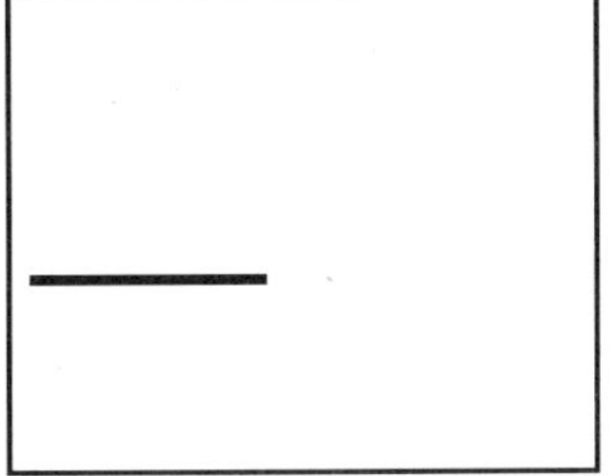

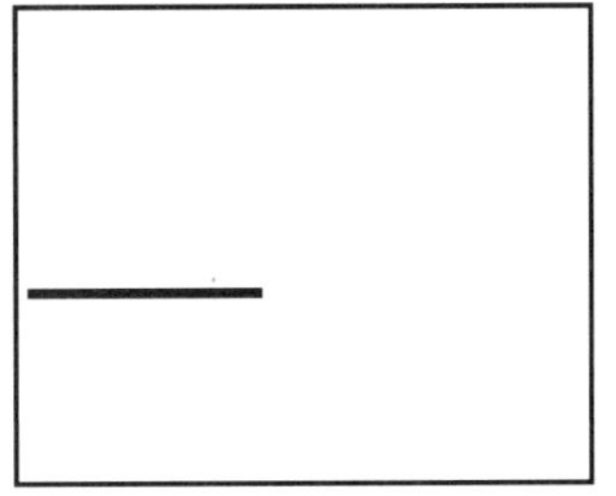

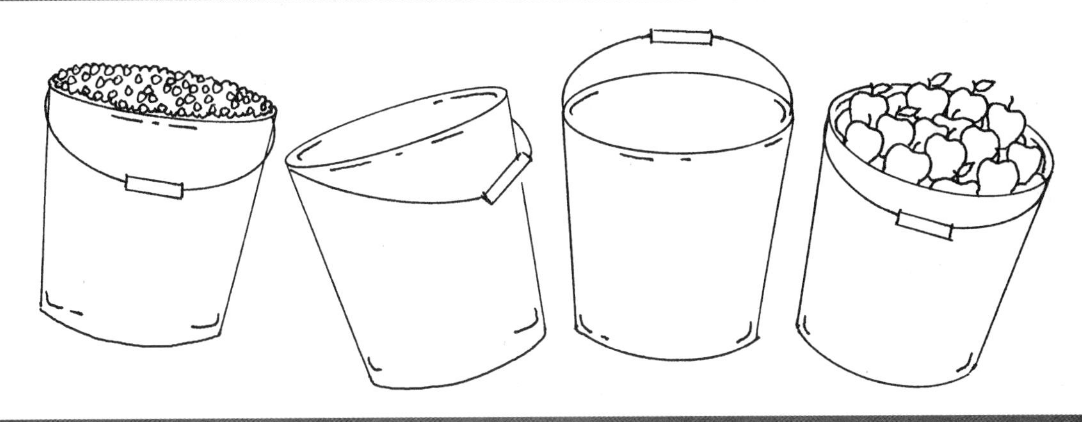

Lesson 76 Name ____________________

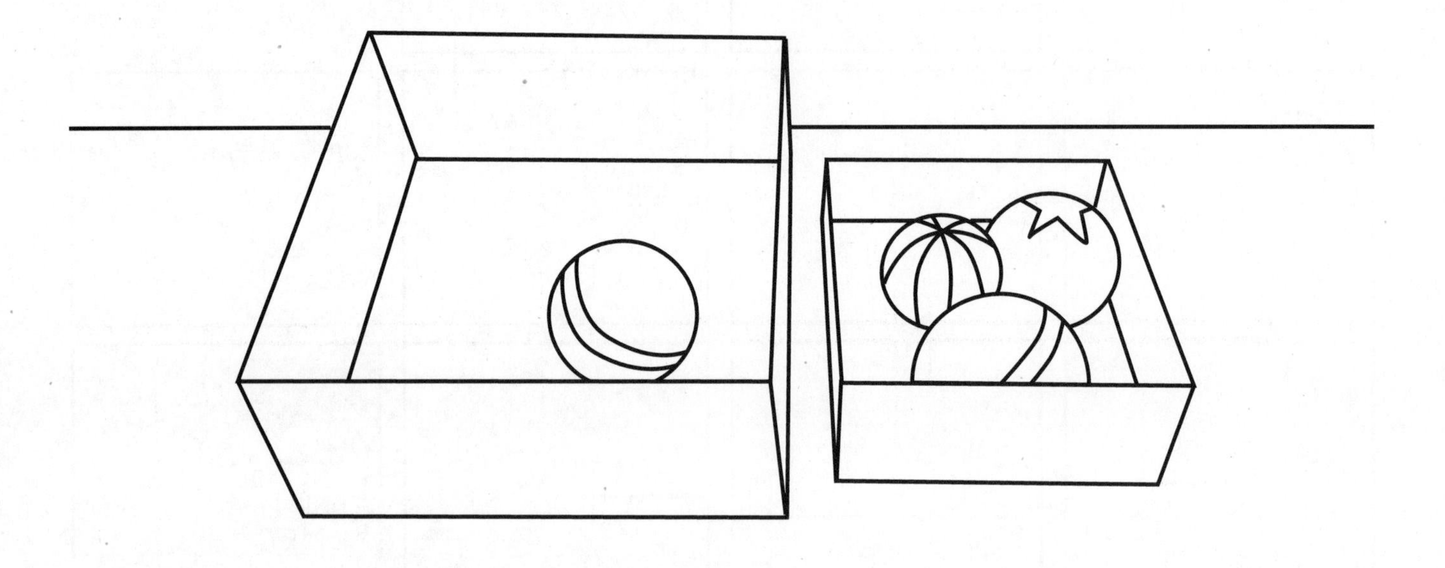

Lesson 77

Name ______________________________

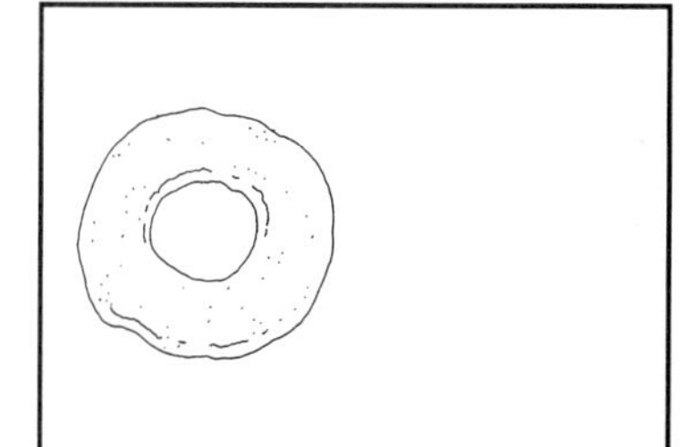

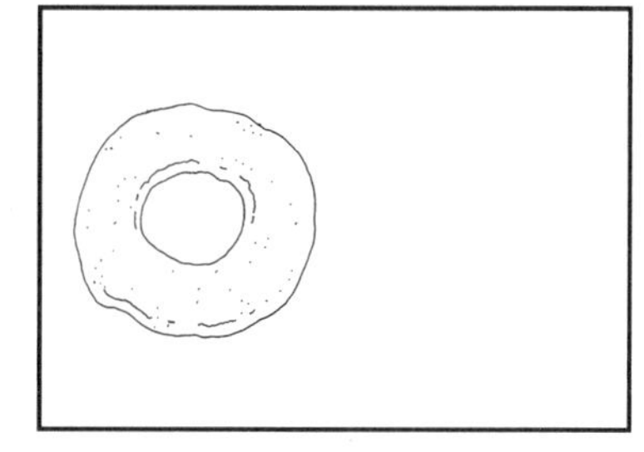

Lesson 77 Name ____________________

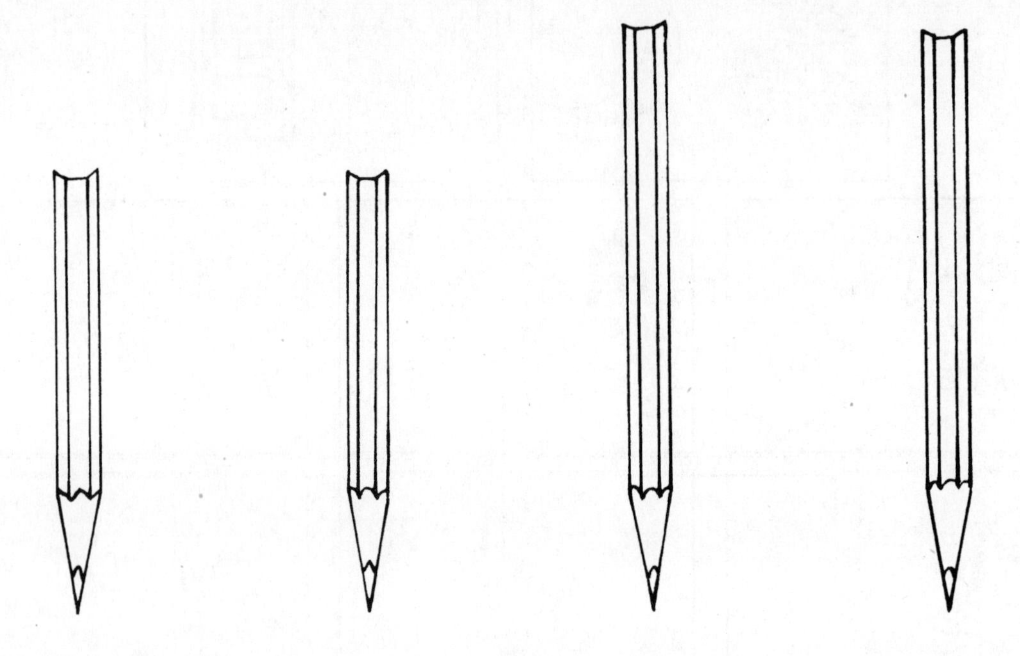

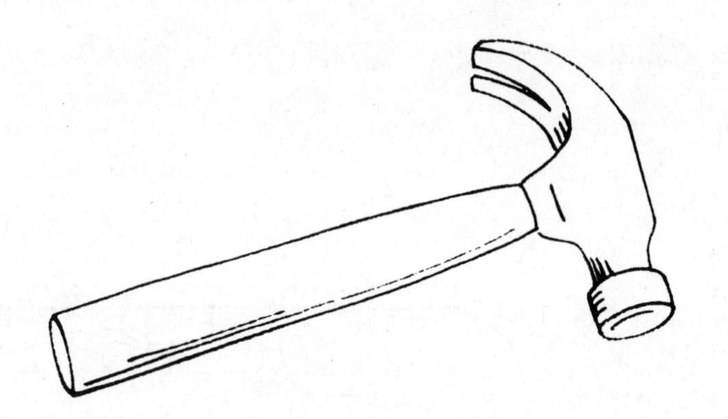

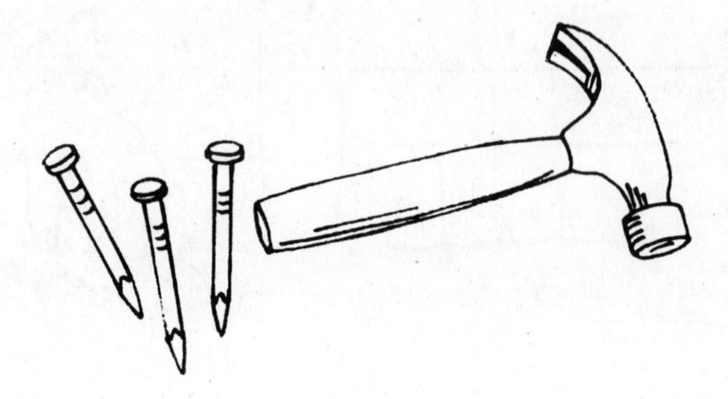

Lesson 78 Name ____________

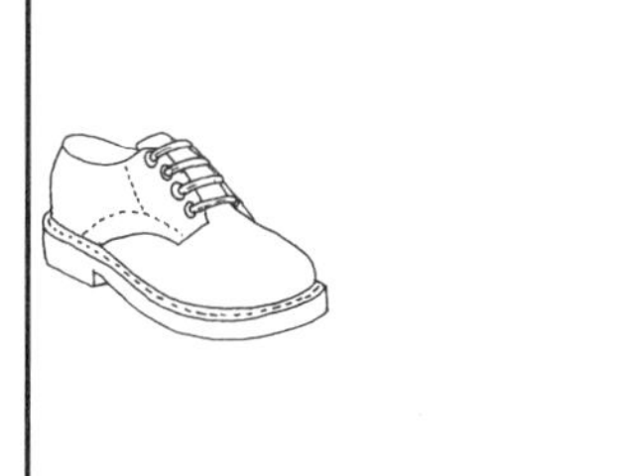

Lesson 78 Name ______________________

Lesson 79 Name ____________________

Lesson 79 Name ______________________

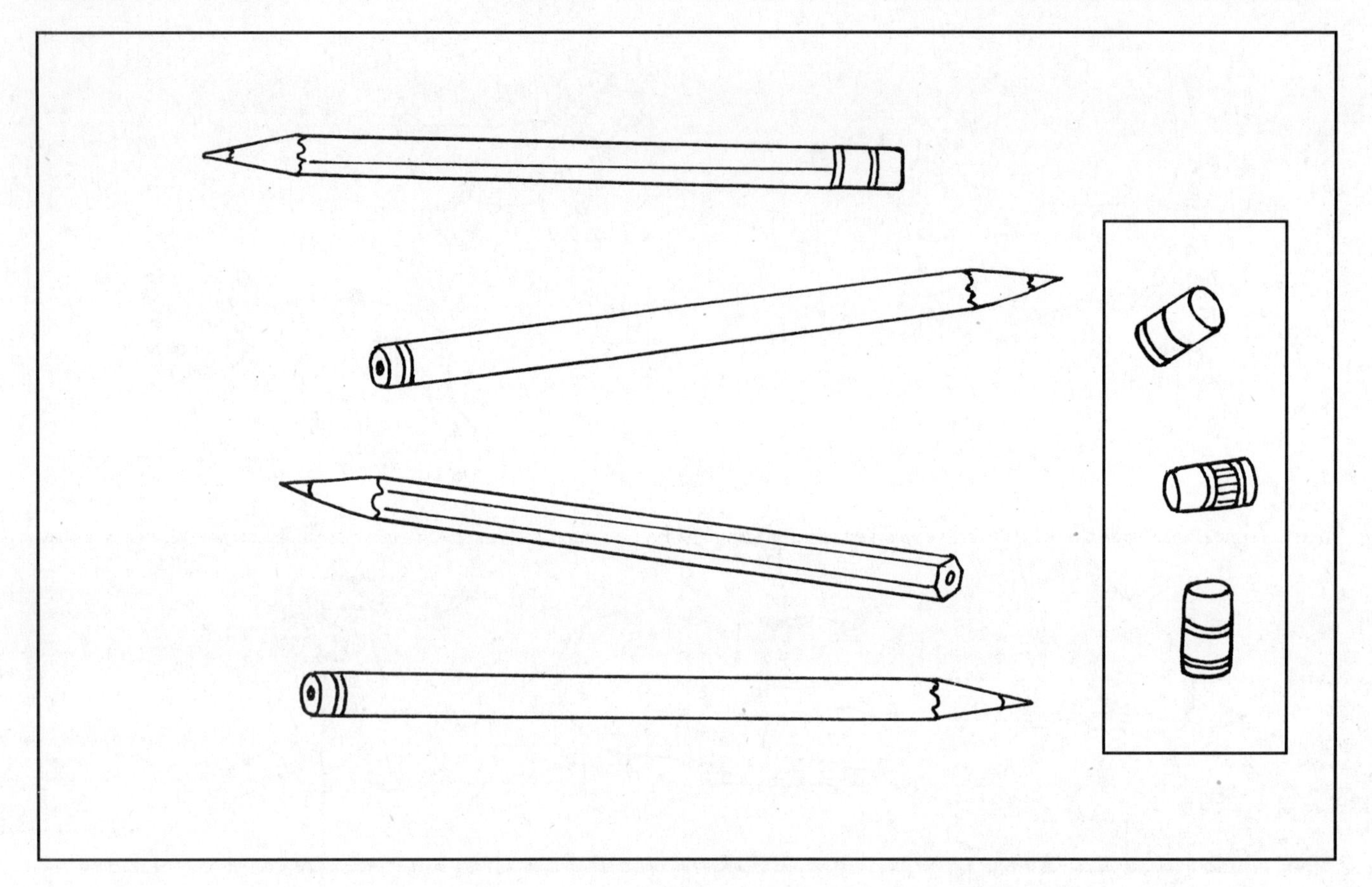

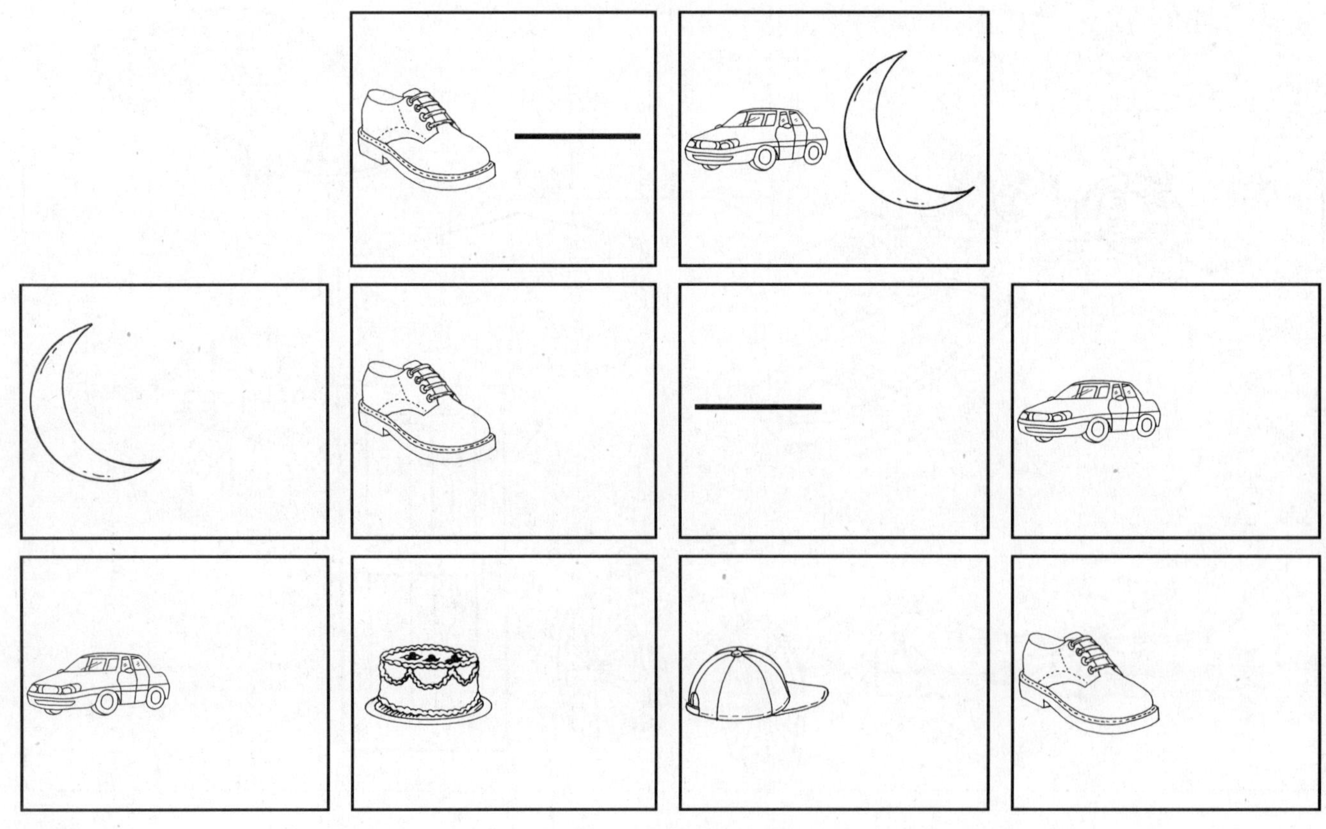

Lesson 80 Name ____________________

Lesson 80 Name ______________________

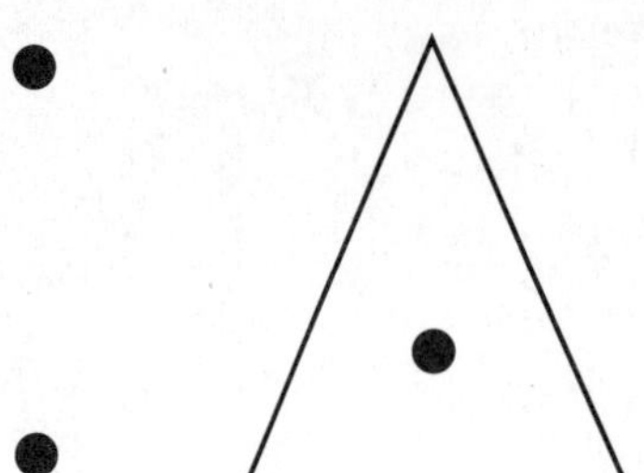

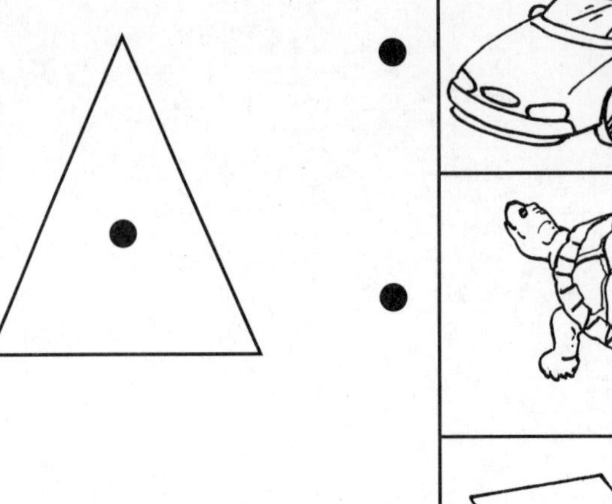

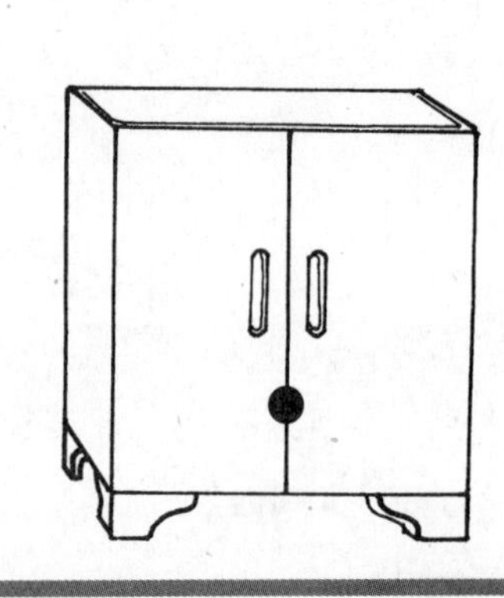

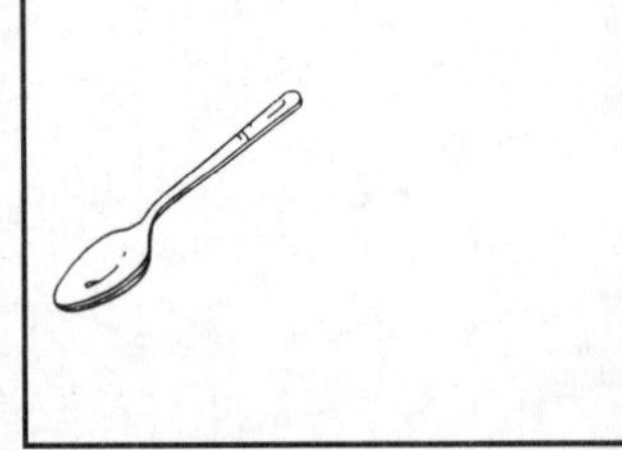

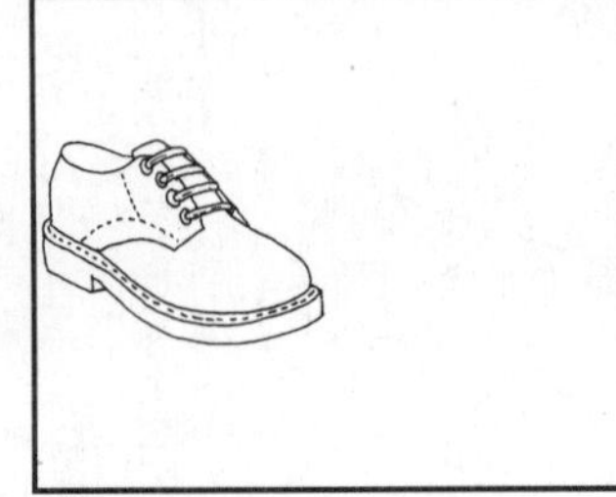

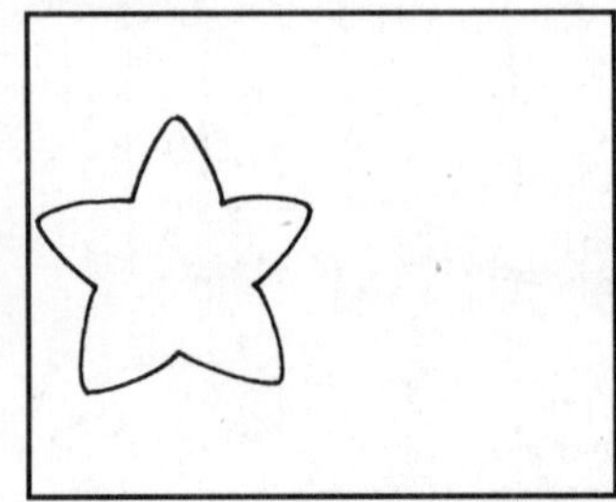

Lesson 81 Name ______________________

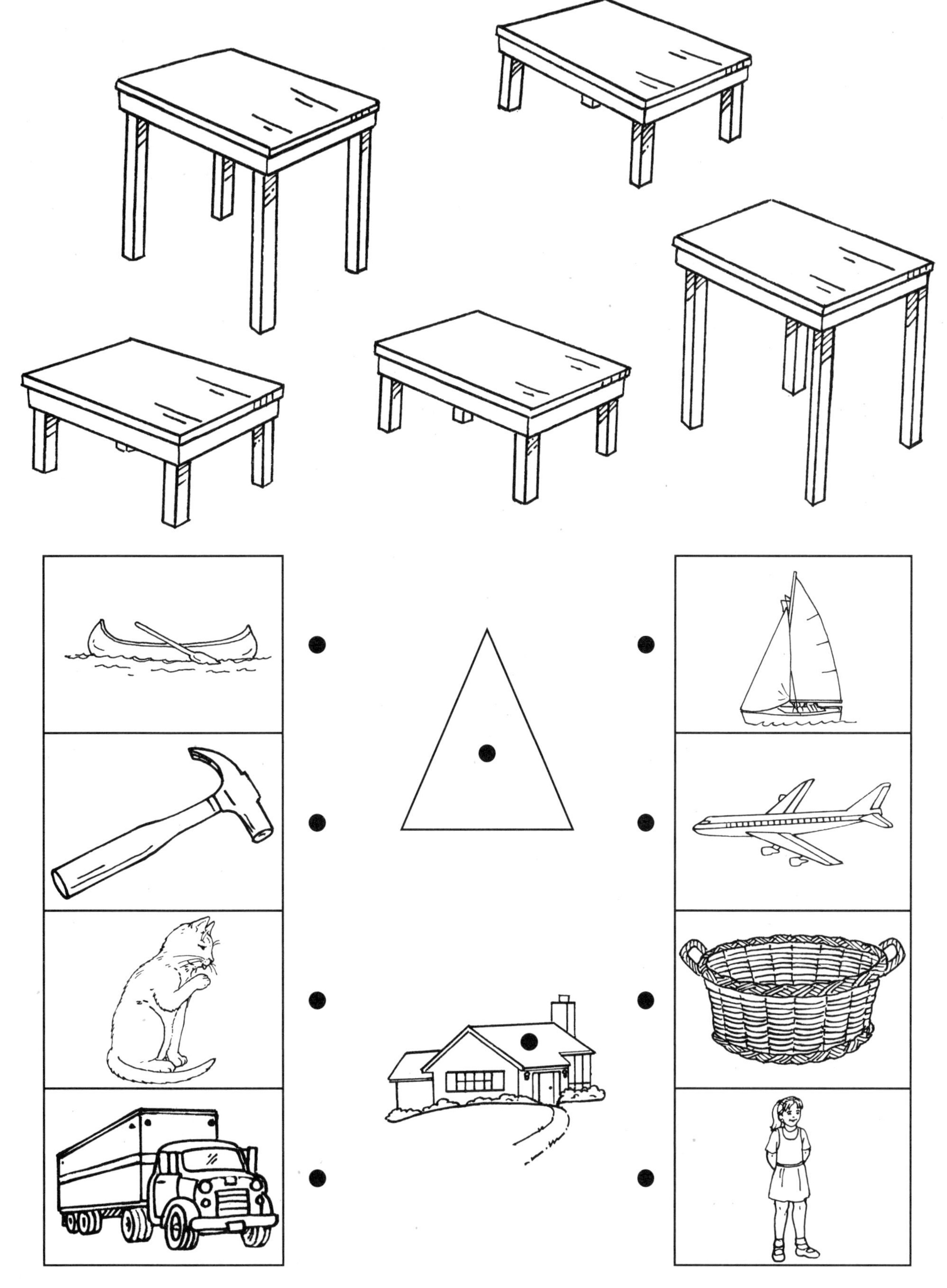

Lesson 81 Name ____________

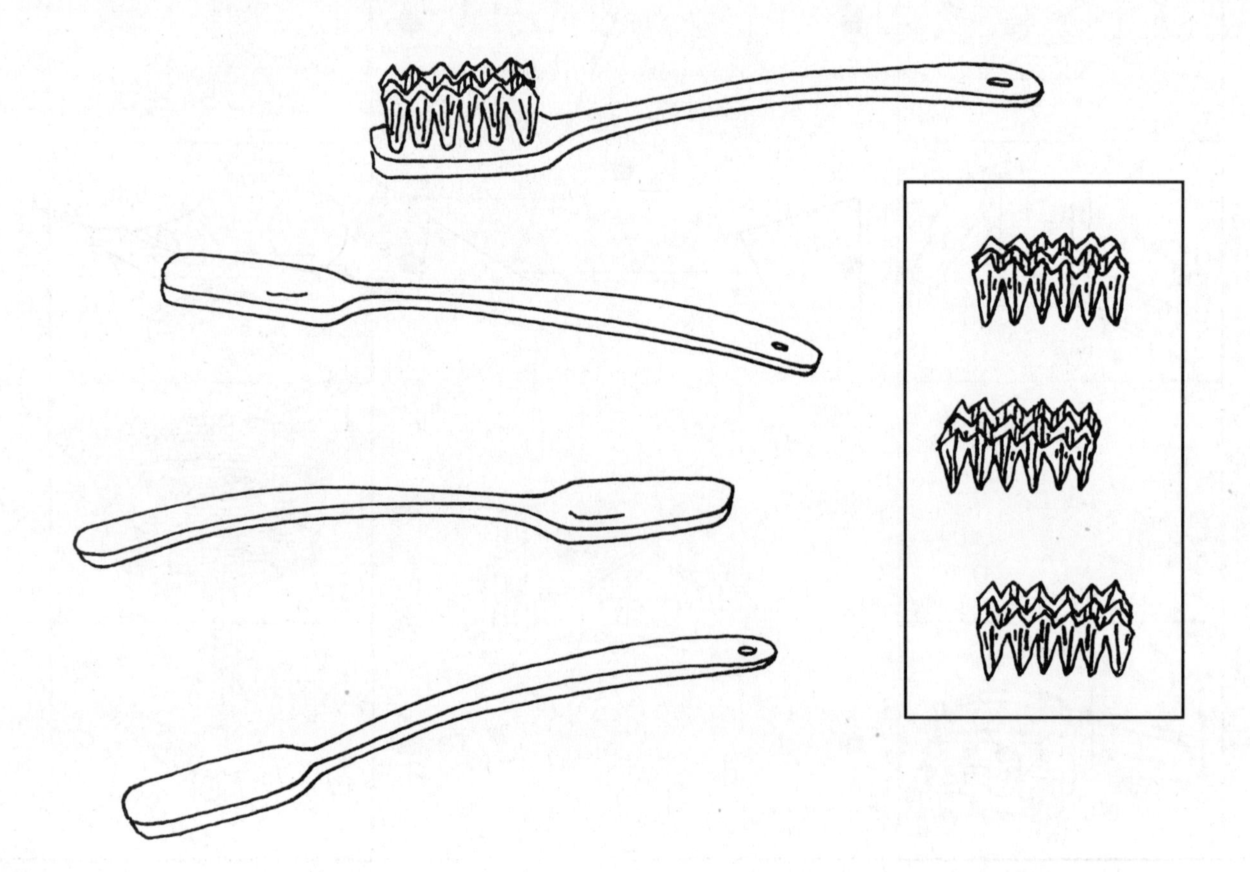

Lesson 82 Name ______________________

 Name ______________________

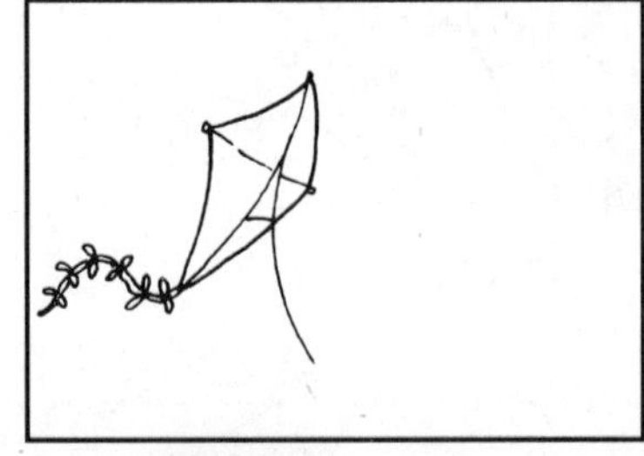

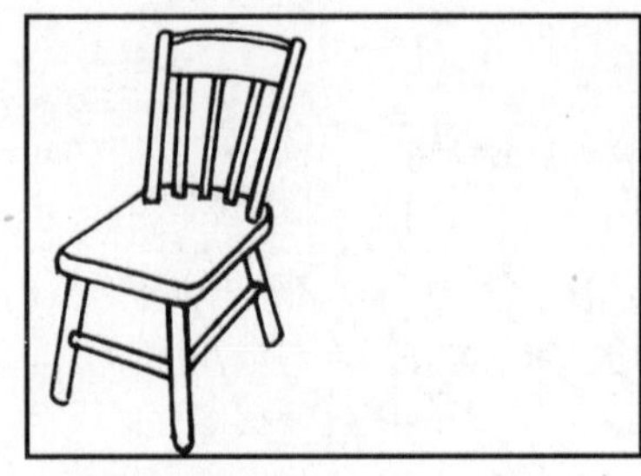
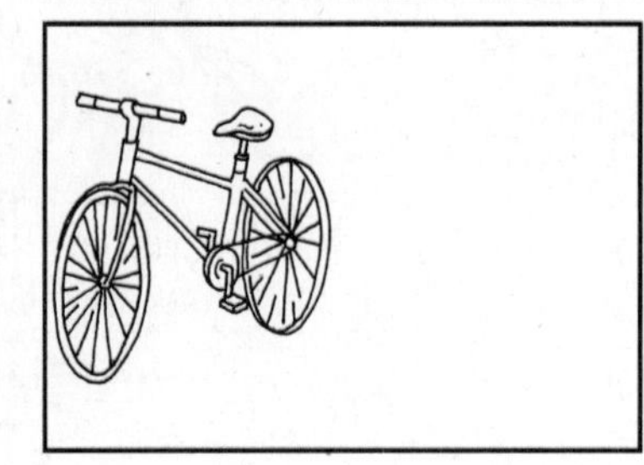

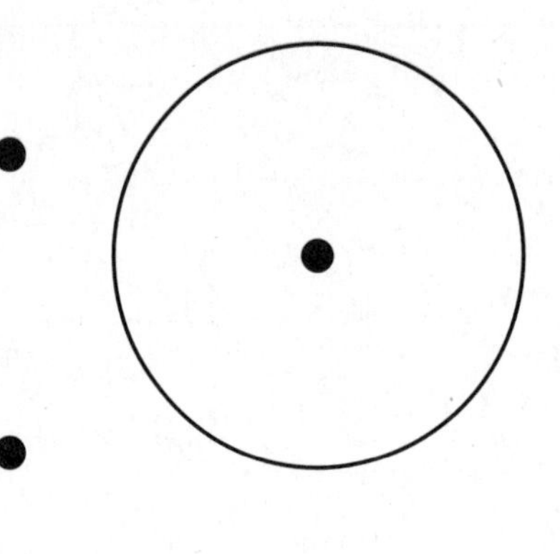

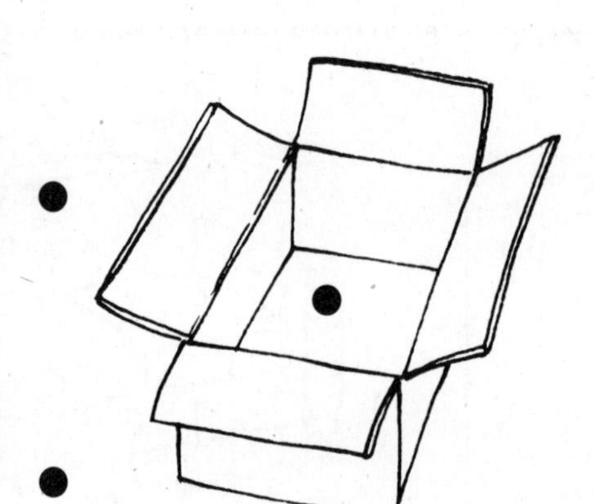

Lesson 83 Name ______________________

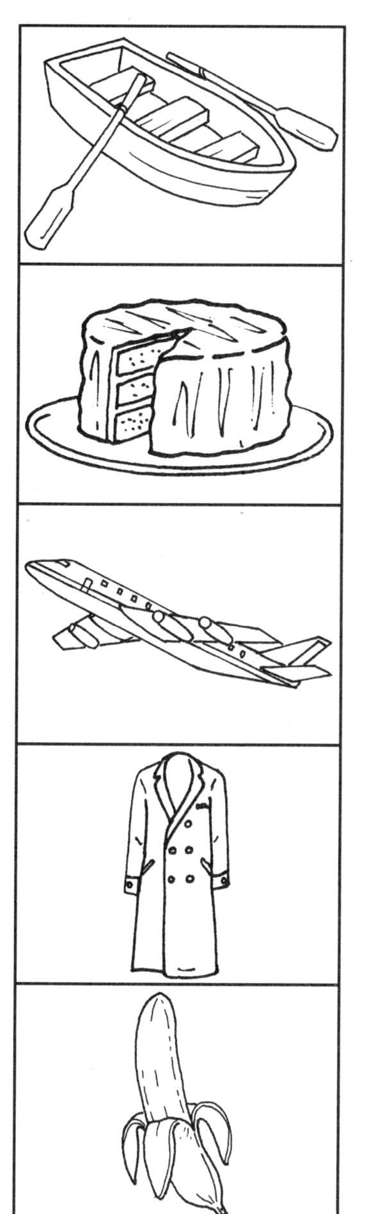

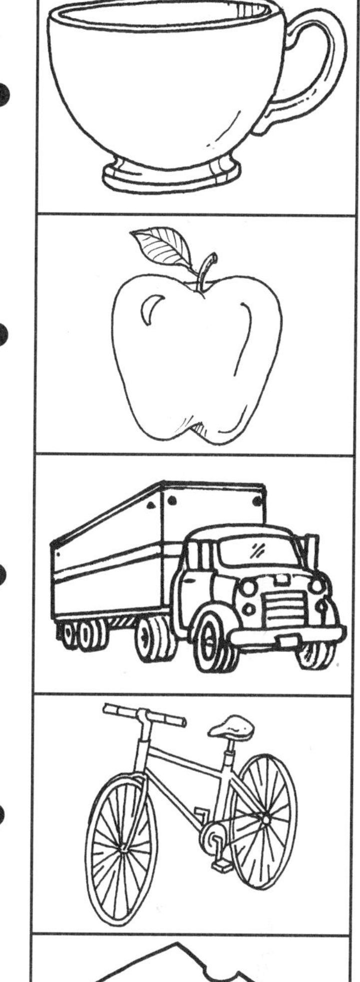

Lesson 83 Name ______________________

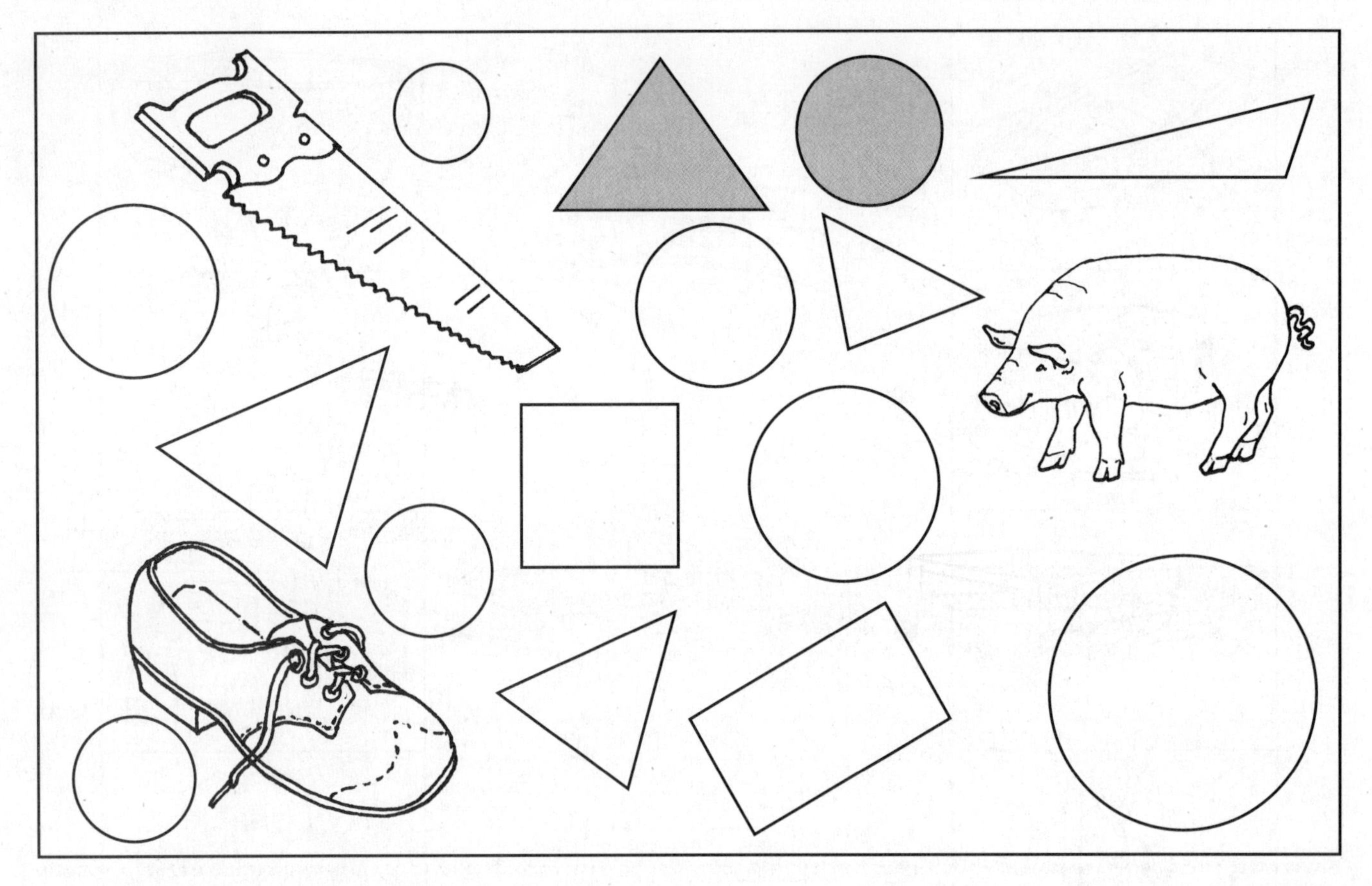

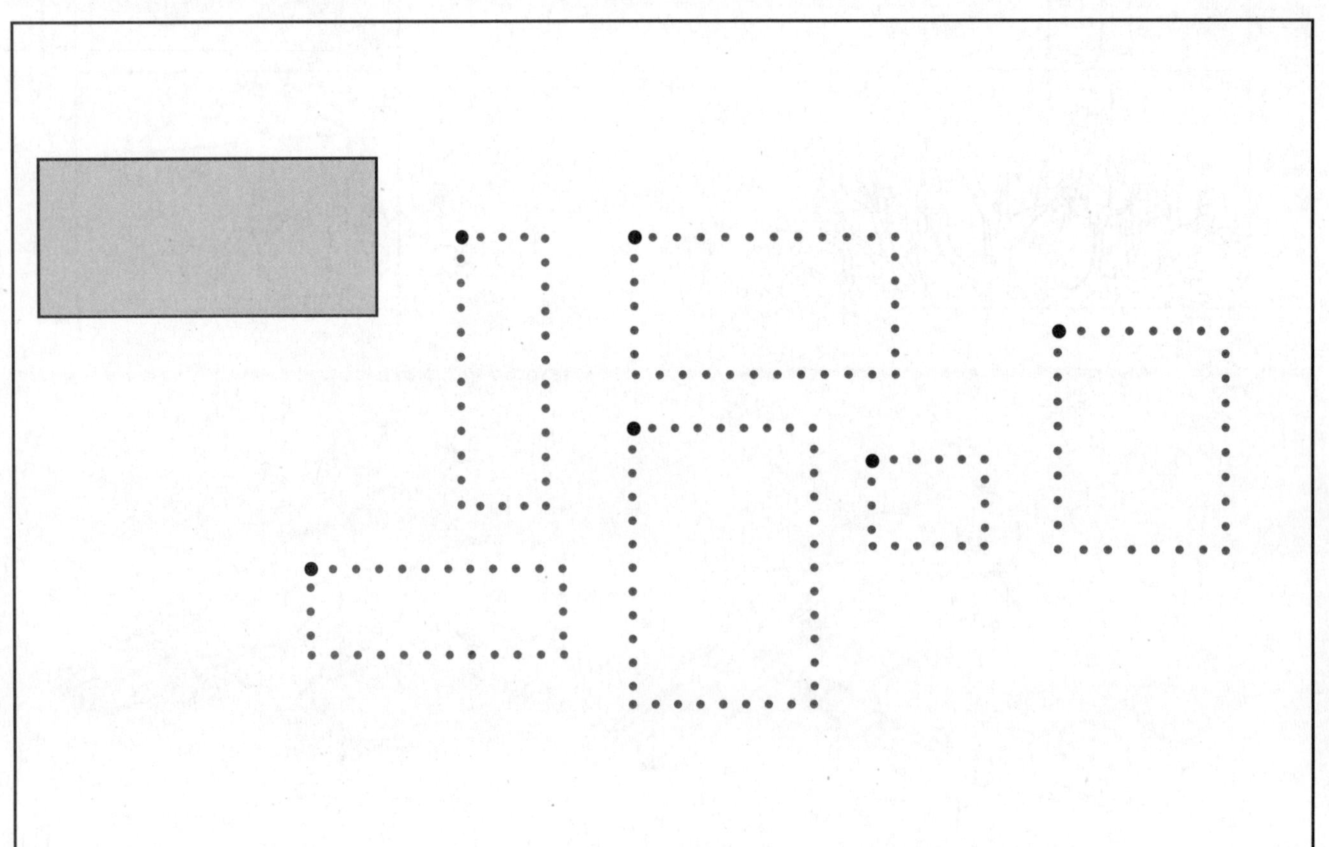

Lesson 84 Name ______________________

 ____

Lesson 84 Name ____________________

Lesson 85 Name ______________________________

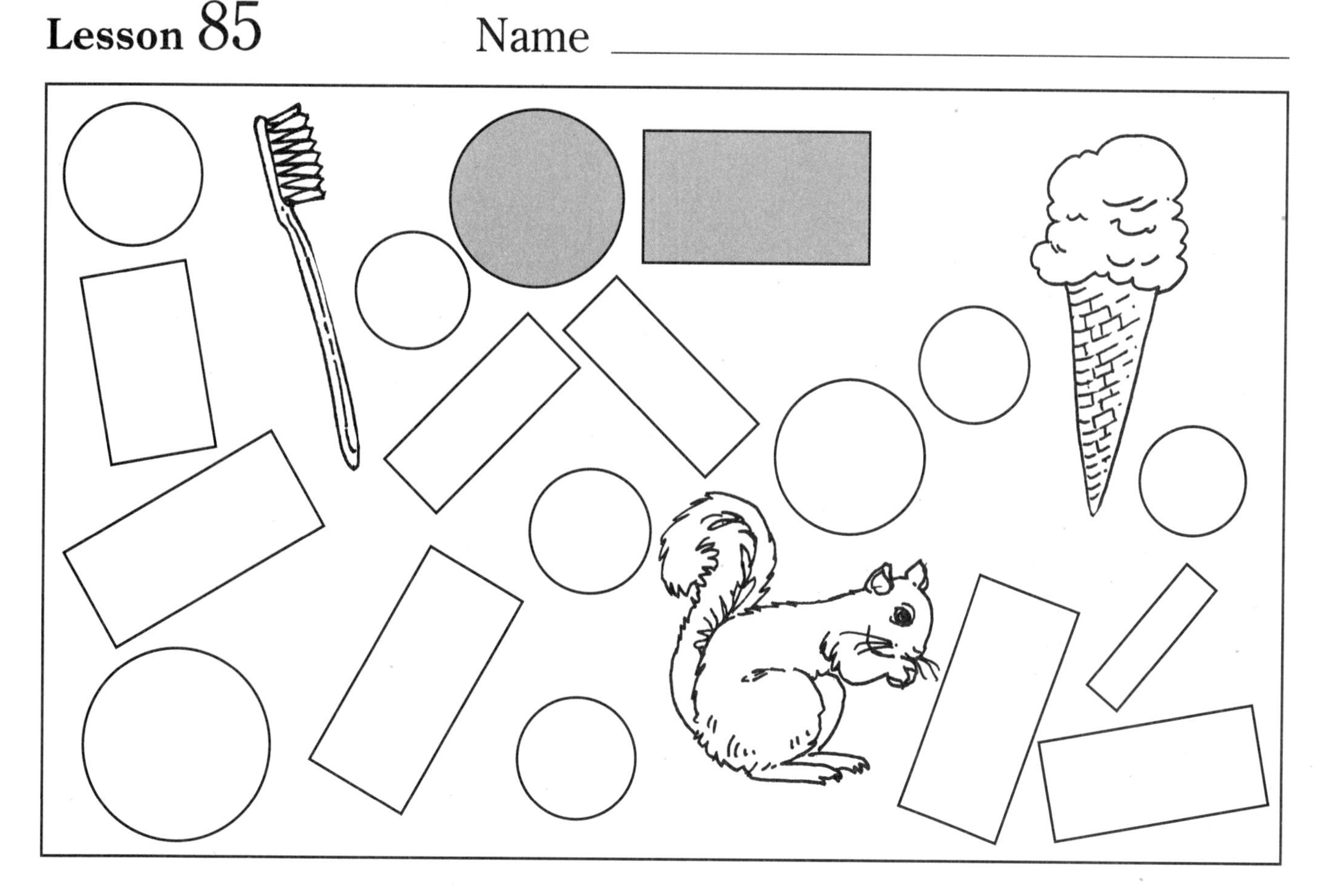

Lesson 85 Name ____________________

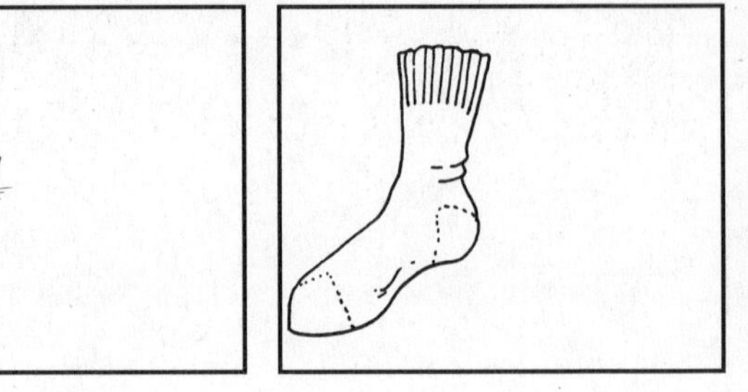

LANGUAGE for LEARNING

Siegfried Engelmann • Jean Osborn

WORKBOOK B

Columbus, Ohio

SRA/McGraw-Hill

A Division of The **McGraw·Hill** *Companies*

Send all inquiries to:
SRA/McGraw-Hill
8787 Orion Place
Columbus, OH 43240-4027

Printed in the United States of America.

ISBN 0-02-674647-6

14 15 POH 06 05

Lesson 51 Name ____________

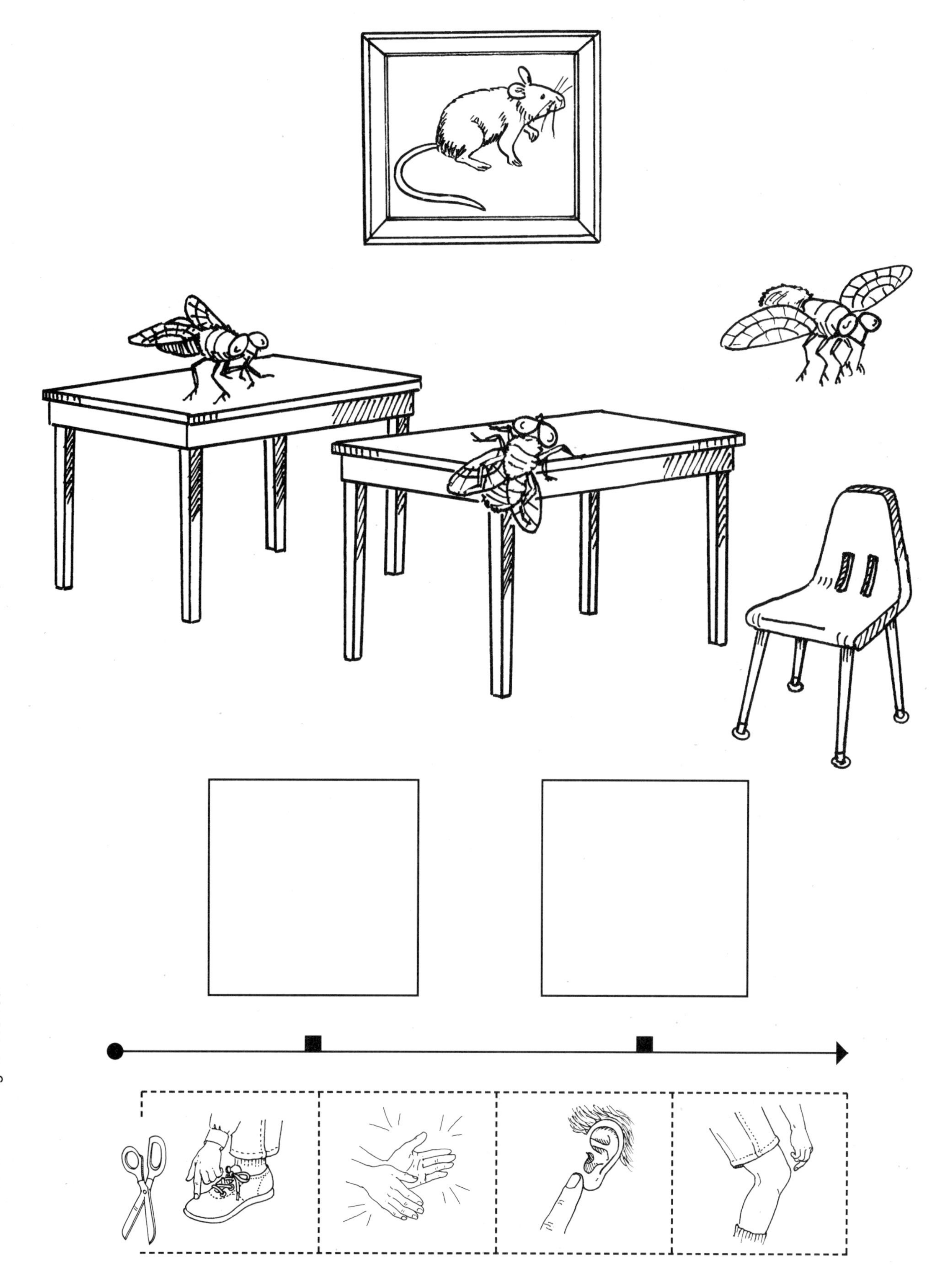

Lesson 51 Name ______________________

Lesson 52 Name ______________________

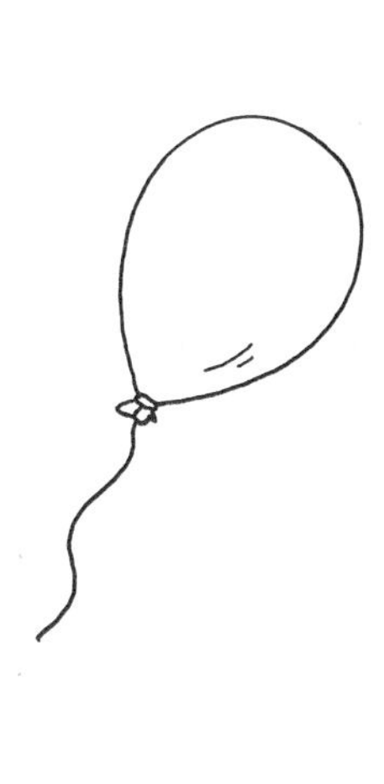

Lesson 52 Name ____________________

Lesson 53  Name ____________________

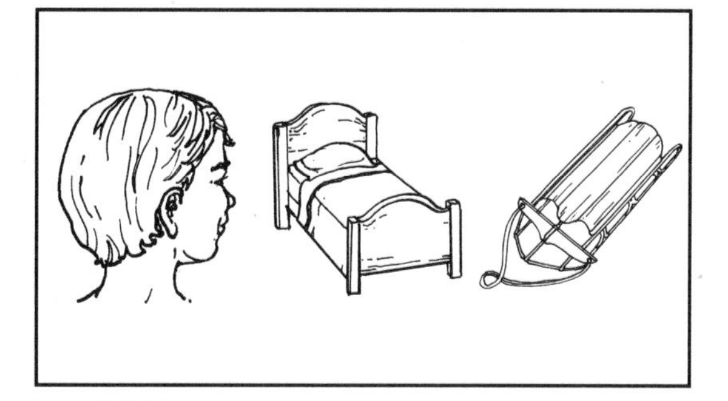

 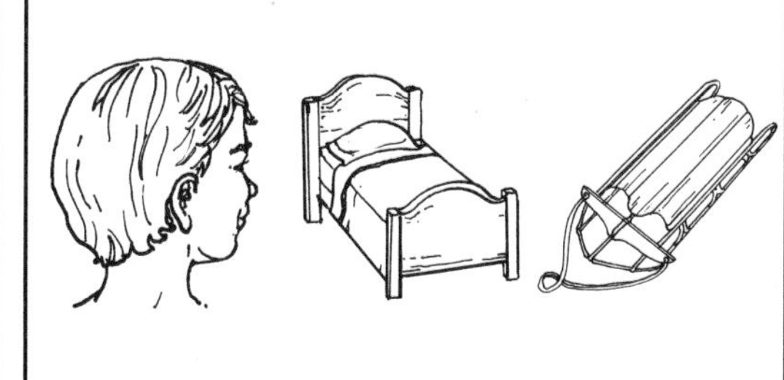

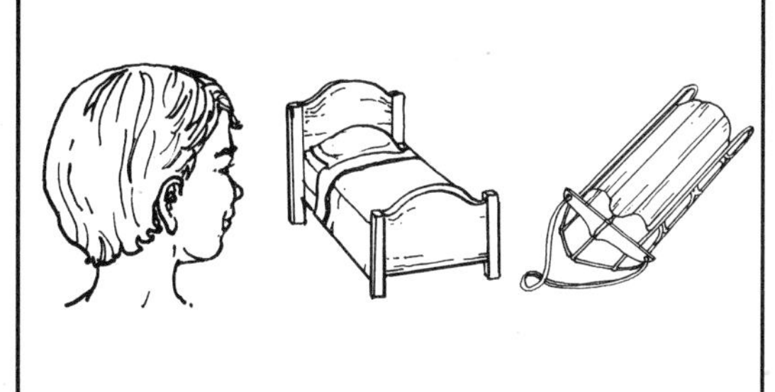 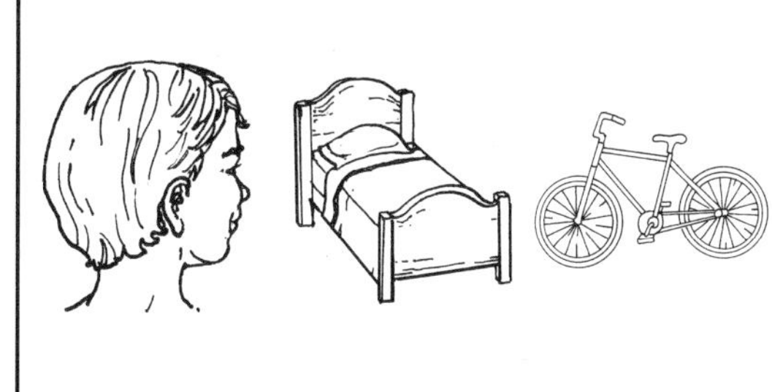

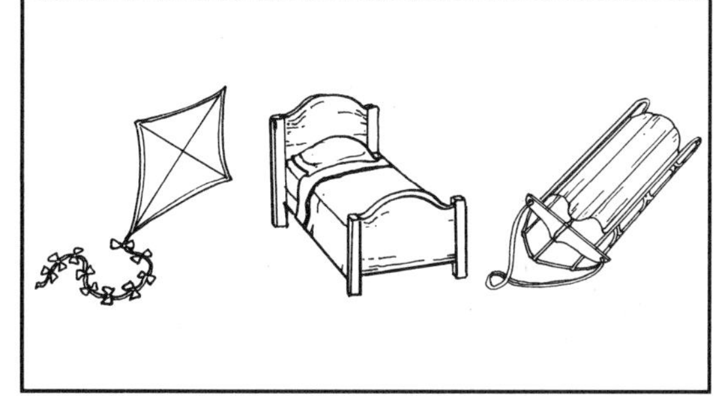 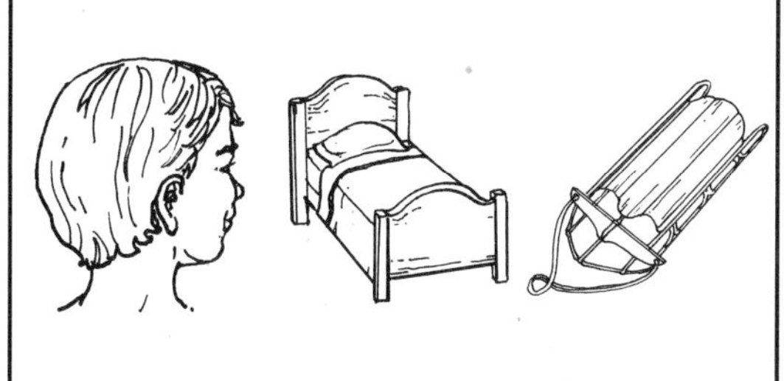

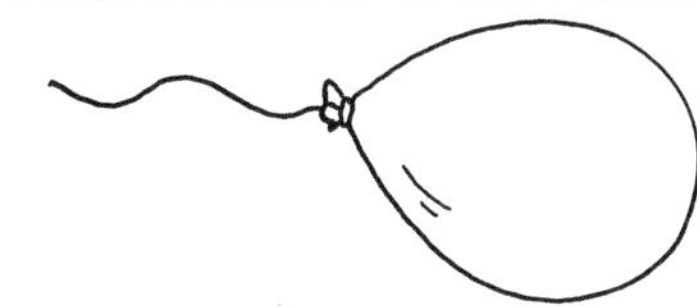

Lesson 53 Name ________________

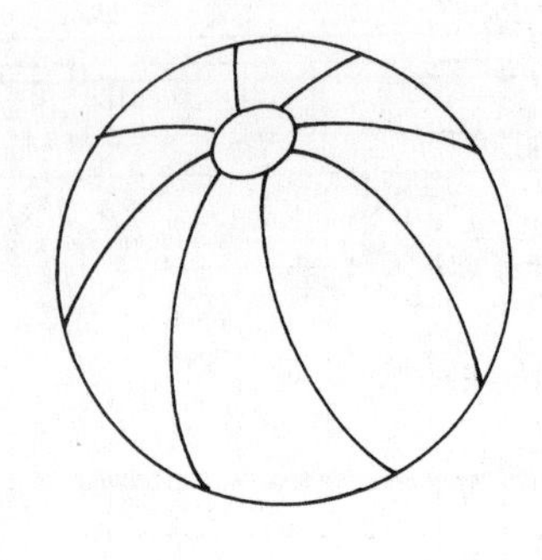

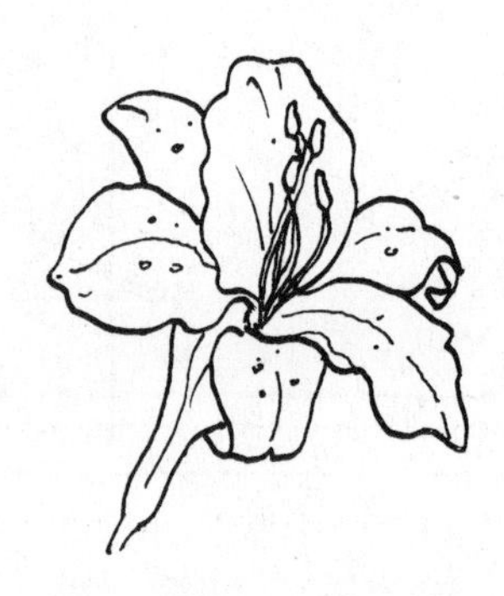

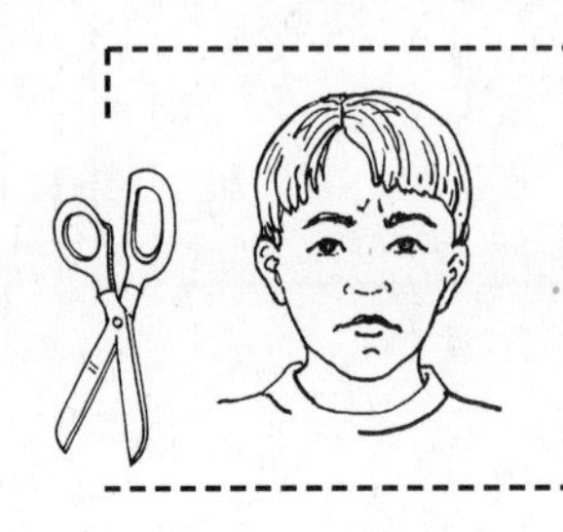

Lesson 54 Name ______________________

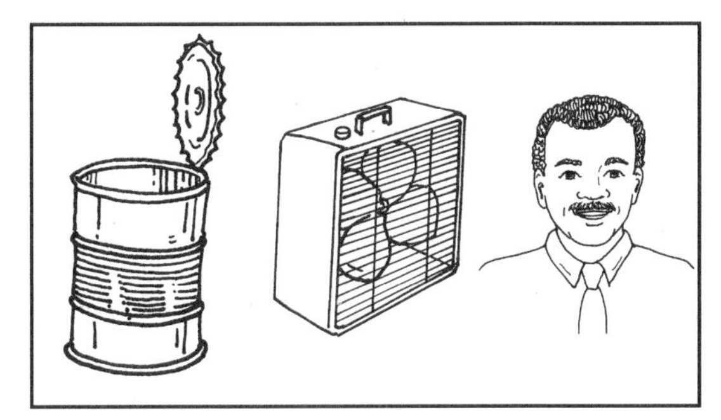

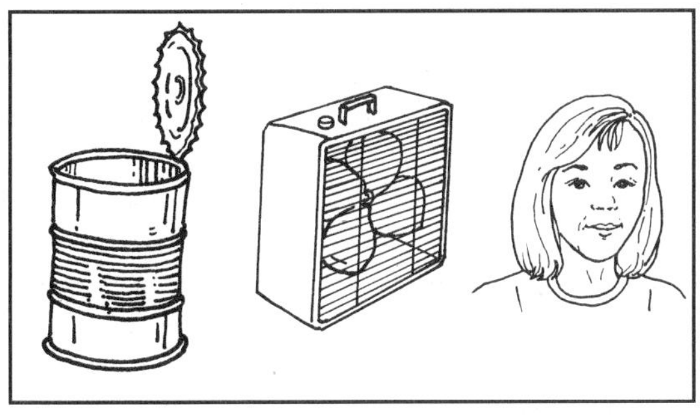

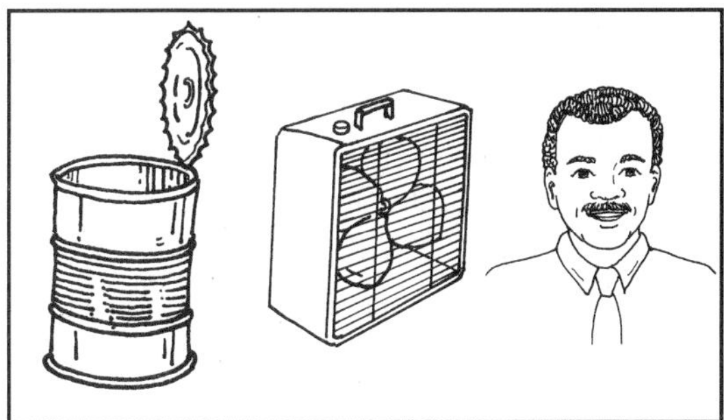

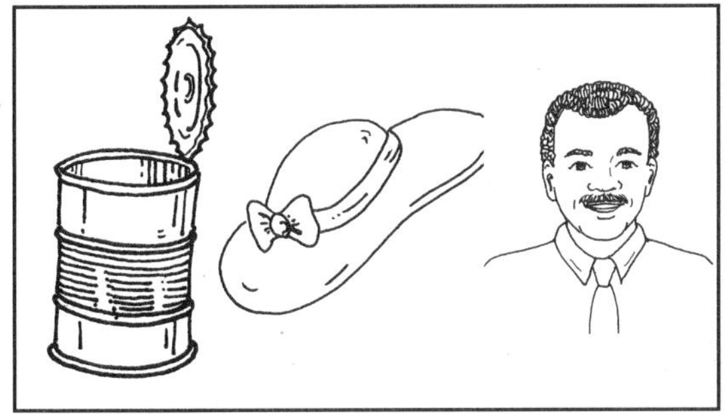

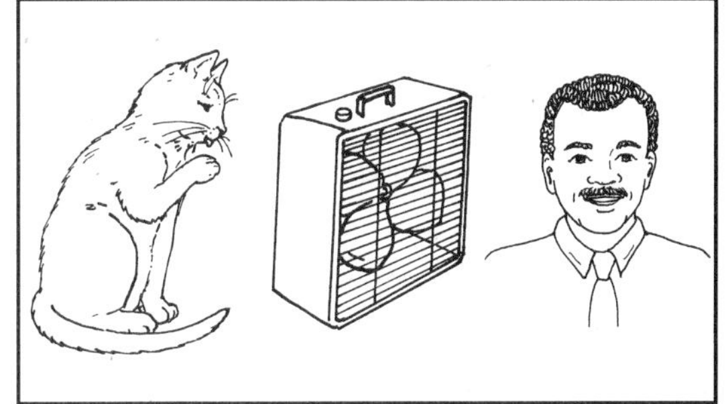

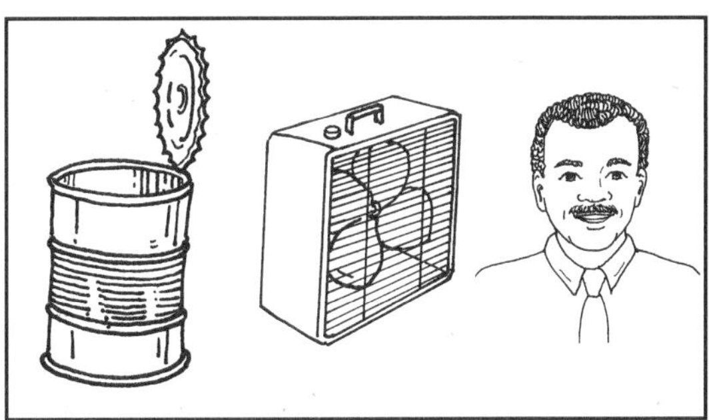

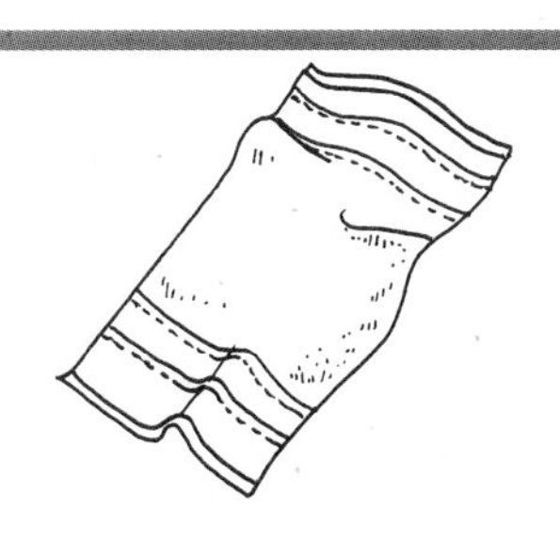

 ____

Lesson 54 Name ____________________

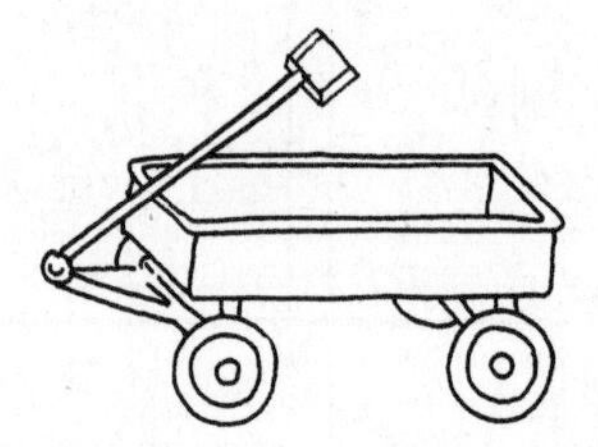

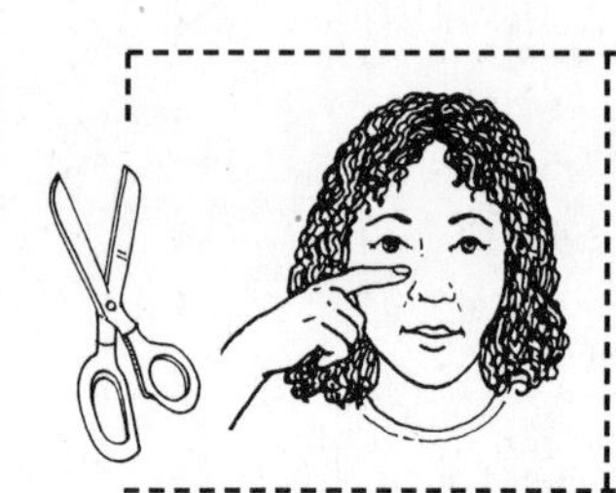

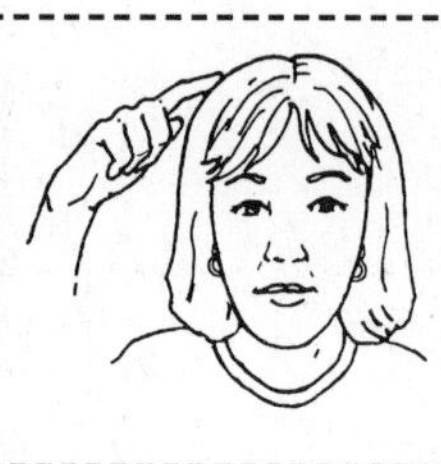

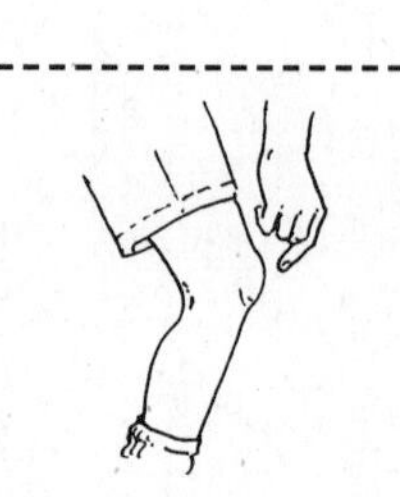

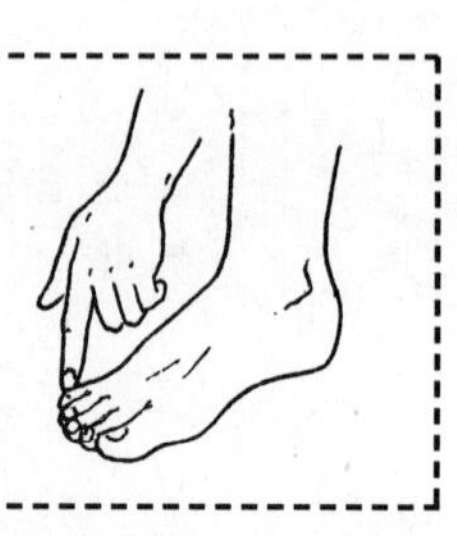

Lesson 55

Name ______________________

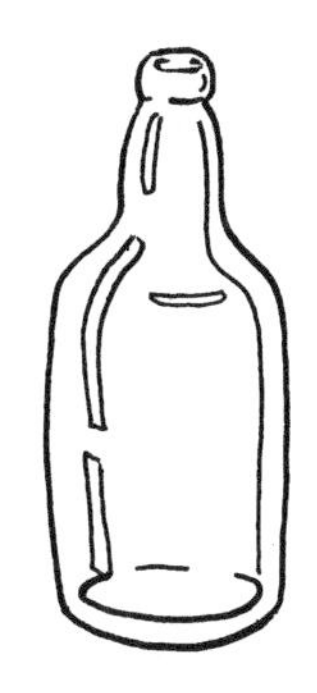

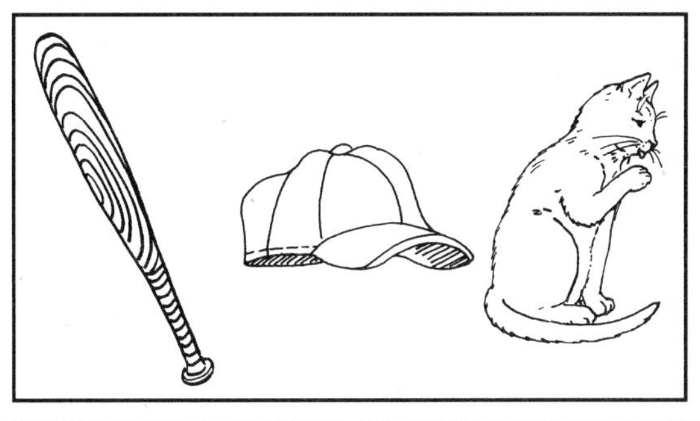

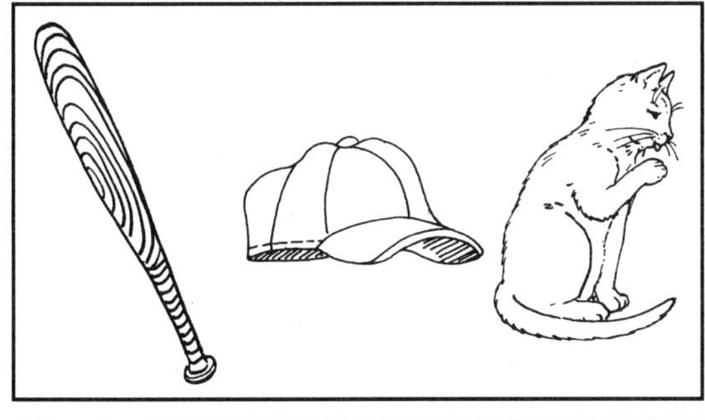

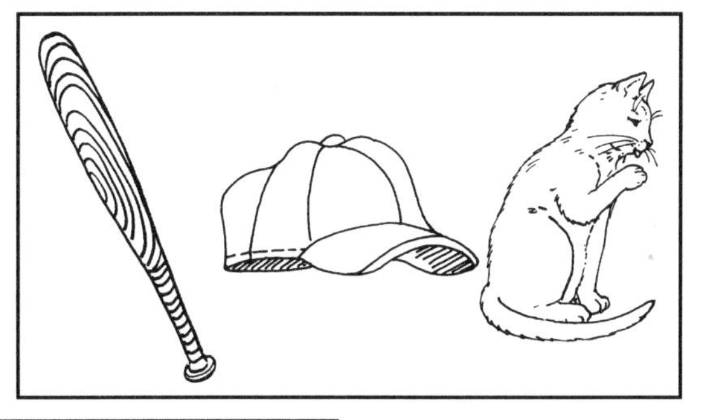

Lesson 55 Name ______________________

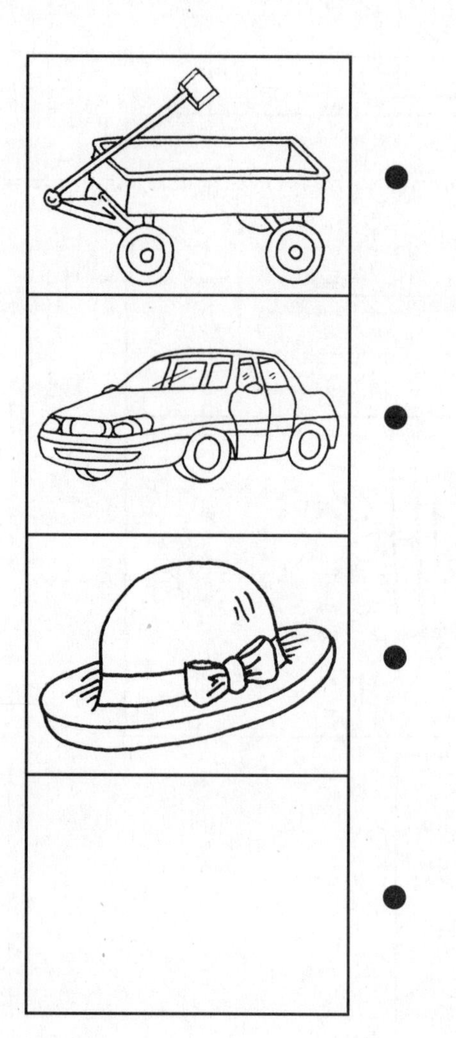

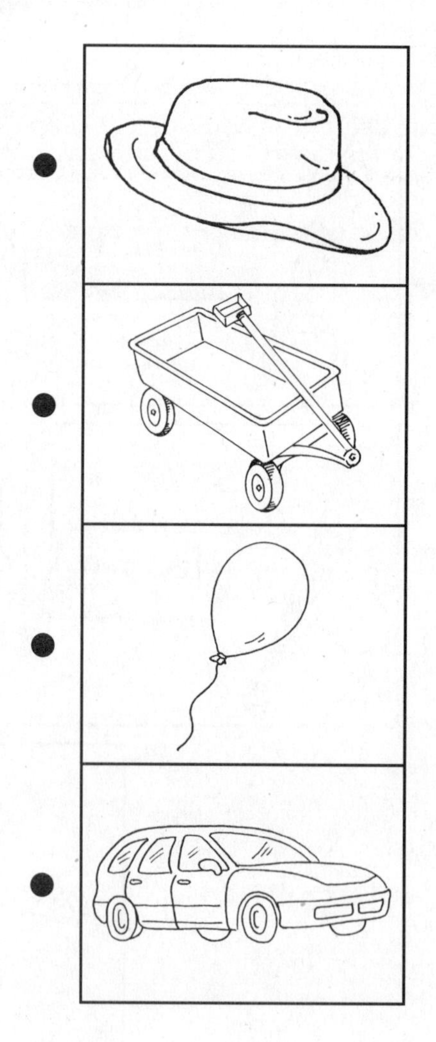

Lesson 56  Name ______________________

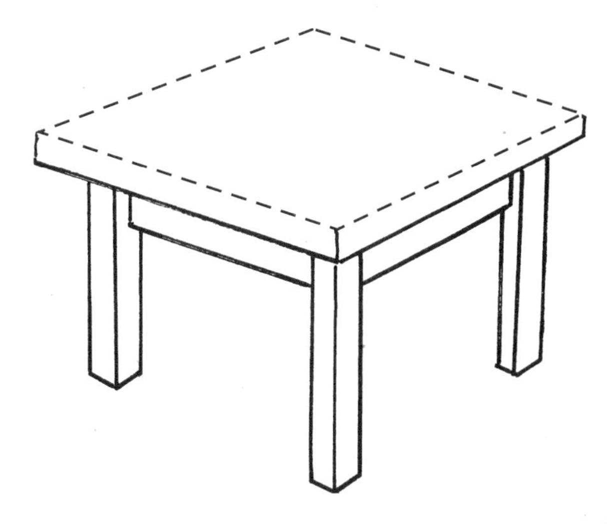

 ____

Lesson 56 Name ______________________

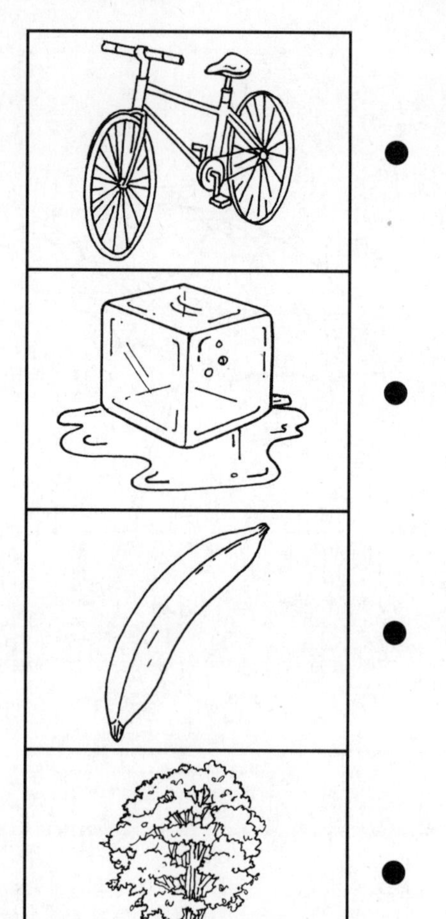

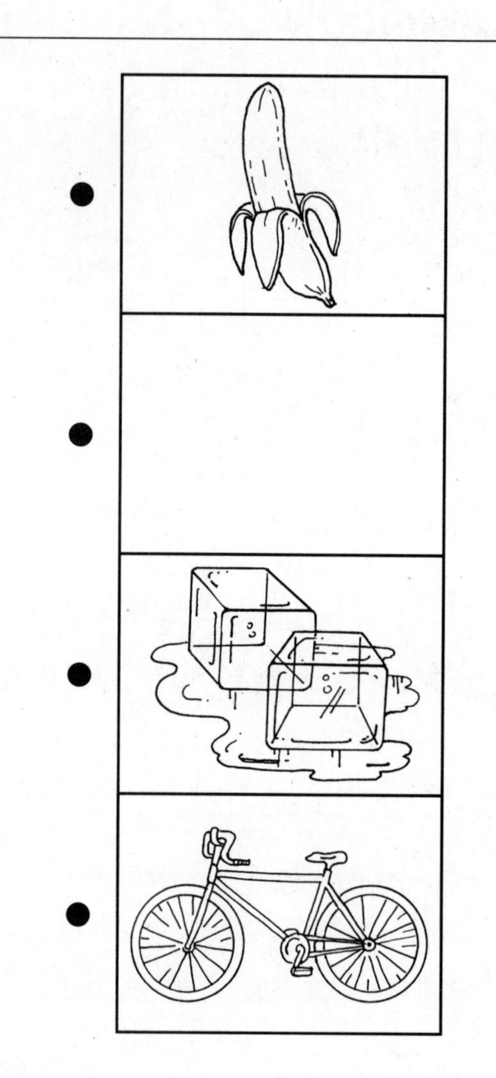

Lesson 57 Name ______________________

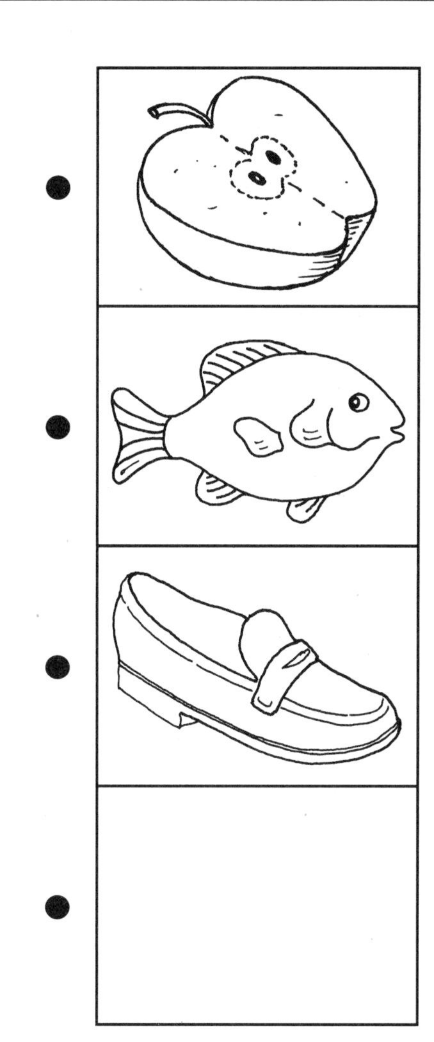

Lesson 57 Name ______________________

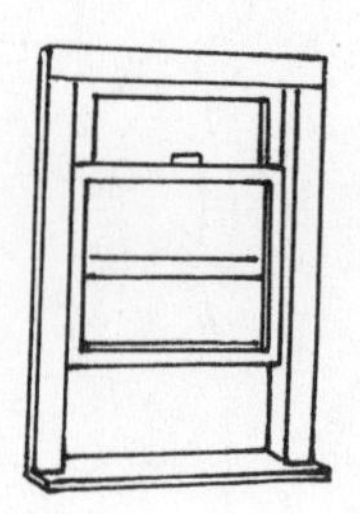

Lesson 58 Name ______________________

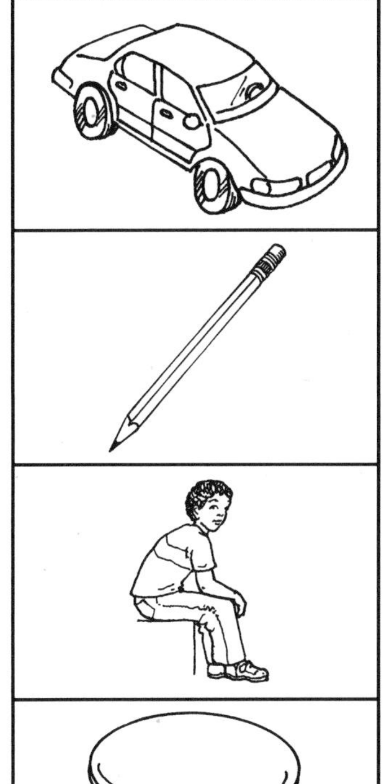

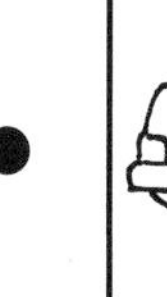

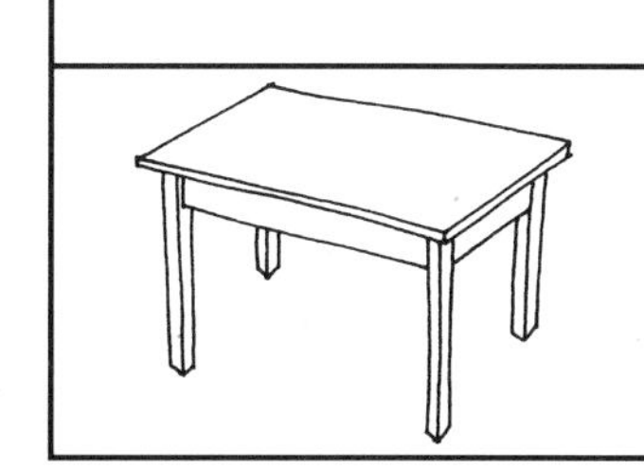

Lesson 58

Name ______________________

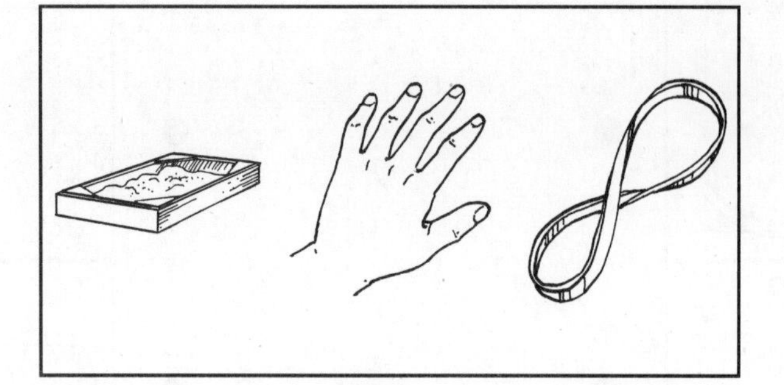

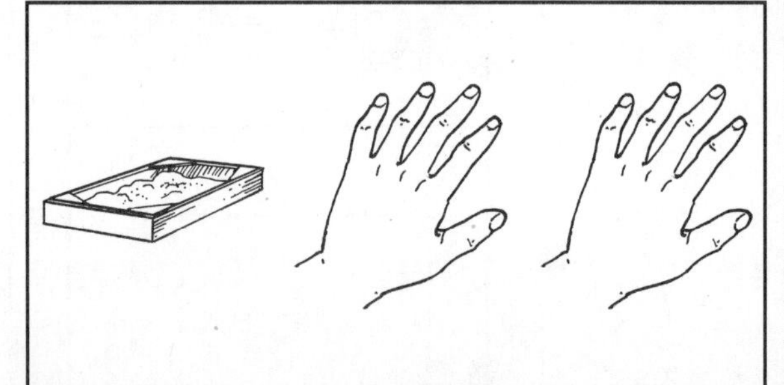

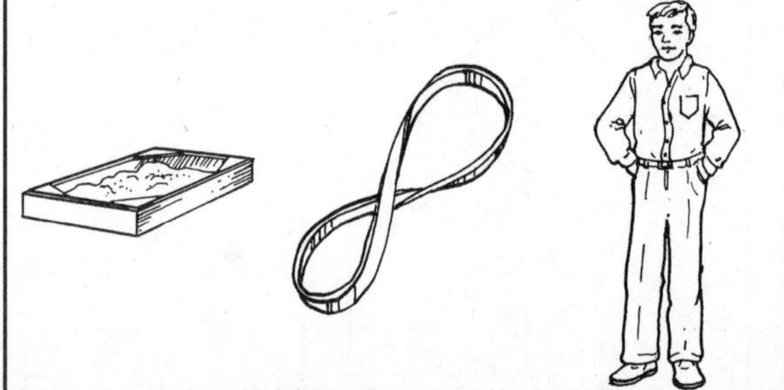

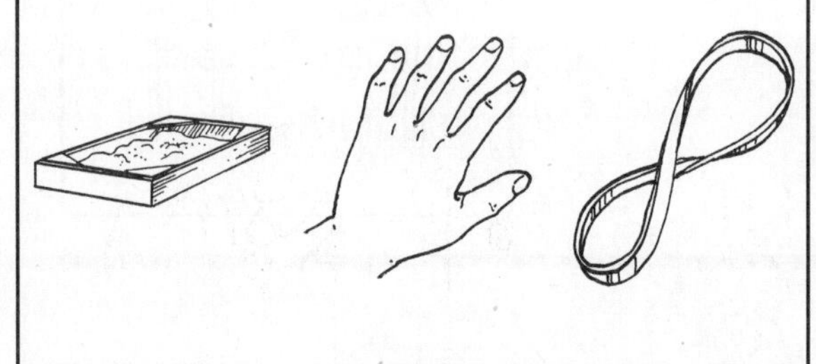

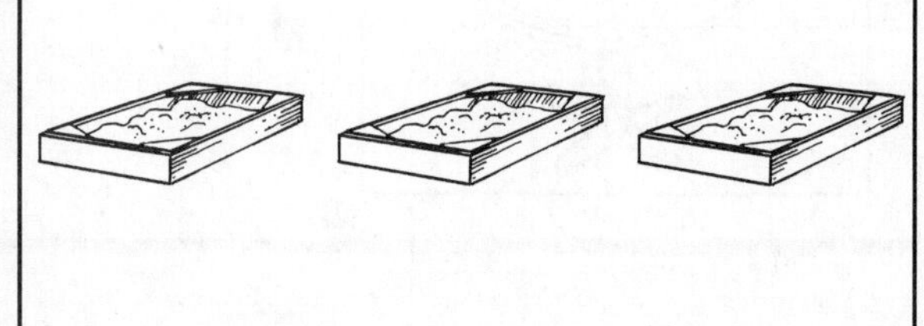

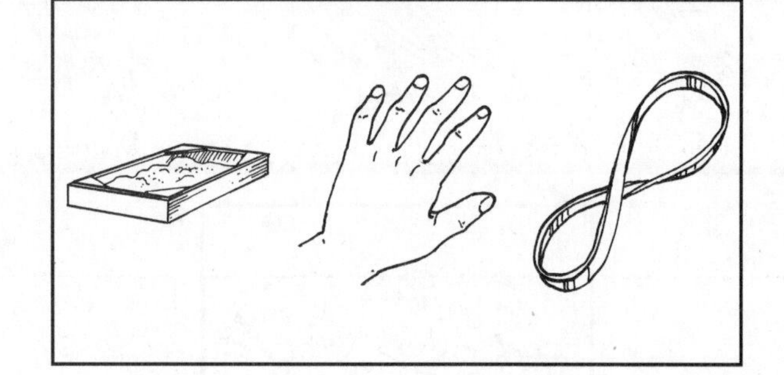

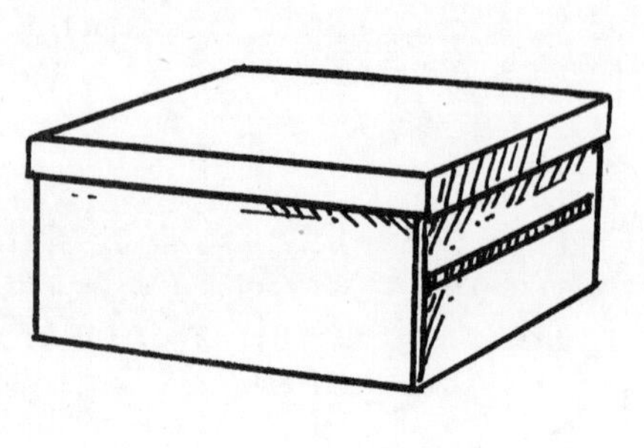

Lesson 59

Name ____________________

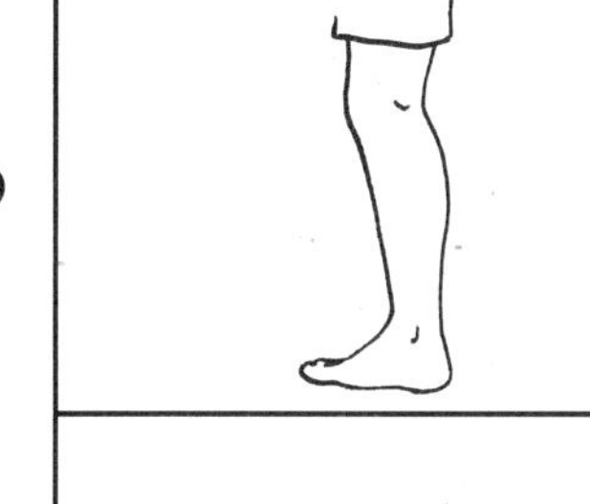
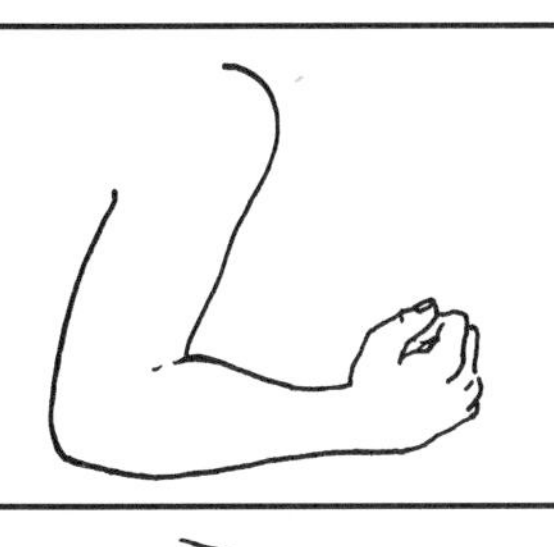

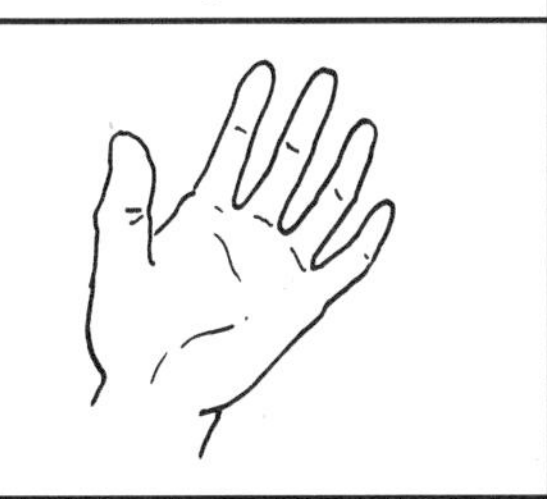
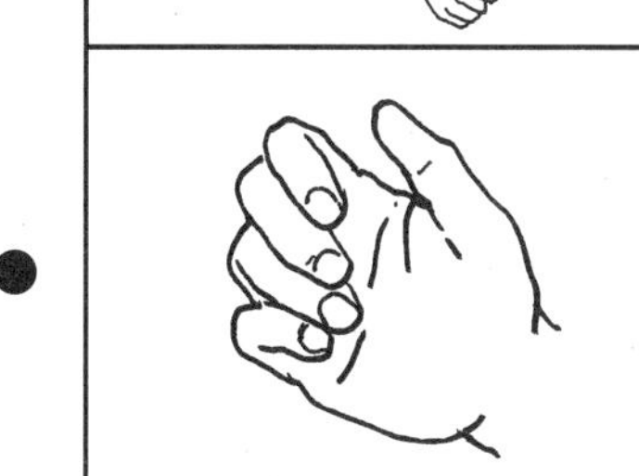

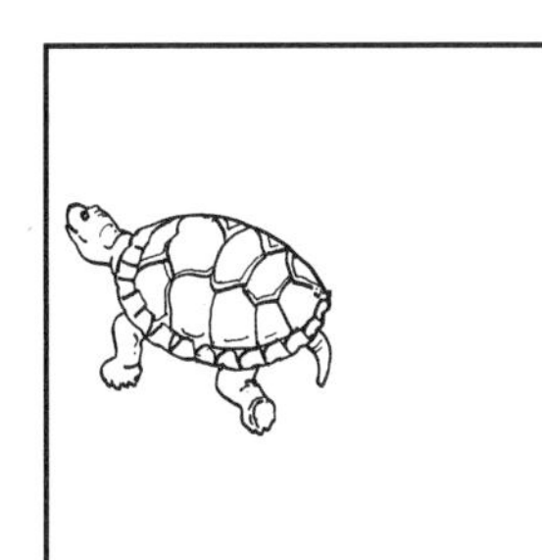

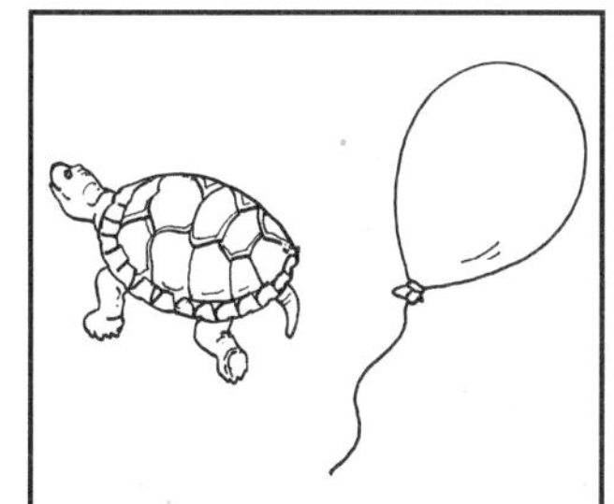

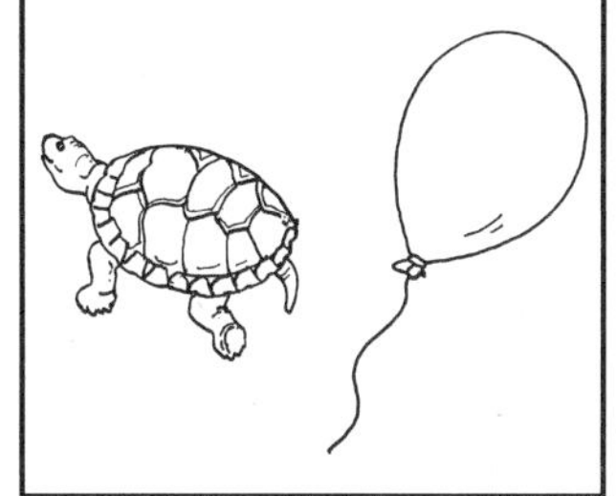
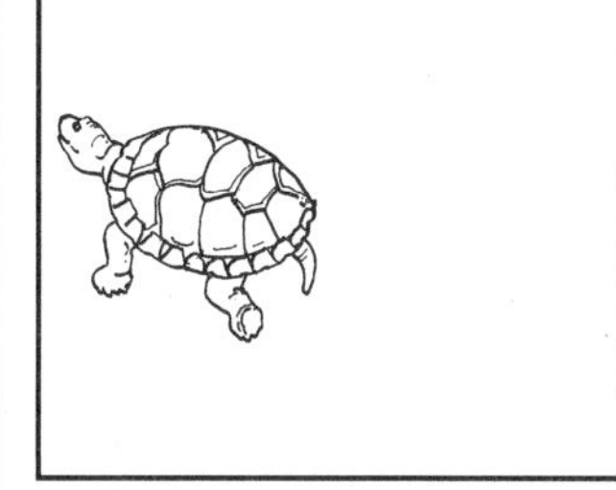

Lesson 59 Name ______________________

 ____

Lesson 60 Name ______________________

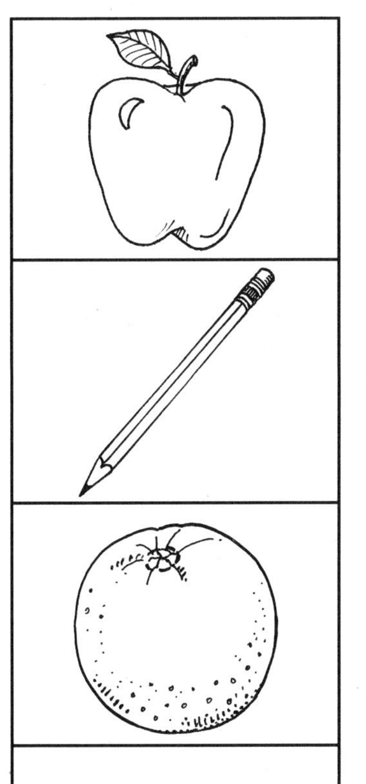

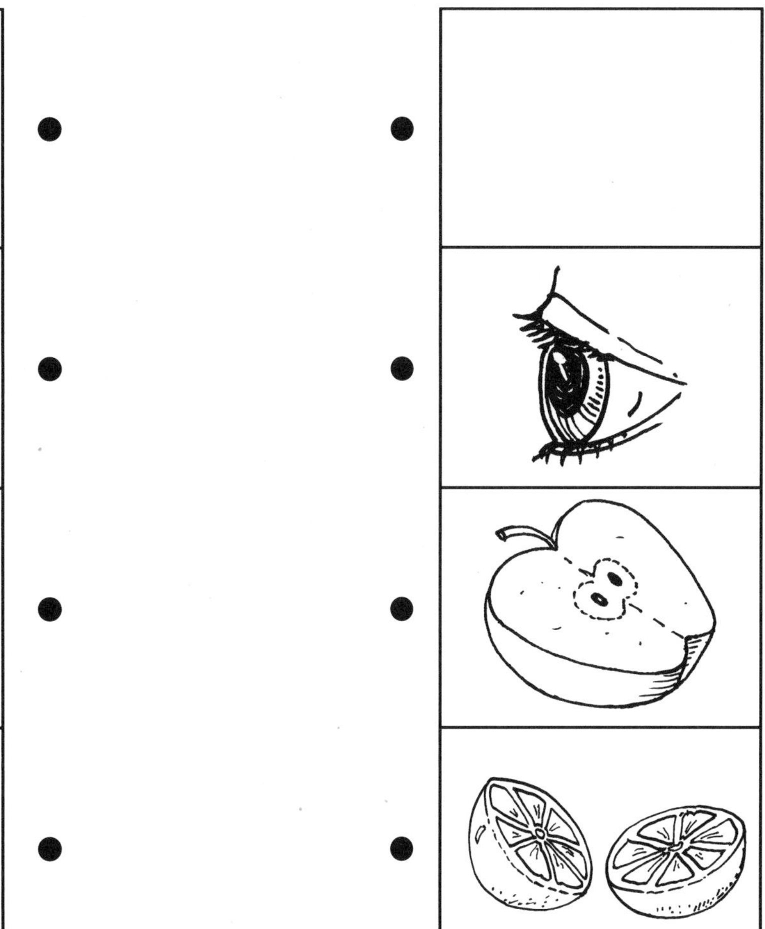

Lesson 60 Name ____________________

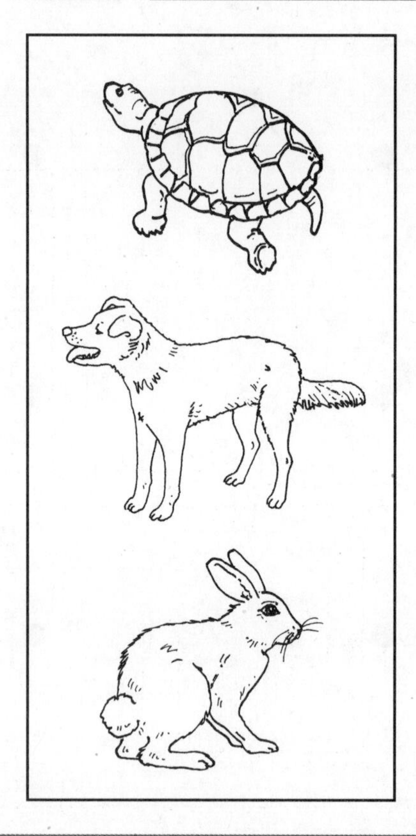

Lesson 61 Name ______________________

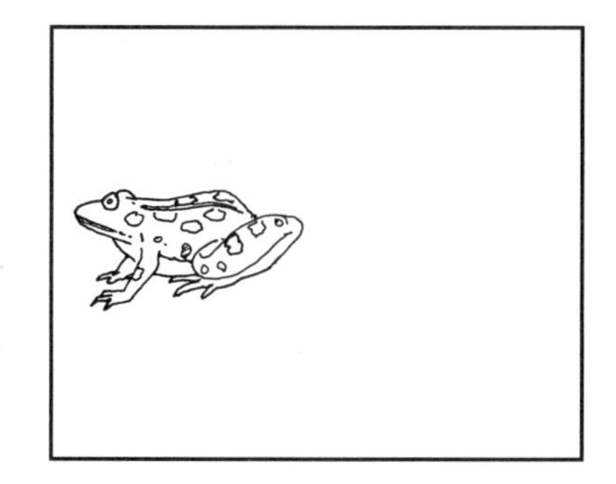
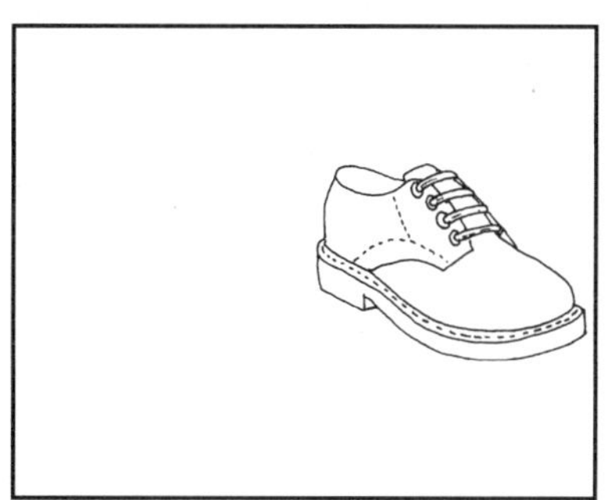
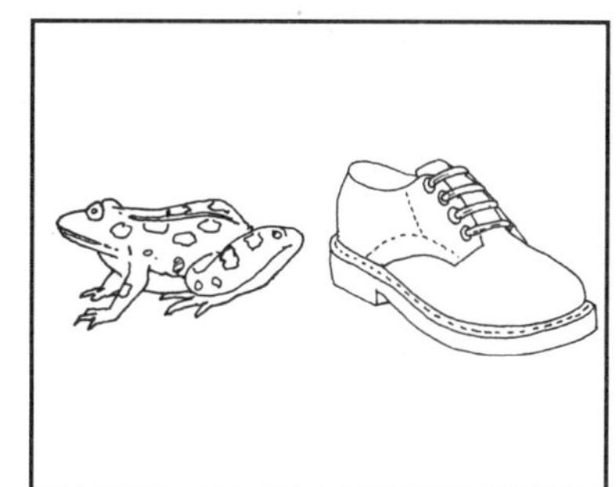

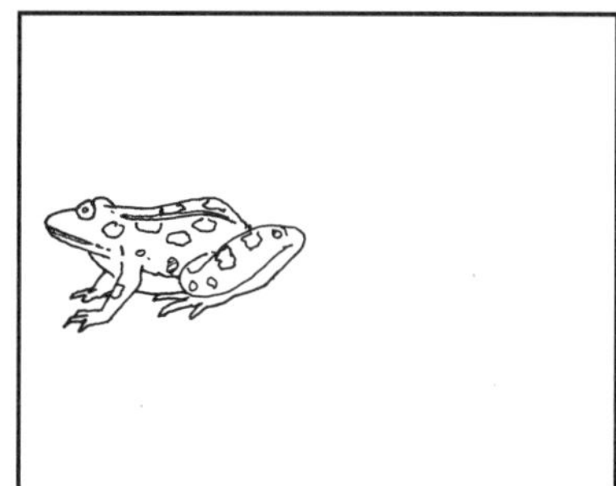

Lesson 61 Name ______________________

Lesson 62 Name ______________________

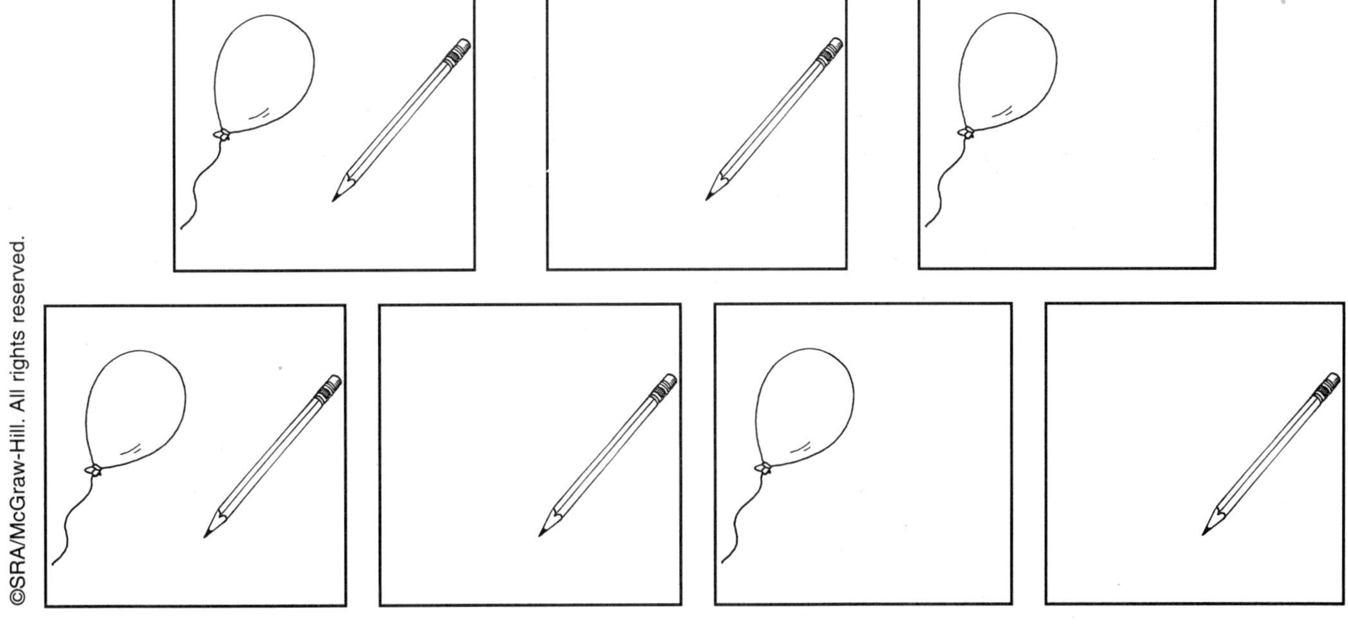

Lesson 62

Name ____________________

Lesson 63 Name ____________________

 ____

Lesson 63 Name ______________________

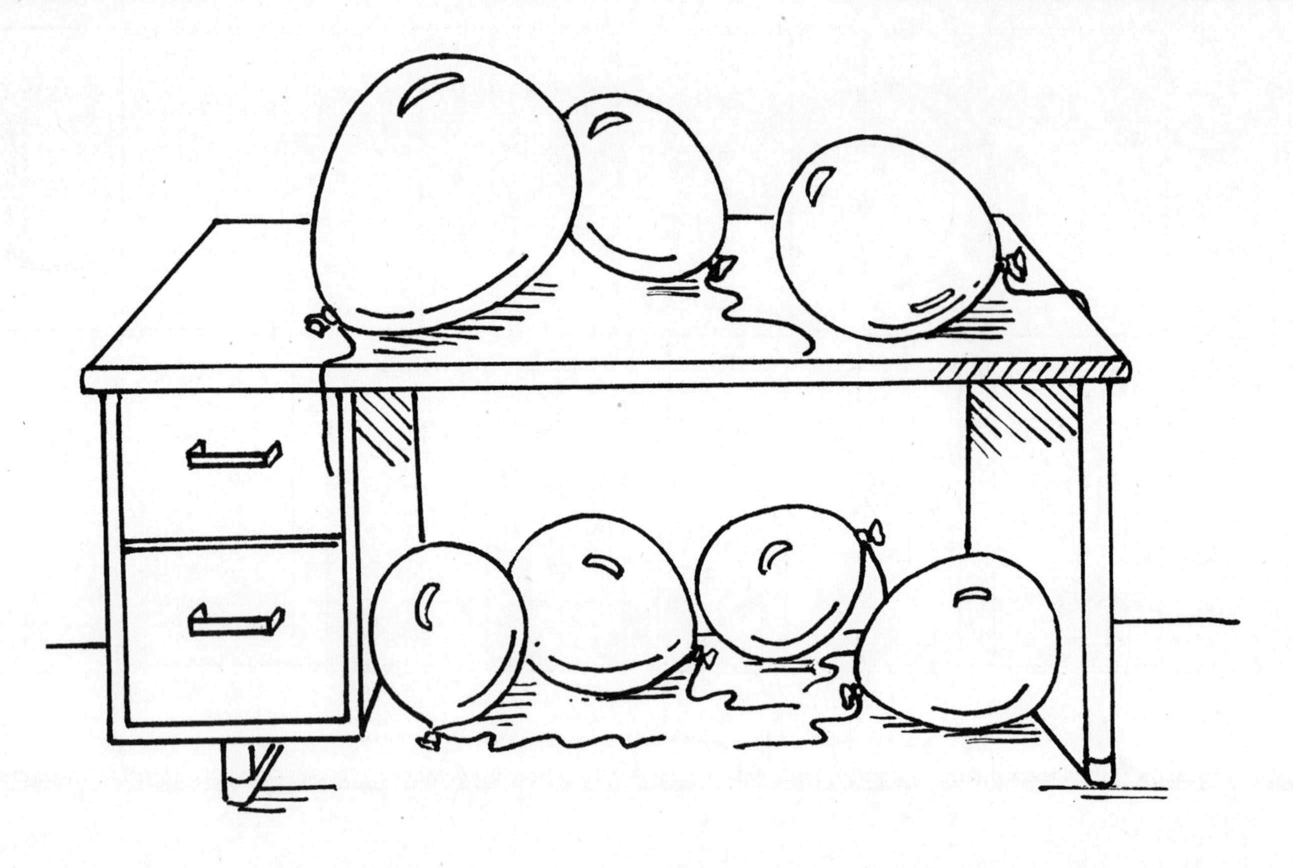

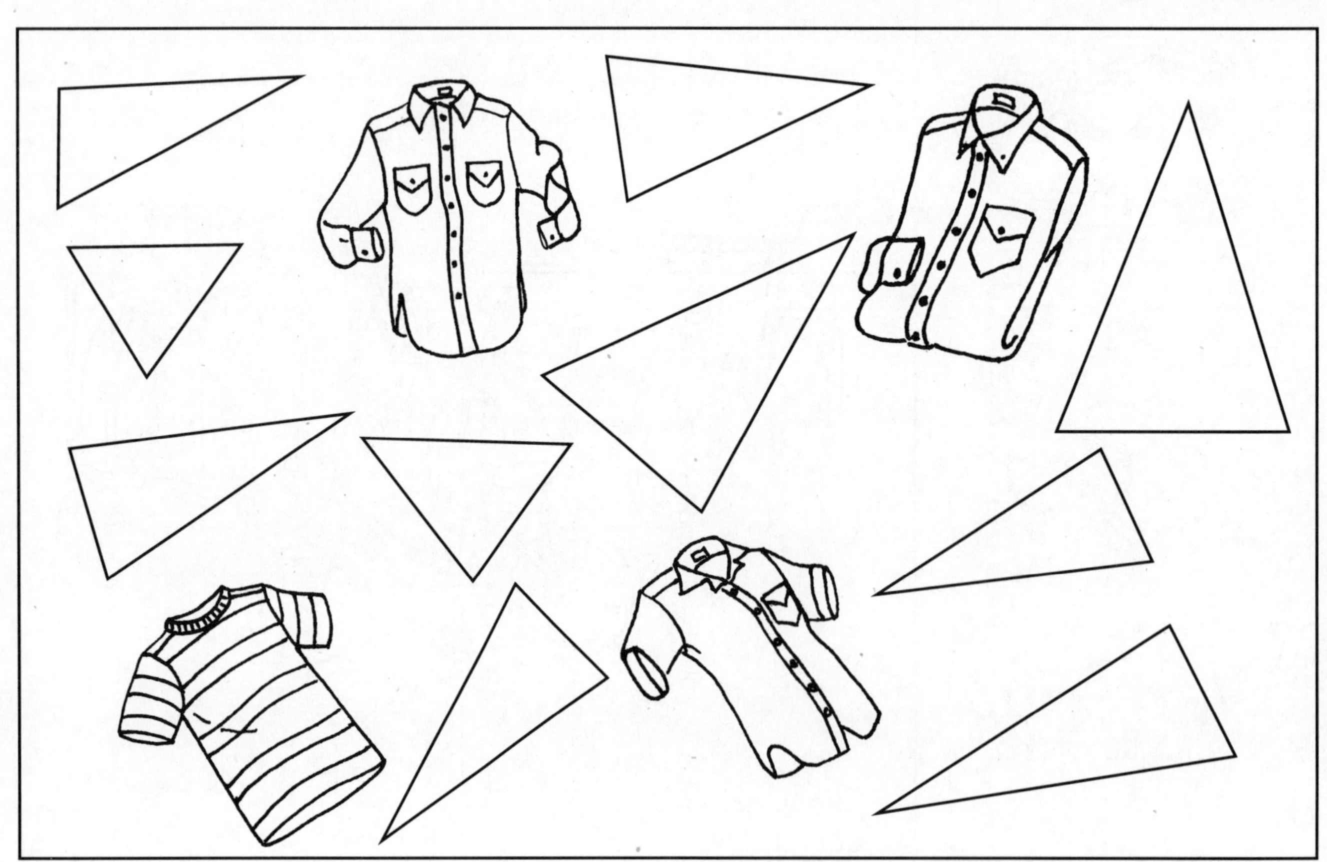

Lesson 64 Name ____________

Lesson 64 Name ______________________

Lesson 65 Name ______________________________

 ____

Lesson 65 Name ____________________

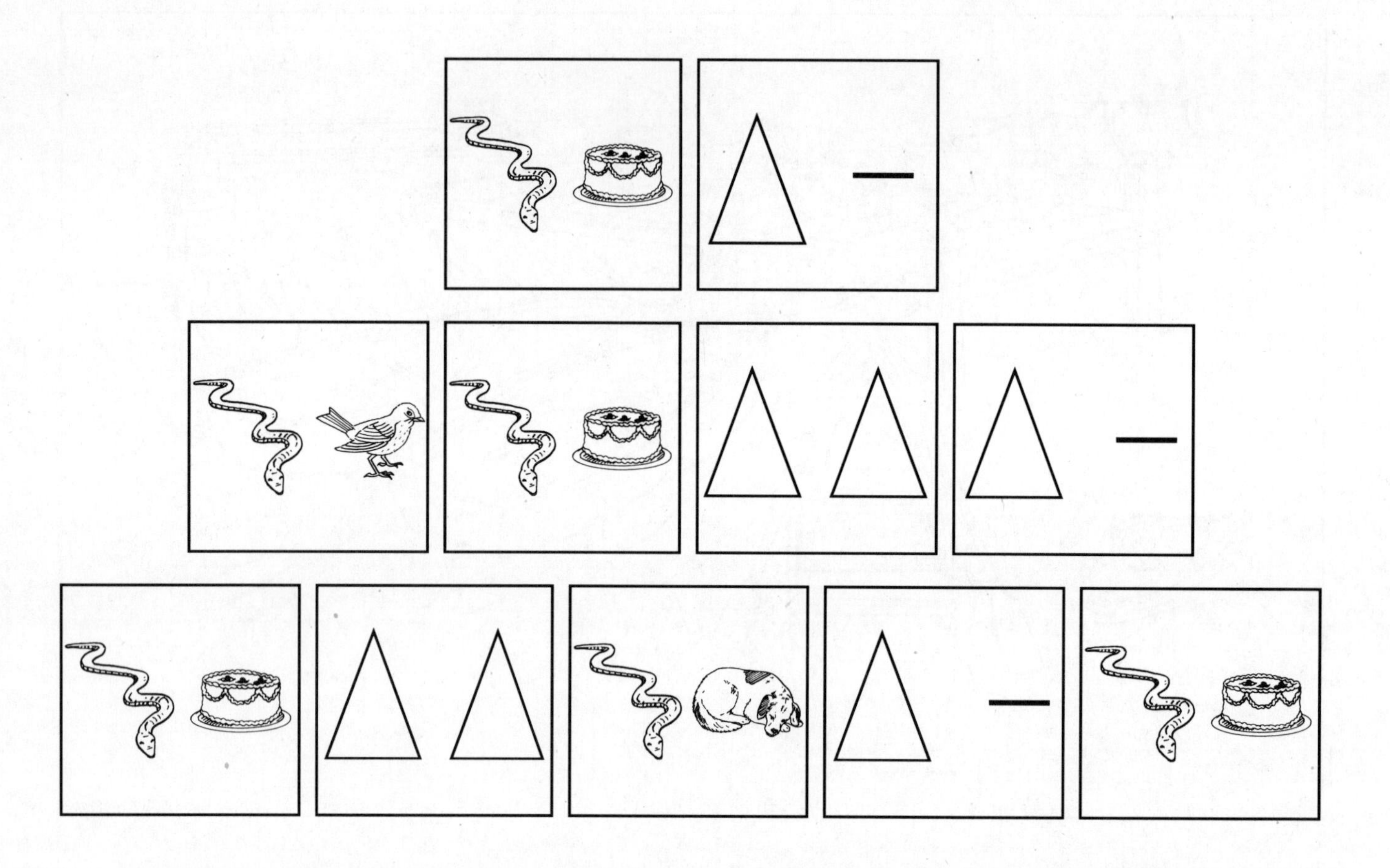

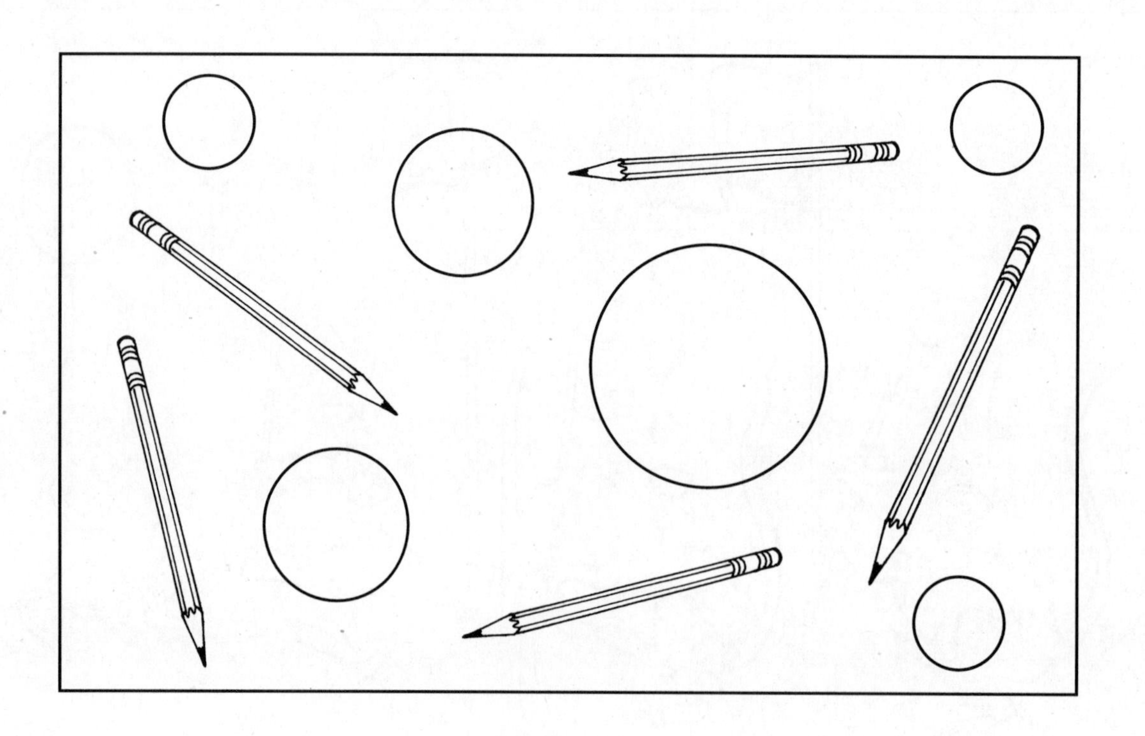

Lesson 66 Name ______________________

 ____

 Name ______________________

 ____

Lesson 67 Name ____________________

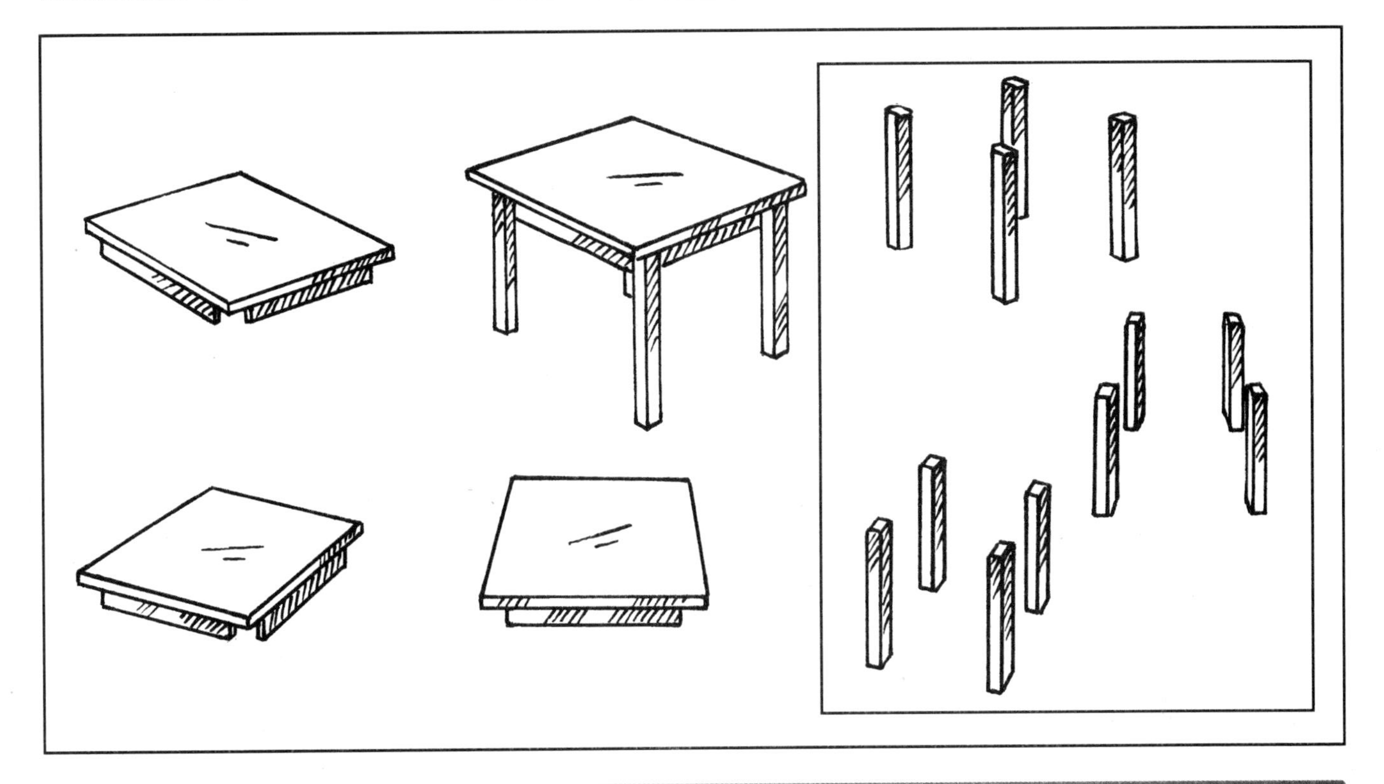

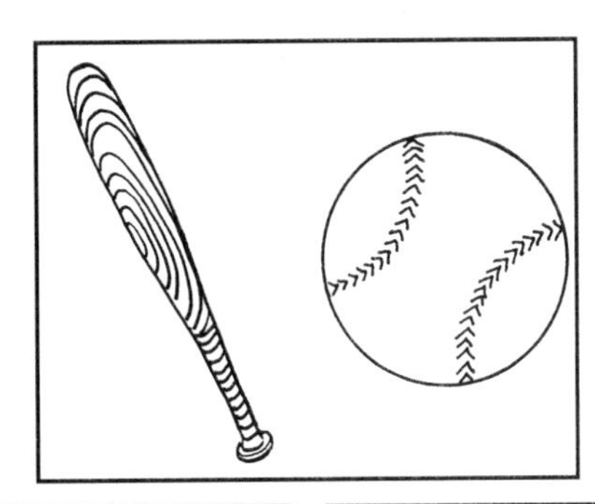

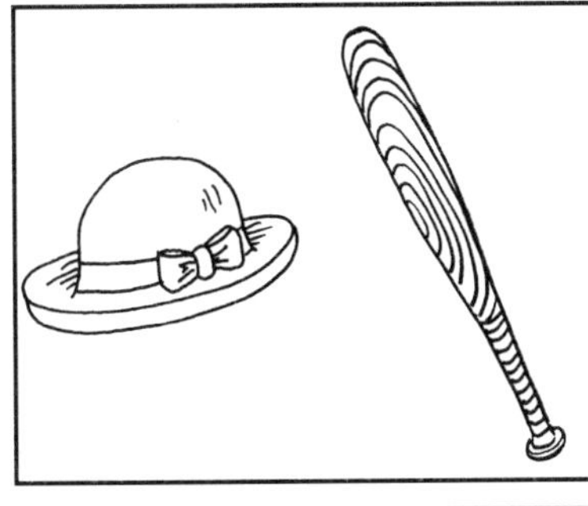

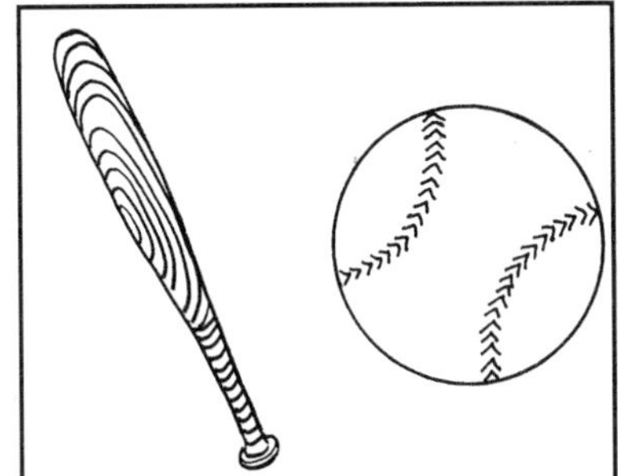

Lesson 67 Name ____________________

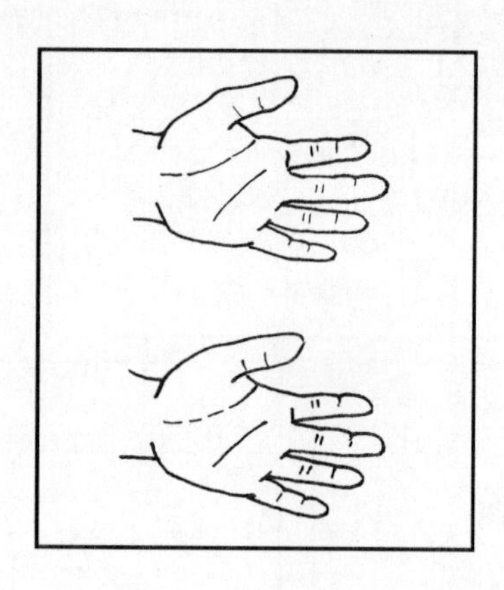

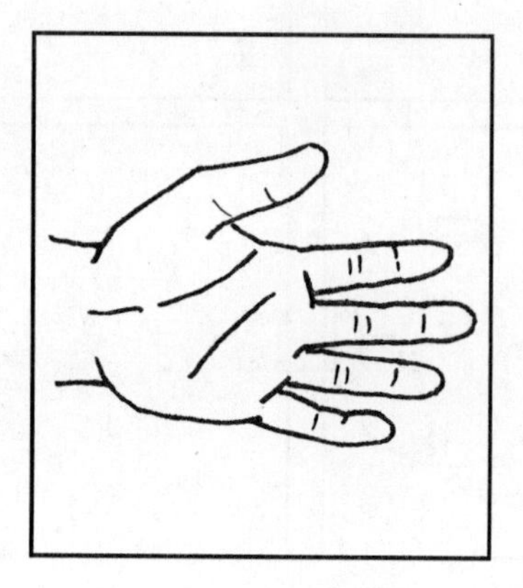

Lesson 68 Name

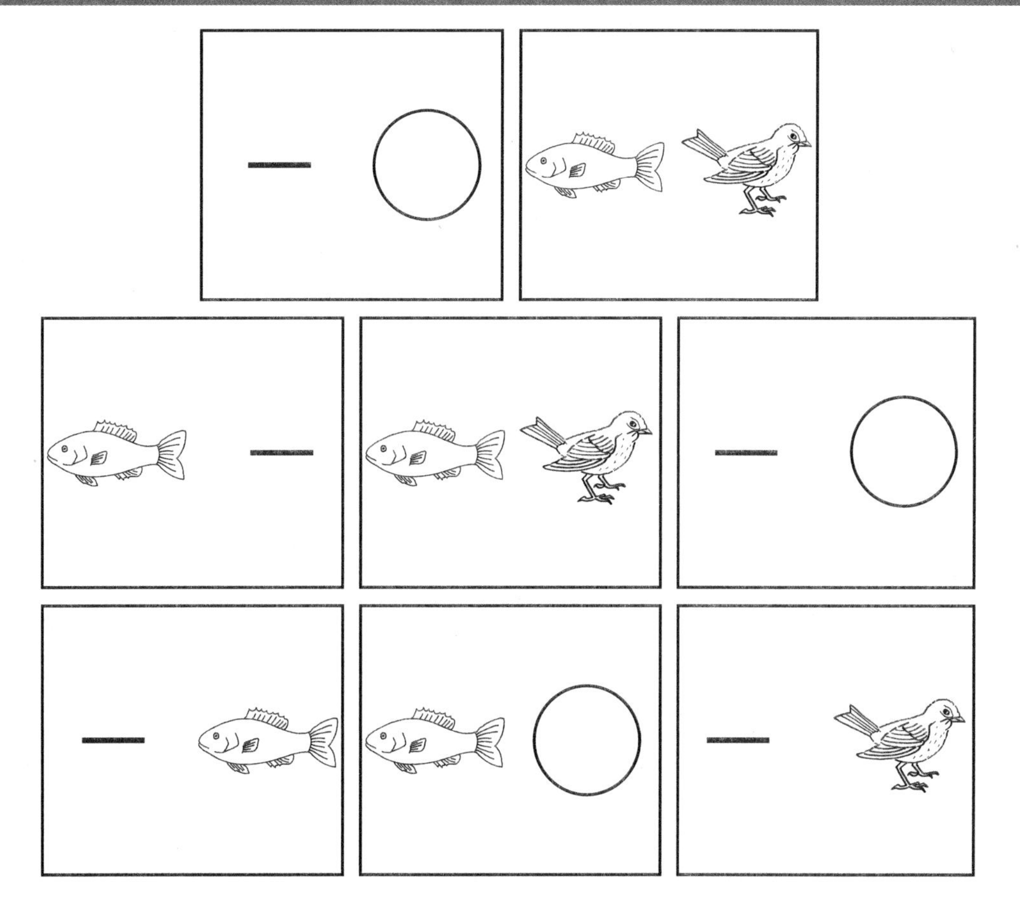

Lesson 68 Name ______

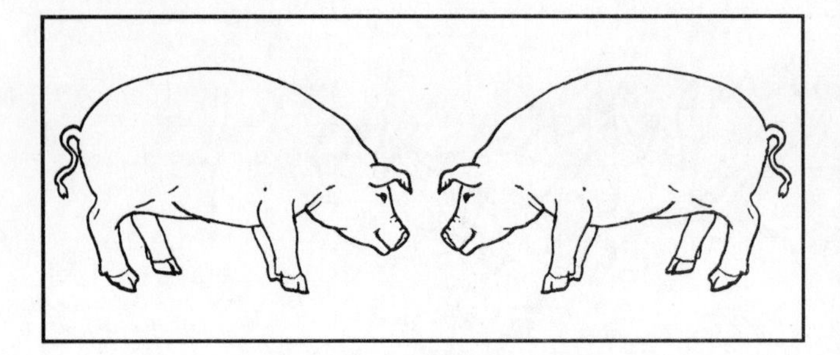

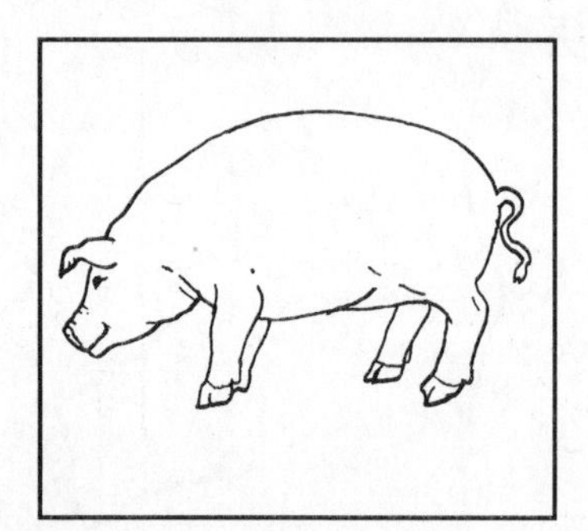

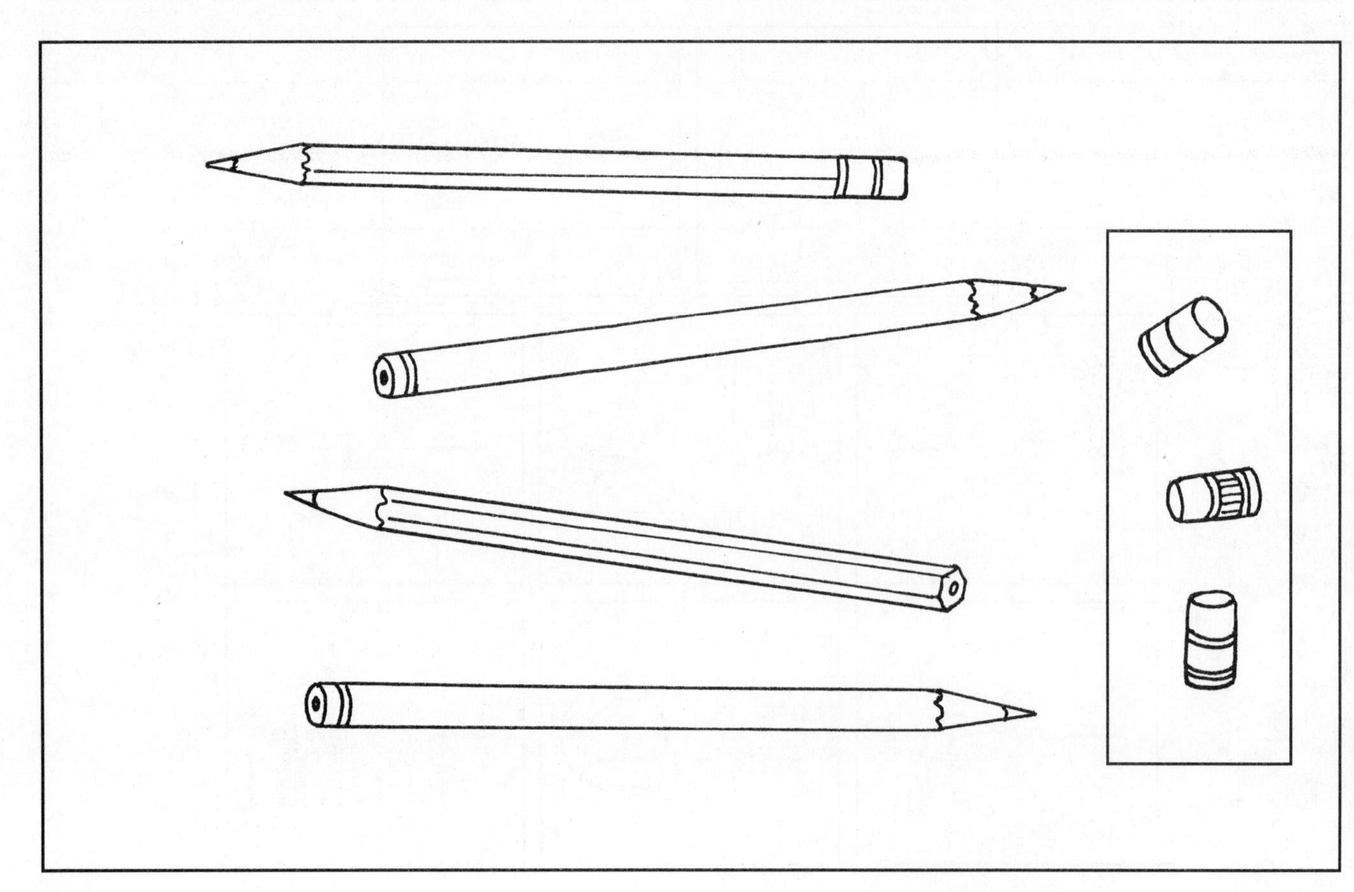

Lesson 69 Name ____________________

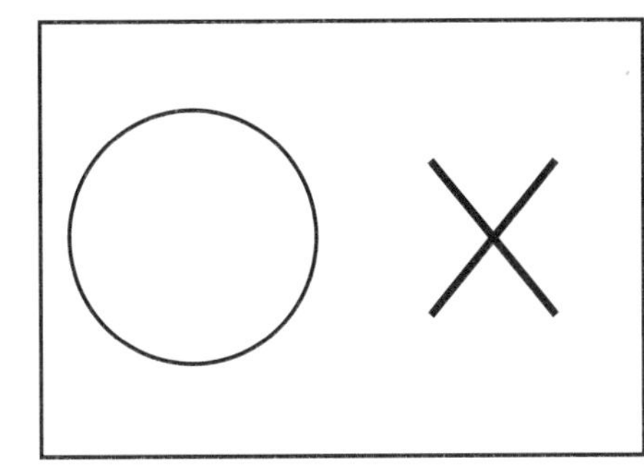

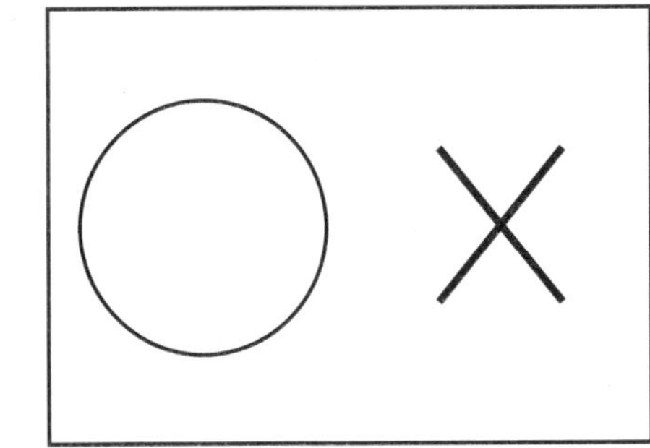

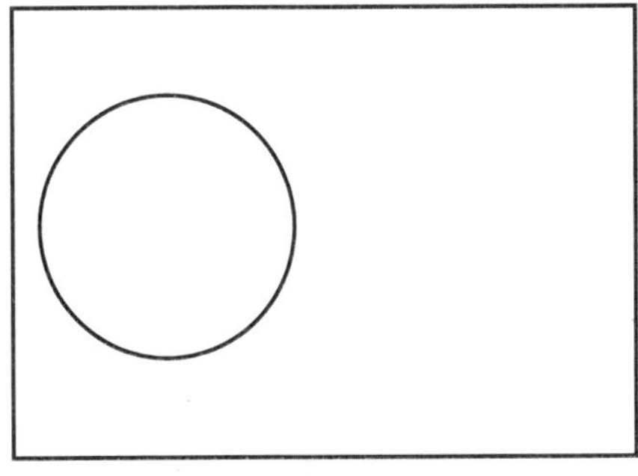

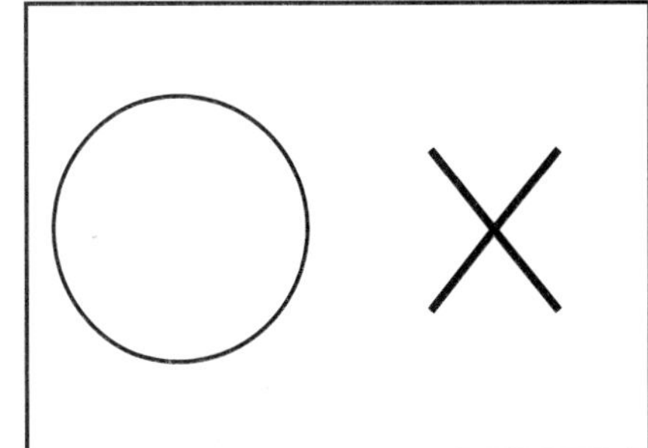

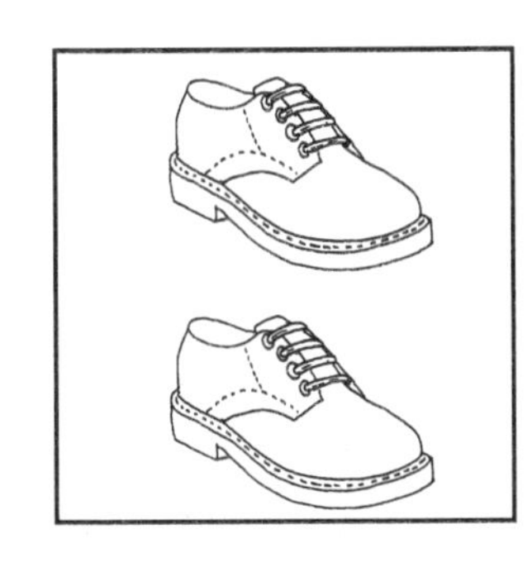

 Name ______________________

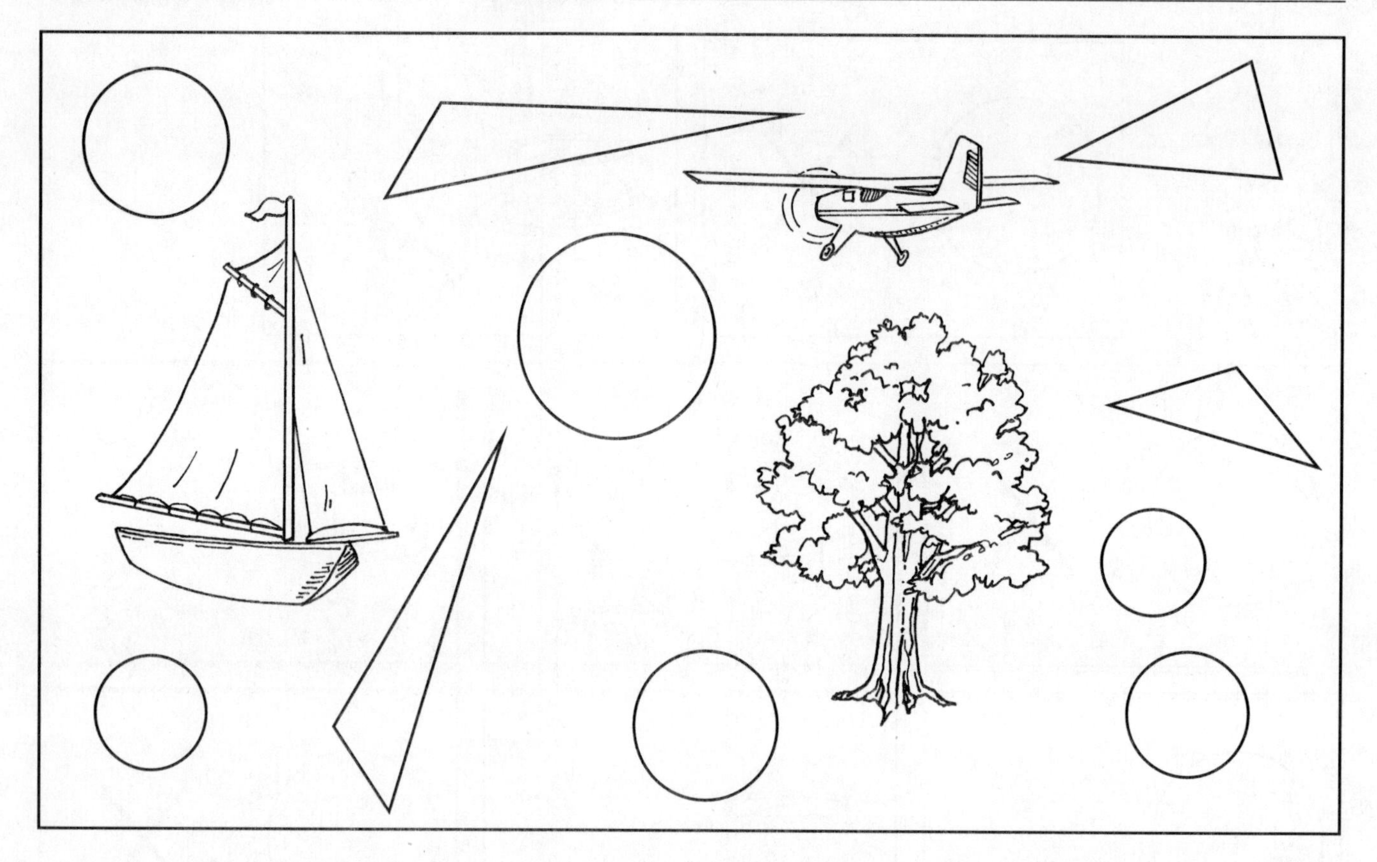

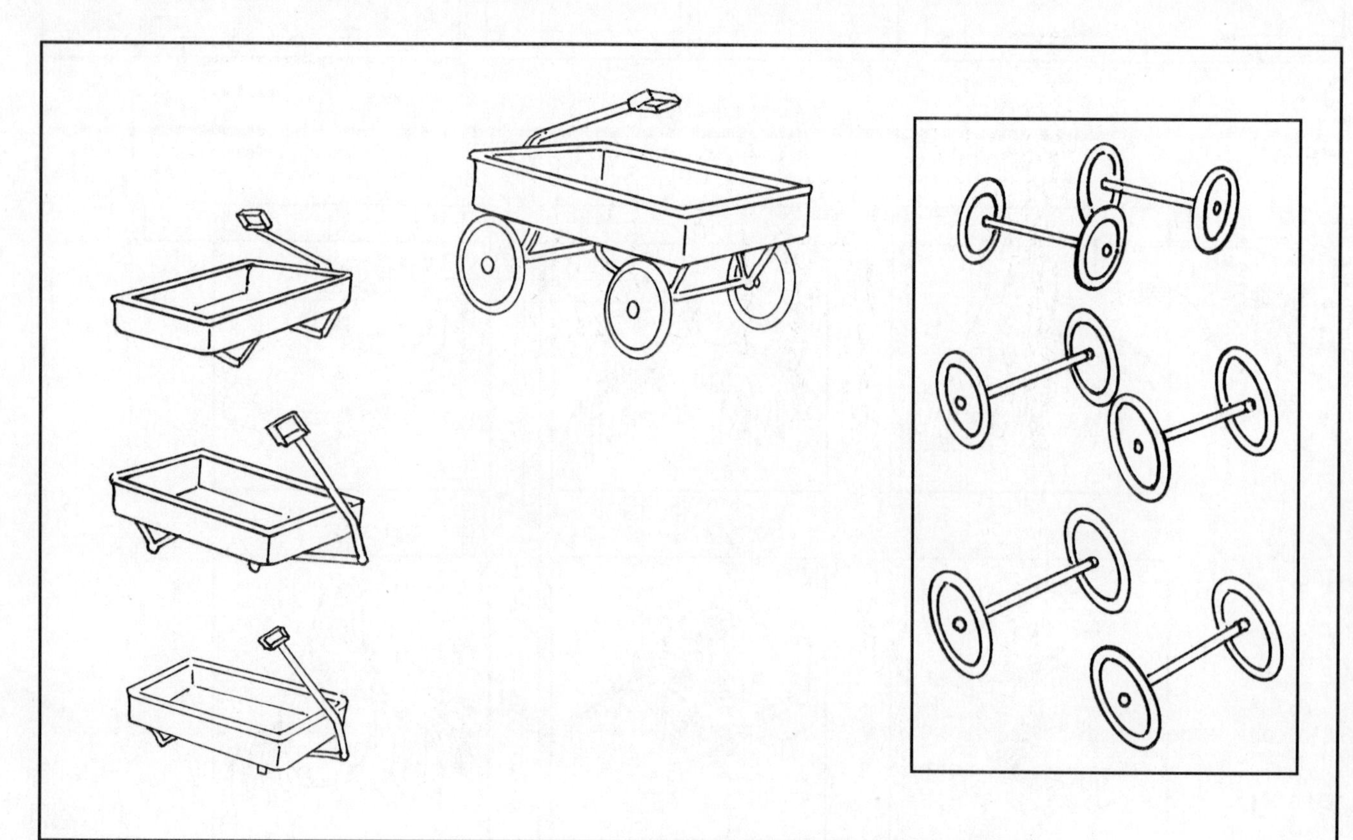

 ____

Lesson 70 Name ____________________

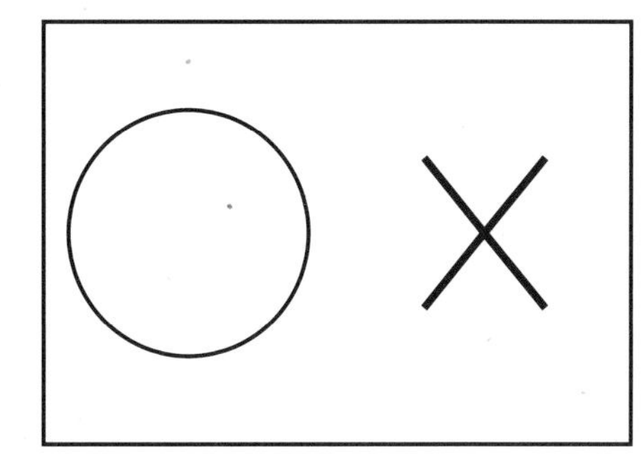

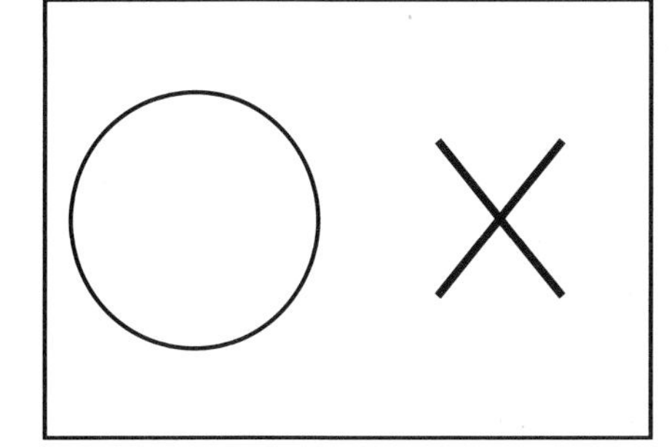

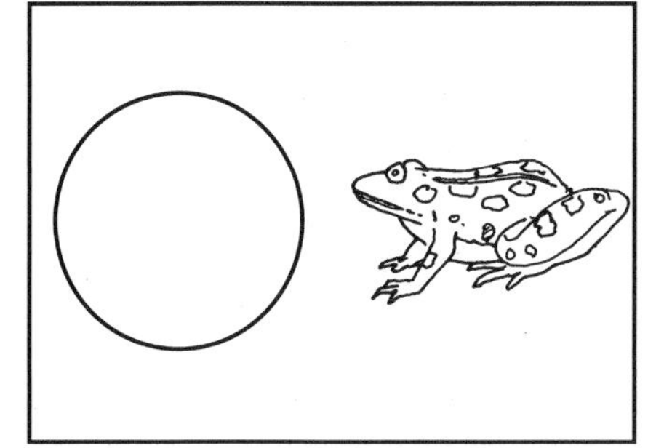

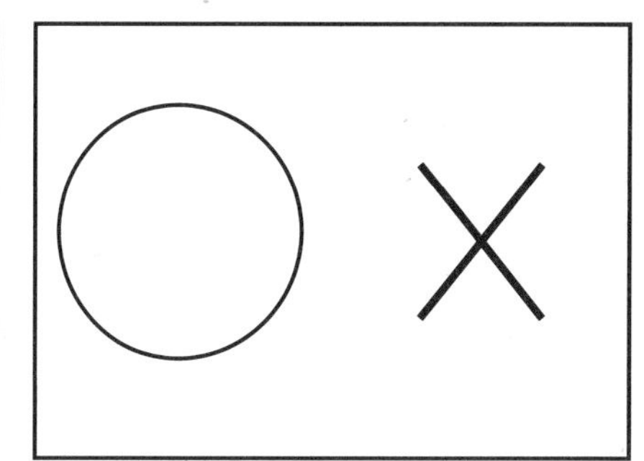

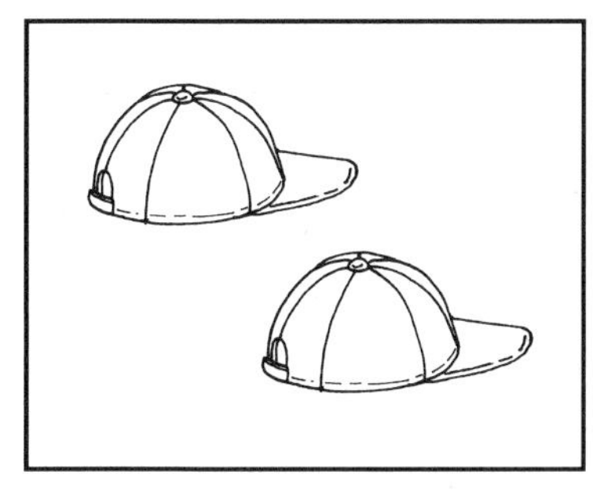

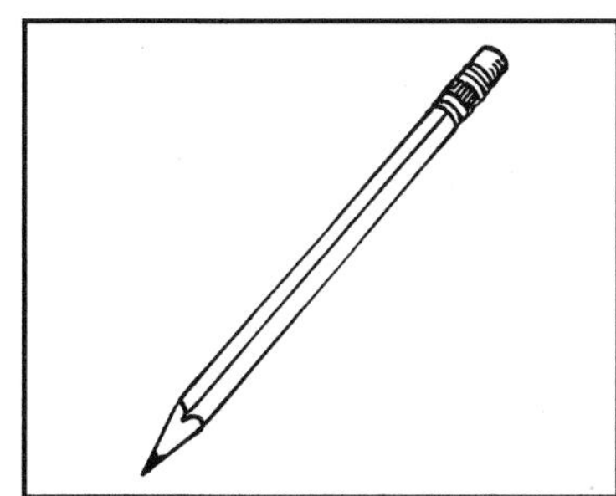

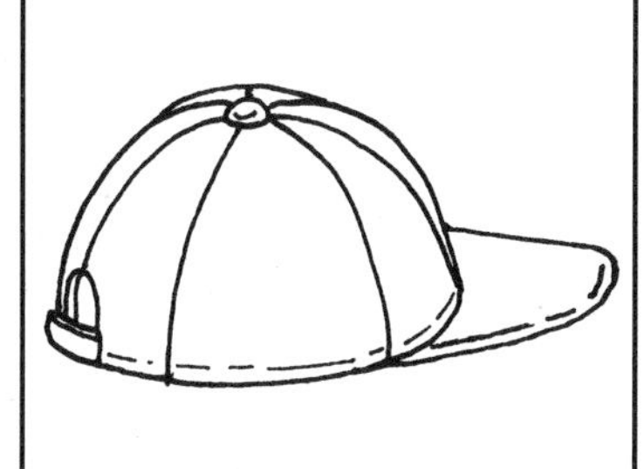

Lesson 70 Name ______________________

Lesson 71

Name ___________________________

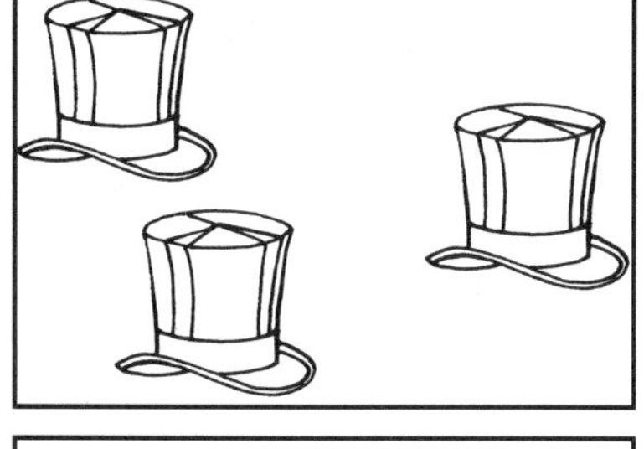

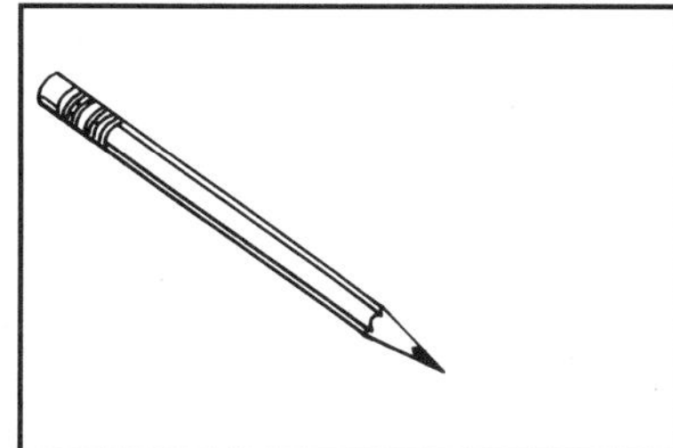

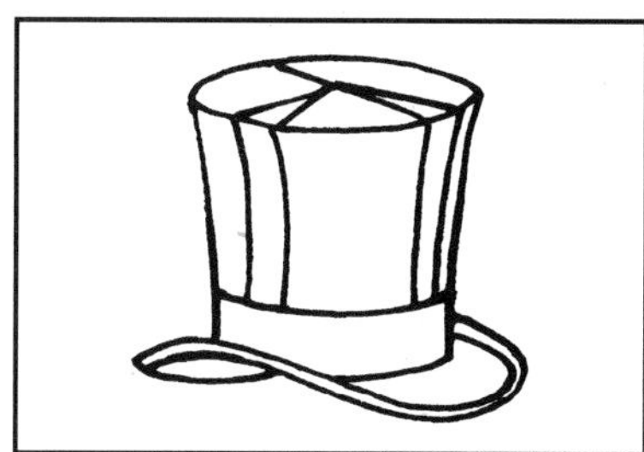
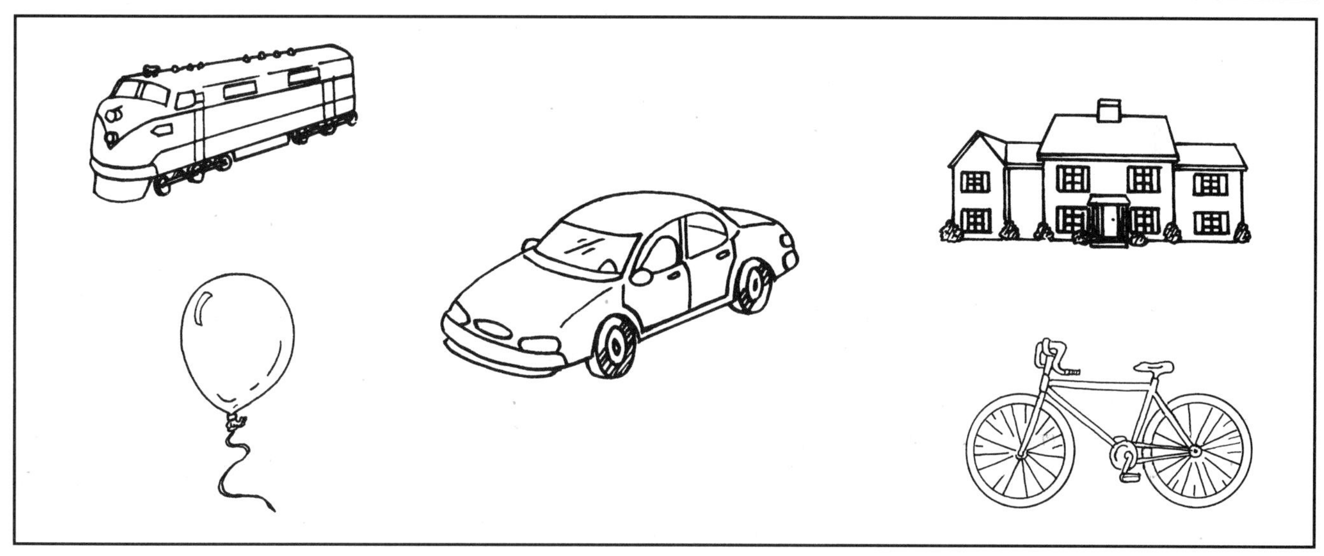

Lesson 71 Name ____________________

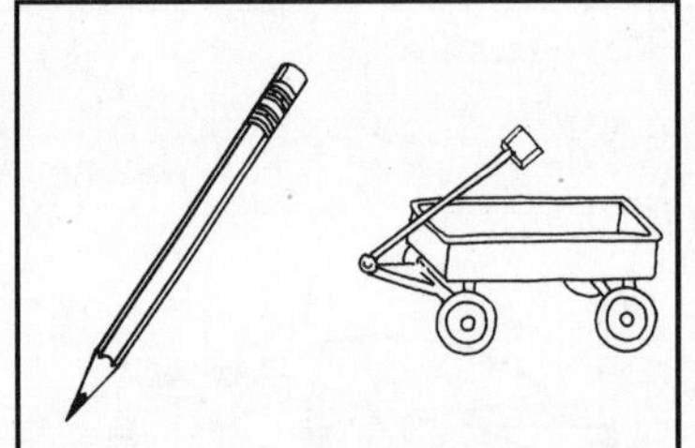

Lesson 72 Name ________________

Lesson 72 Name ______________________

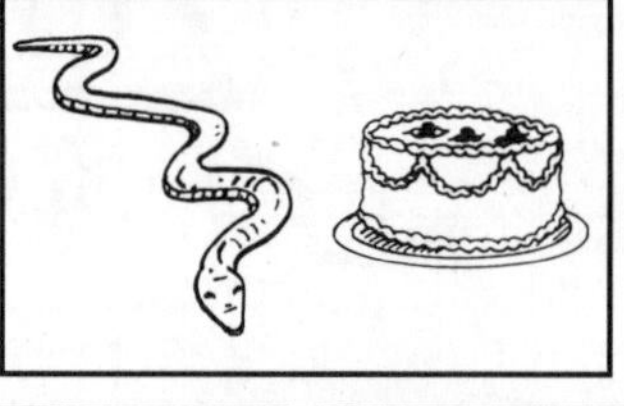
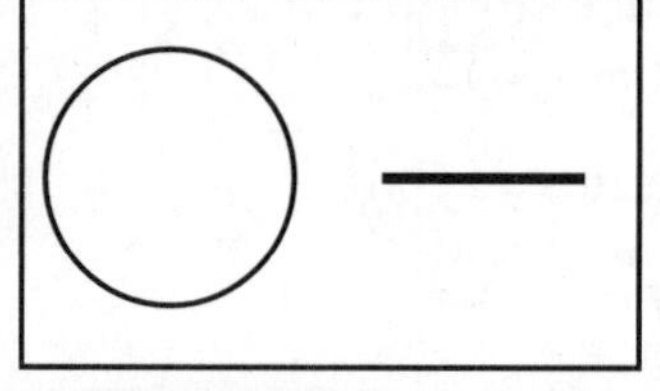

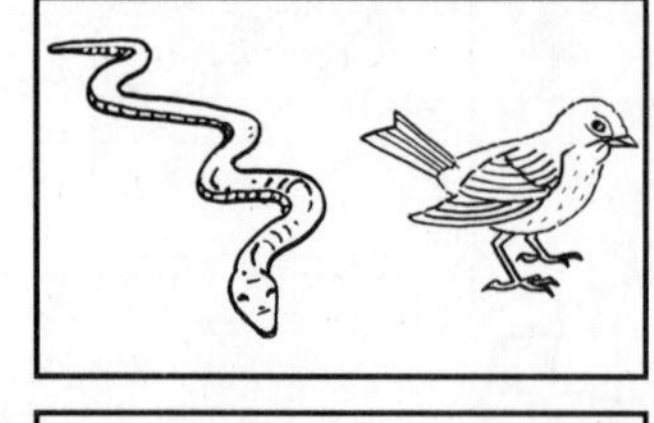

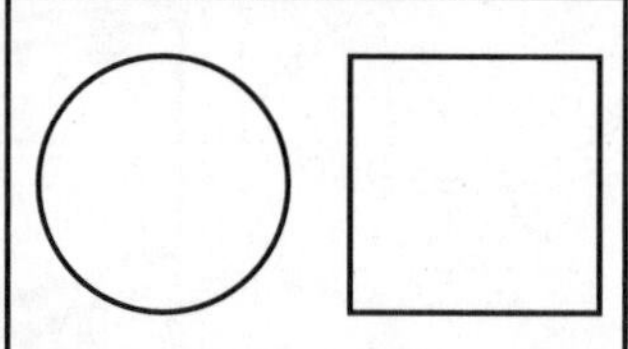

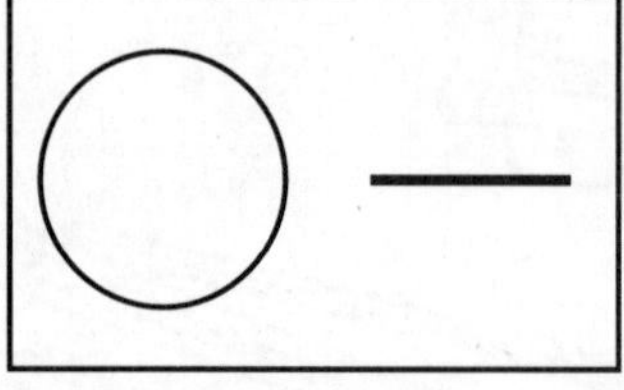
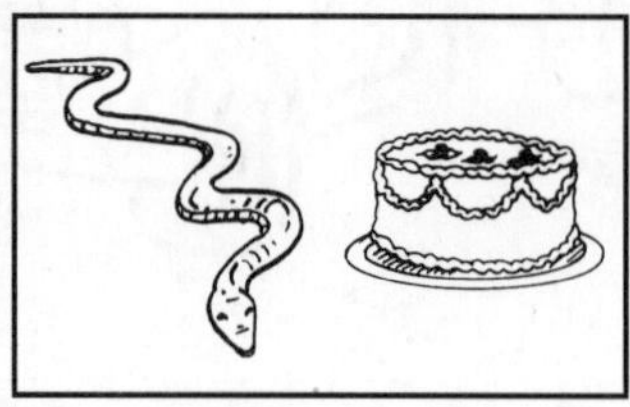
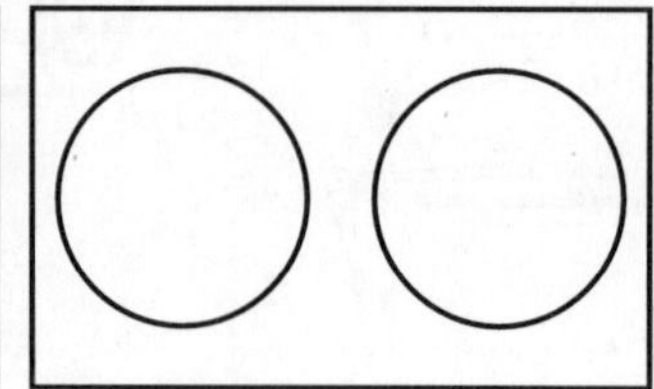

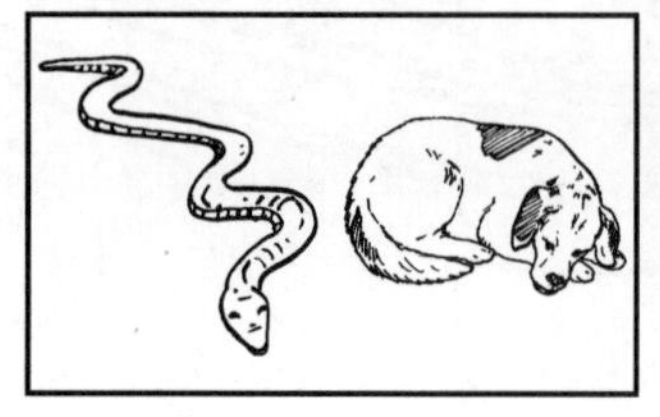
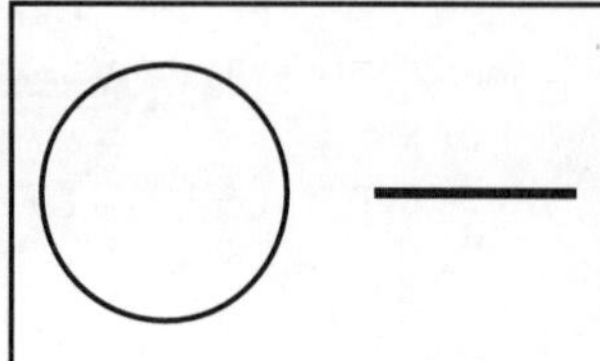
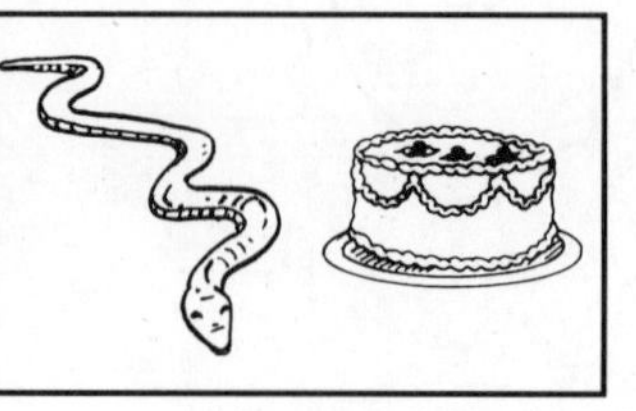

Lesson 73 Name ______________________

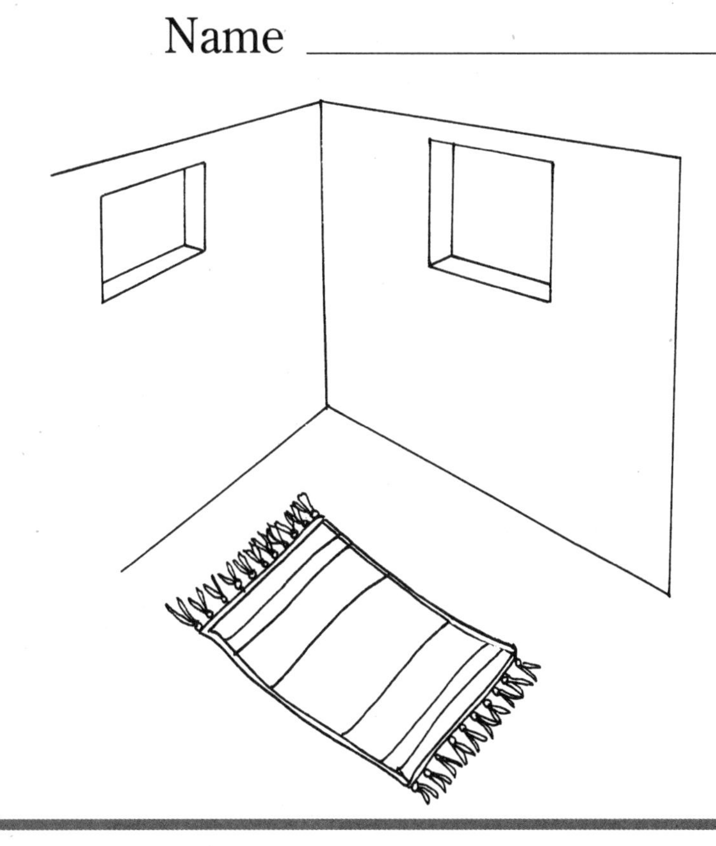

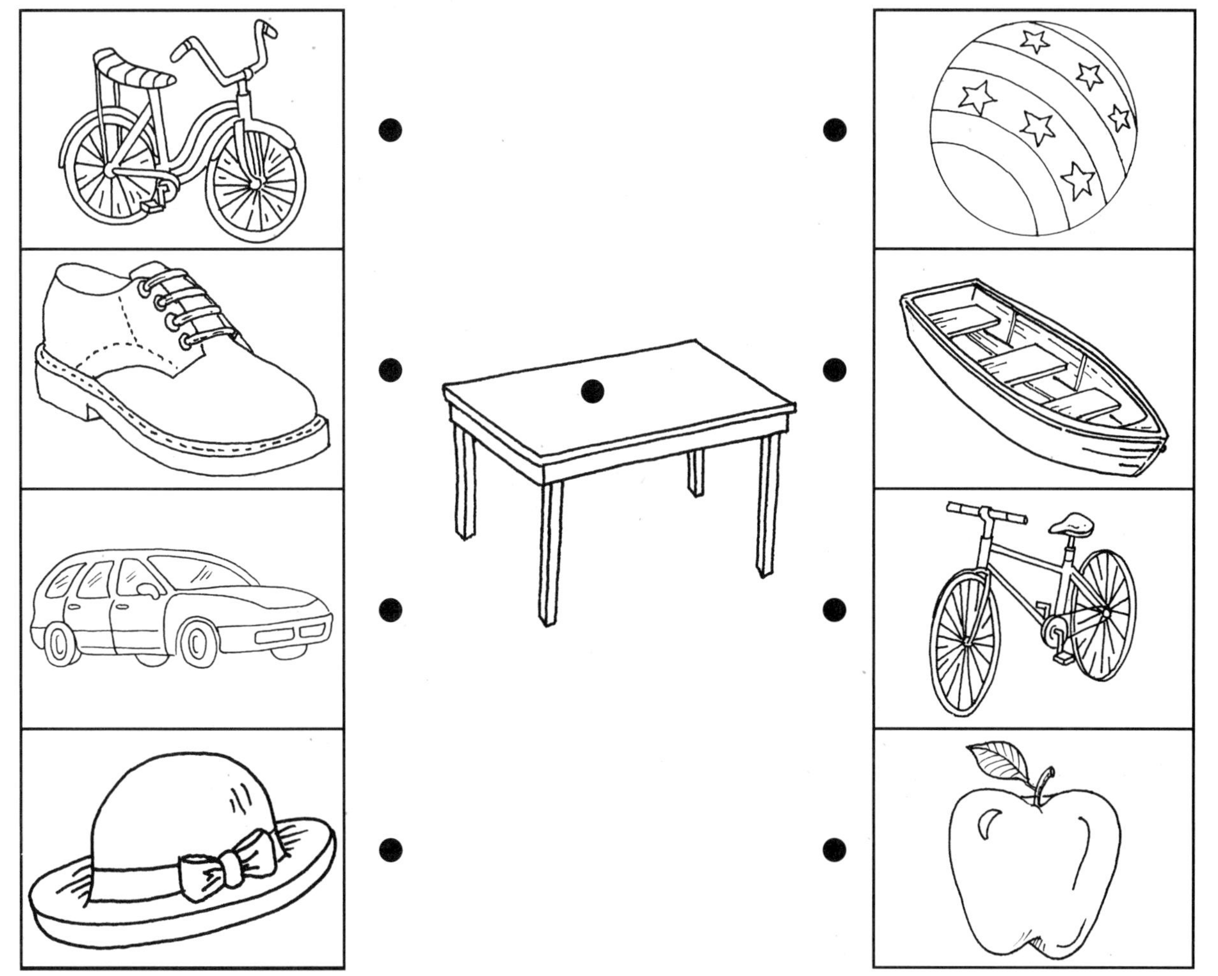

Lesson 73 Name ______________________________

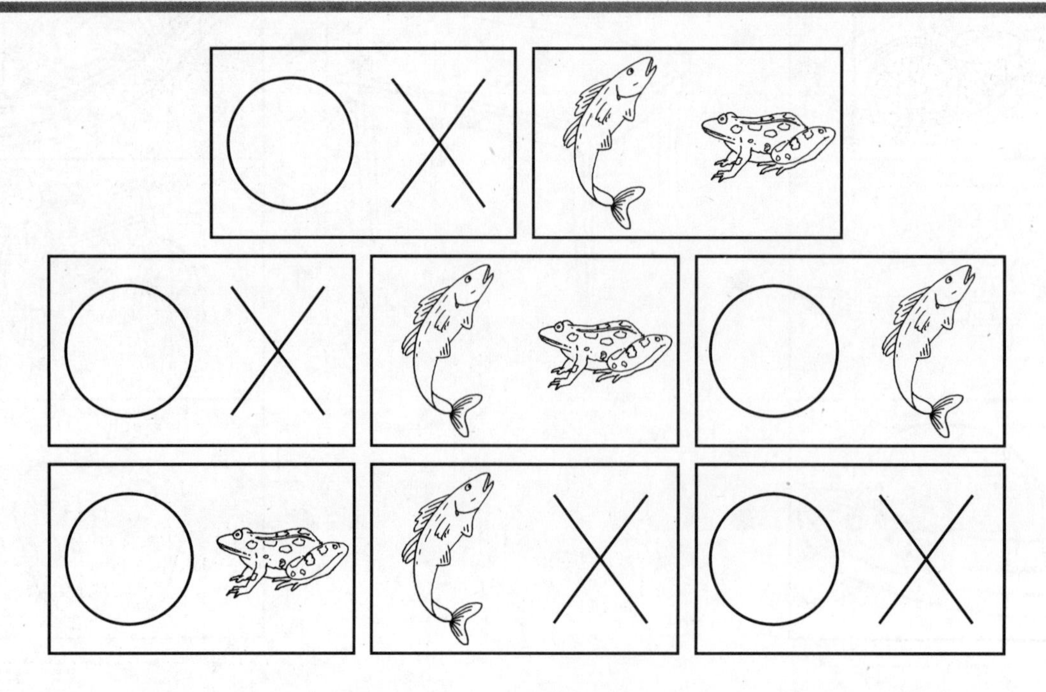

Lesson 74 Name ______________________________

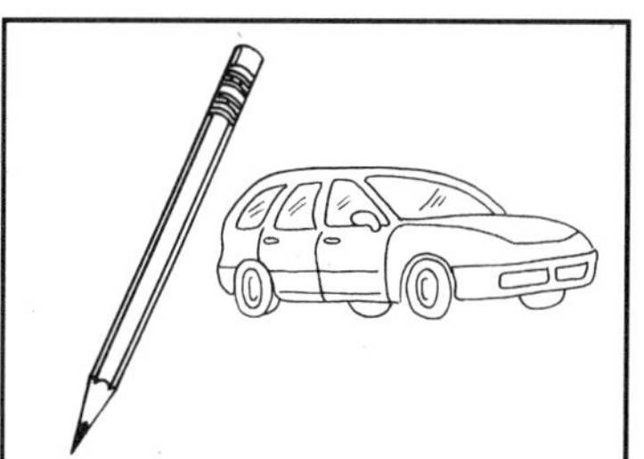

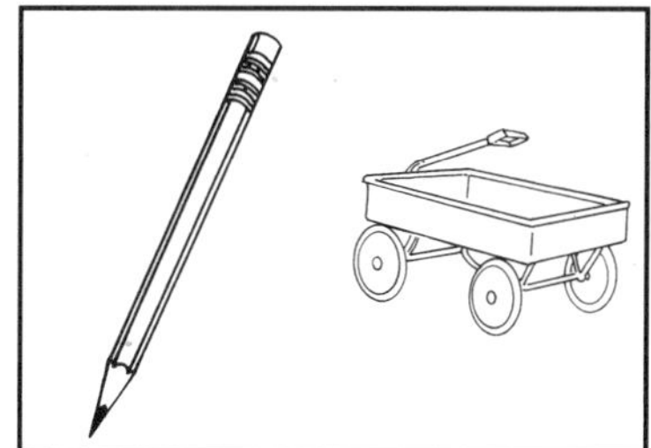

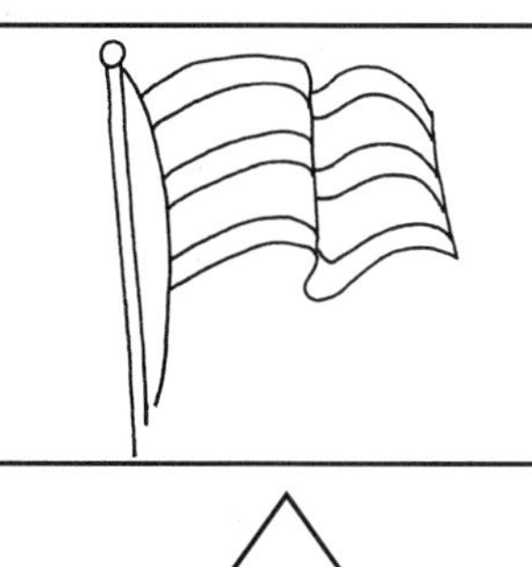
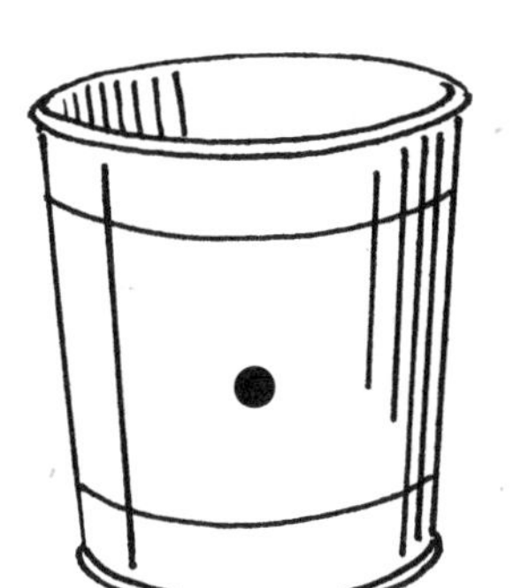
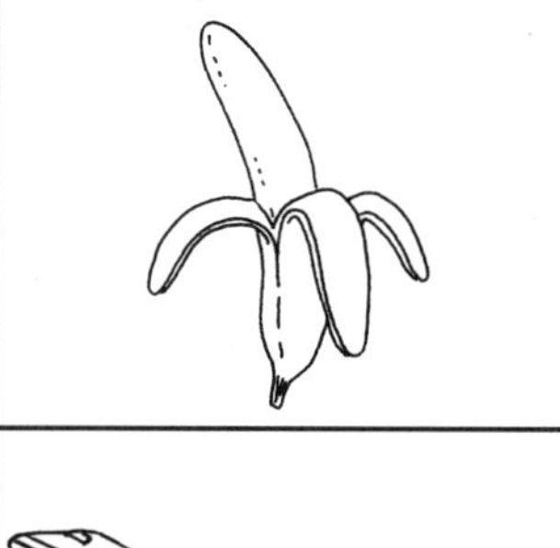
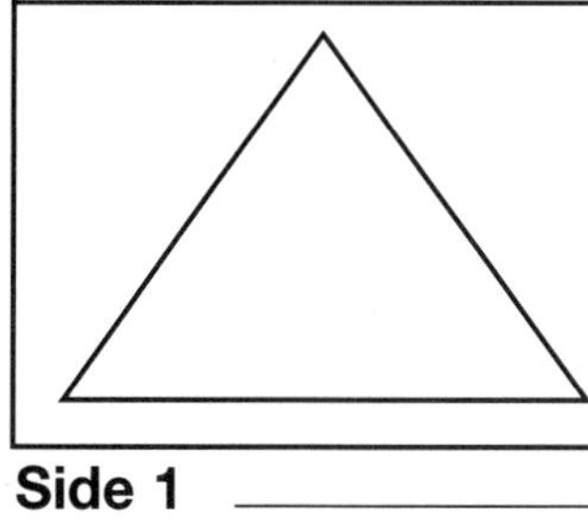
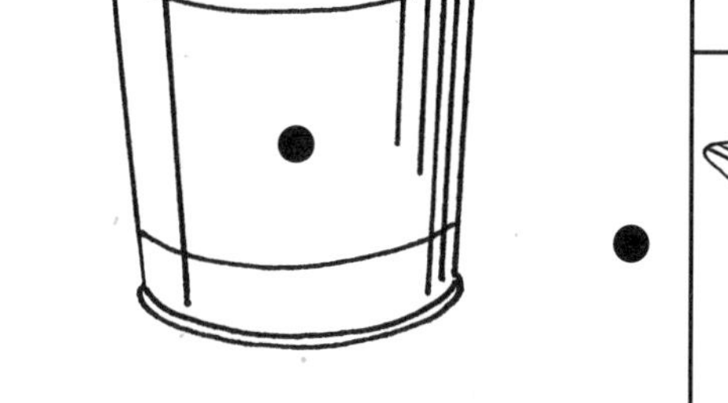

Lesson 74 Name ______________________

Lesson 75 Name ________________

Lesson 75 Name ______________________

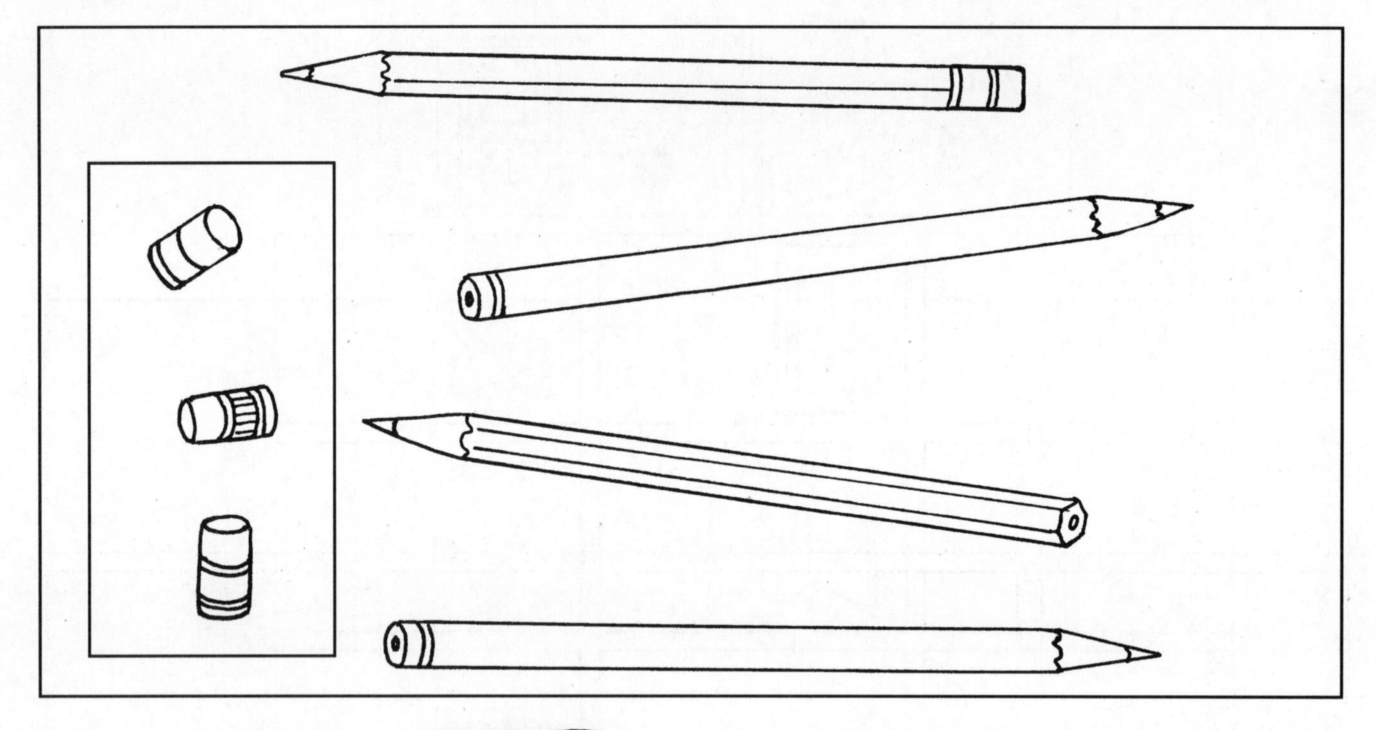

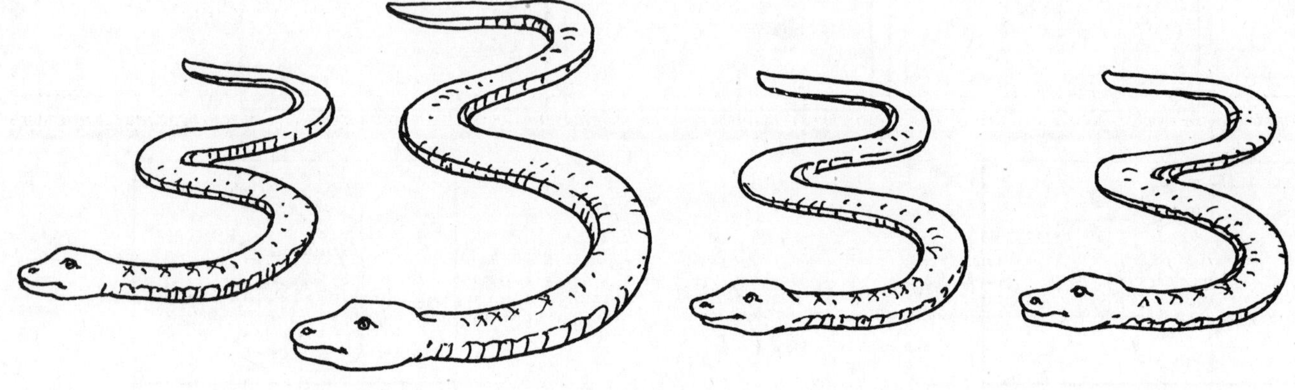

Lesson 76 Name ____________________

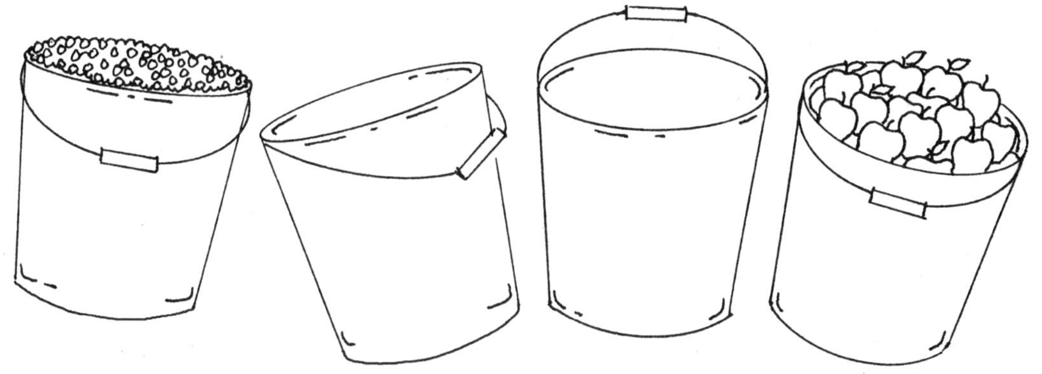

Lesson 76 Name ______________________

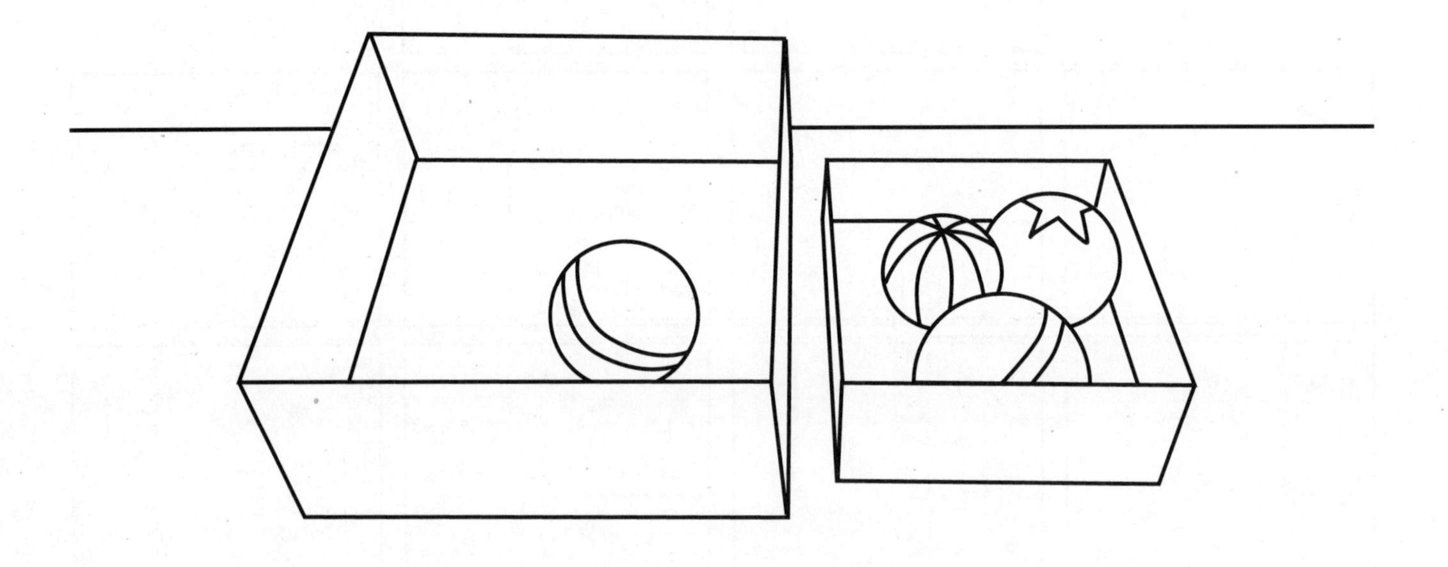

Lesson 77 Name ______________________________

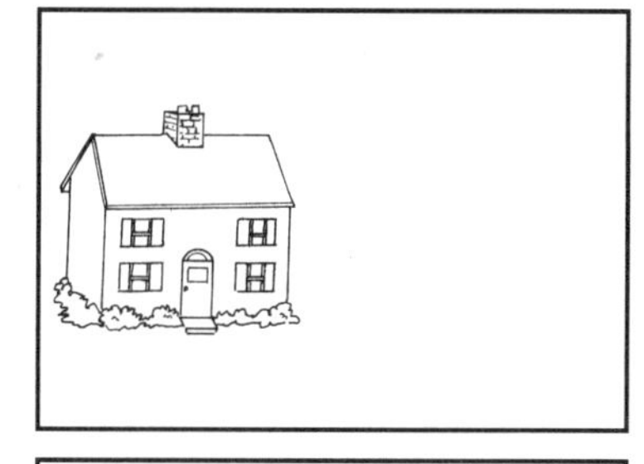

Lesson 77 Name ____________________

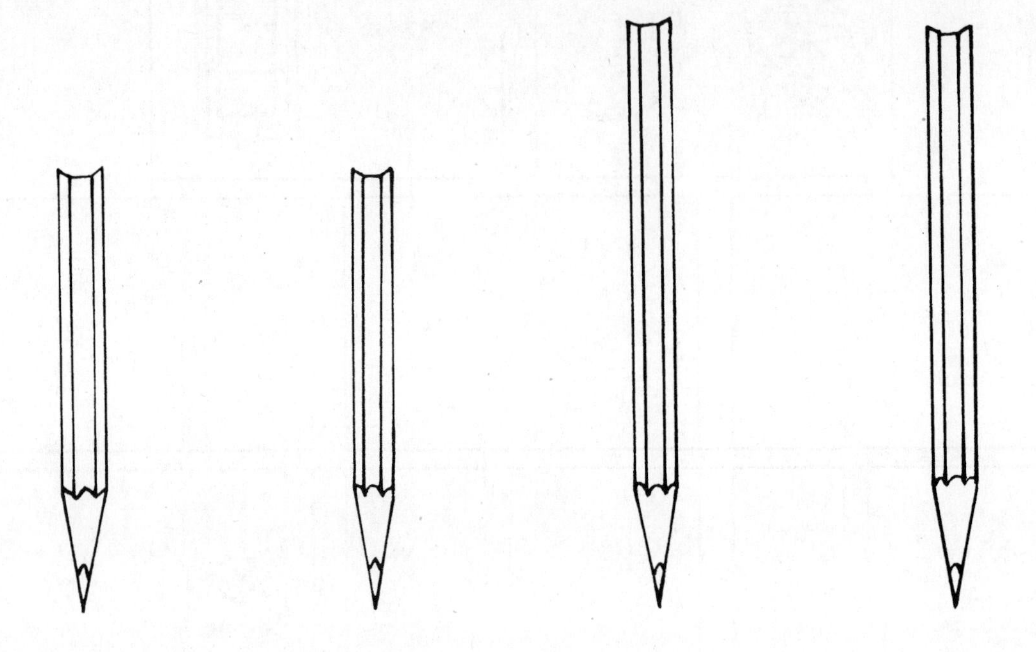

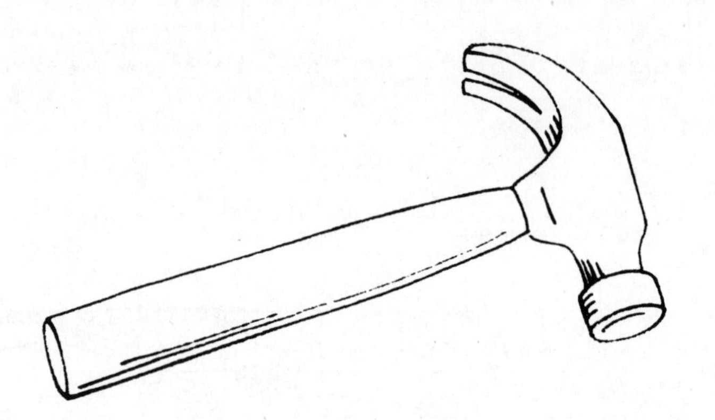

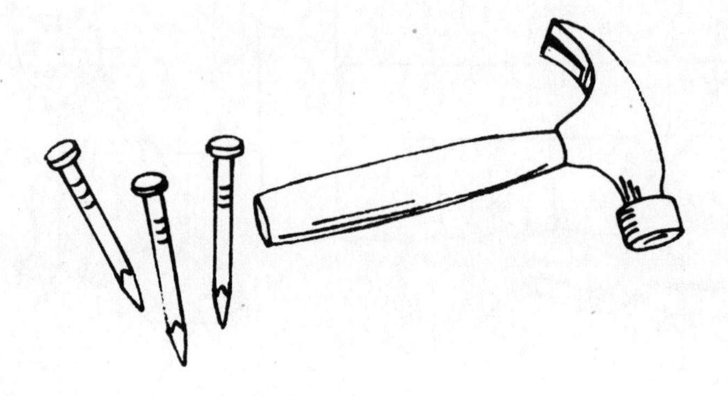

Lesson 78 Name ______________________

  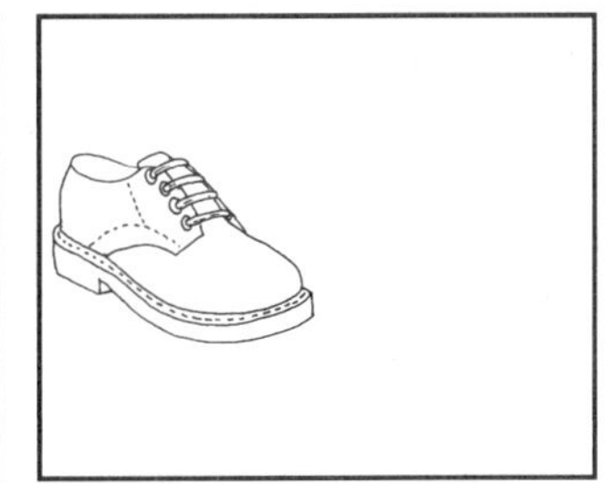 

Lesson 78 Name ____________________

 Name ______________________________

 ____

Lesson 79 Name ______

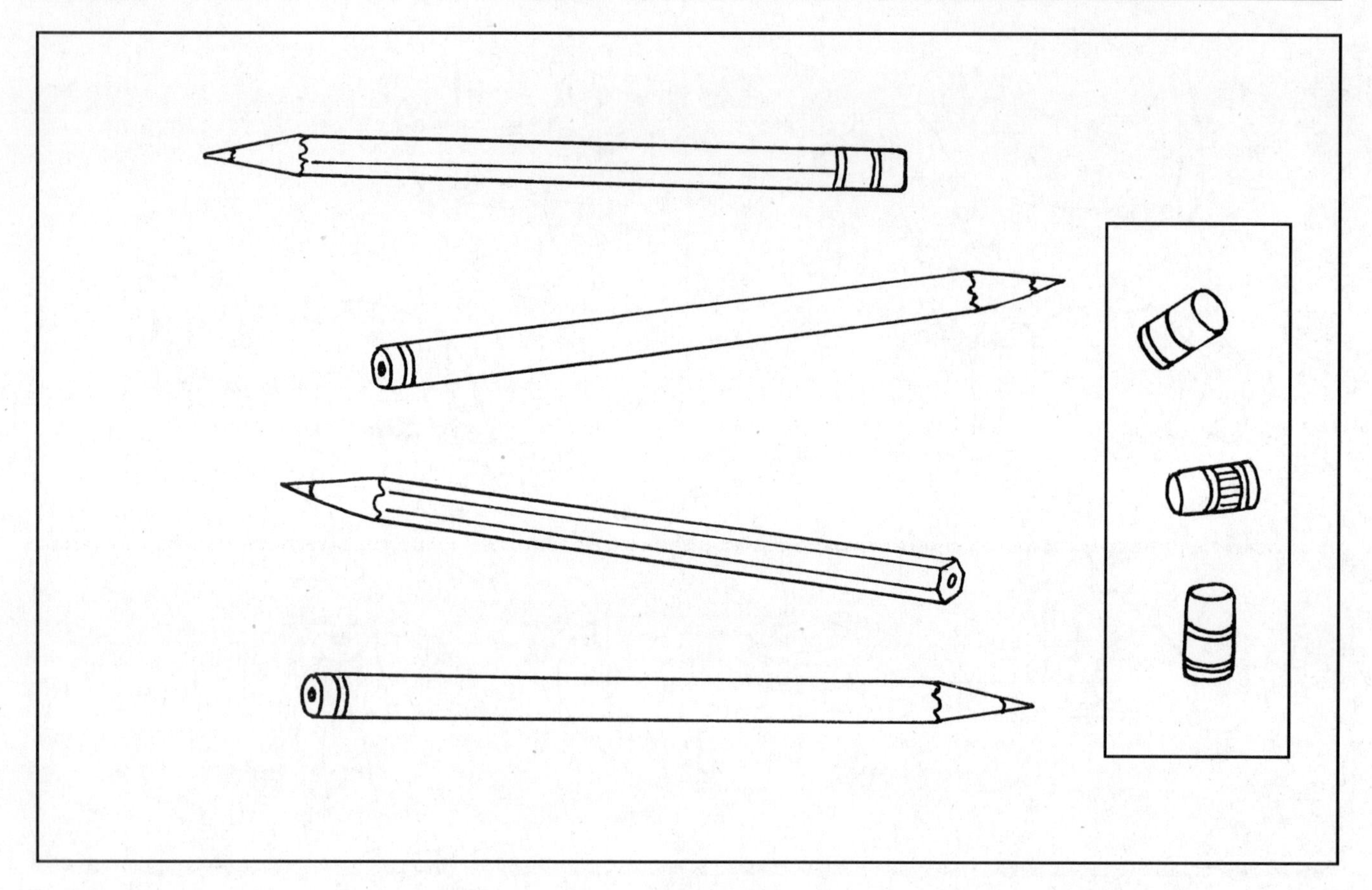

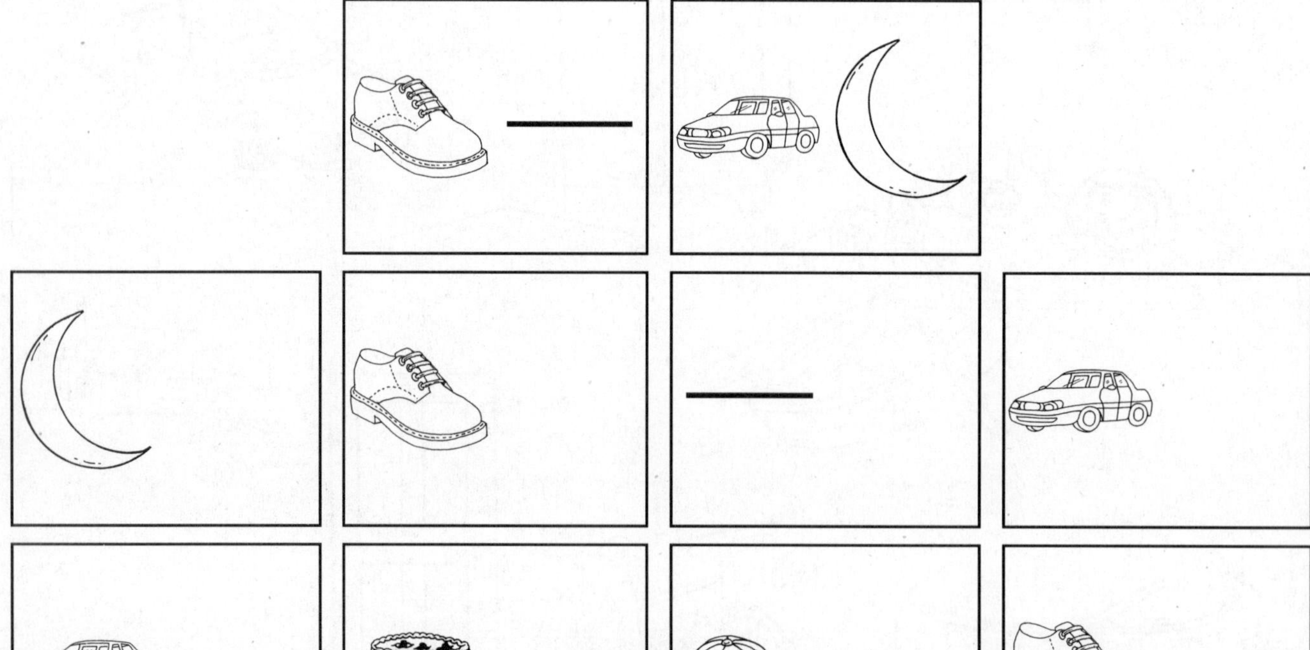

Lesson 80 Name

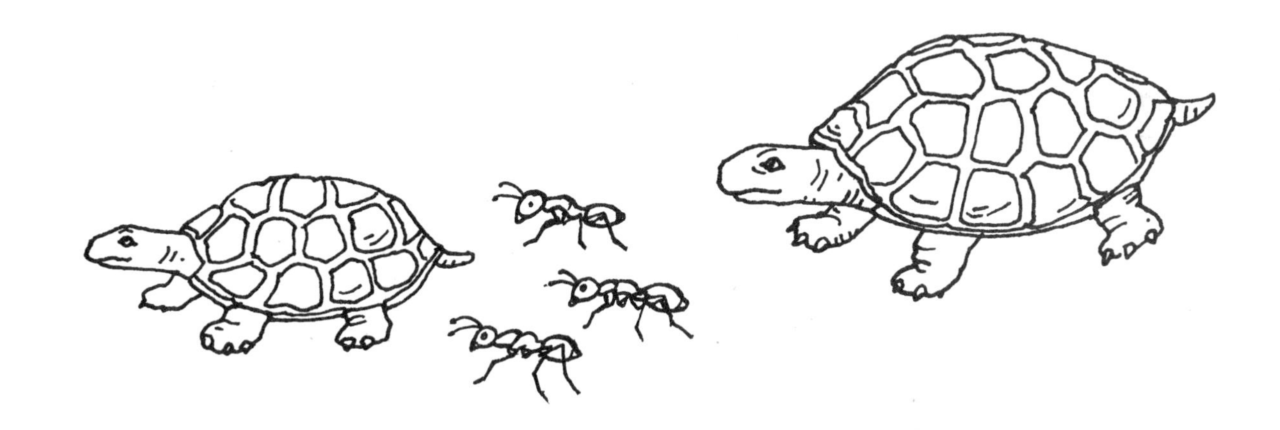

Lesson 80

Name ____________________

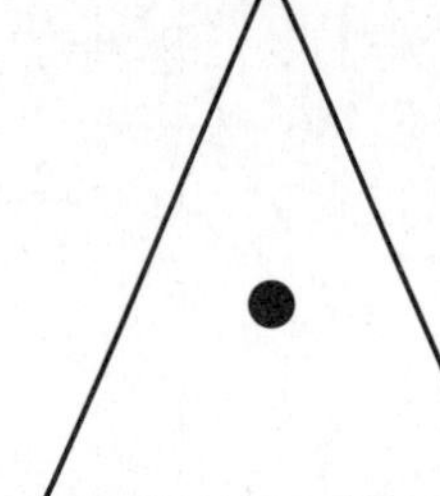
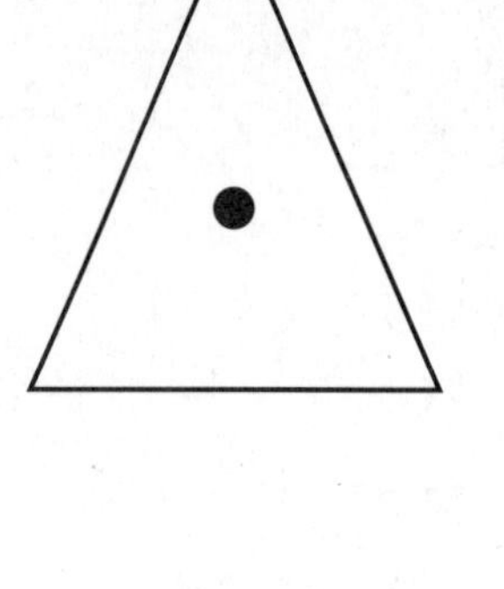

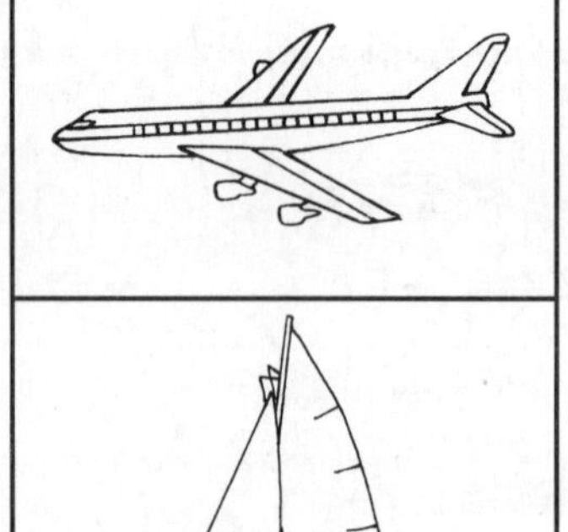
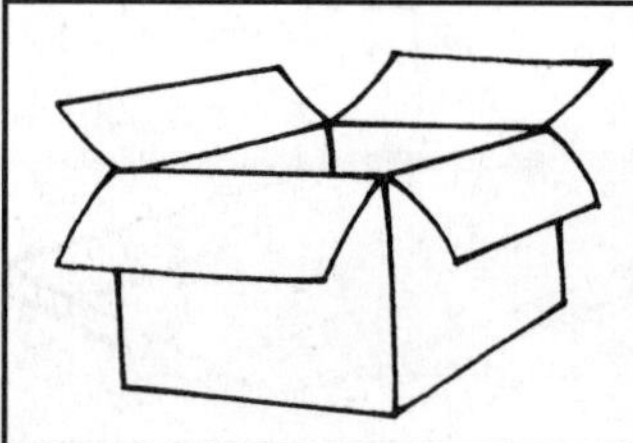
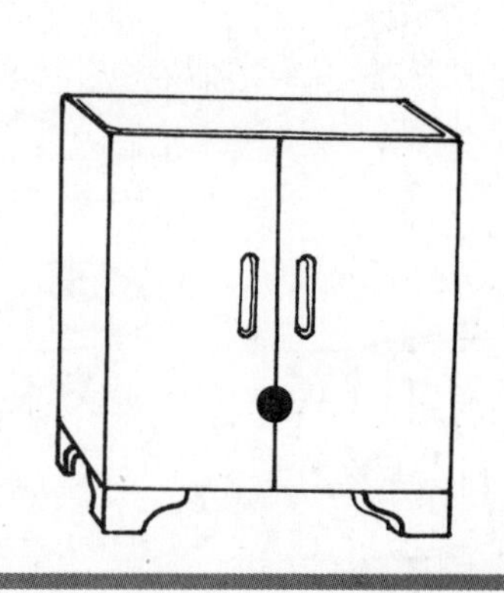

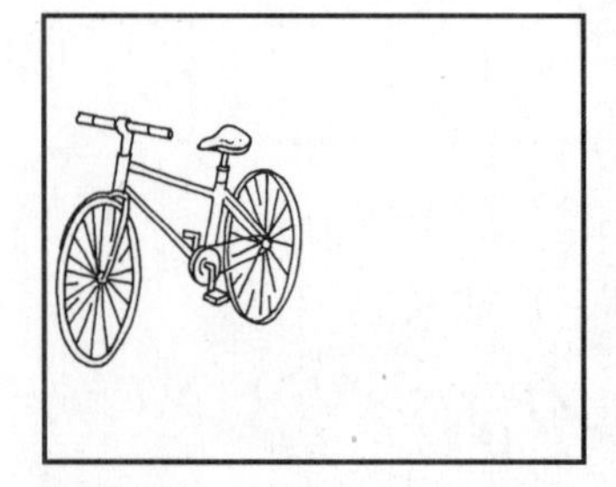
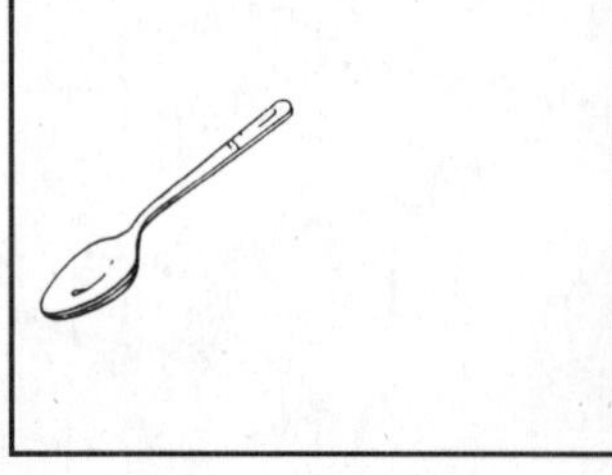

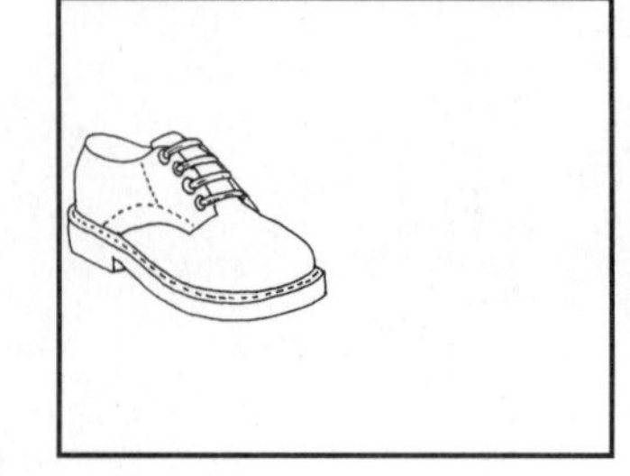

Lesson 81 Name ______________________

Lesson 81 Name ______________________

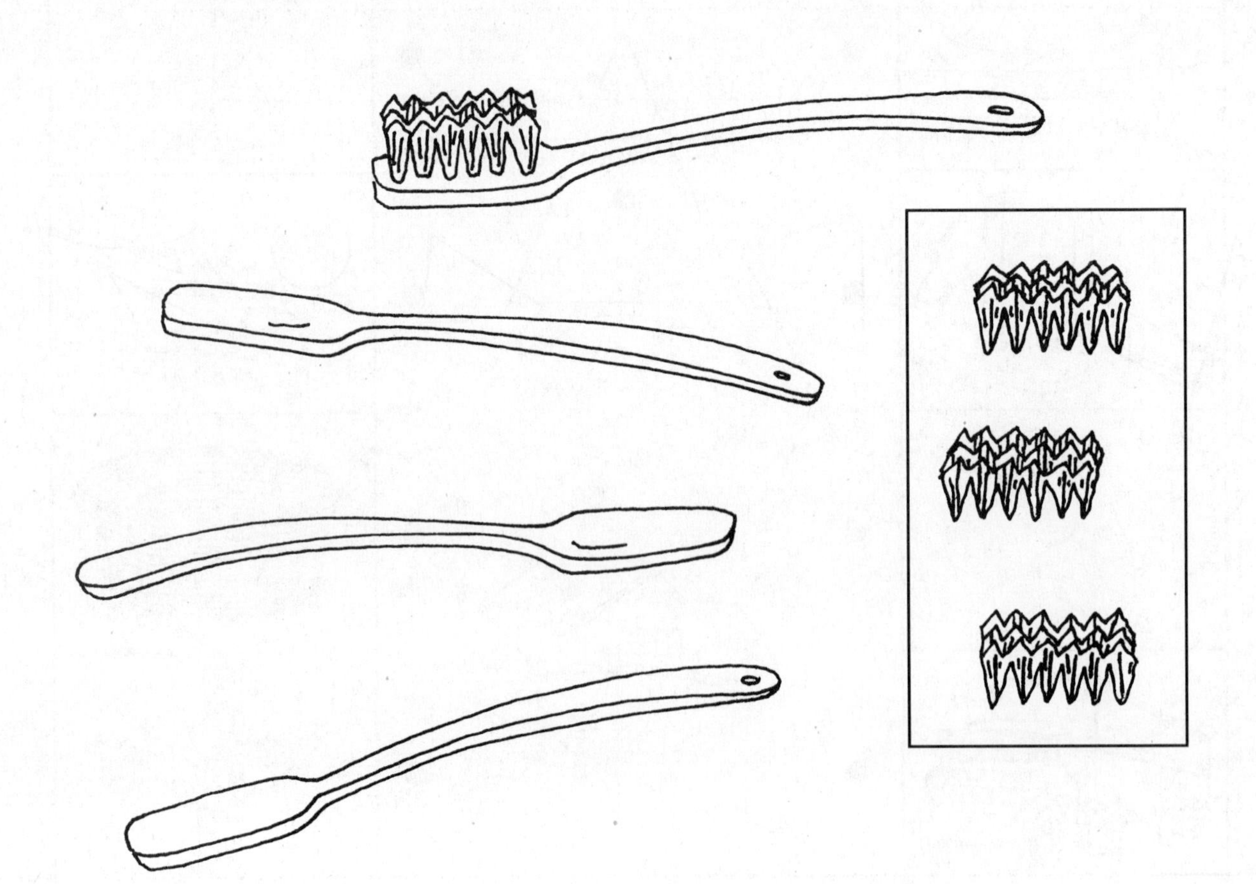

Lesson 82 Name

Lesson 82 Name ______________________

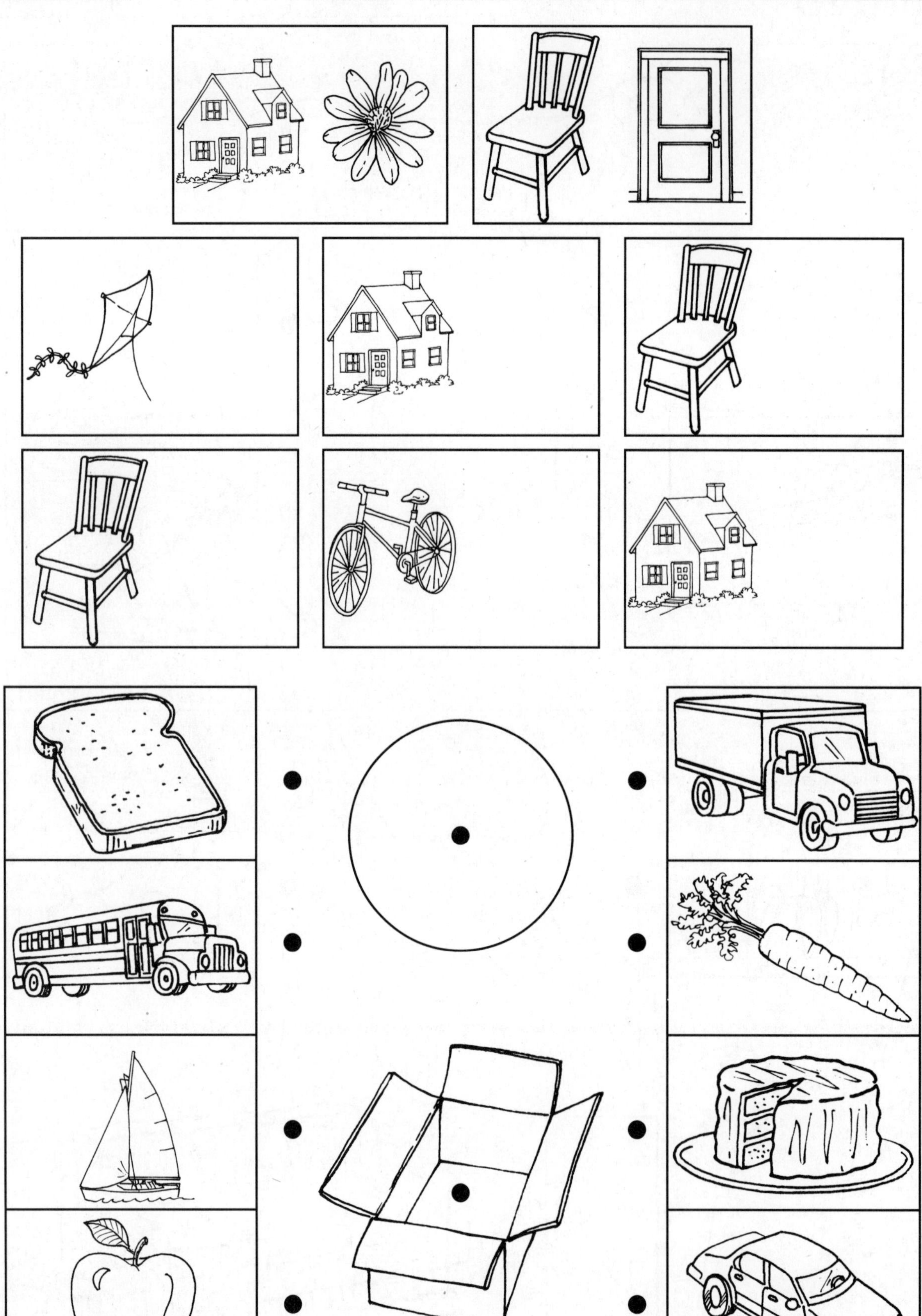

Lesson 83 Name ______________________

Lesson 83 Name

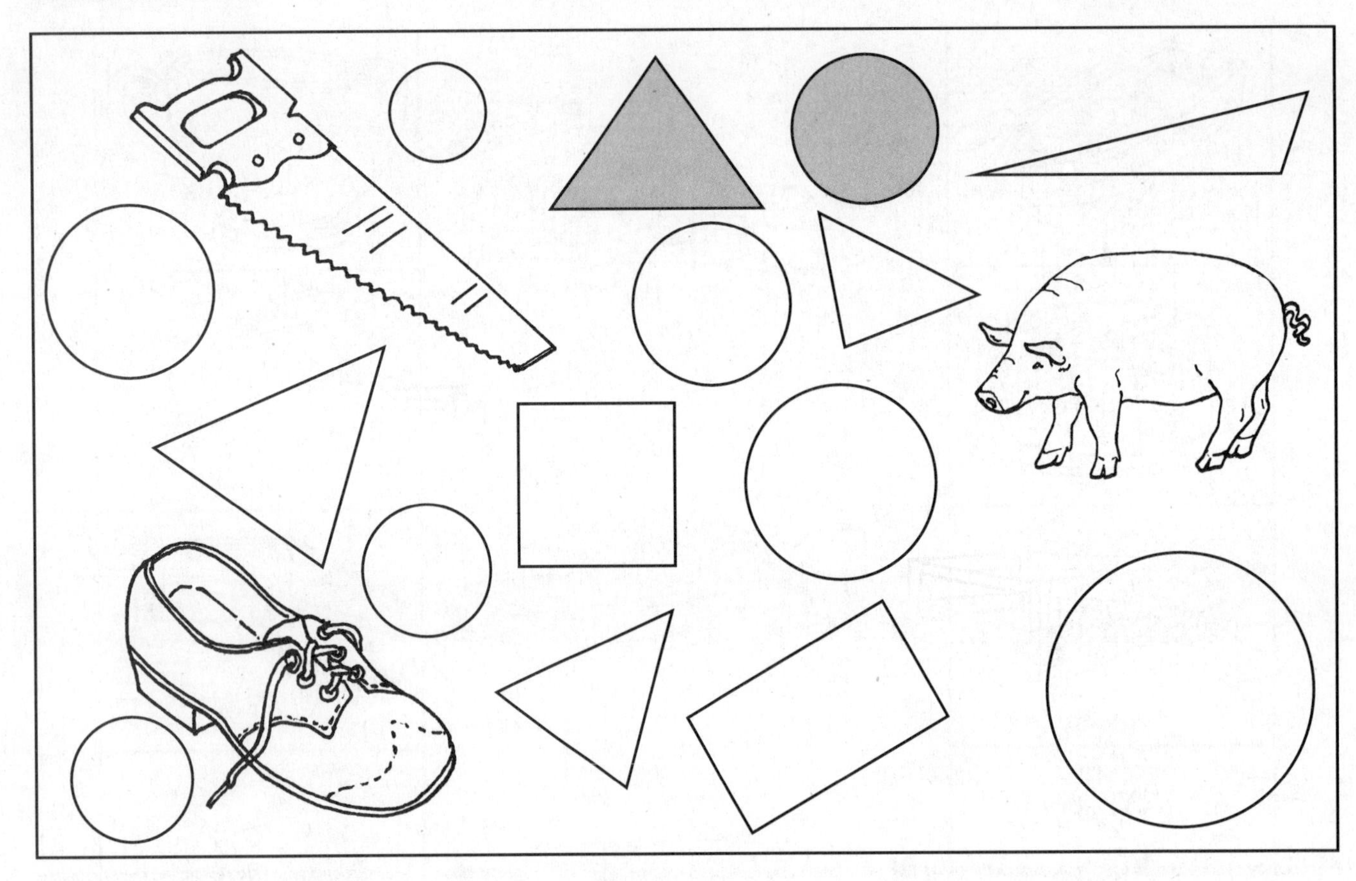

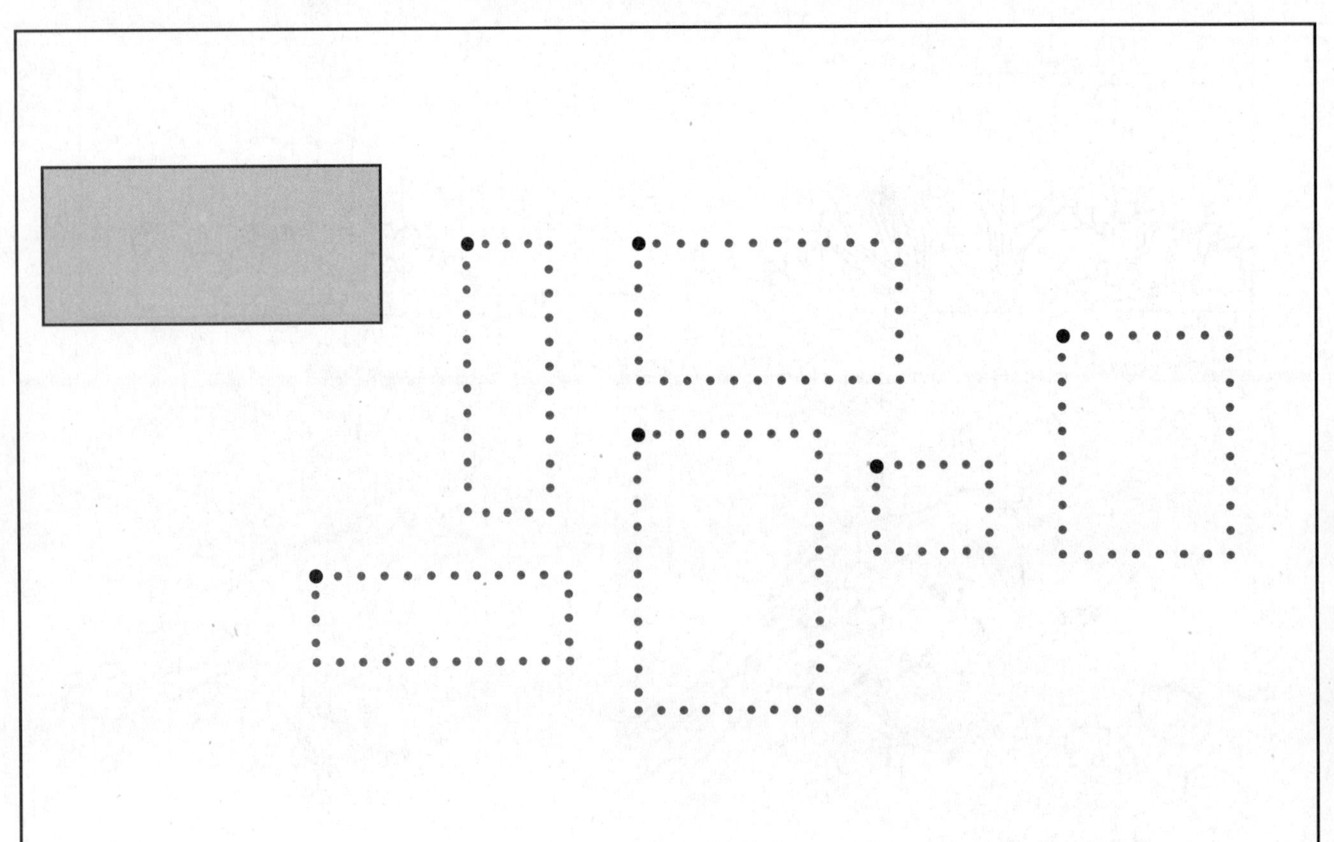

Lesson 84 Name ______________________

Lesson 84 Name ____________________

Lesson 85 Name ____________________

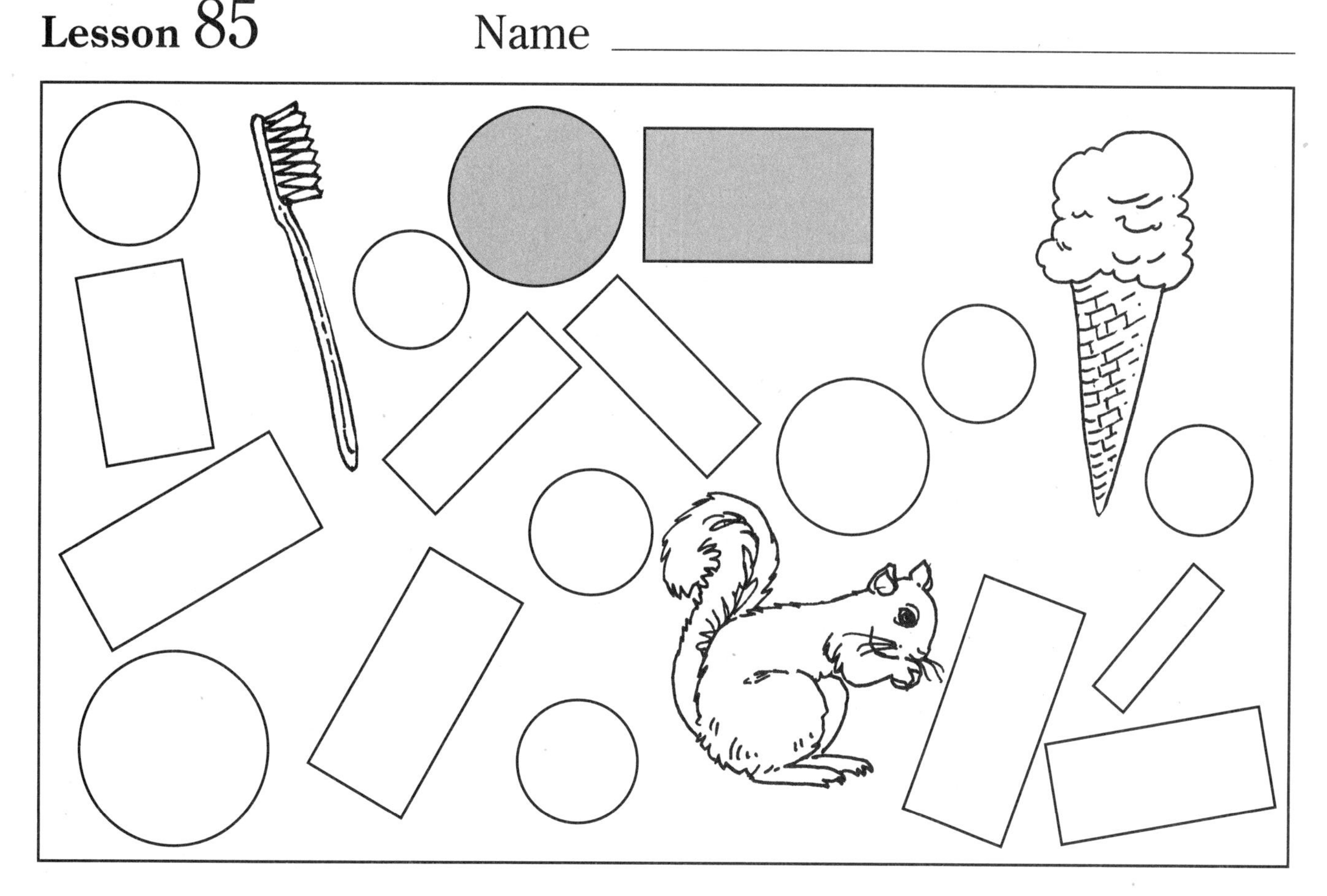

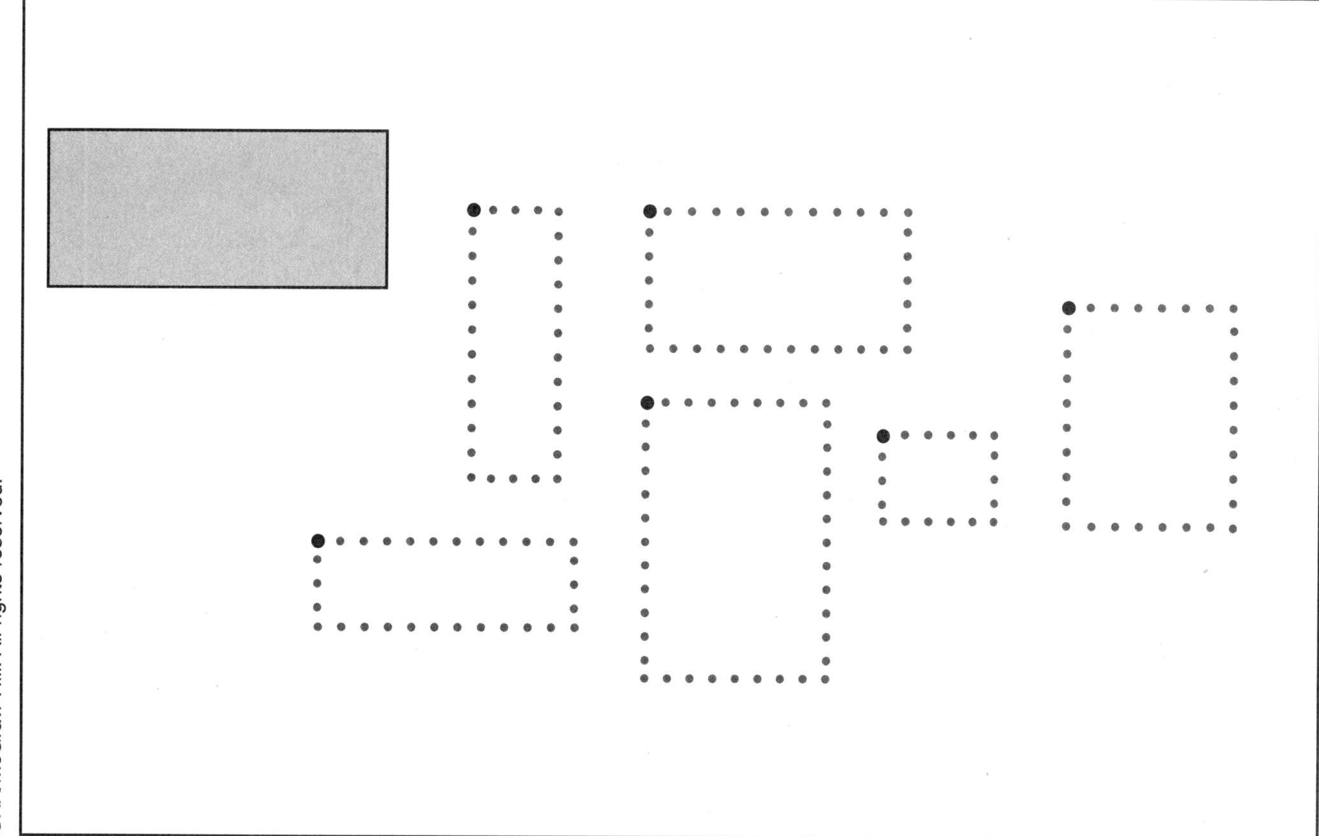

Lesson 85 Name ____________________

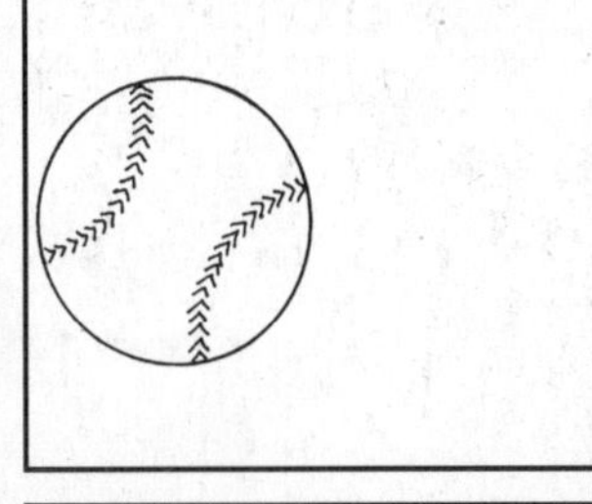

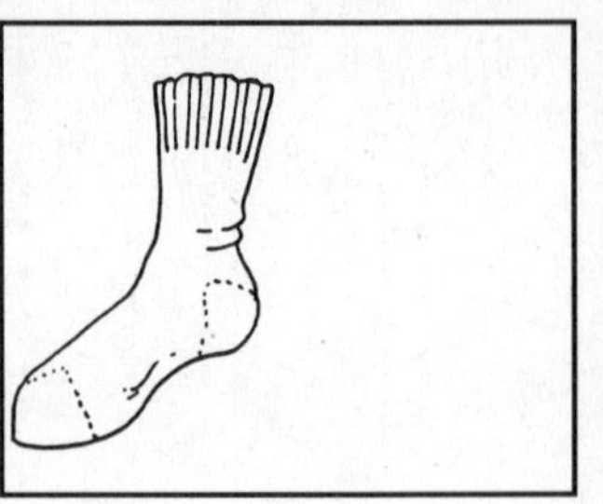

LANGUAGE for LEARNING

Siegfried Engelmann • Jean Osborn

WORKBOOK B

Columbus, Ohio

SRA/McGraw-Hill

*A Division of The **McGraw-Hill** Companies*

Send all inquiries to:
SRA/McGraw-Hill
8787 Orion Place
Columbus, OH 43240-4027

Printed in the United States of America.

ISBN 0-02-674647-6

14 15 POH 06 05

Lesson 51

Name ______________________

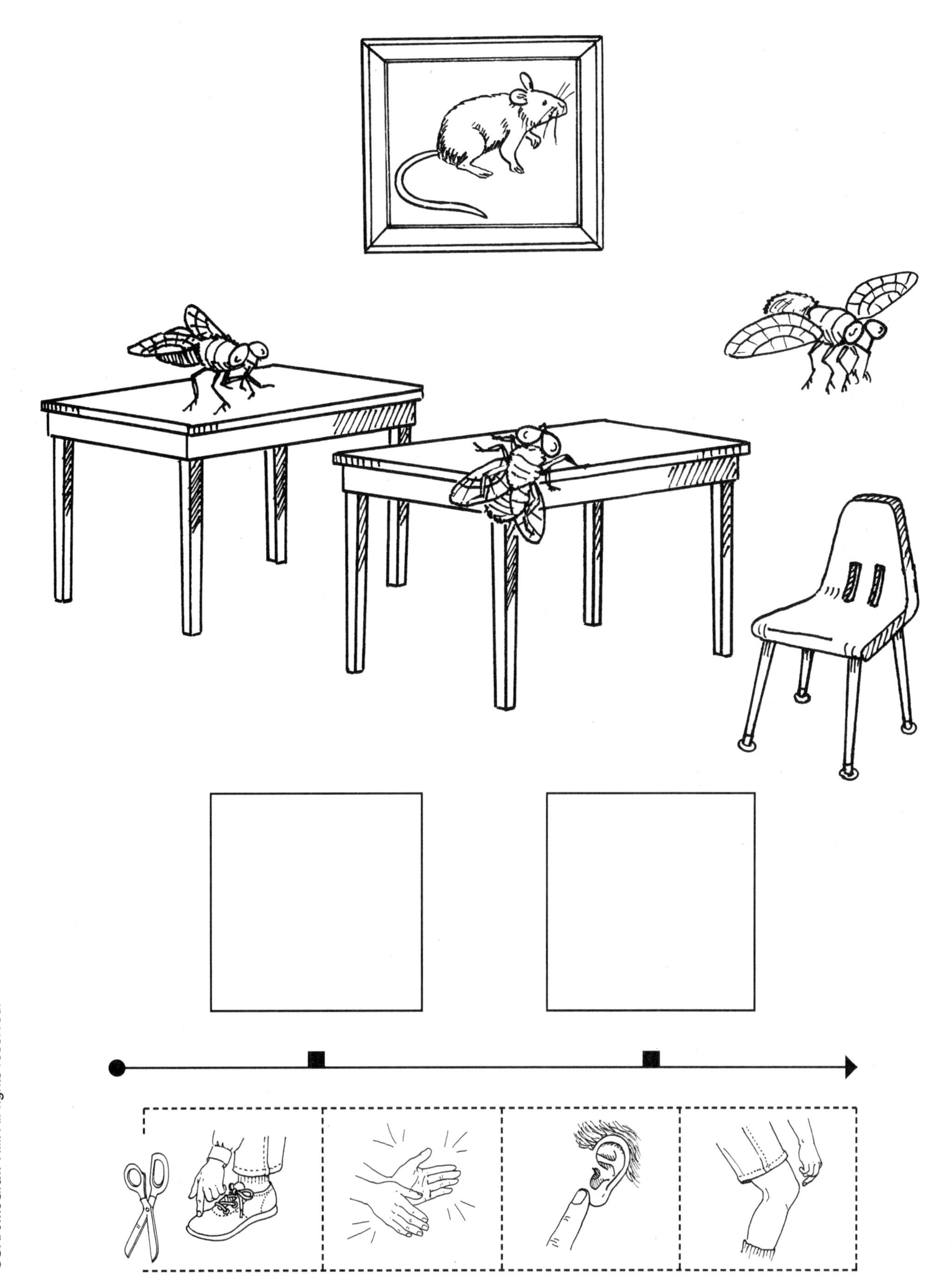

 ____

Lesson 51 Name ______________________

Lesson 52 Name ______________________

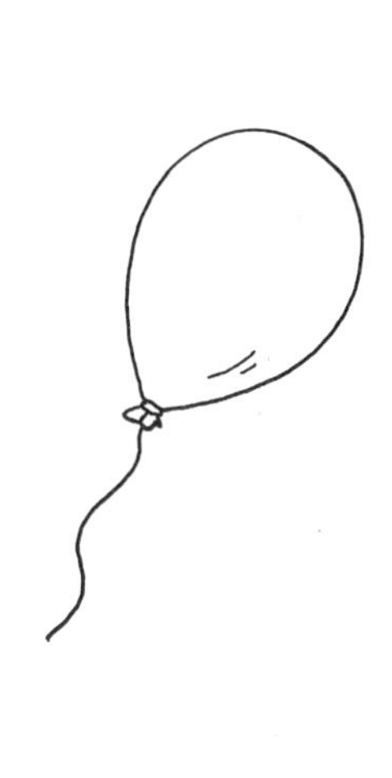

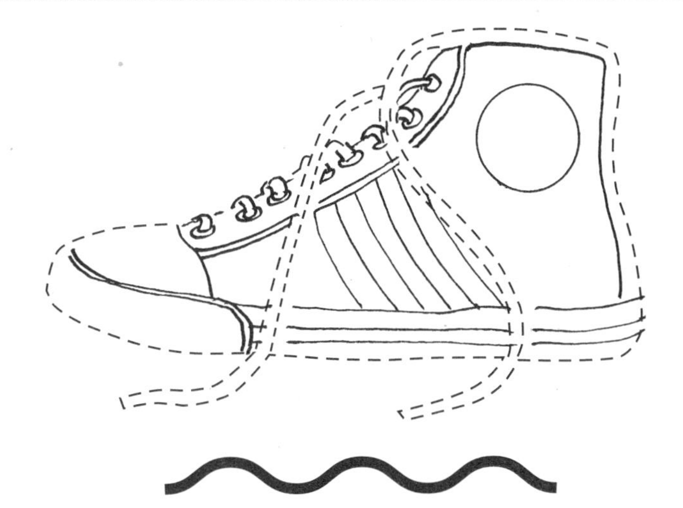

Lesson 52 Name ____________________

Lesson 53

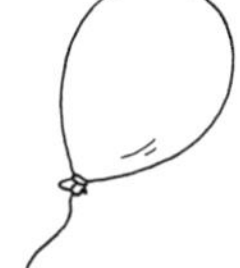

Name ______________________________

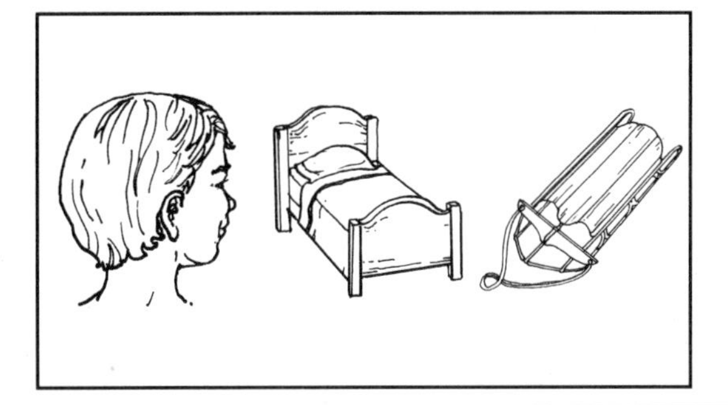

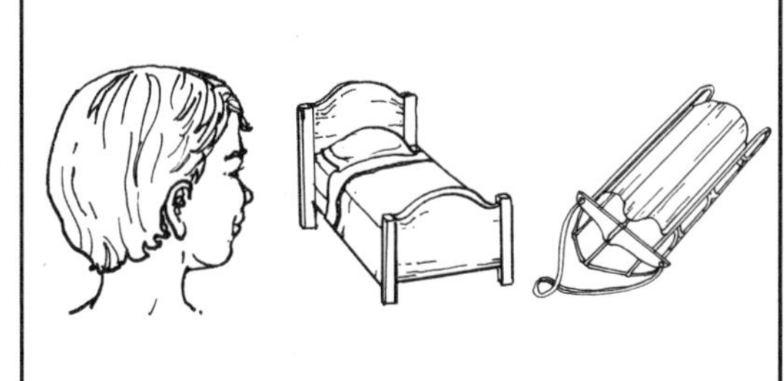

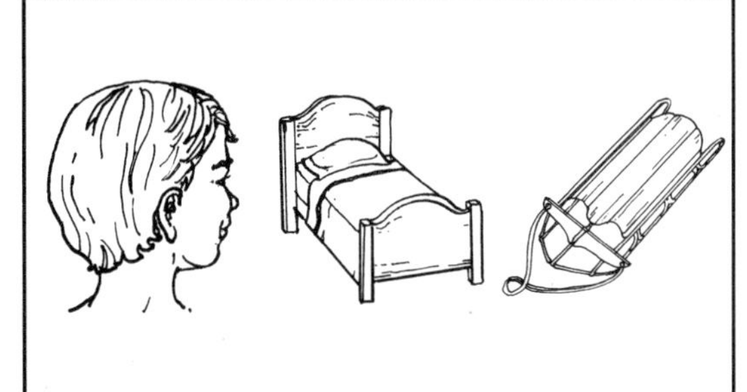

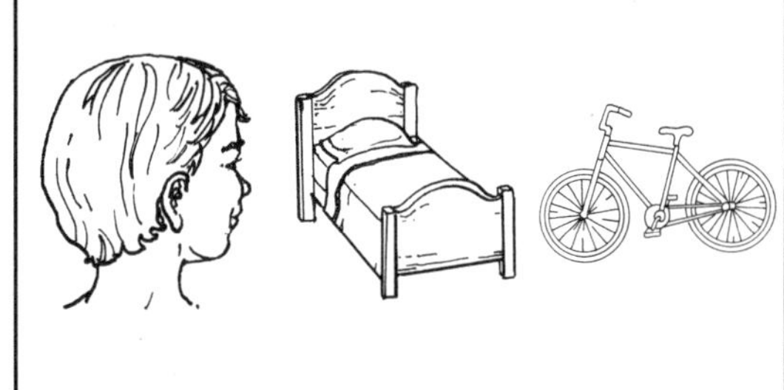

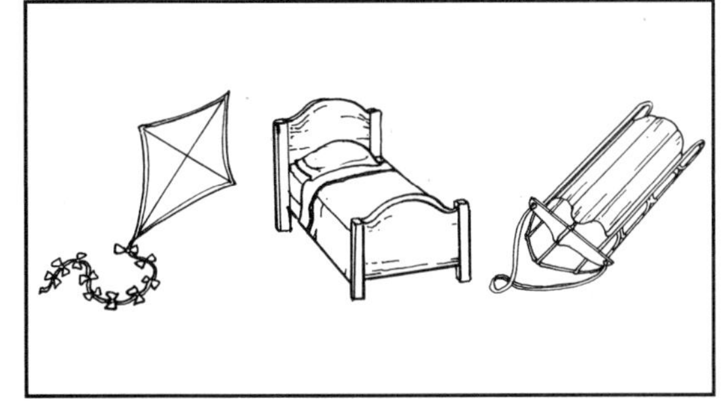

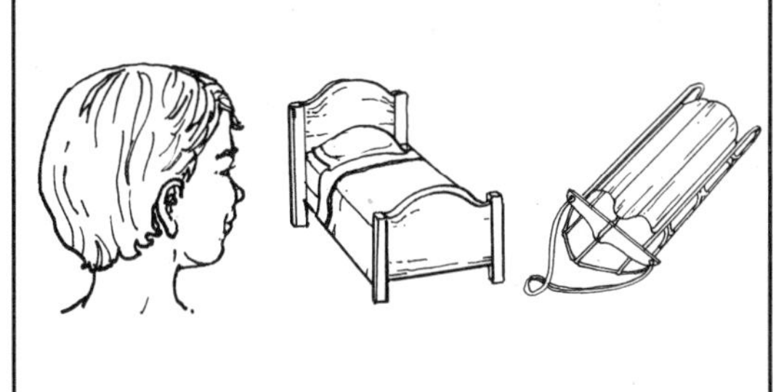

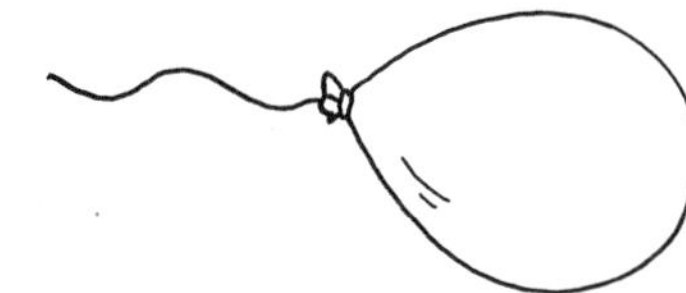

Lesson 53 Name ______________________

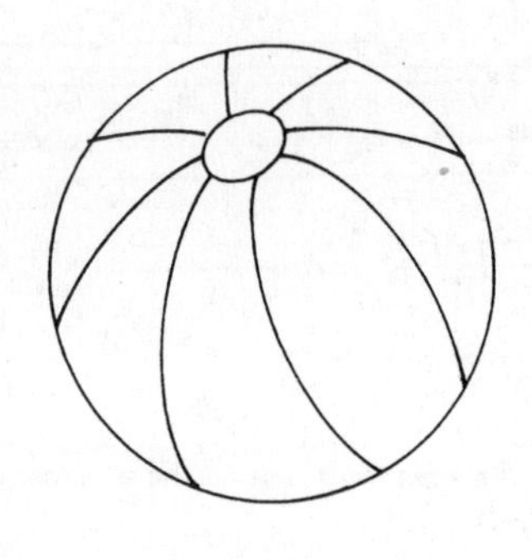

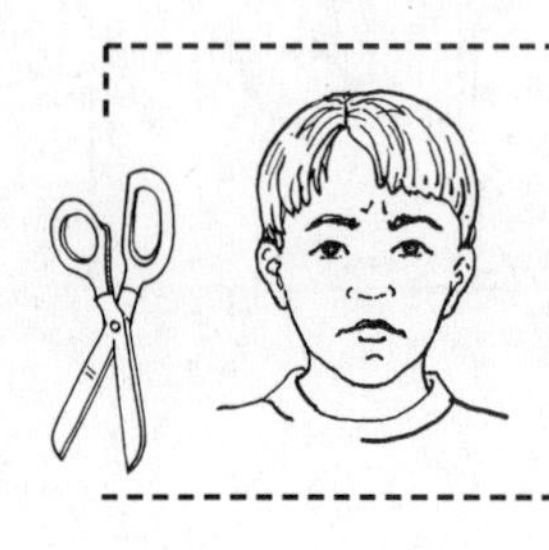

Lesson 54 Name ______________________

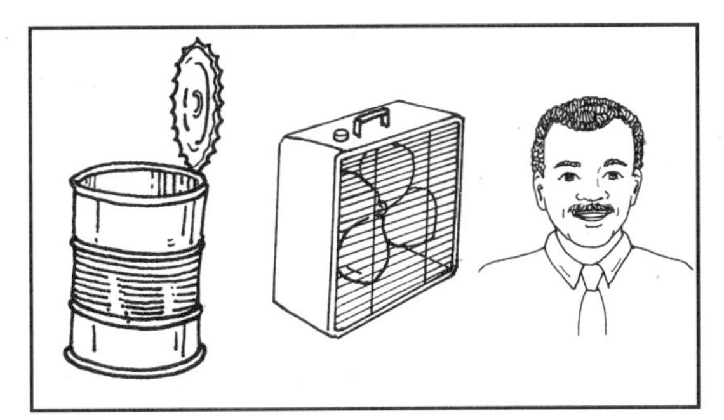

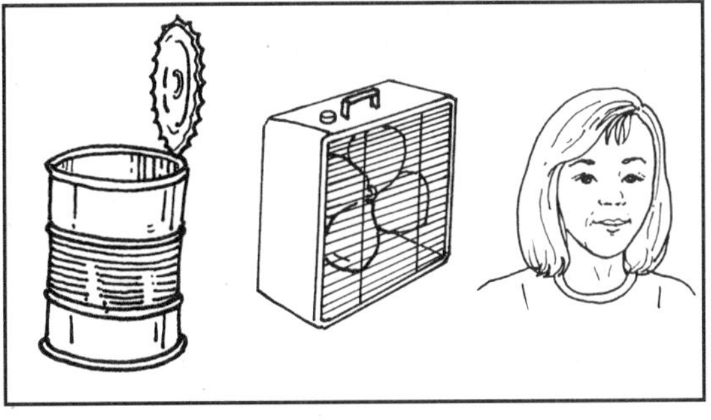

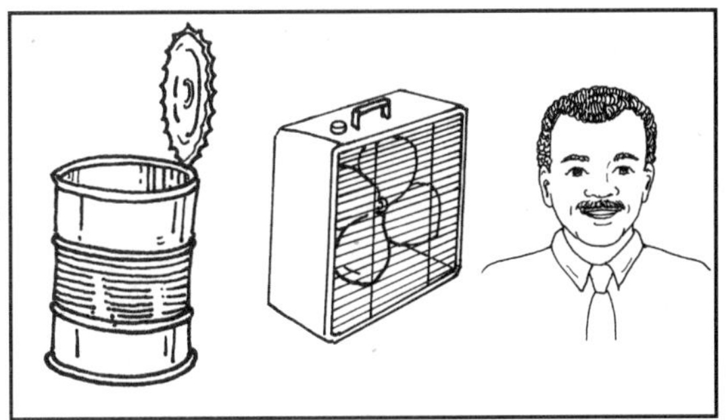

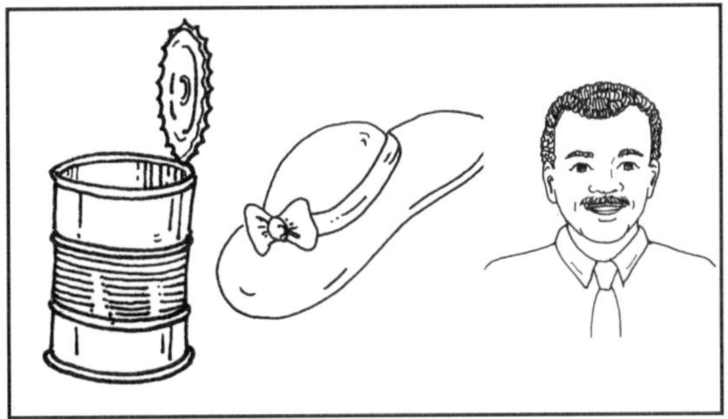

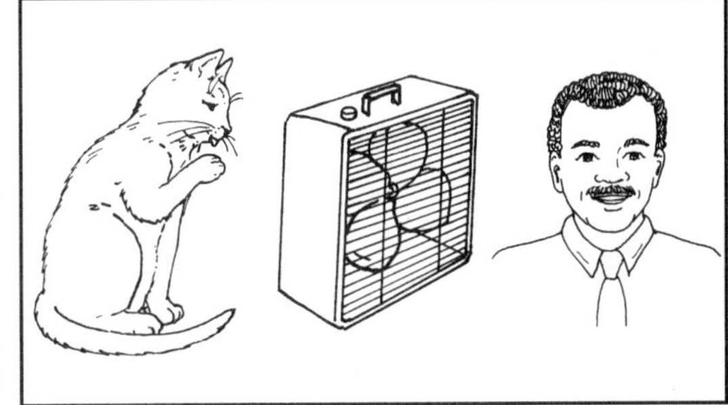

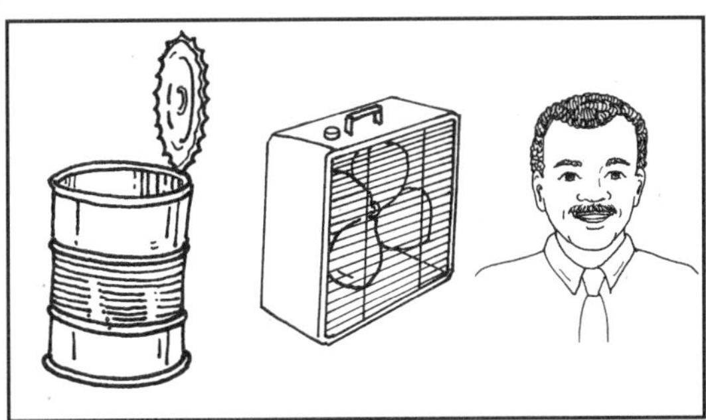

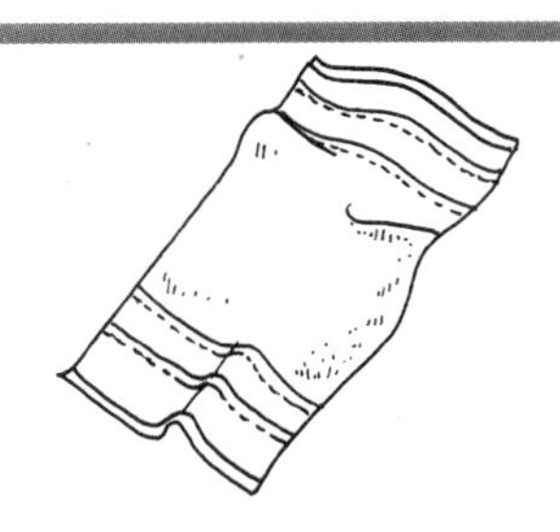

Lesson 54 Name ____________________

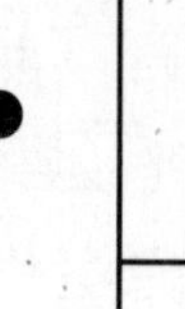

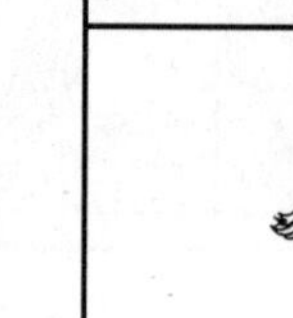

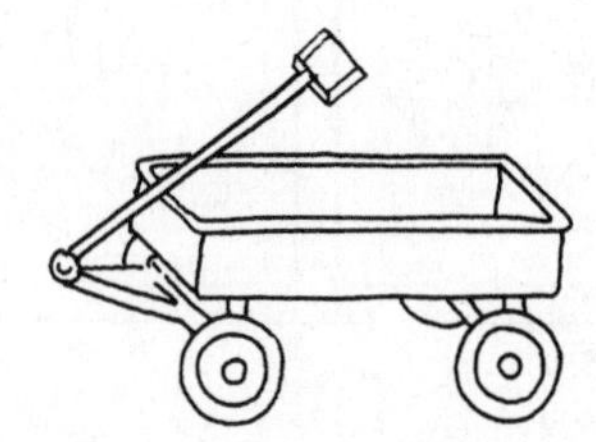

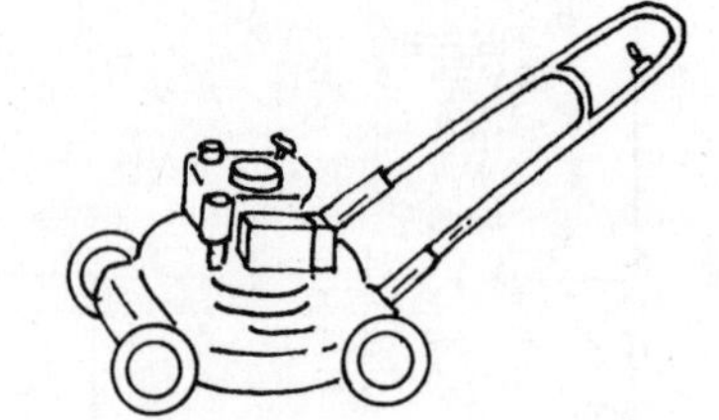

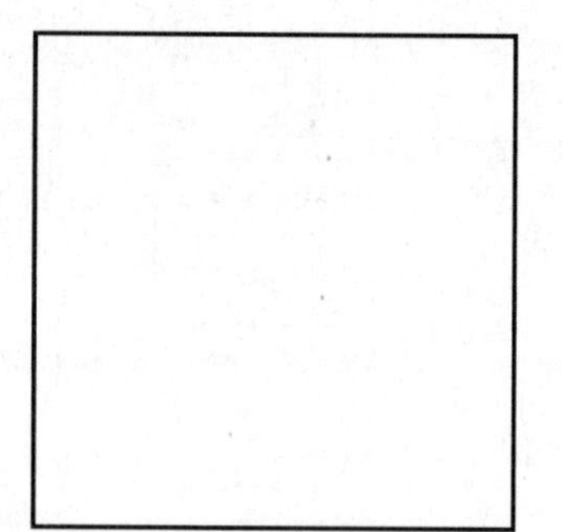

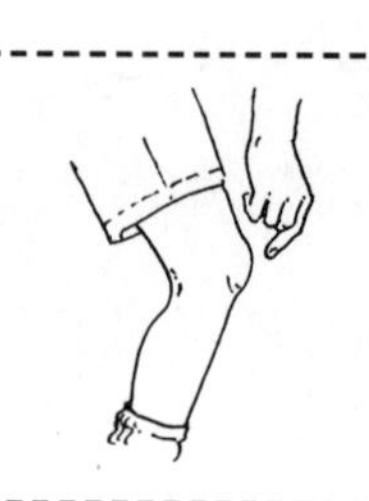

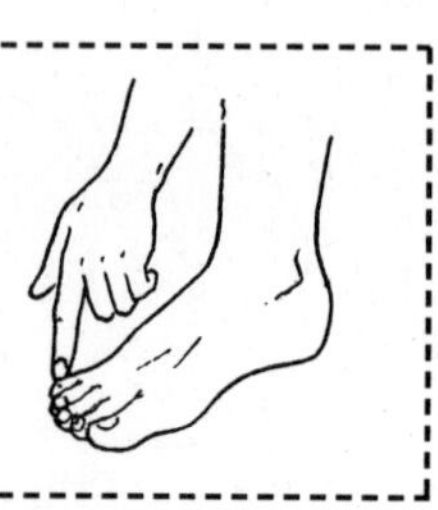

Lesson 55 Name ____________________

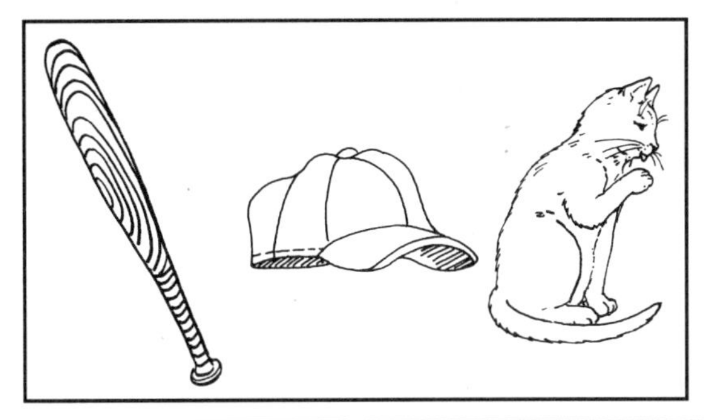

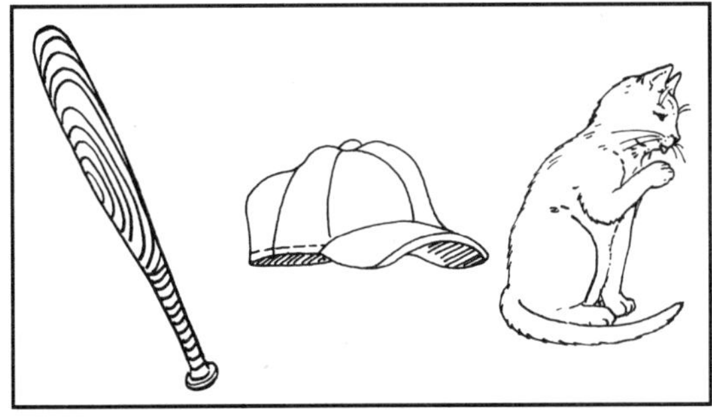

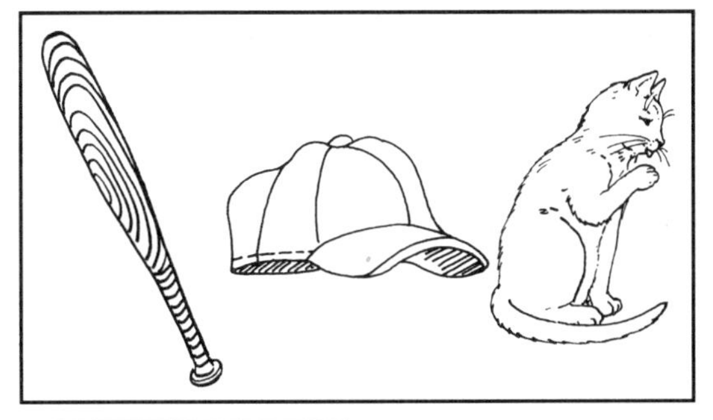

Lesson 55 Name ______________________

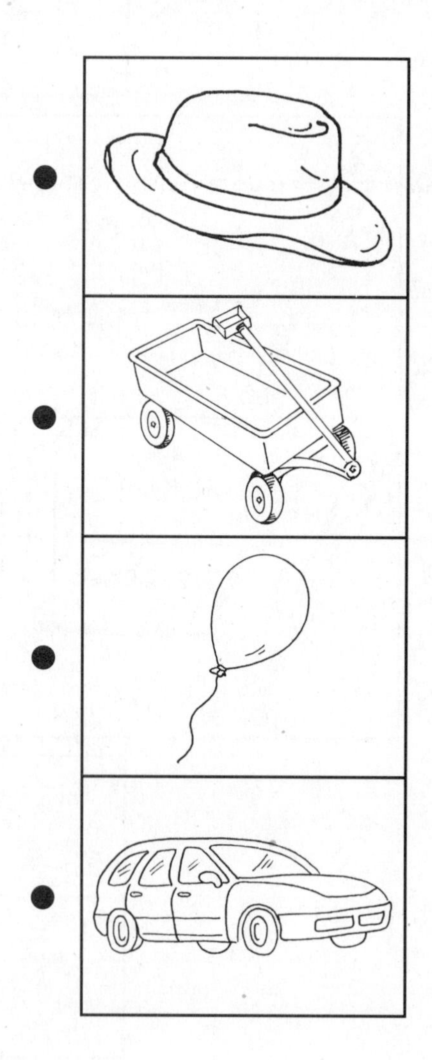

Lesson 56  Name ______________________

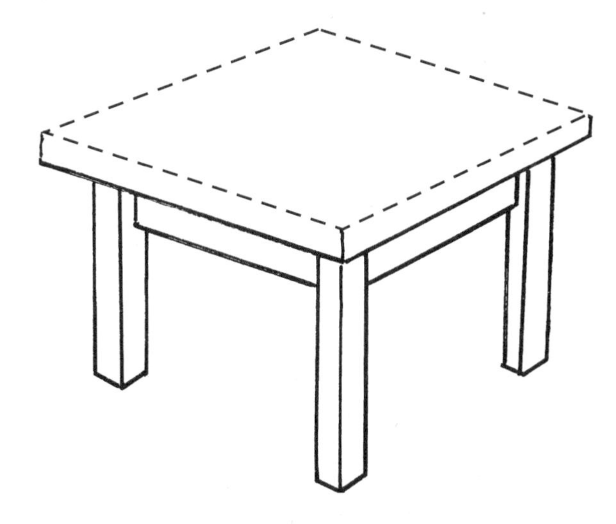

 ____

Lesson 56 Name ____________________

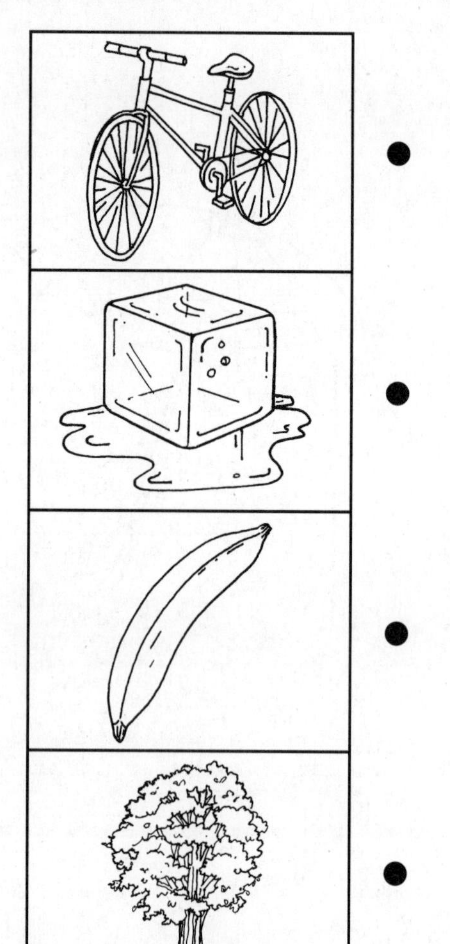

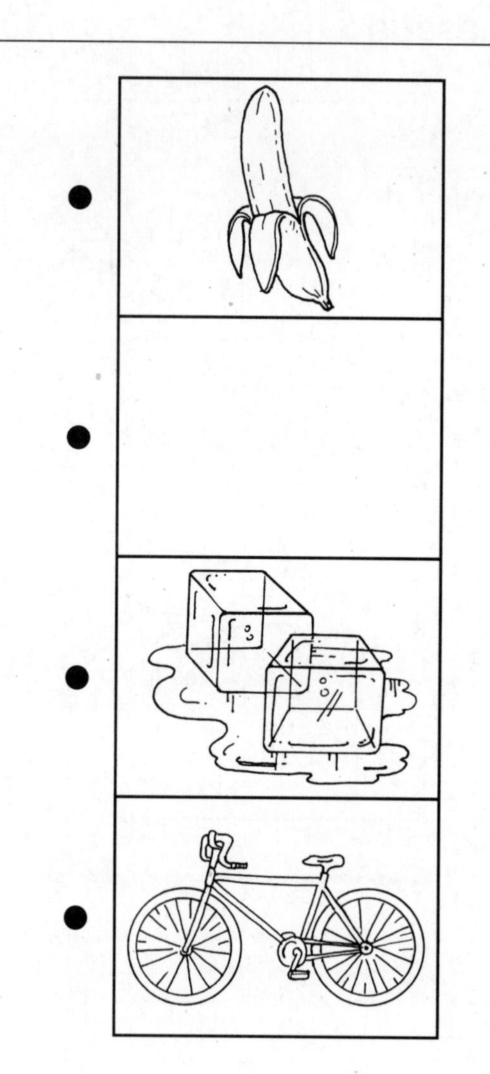

Lesson 57

Name ______________________

Lesson 57 Name ____________________

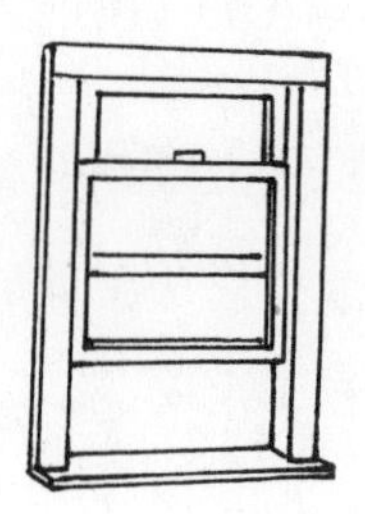

Lesson 58 Name ______________________

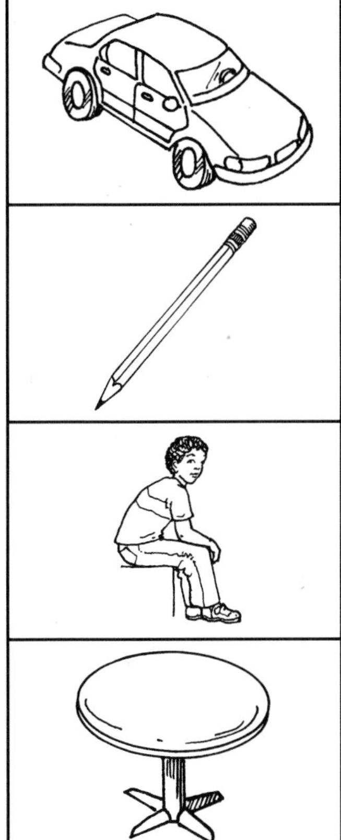
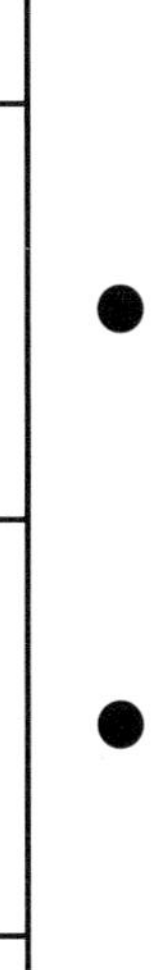

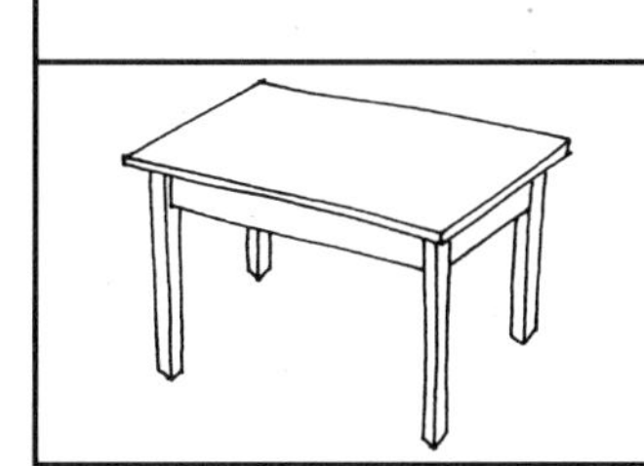

 ____

Lesson 58 Name ____________________

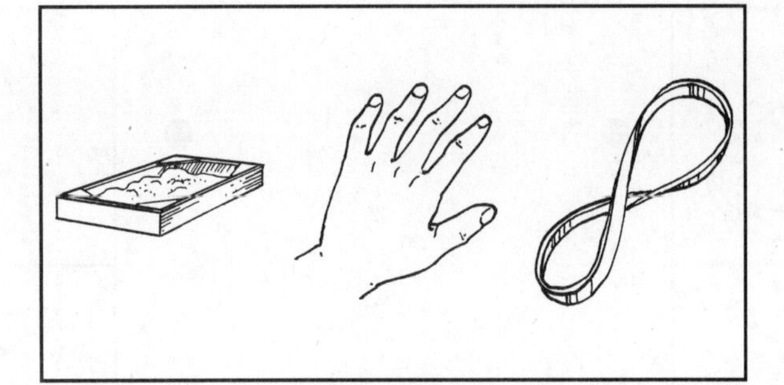

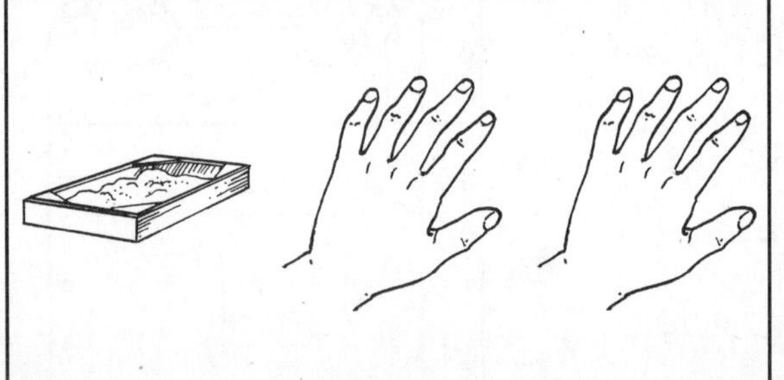

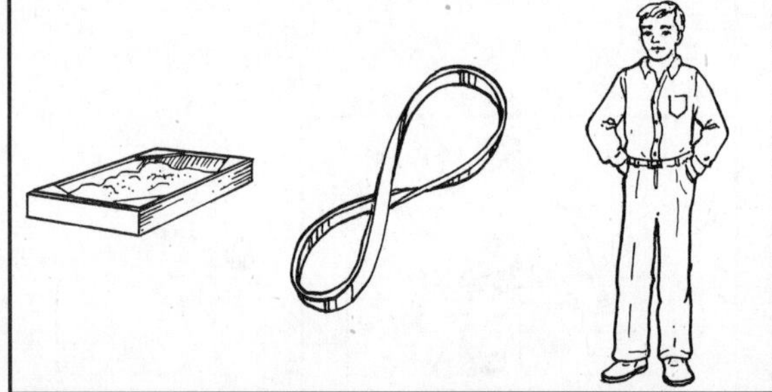

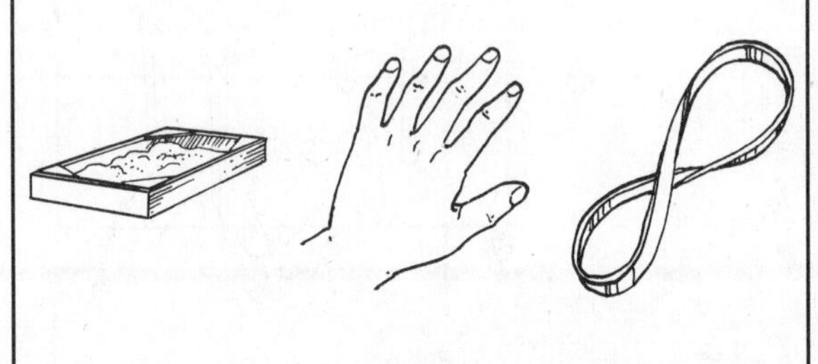

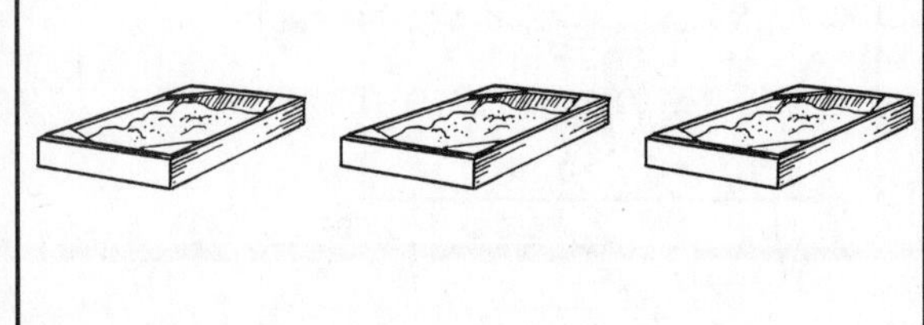

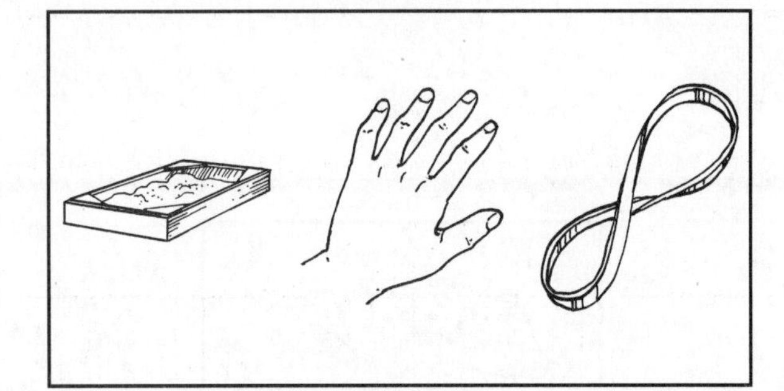

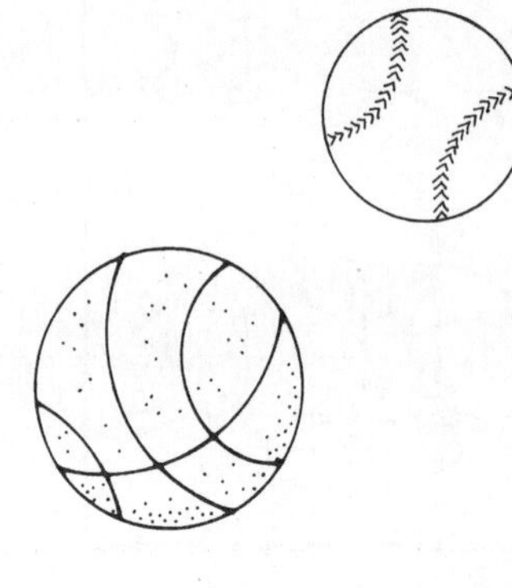

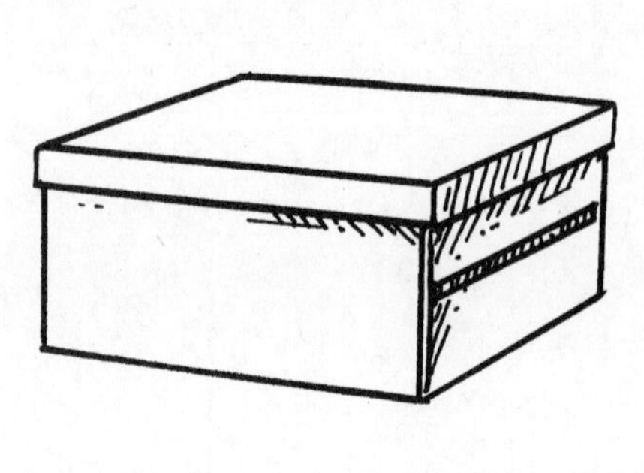

Lesson 59 Name ____________________

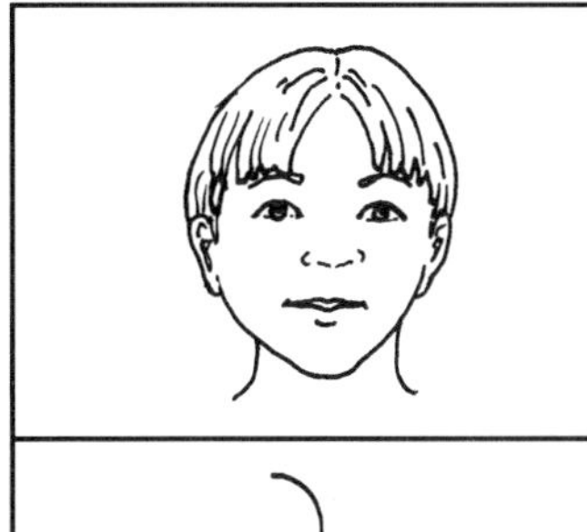
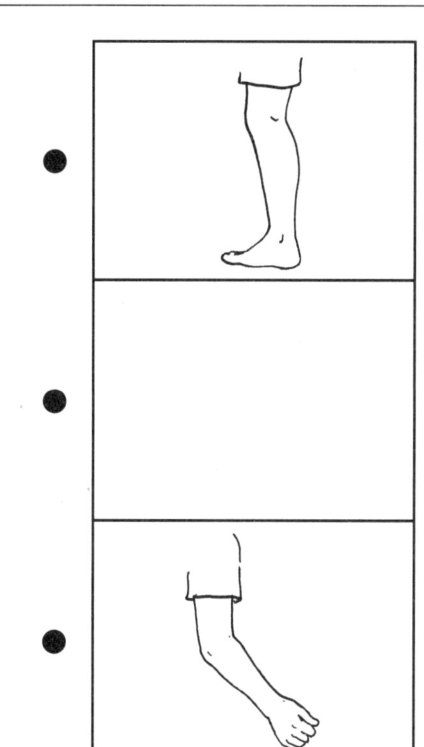
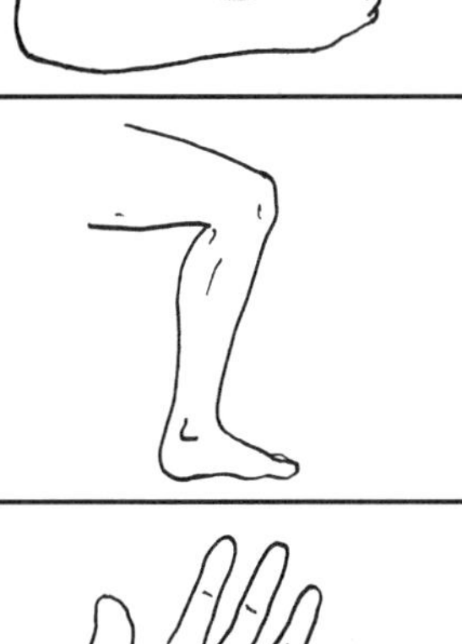
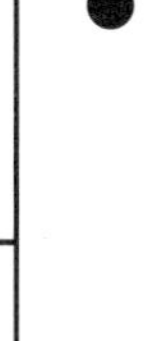

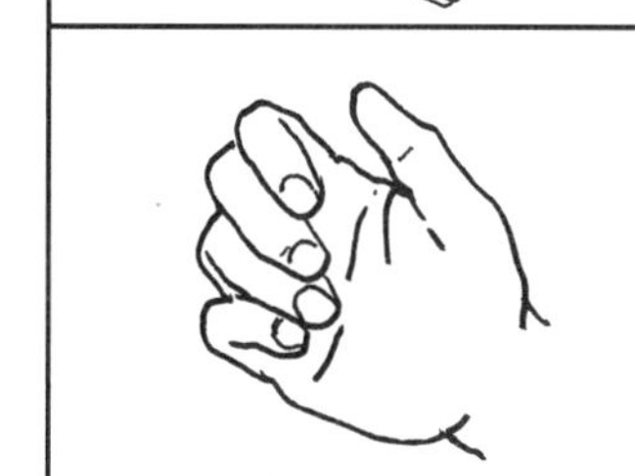

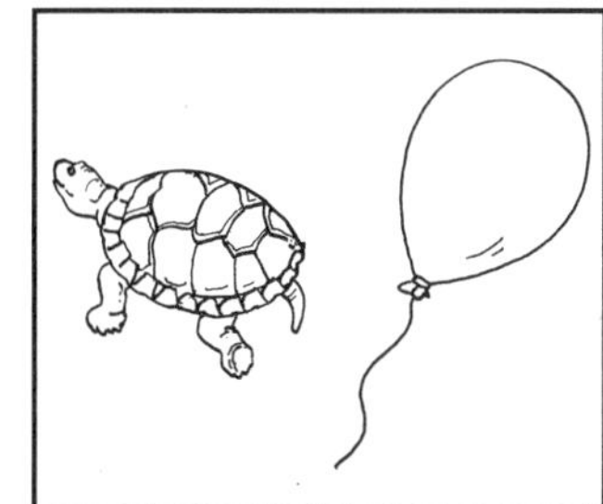
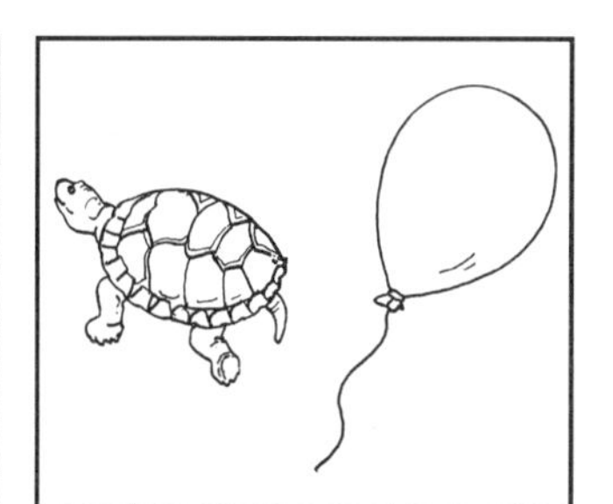

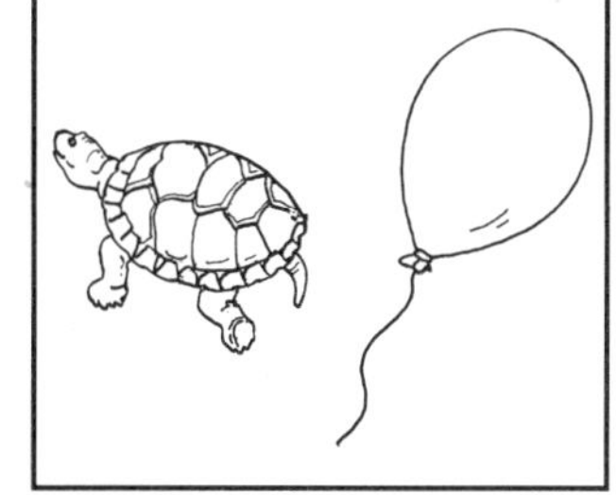

Lesson 59 Name ____________________

Lesson 60 Name ______________________

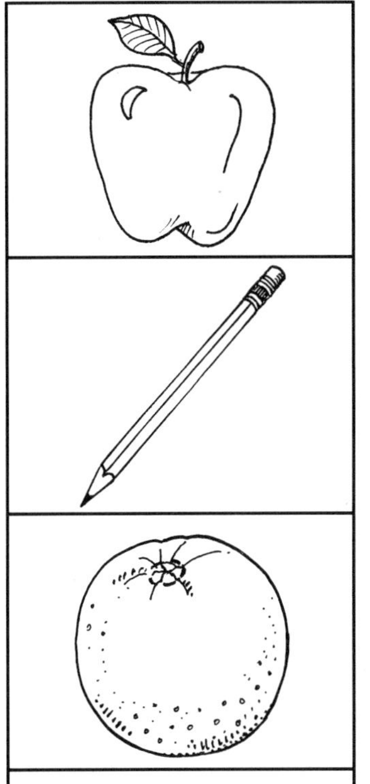
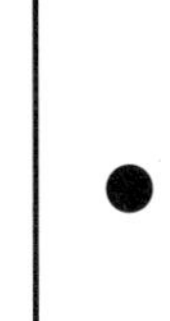
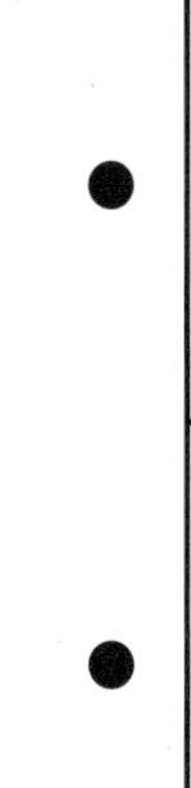
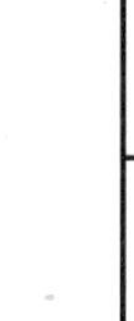

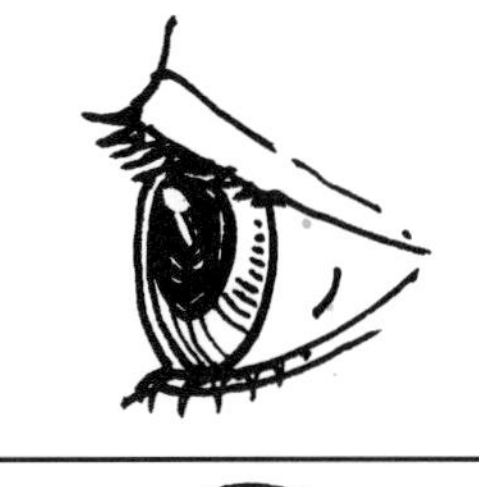

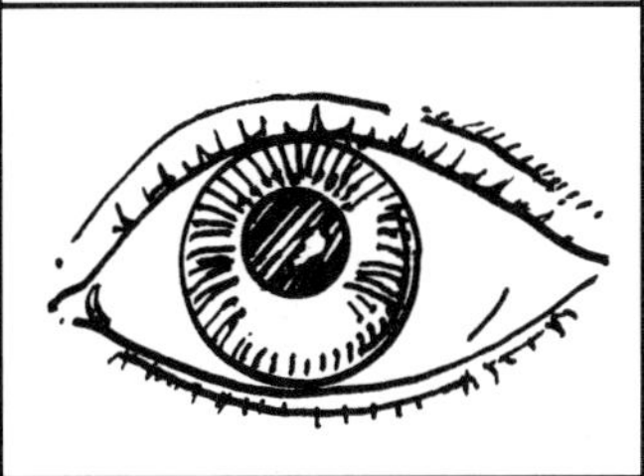

Lesson 60 Name ____________________

Lesson 61 Name ____________________

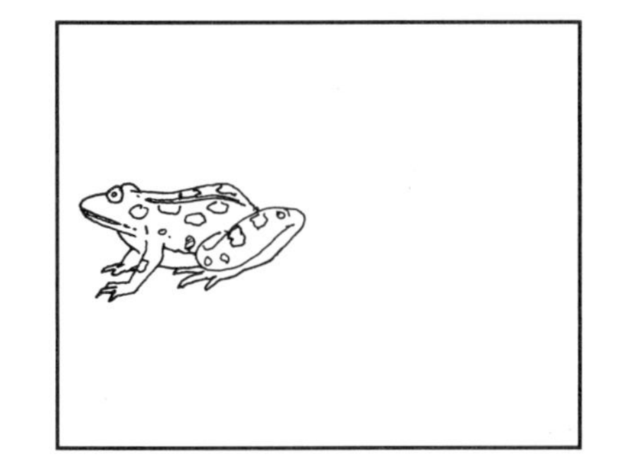
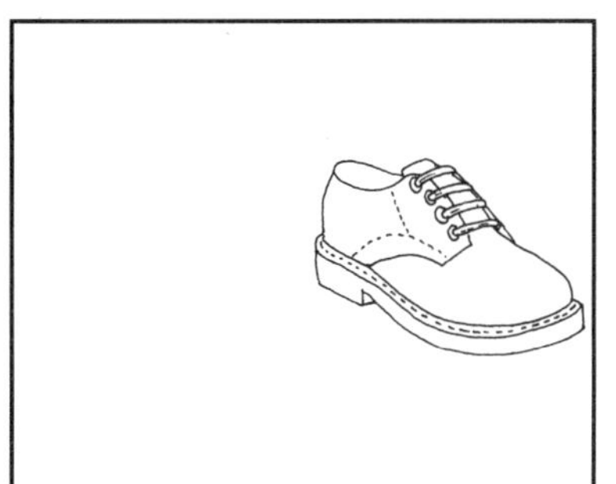
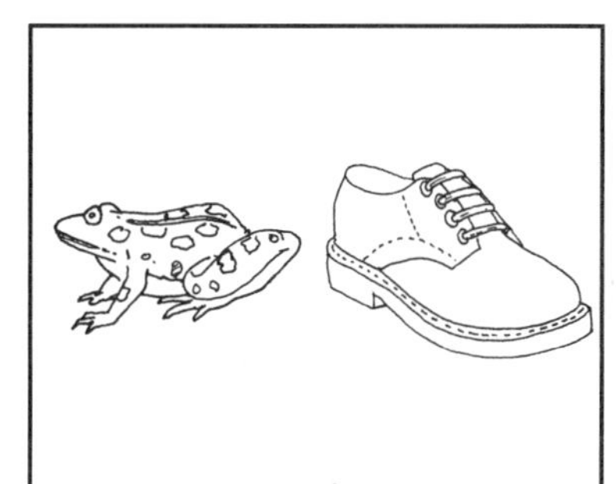

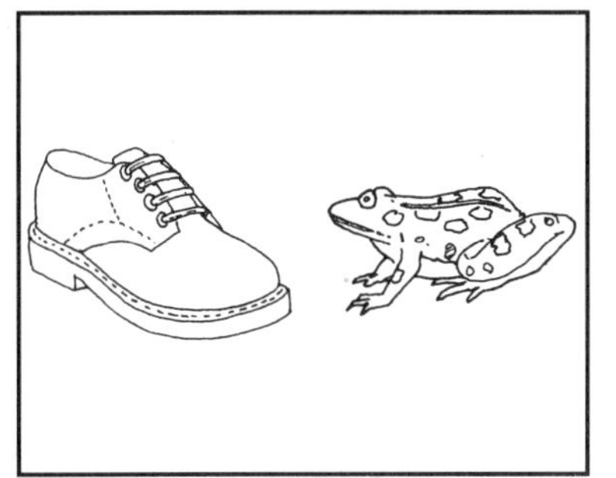
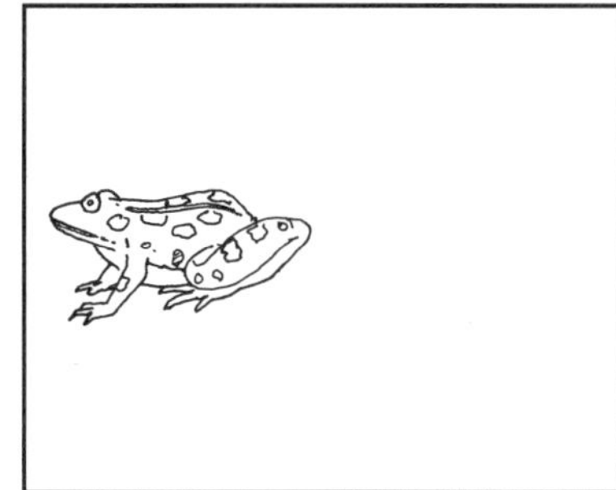
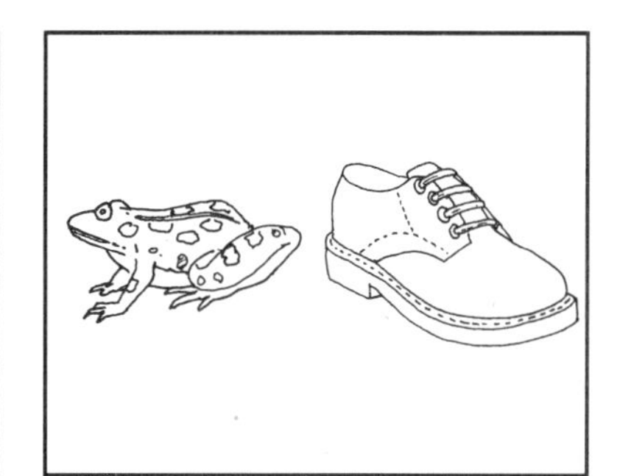

Side 1 ____________________

Lesson 61 Name ______________________________

 ____

Lesson 62 Name ____________________

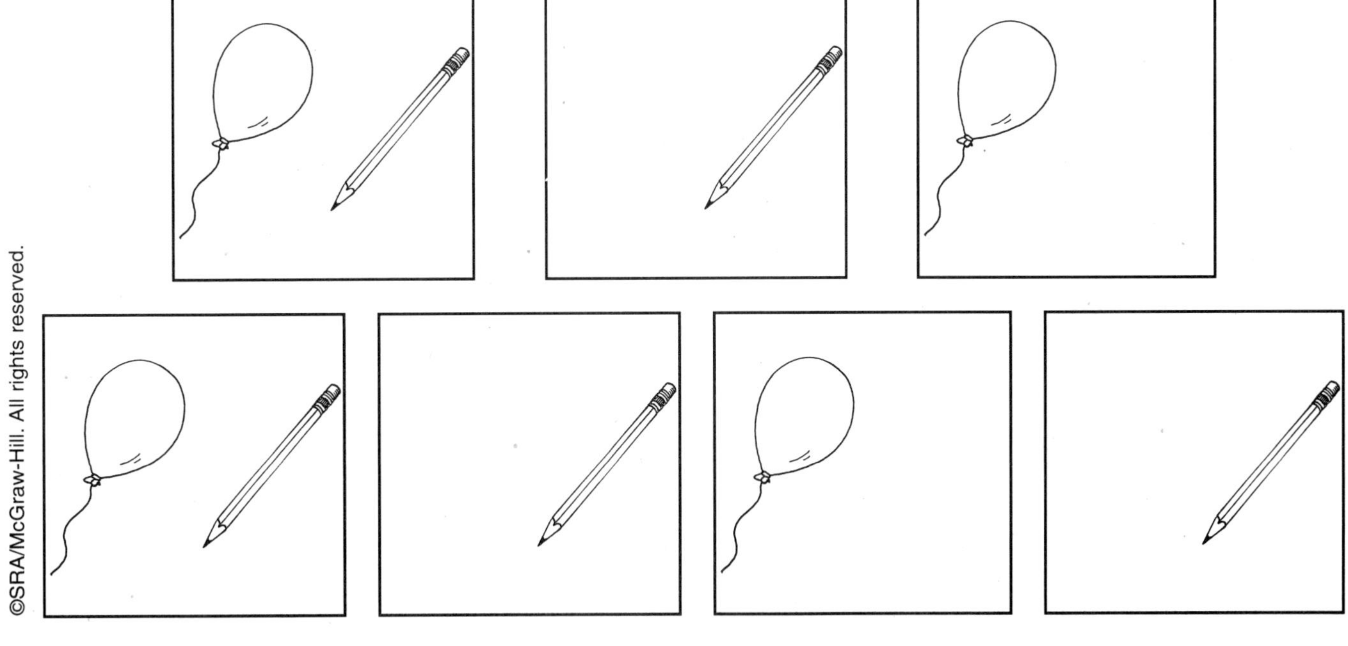

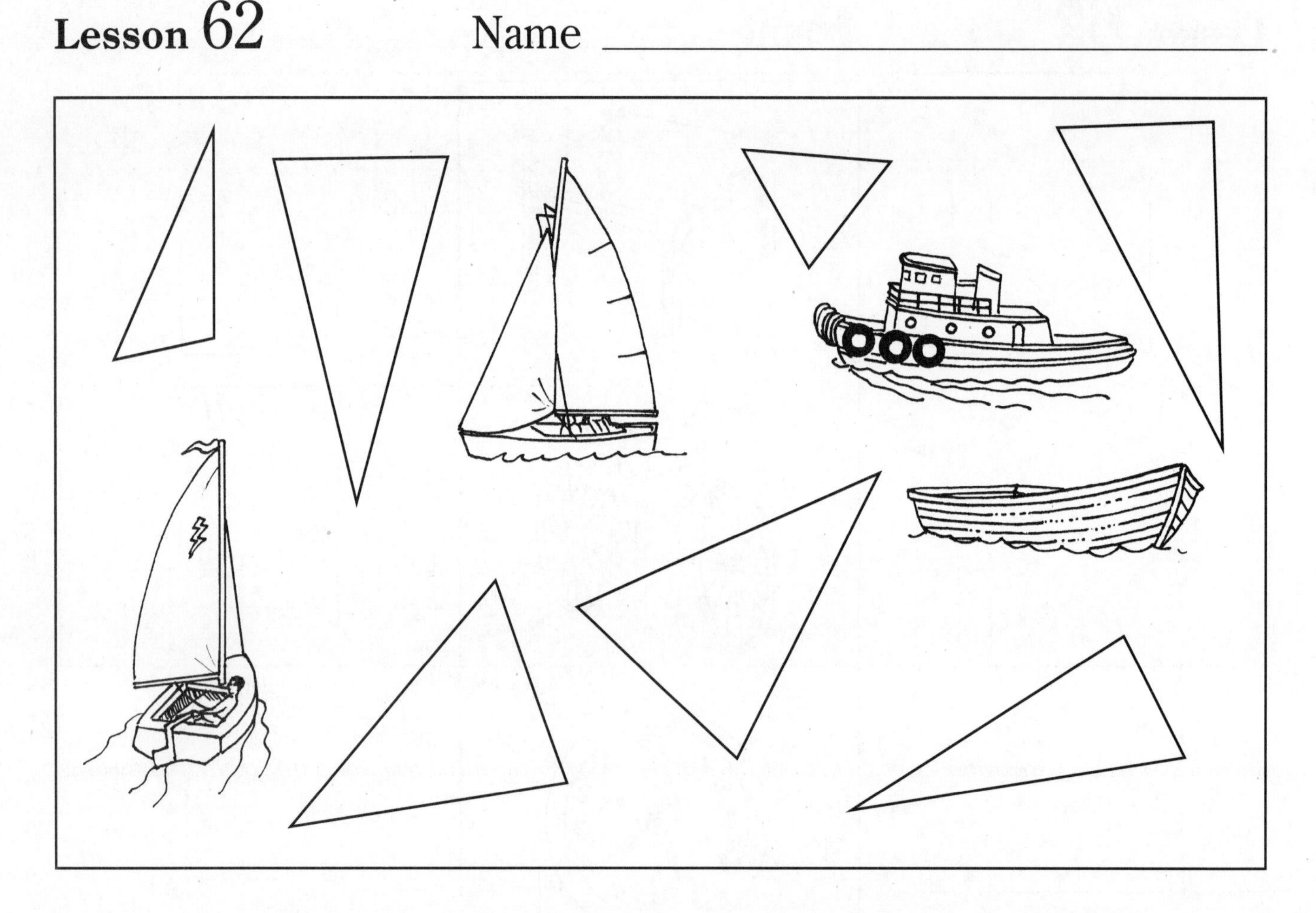

Lesson 63 Name ______________________________

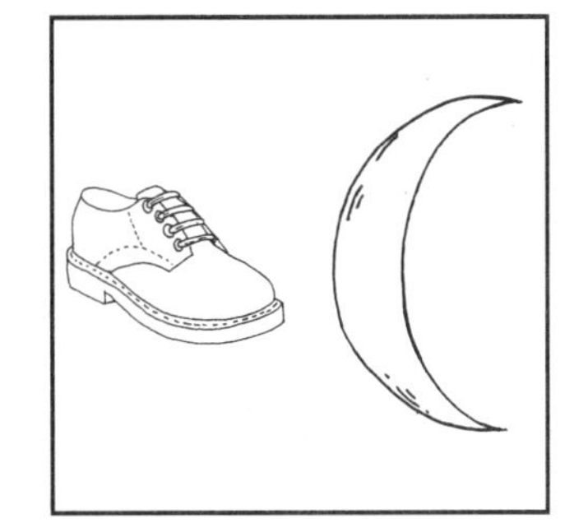

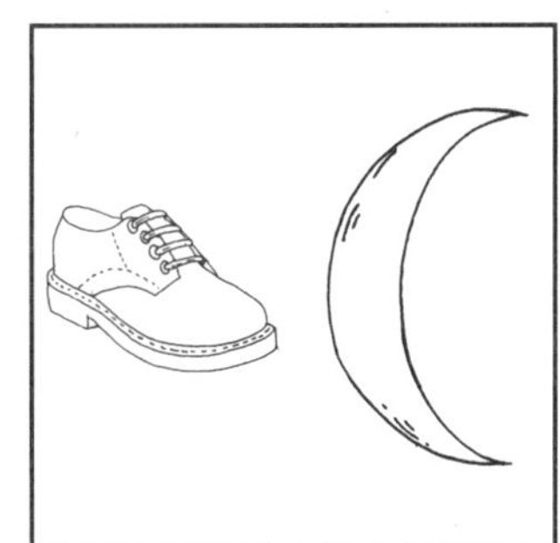

Lesson 63 Name ______________________

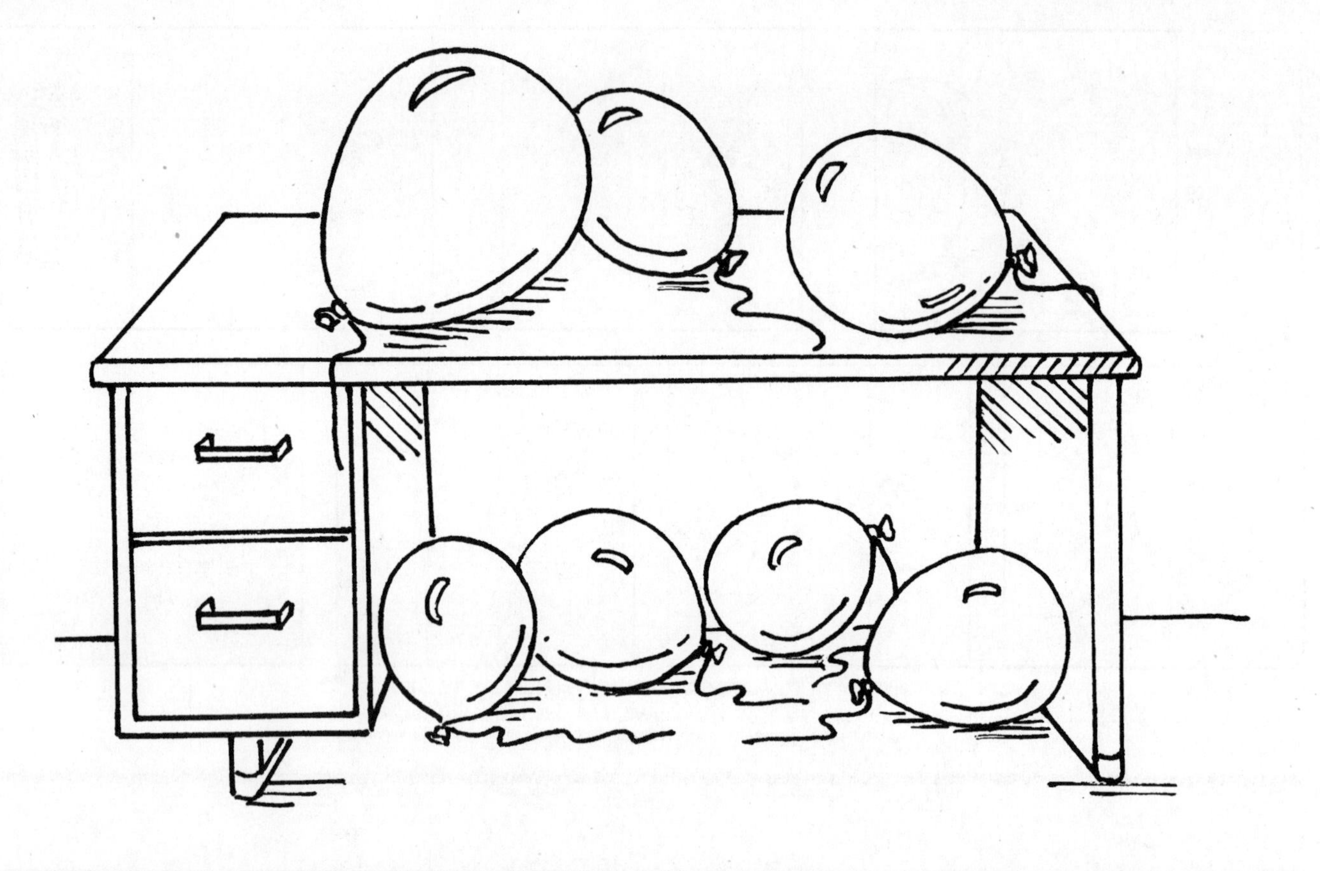

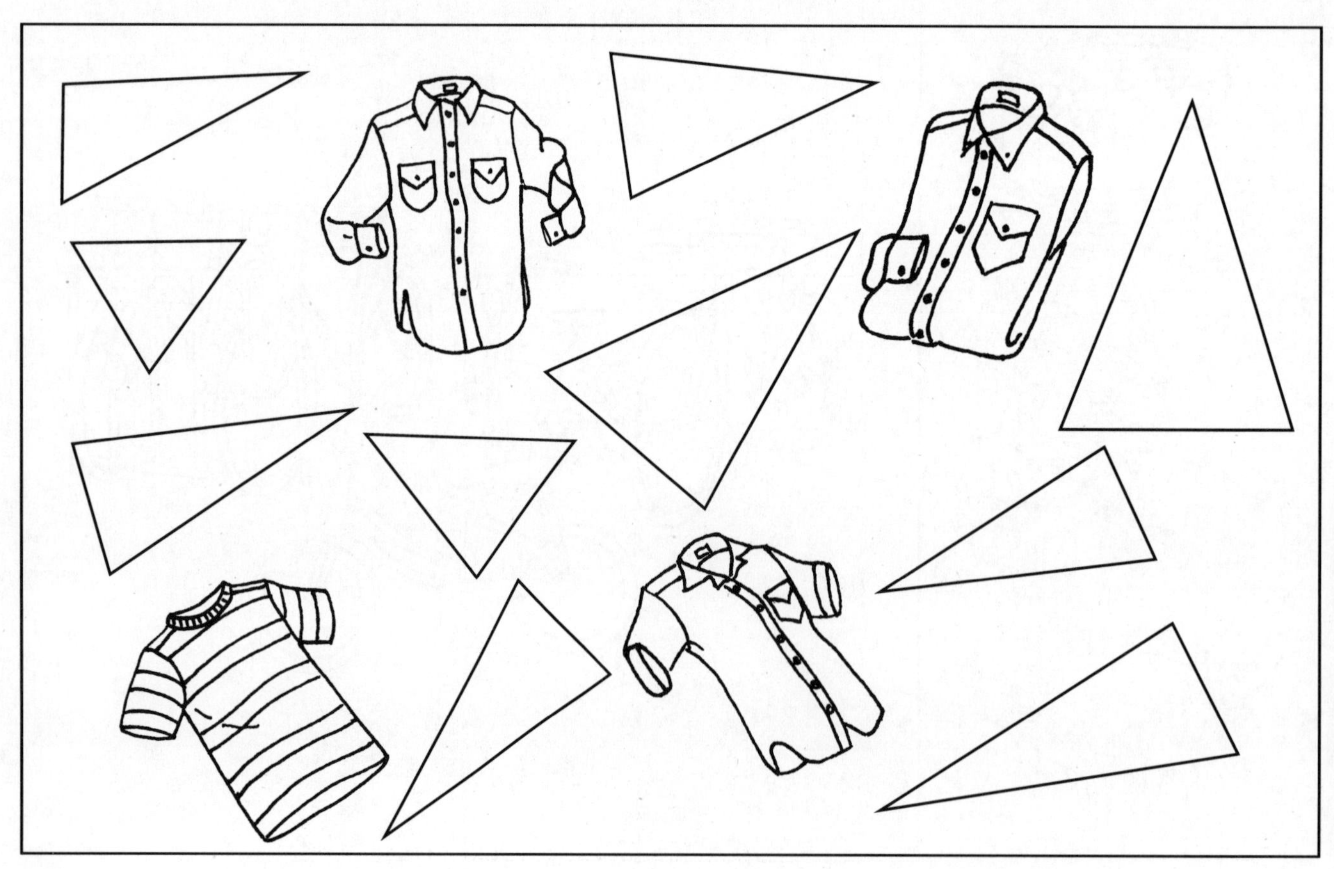

Lesson 64 Name ______________________________

Lesson 64 Name ____________________

Lesson 65 Name ______________________

Lesson 65 Name ______________________

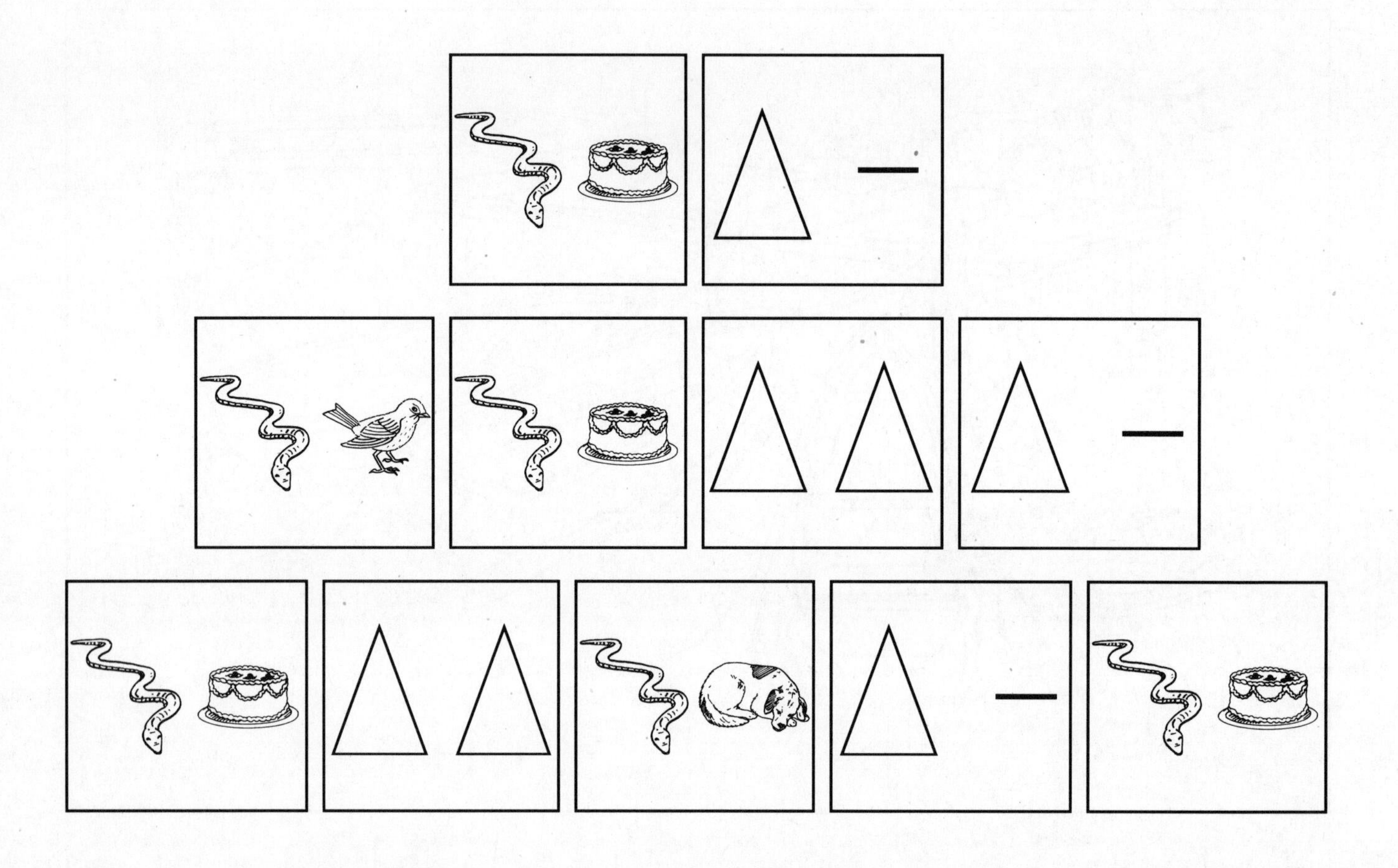

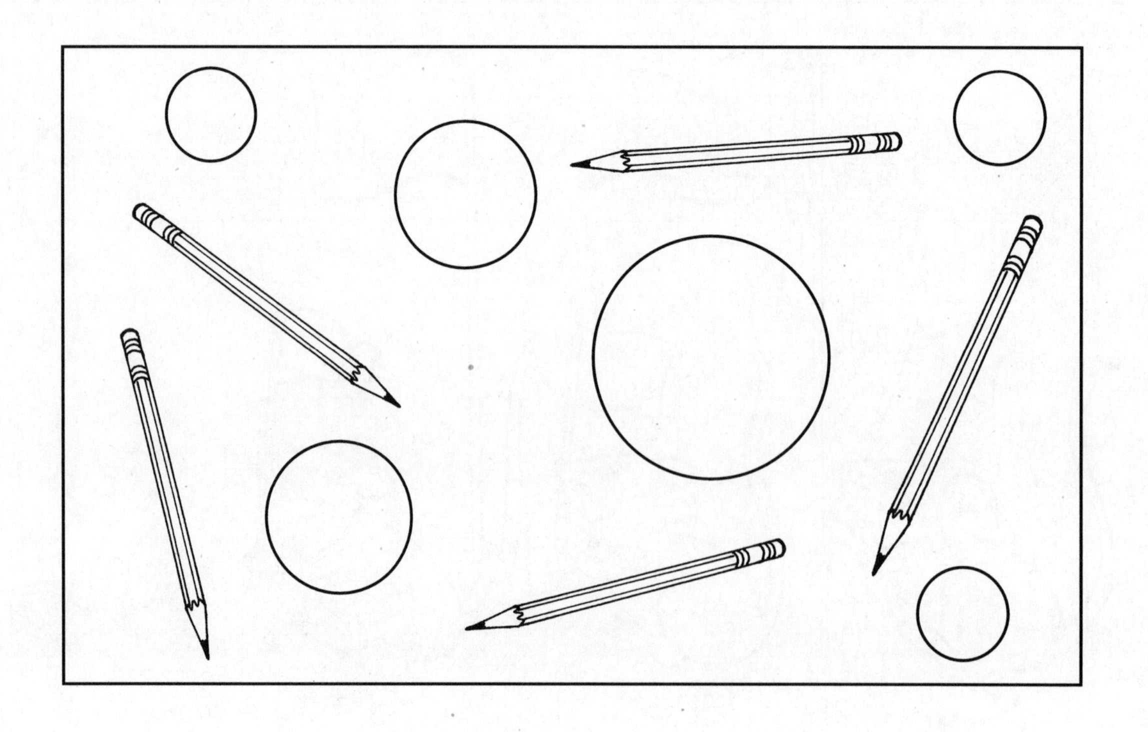

Lesson 66 Name ______________________

Lesson 66 Name ______________________

Lesson 67 Name ____________________

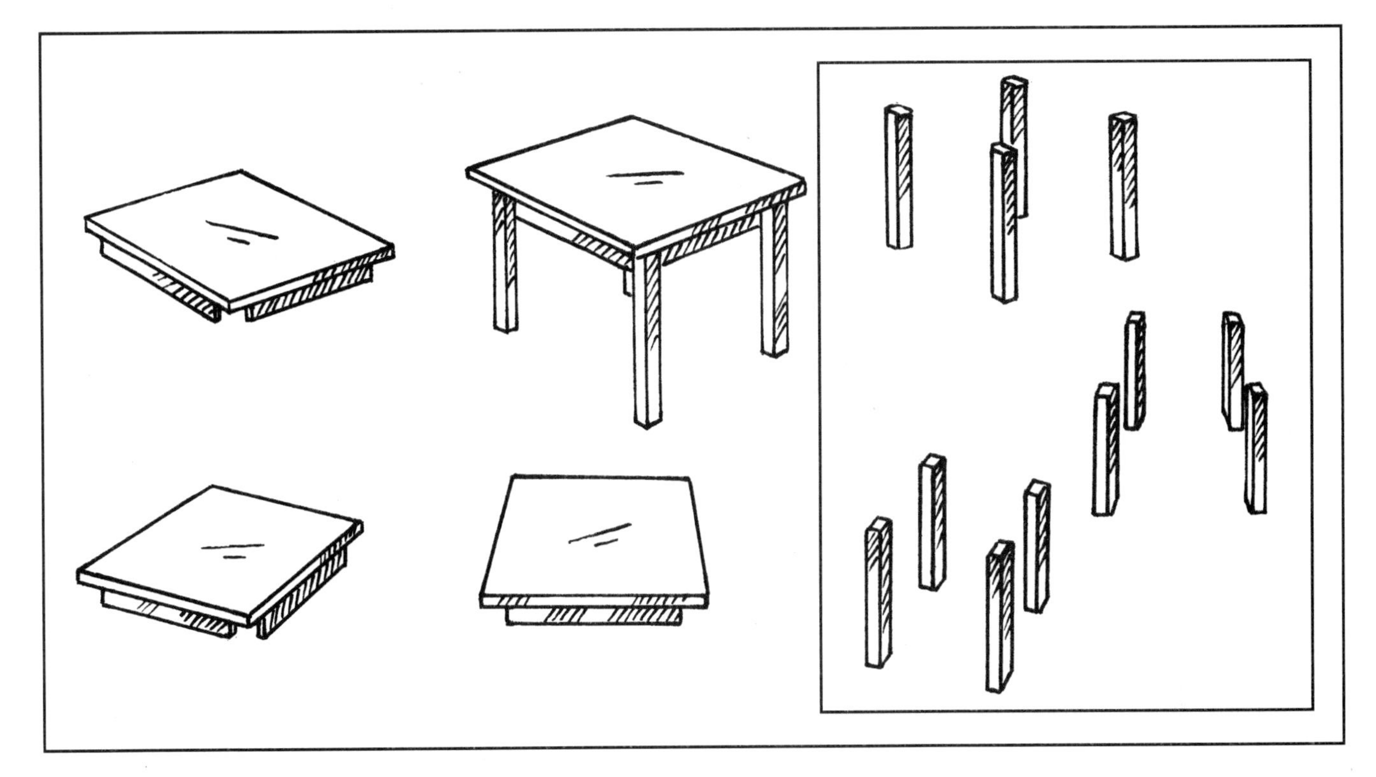

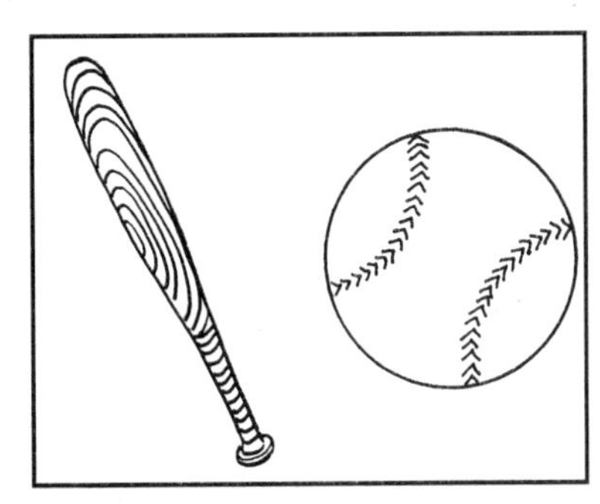

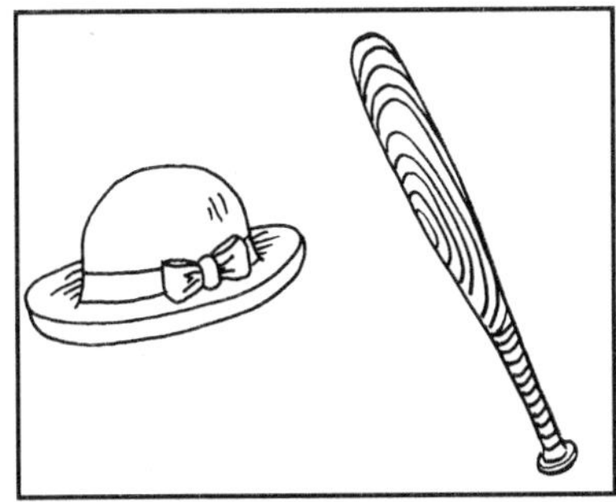

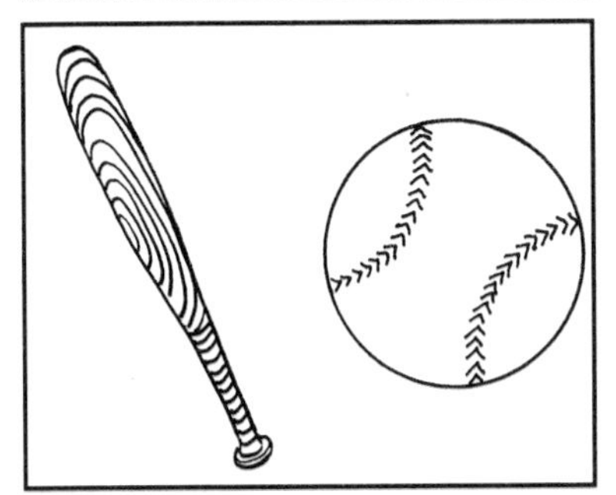

 Name ______________________

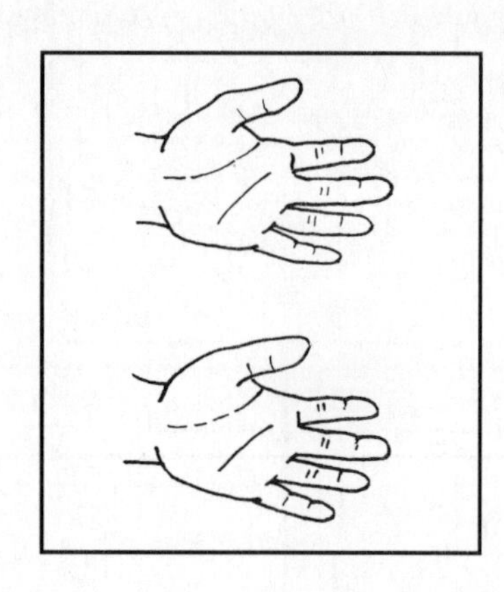

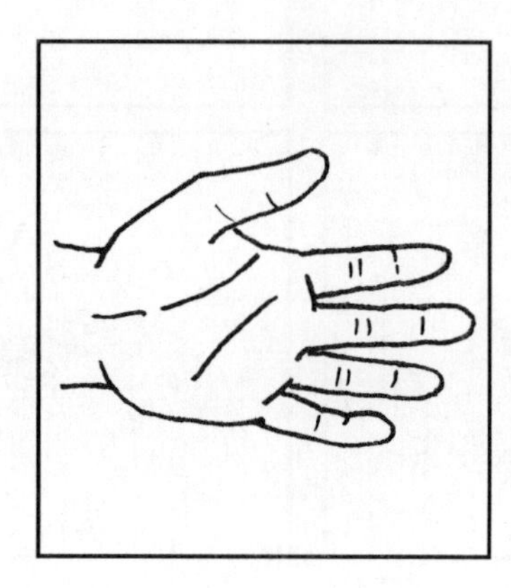

Lesson 68 Name ____________________

Lesson 68 Name ______________________

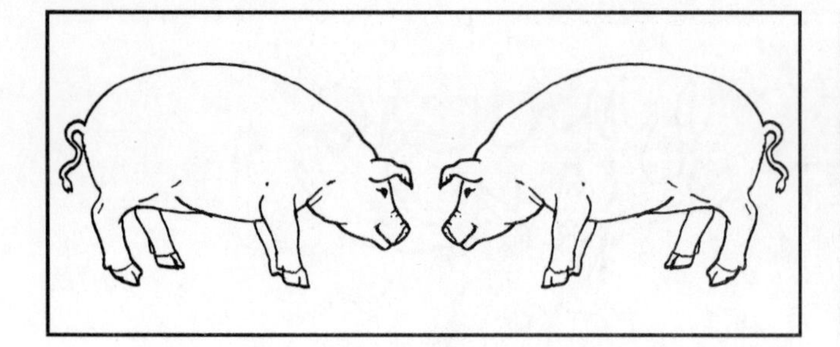

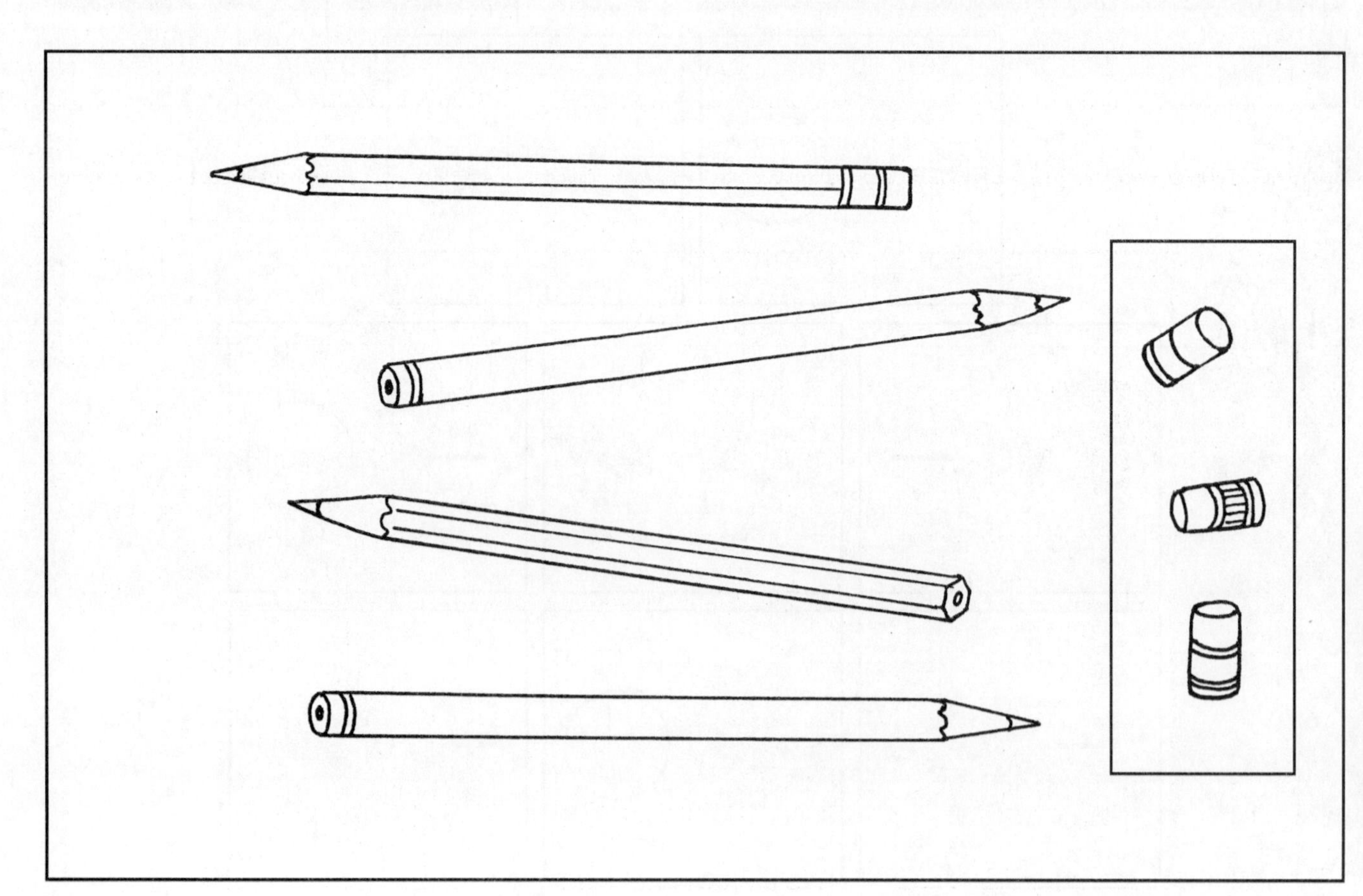

Lesson 69 Name ______________________

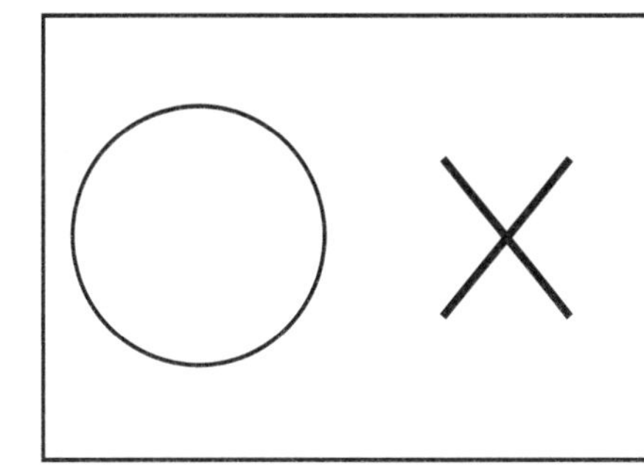

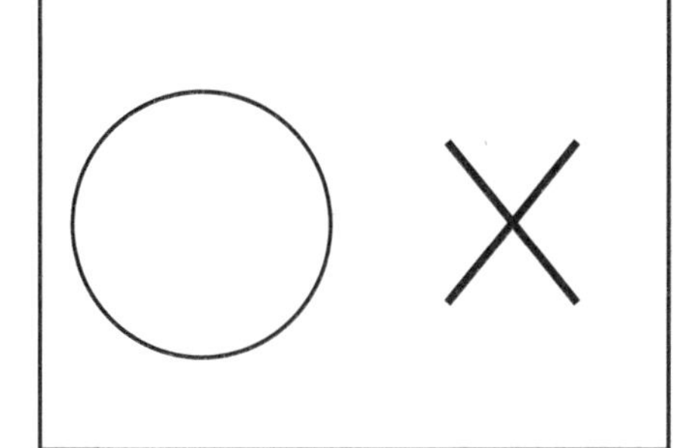

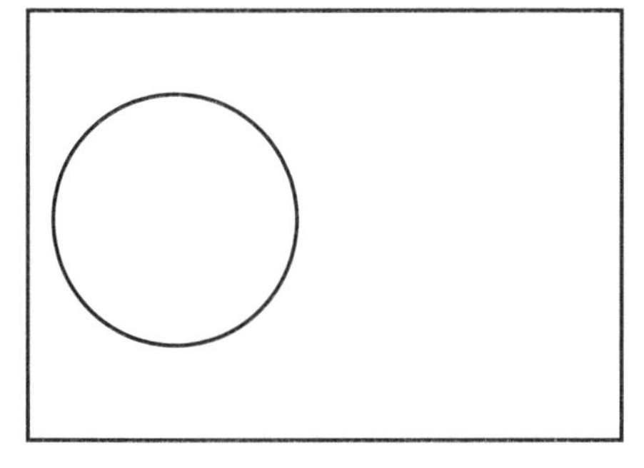

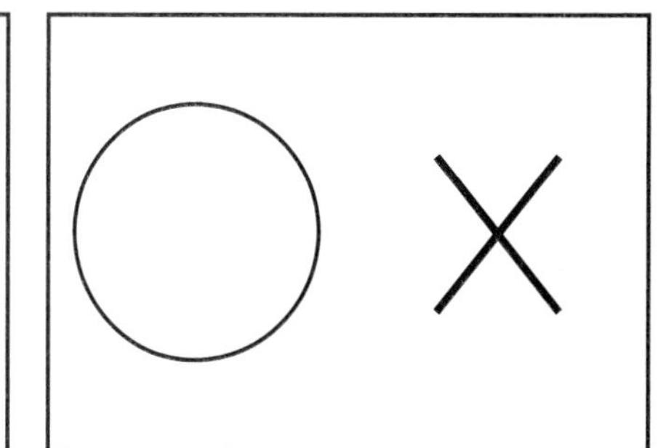

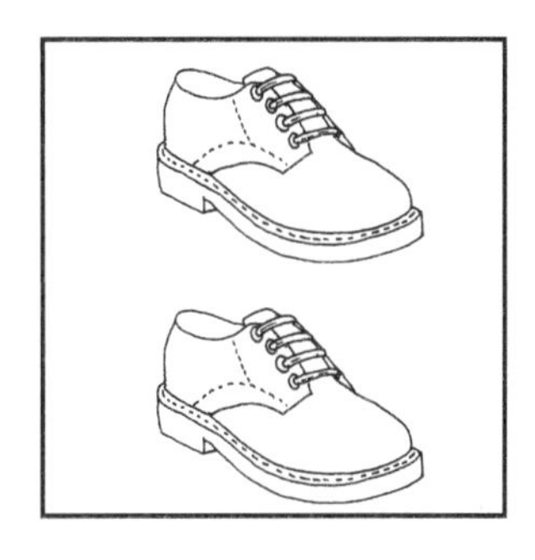

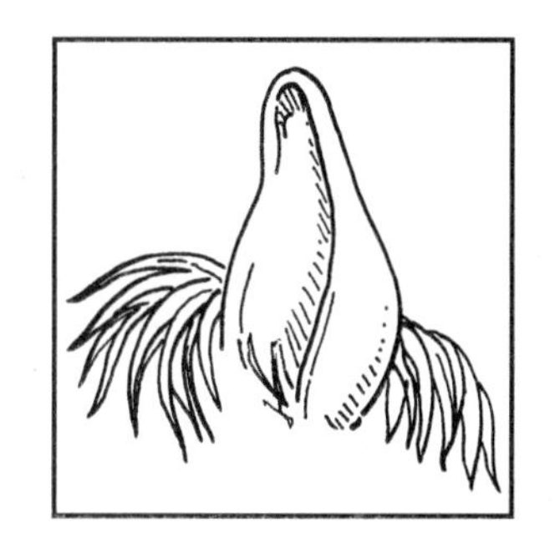

 ____

Lesson 69 Name

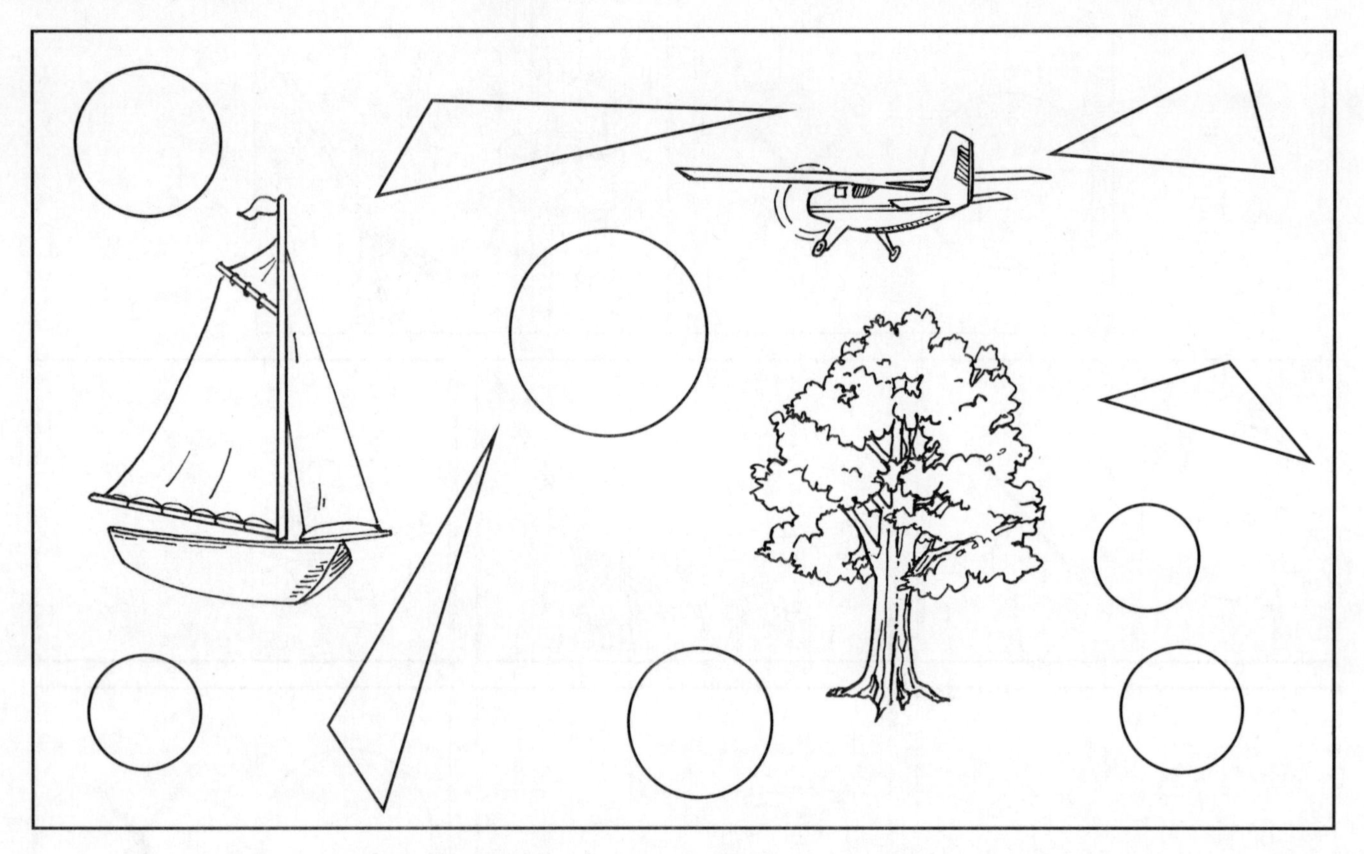

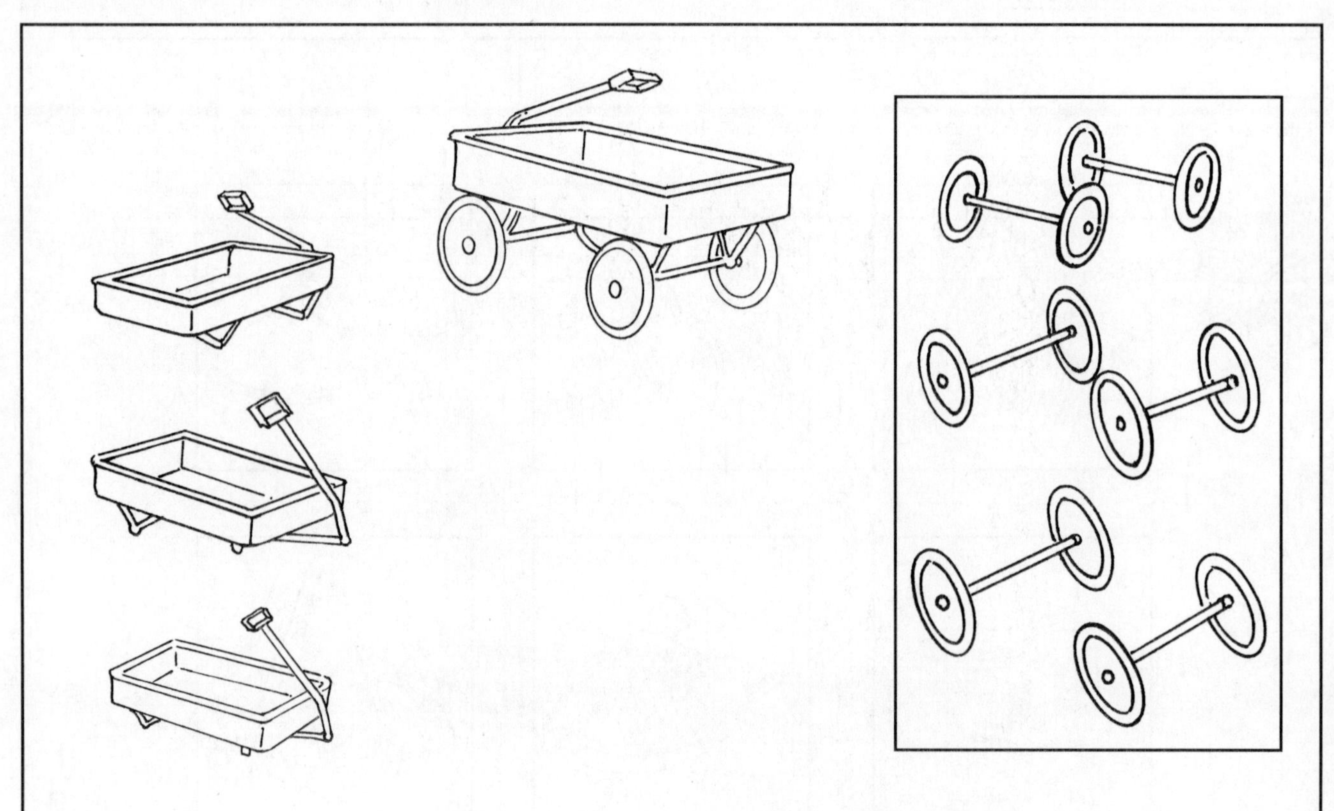

Lesson 70

Name ________________________

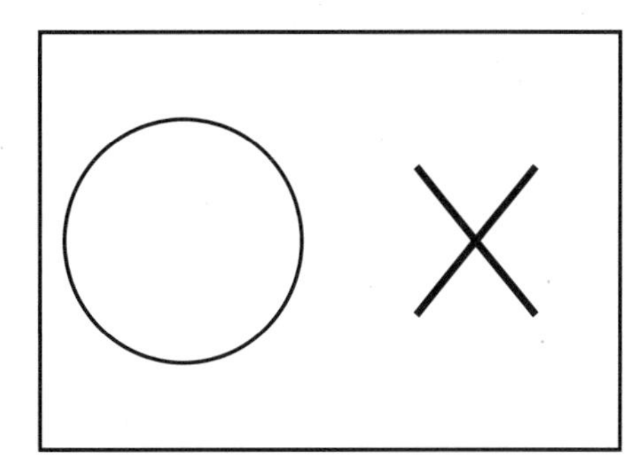

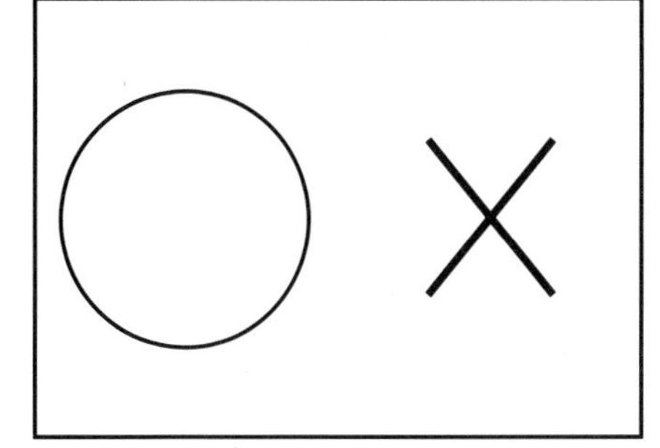

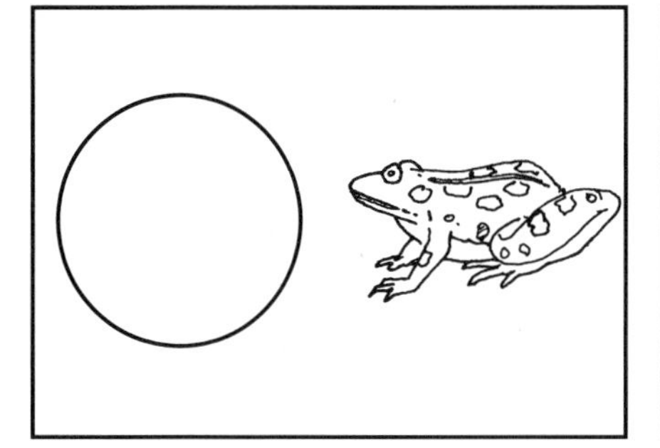

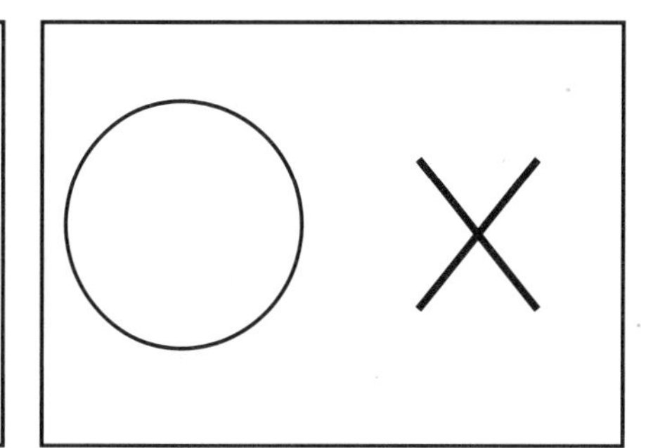

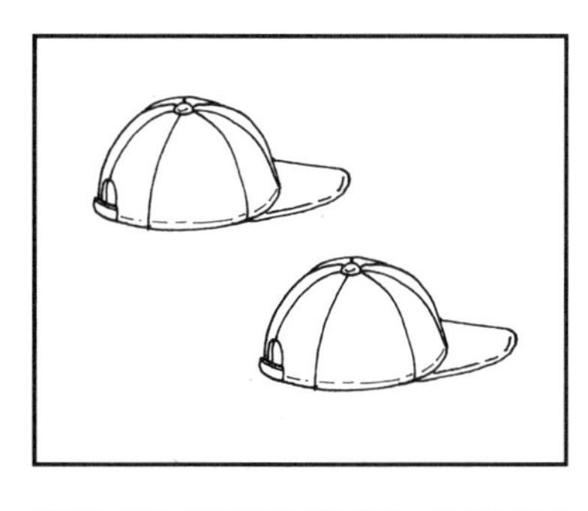

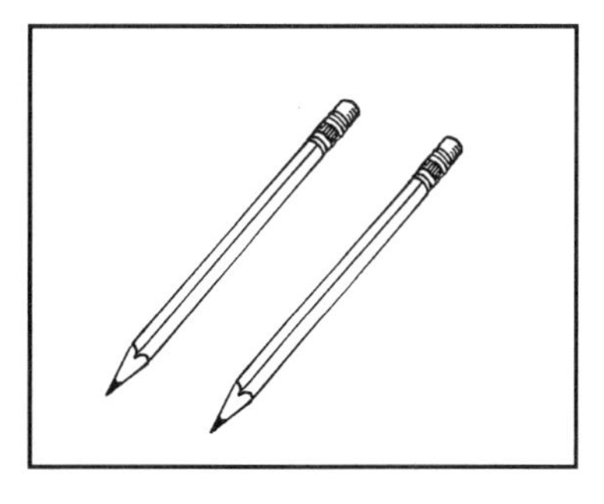

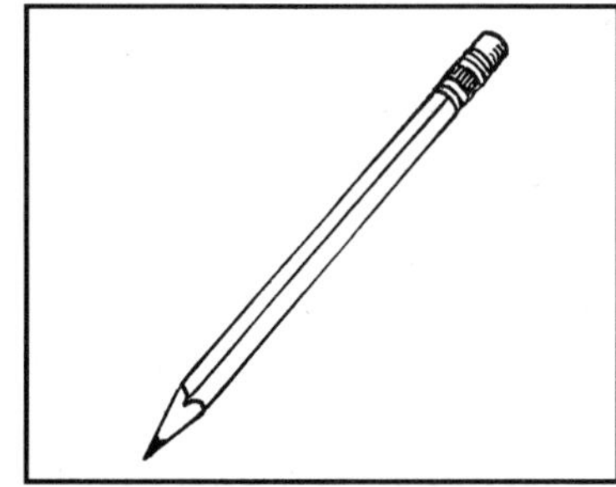

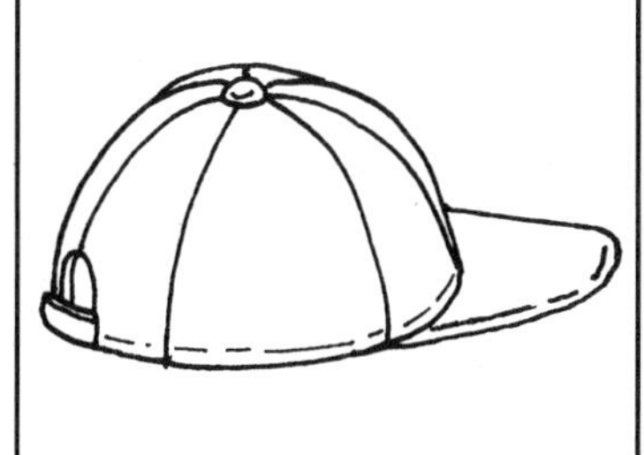

Lesson 70

Name ______________________

Lesson 71 Name ______________________

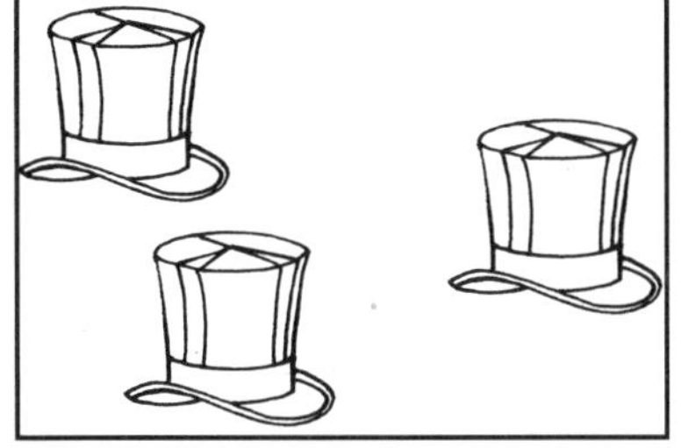

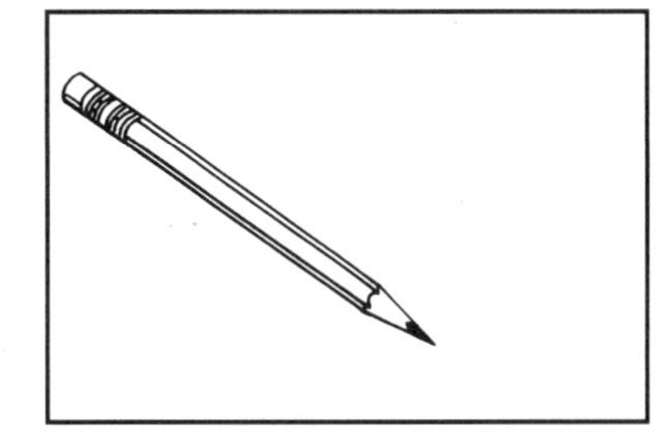

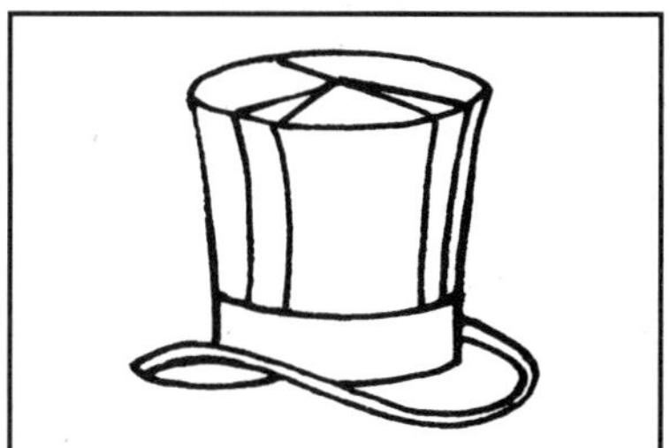

Lesson 71 Name ____________________

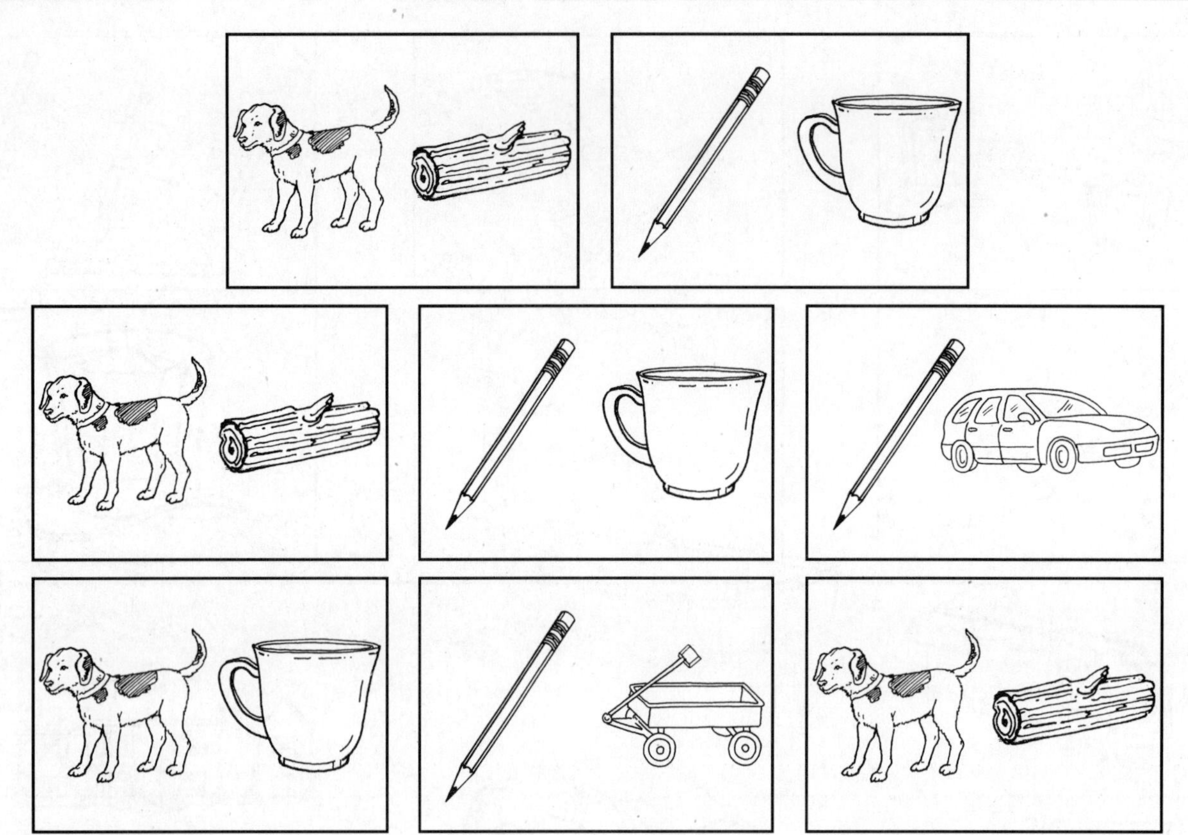

Lesson 72 Name ______________________________

Lesson 72 Name ______________________

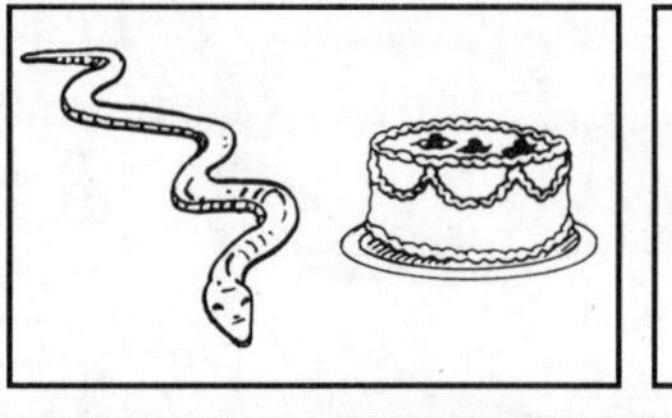
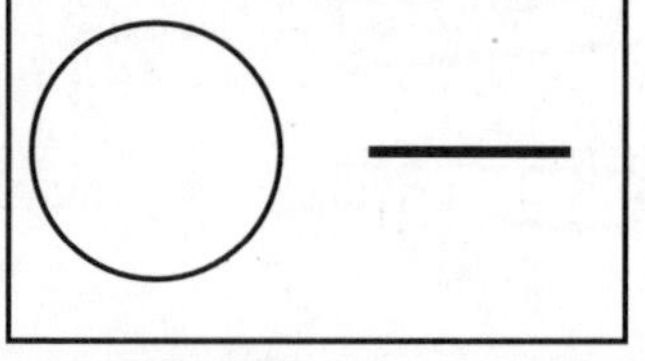

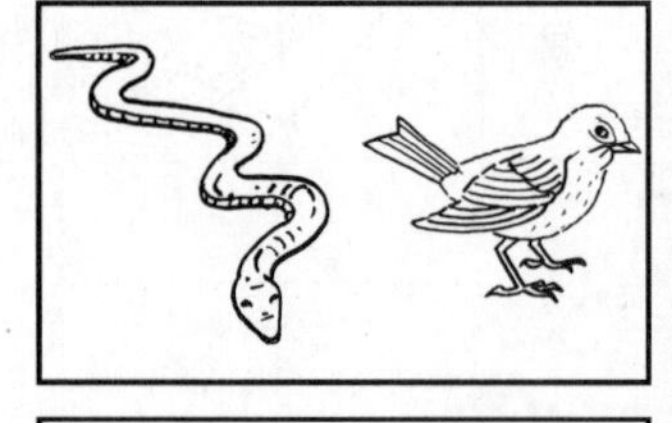
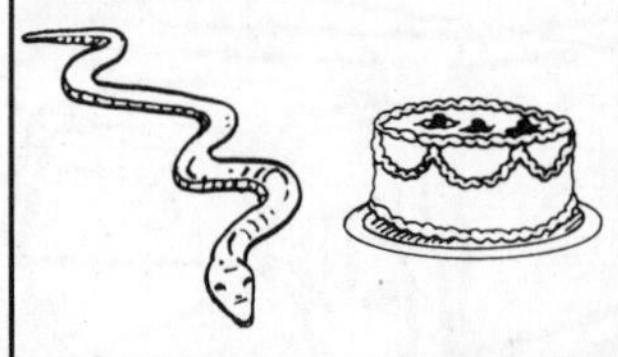
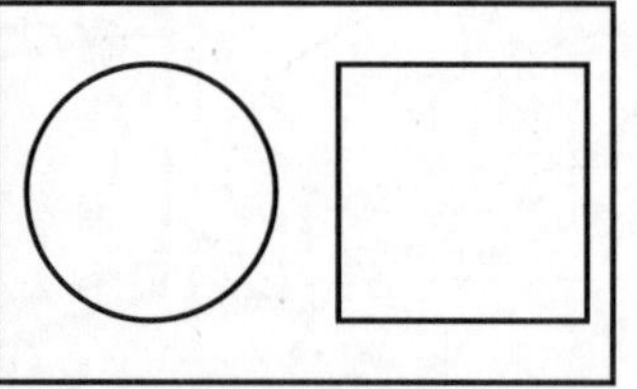

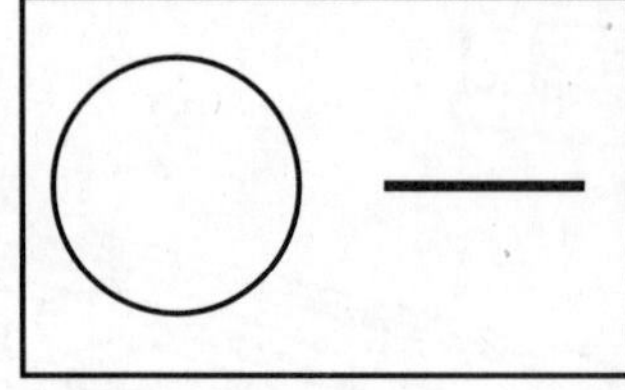
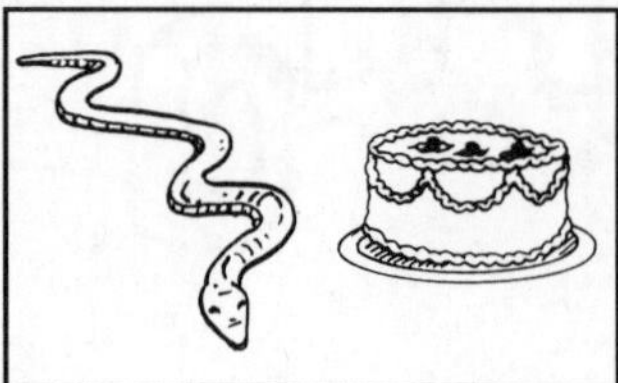
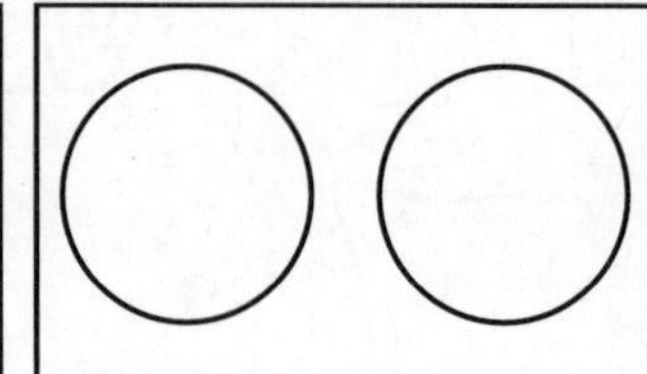

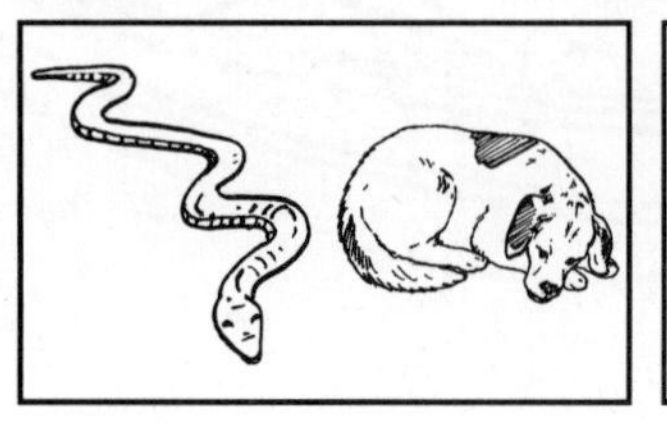
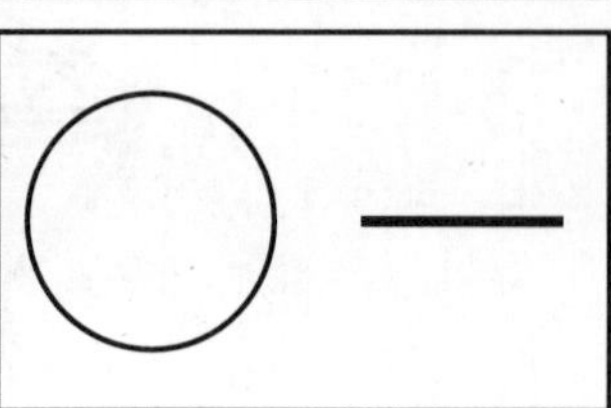

Lesson 73 Name ______________________

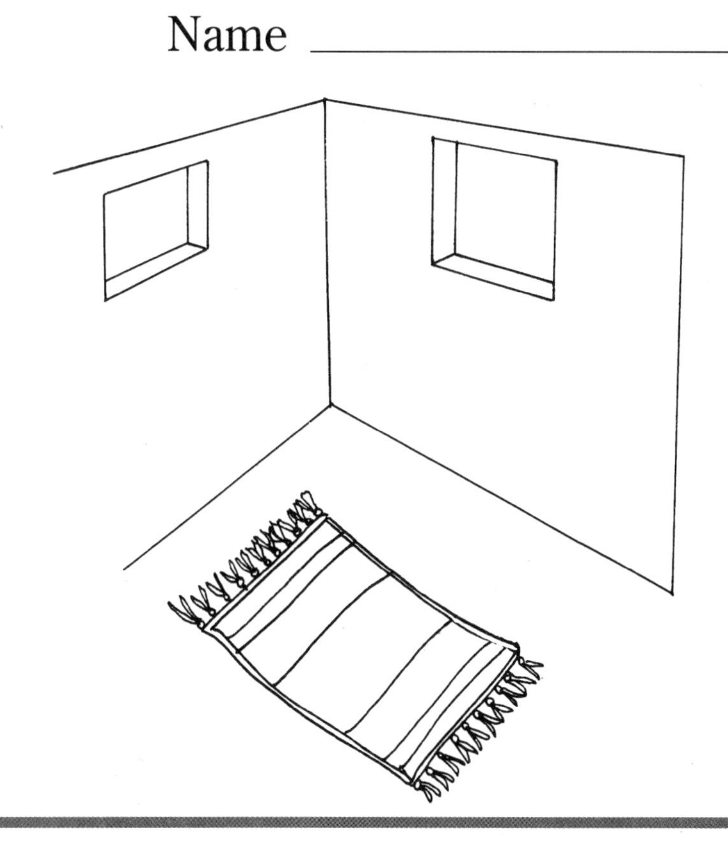

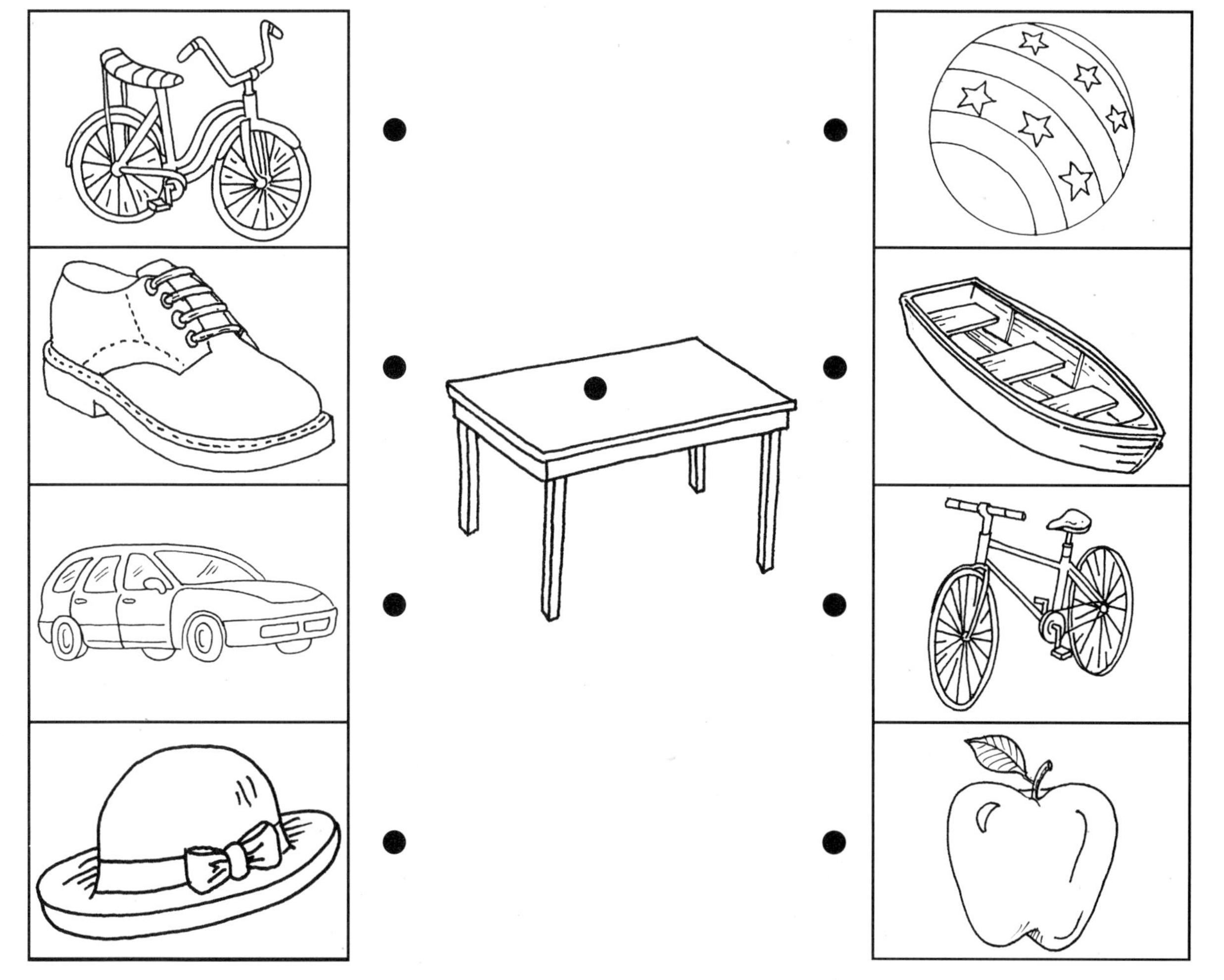

Lesson 73 Name ____________________

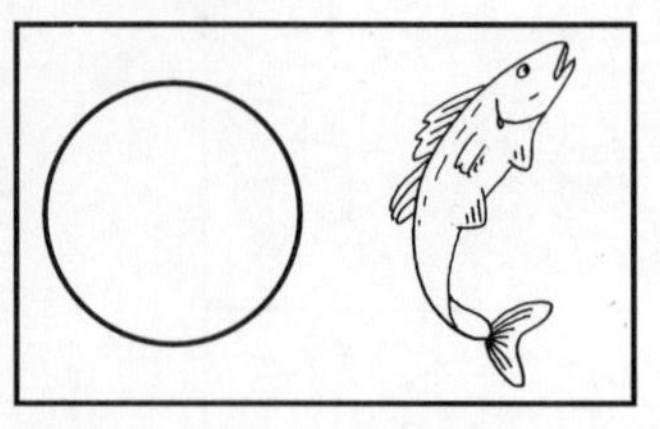
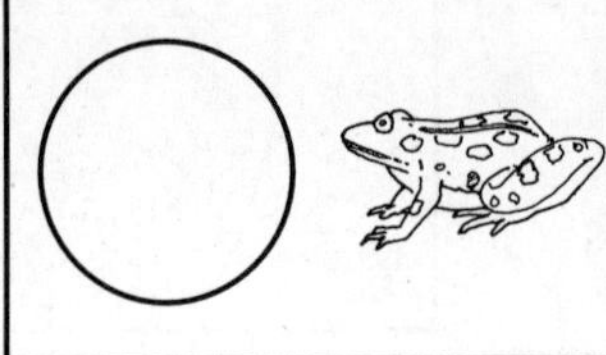

Side 2 ____________________

Lesson 74 Name ______________________

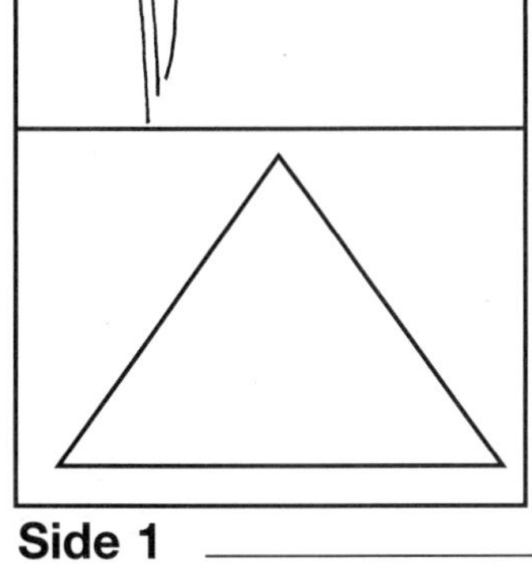

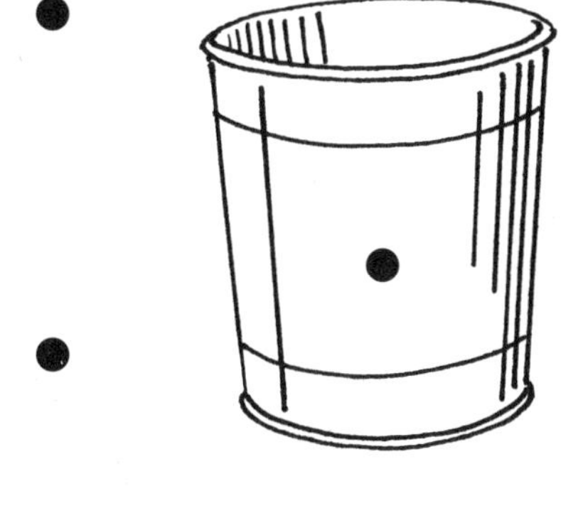

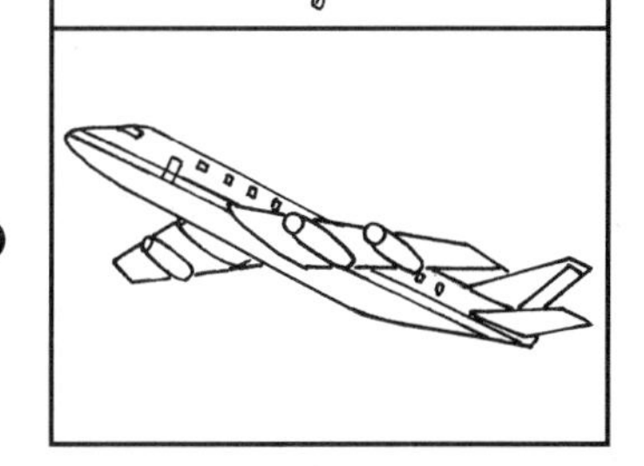

Lesson 74 Name ____________________

 ____

Lesson 75 Name ______________________________

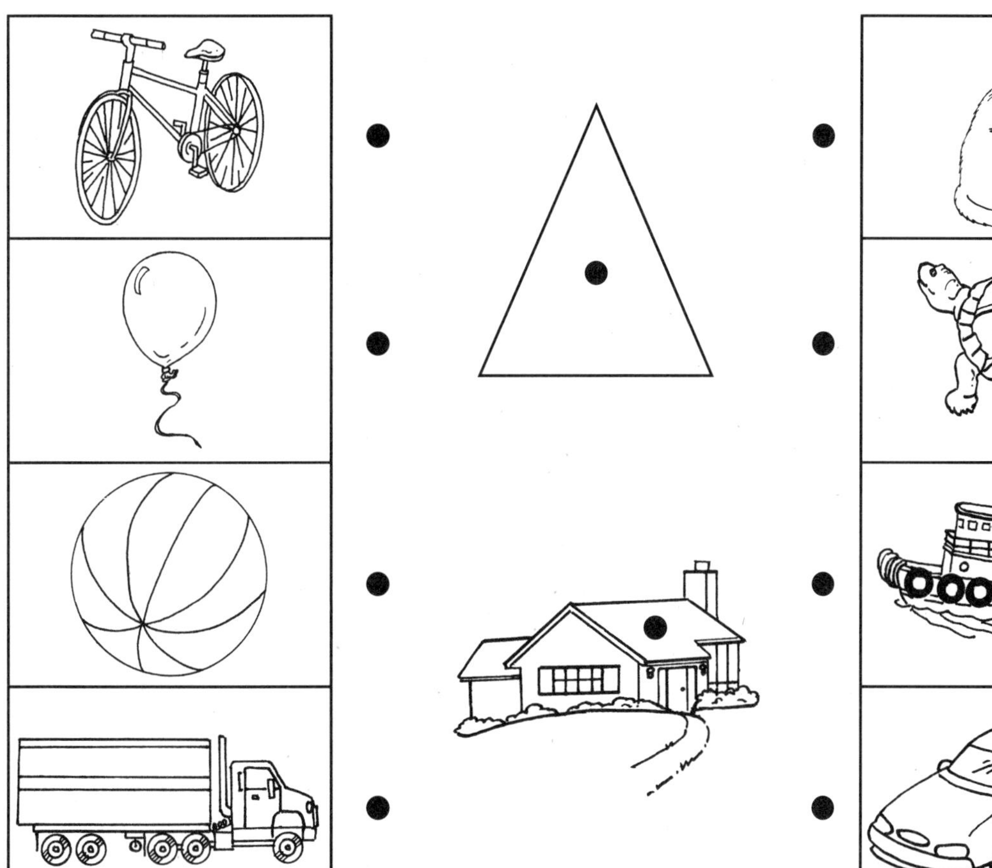

Lesson 75 Name ____________________

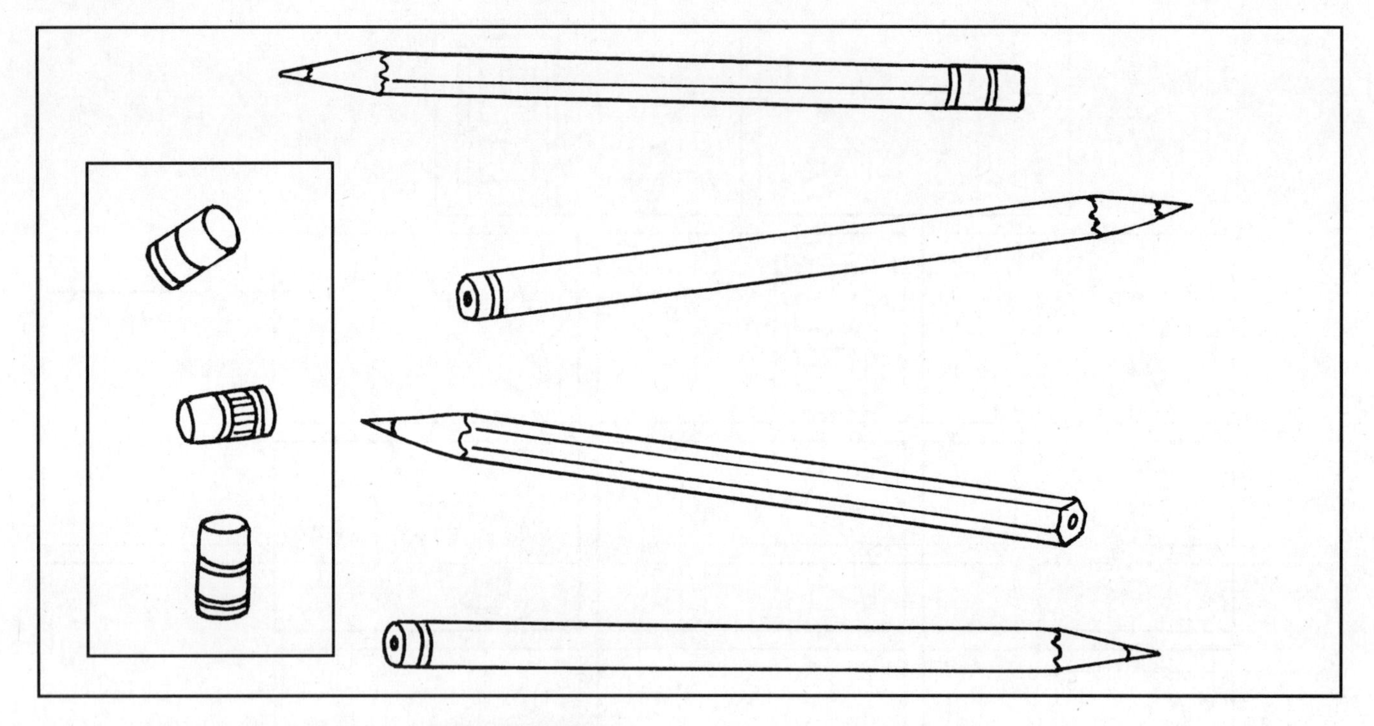

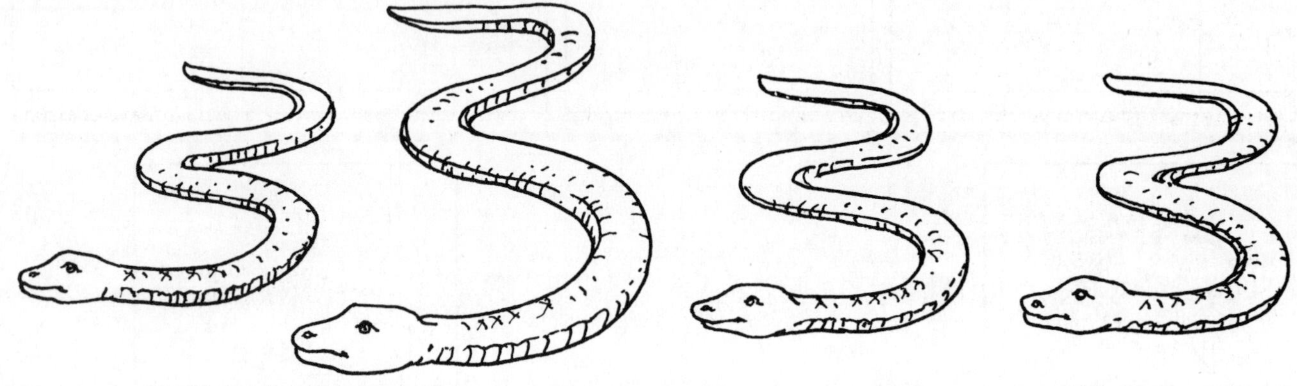

Lesson 76 Name ______________________

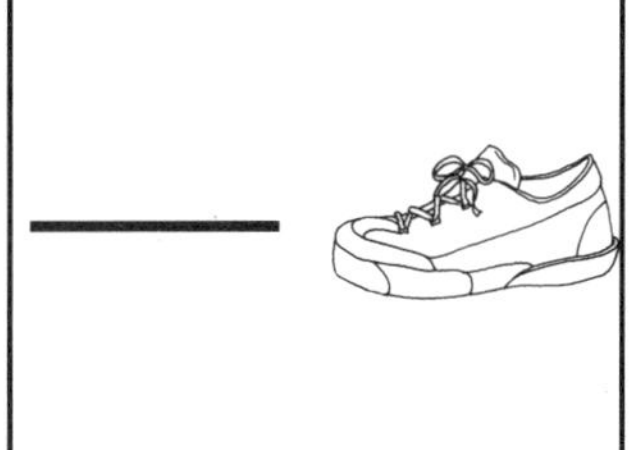

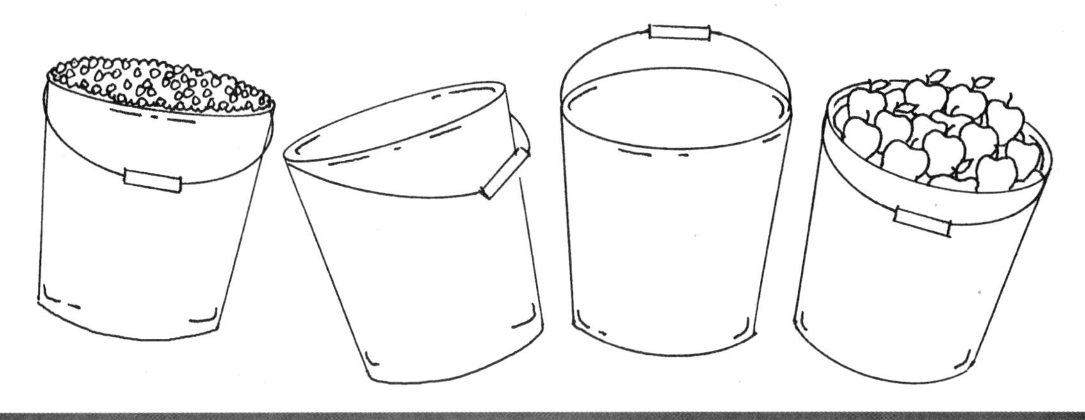

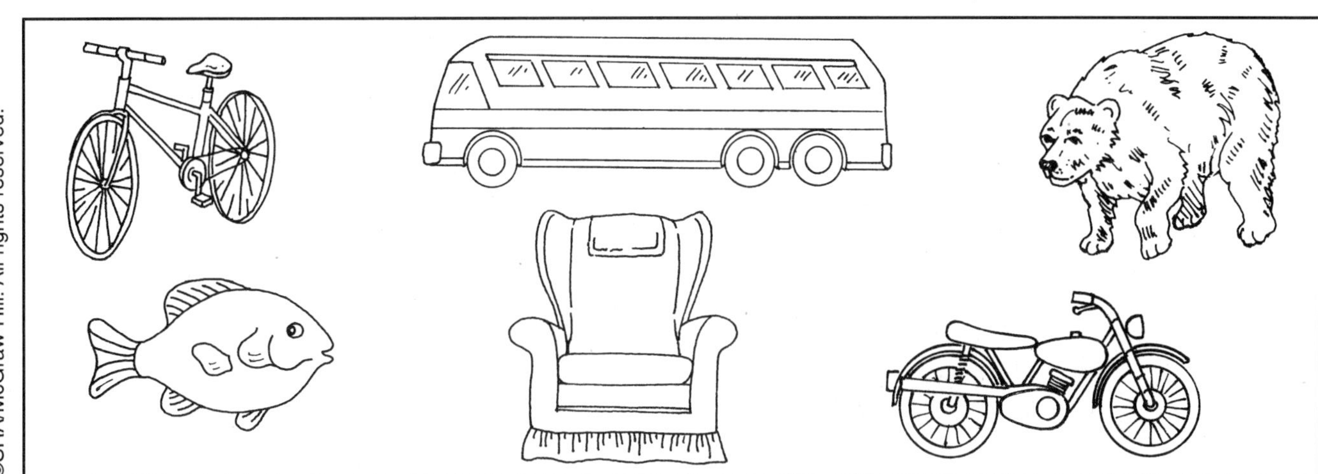

 ____

Lesson 76   Name ______________________

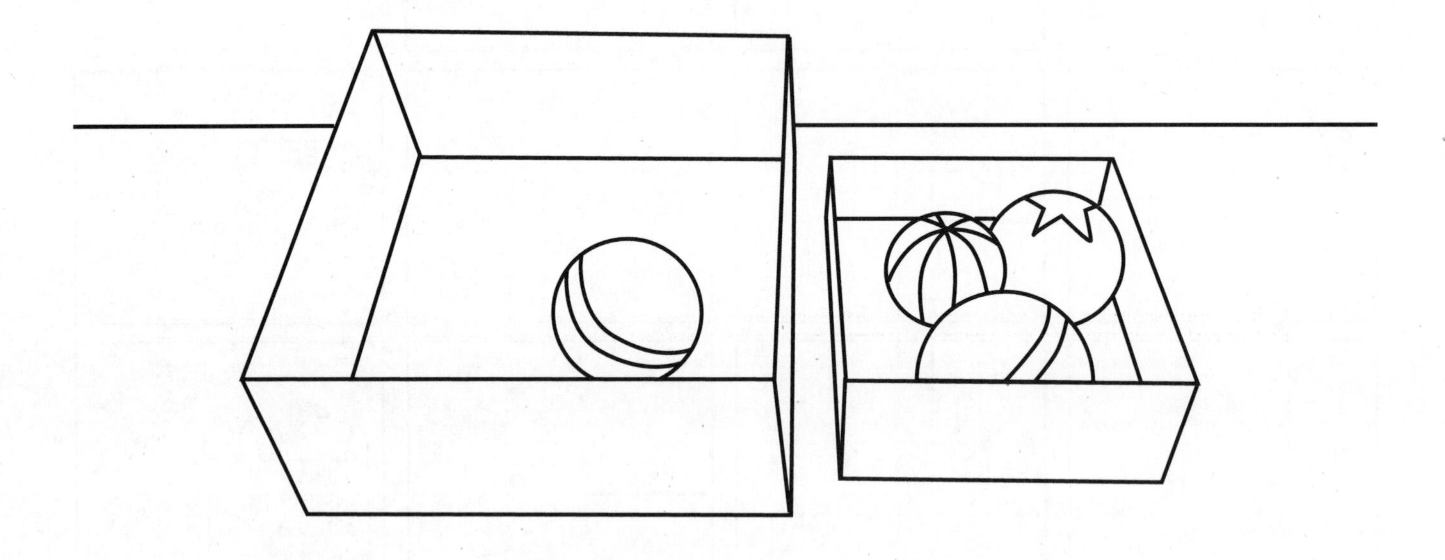

Lesson 77 Name ______________________________

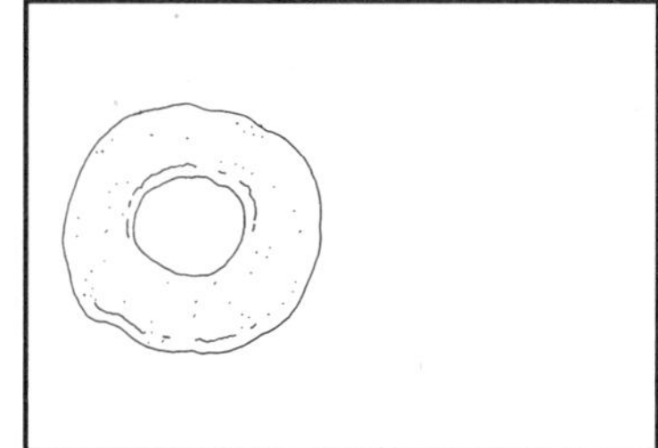

Lesson 77 Name ____________________

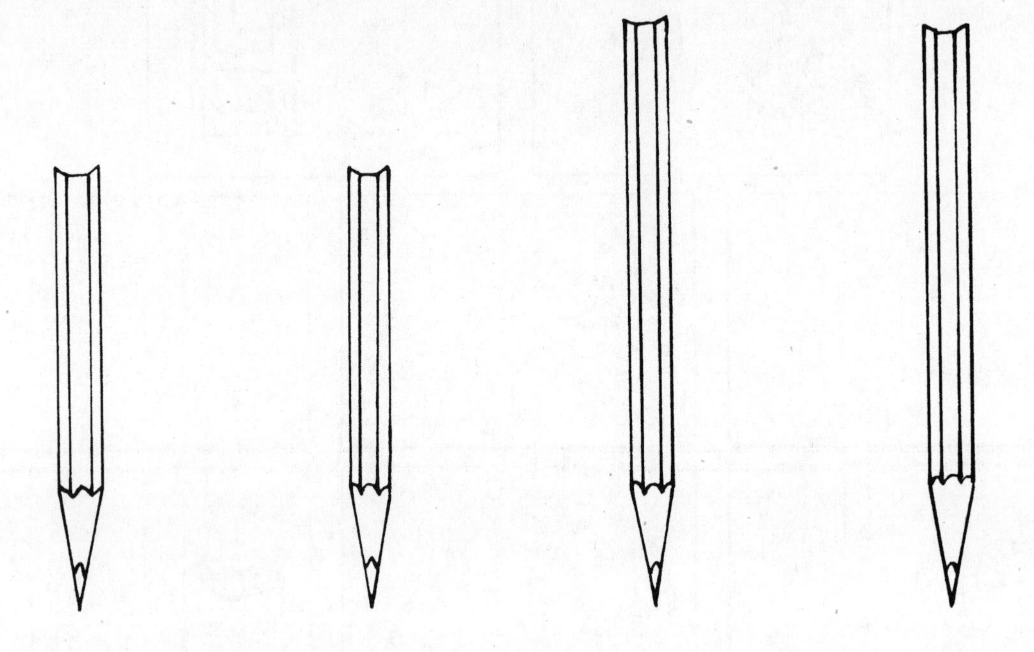

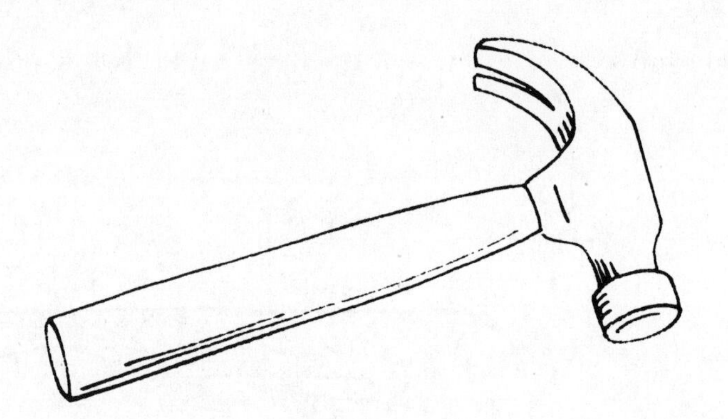

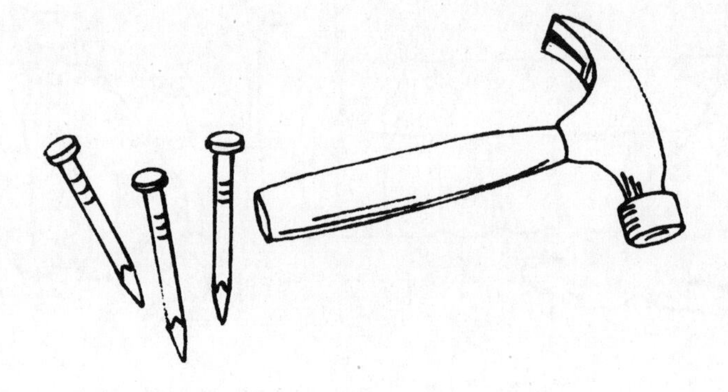

Lesson 78 Name ______________________

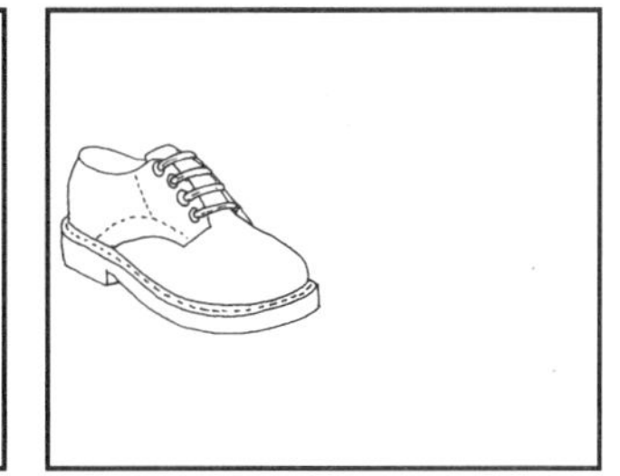

Lesson 78 Name ______________________

Lesson 79 Name ____________________

 ____

Lesson 79 Name ____________________

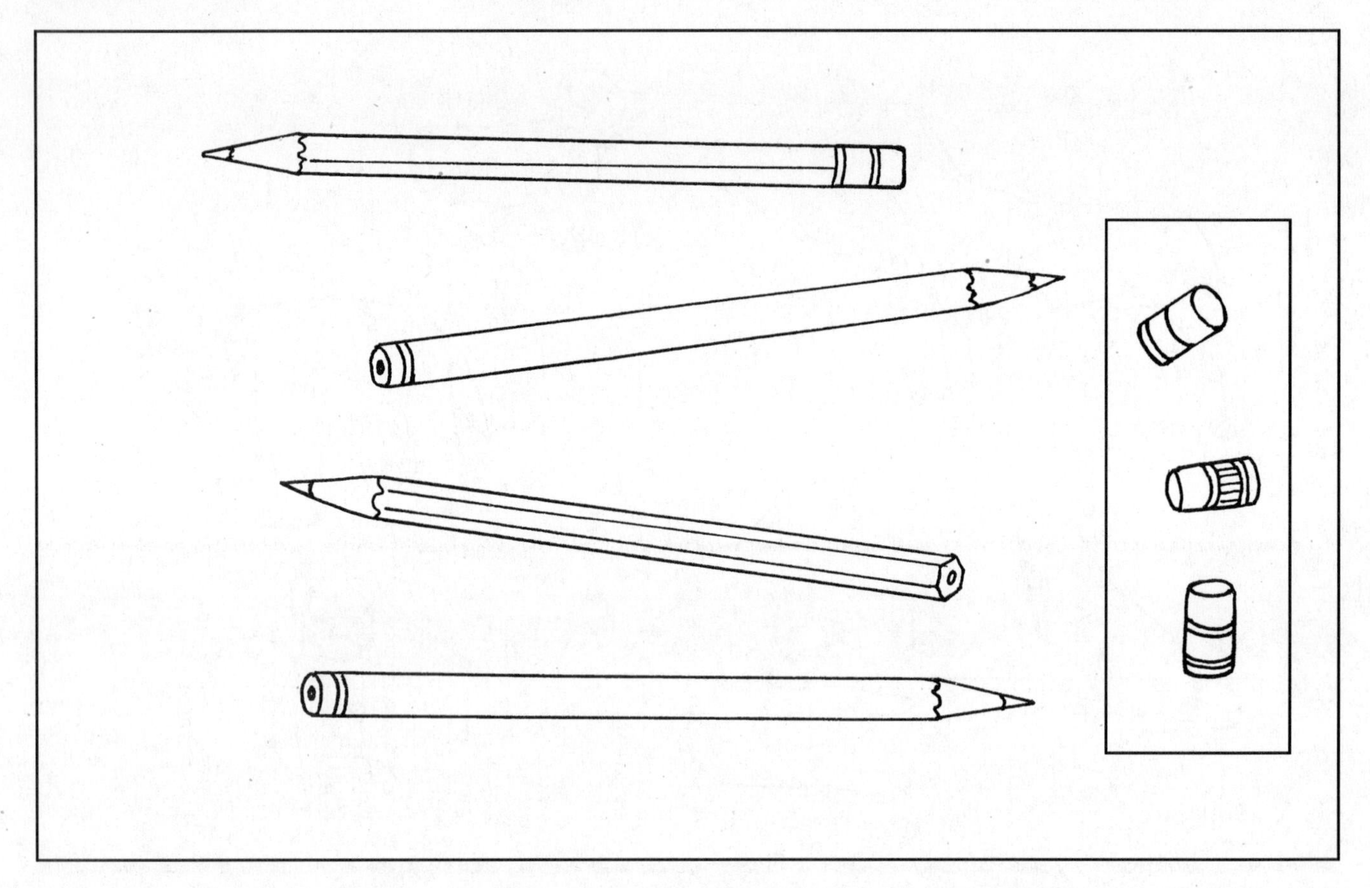

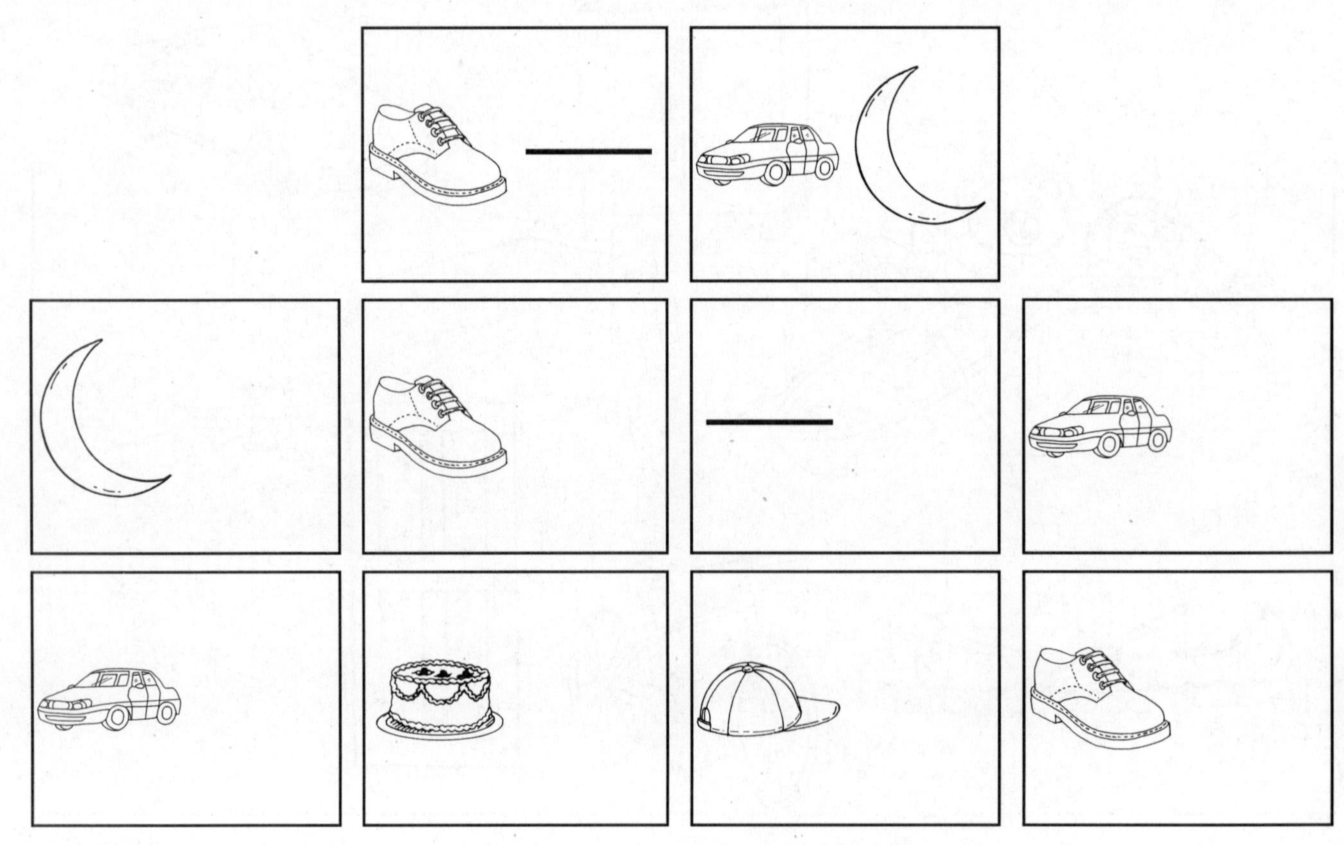

Lesson 80 Name ______________________________

Lesson 80 Name ______________________

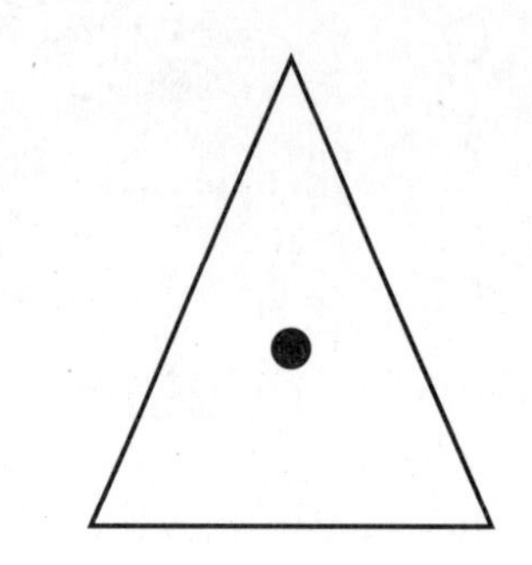

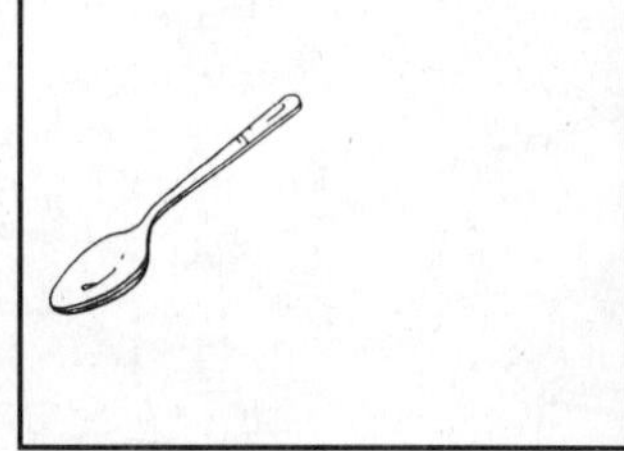

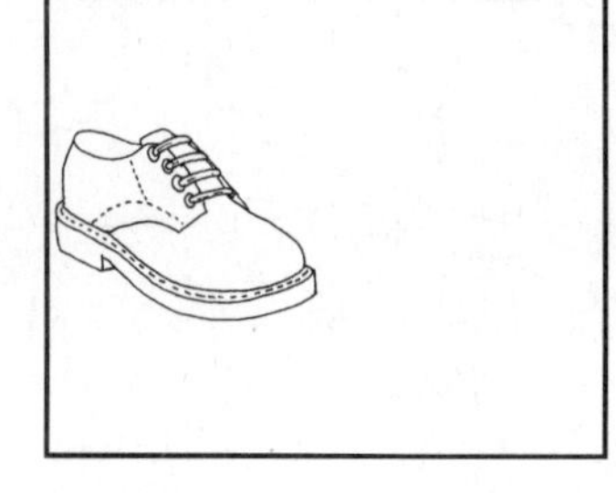

Lesson 81 Name ______________________

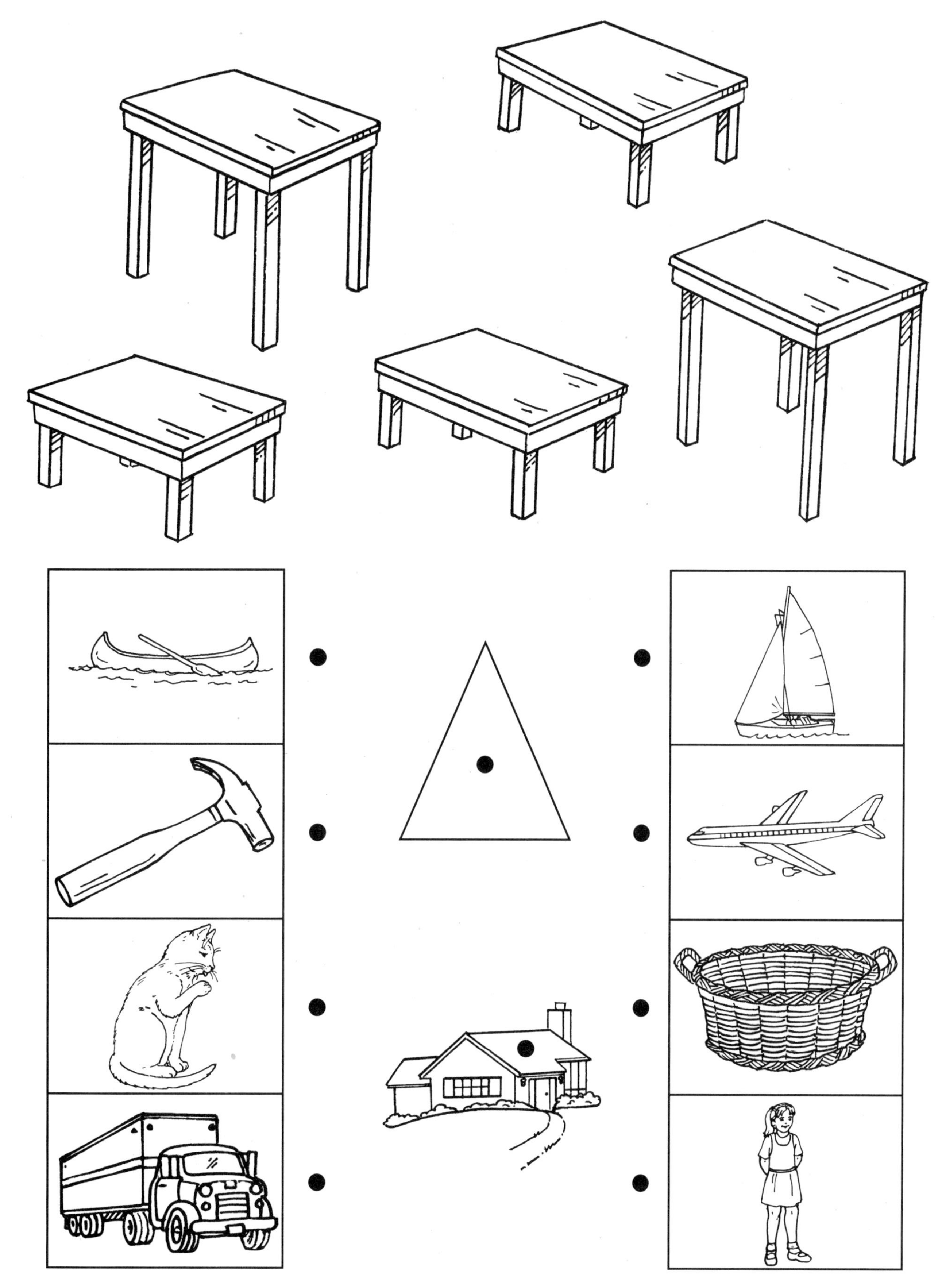

Lesson 81 Name ______________________

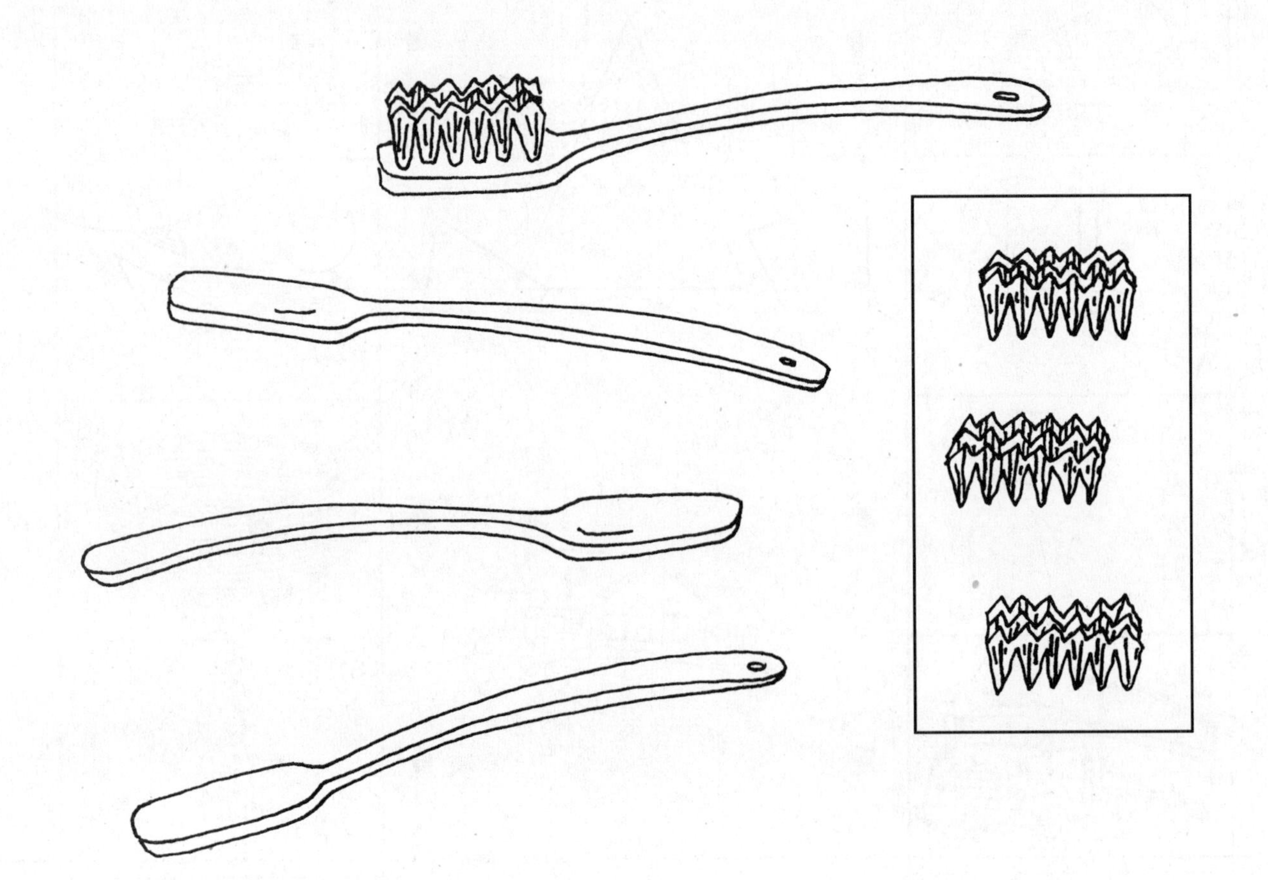

Lesson 82 Name ______________________

Lesson 82 Name ______________________

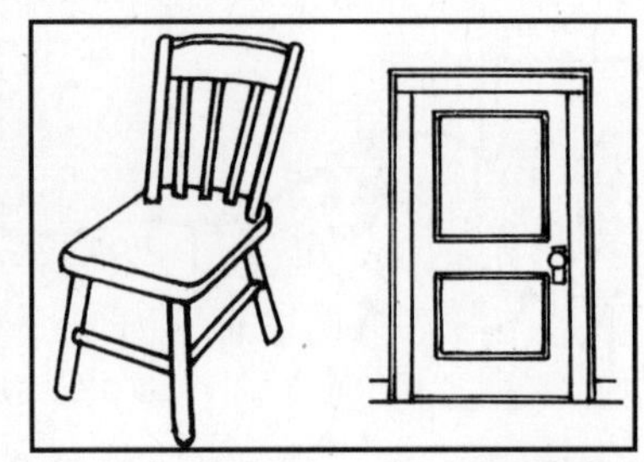

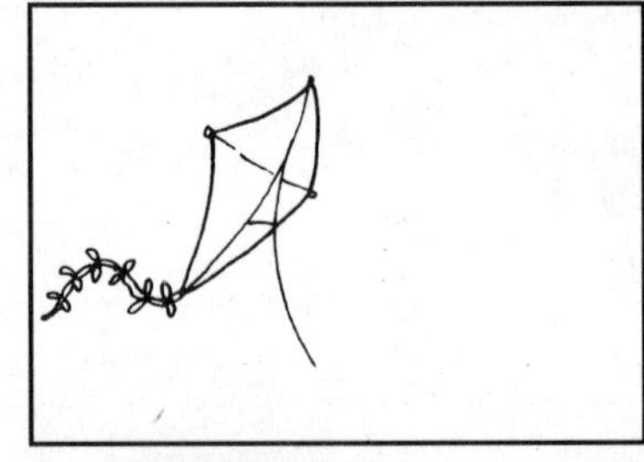

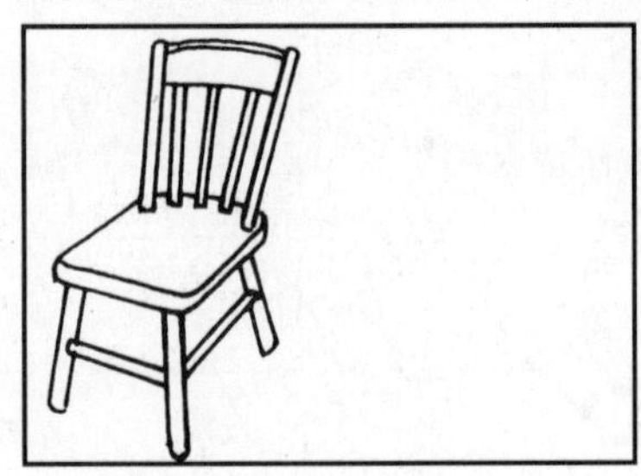

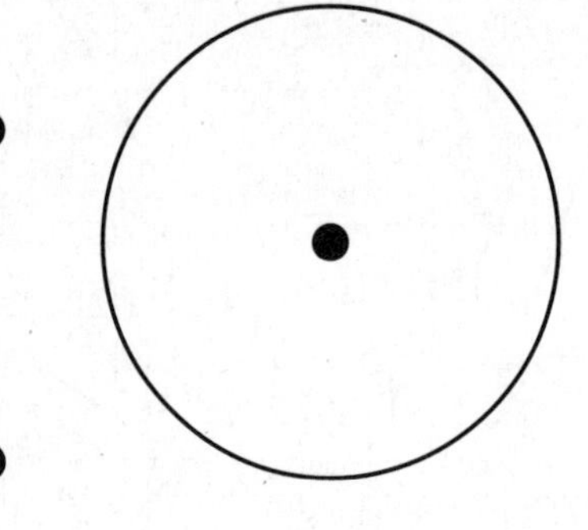

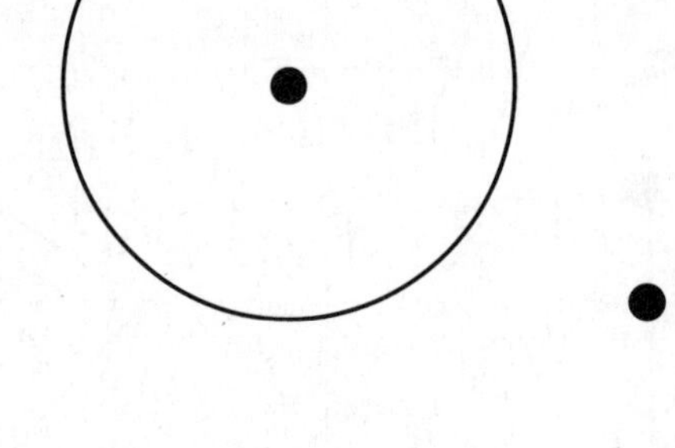

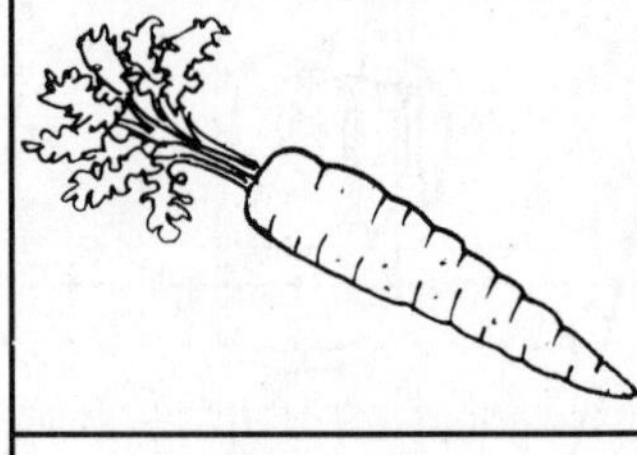

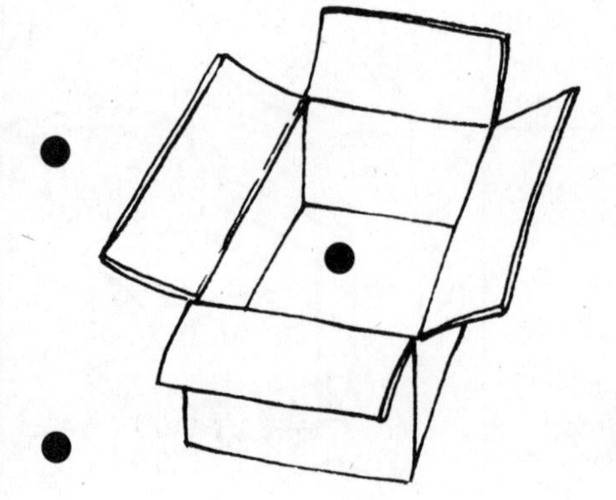

Lesson 83 Name ______________________

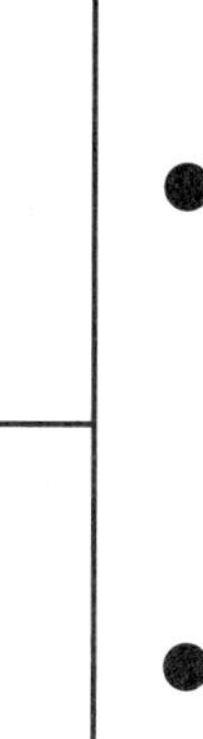

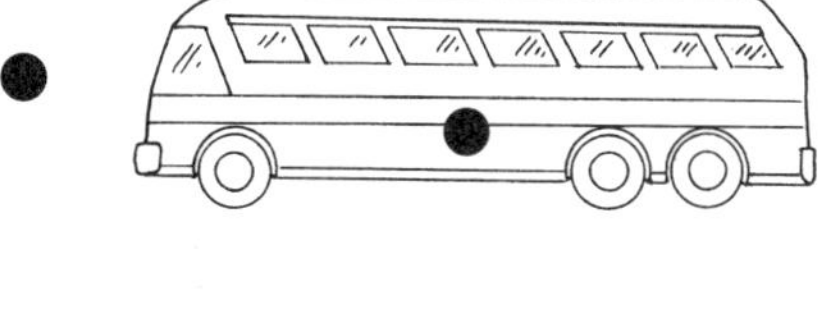
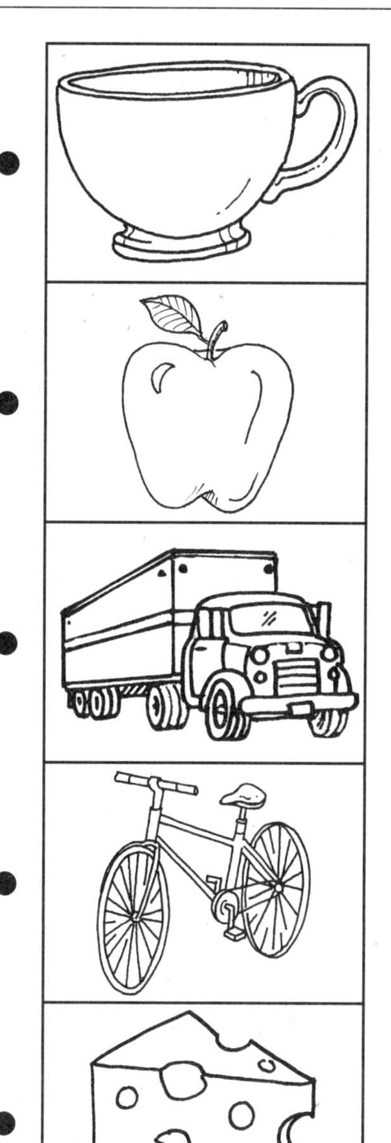

 ____

Lesson 83 Name ____________________

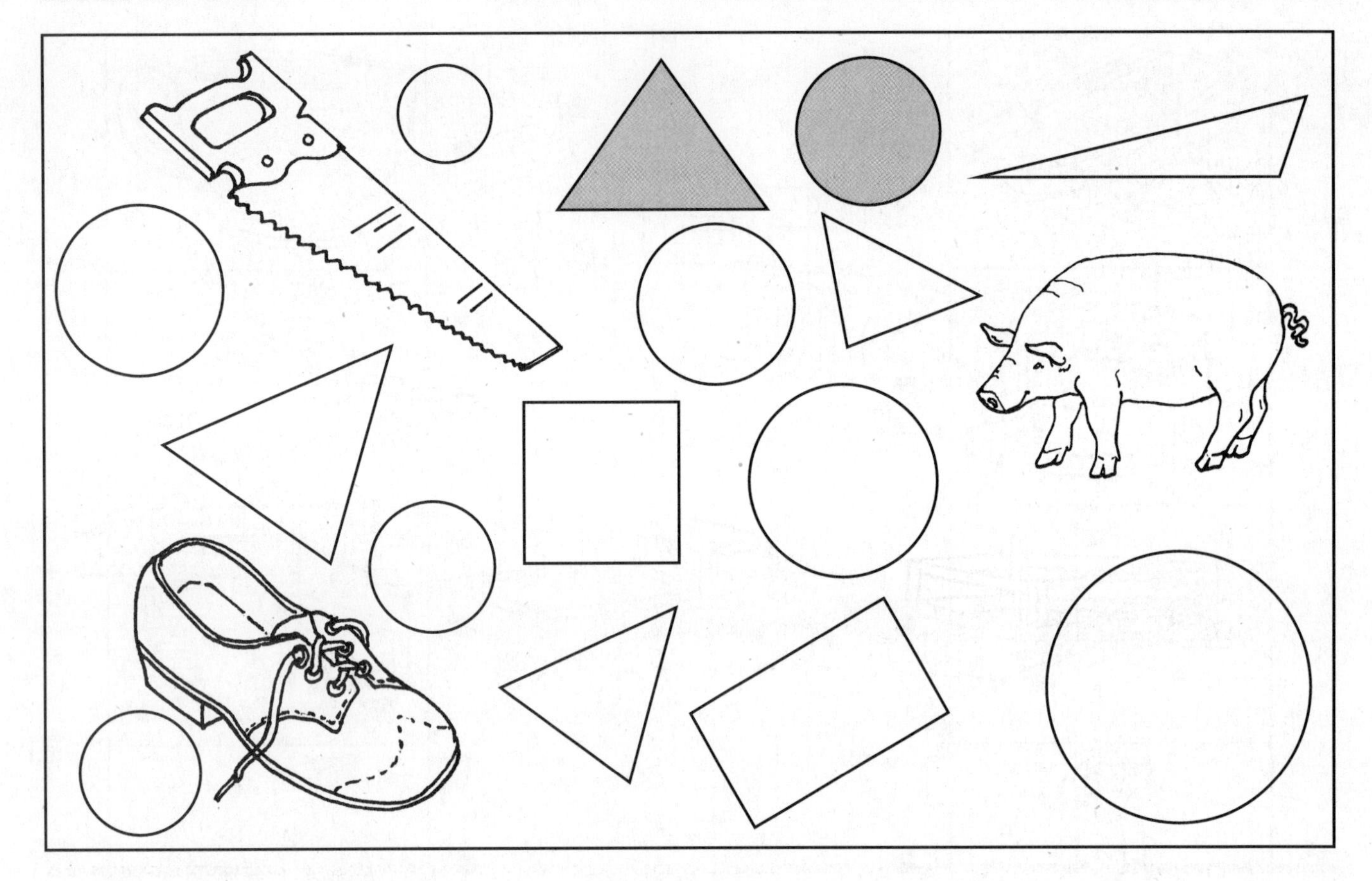

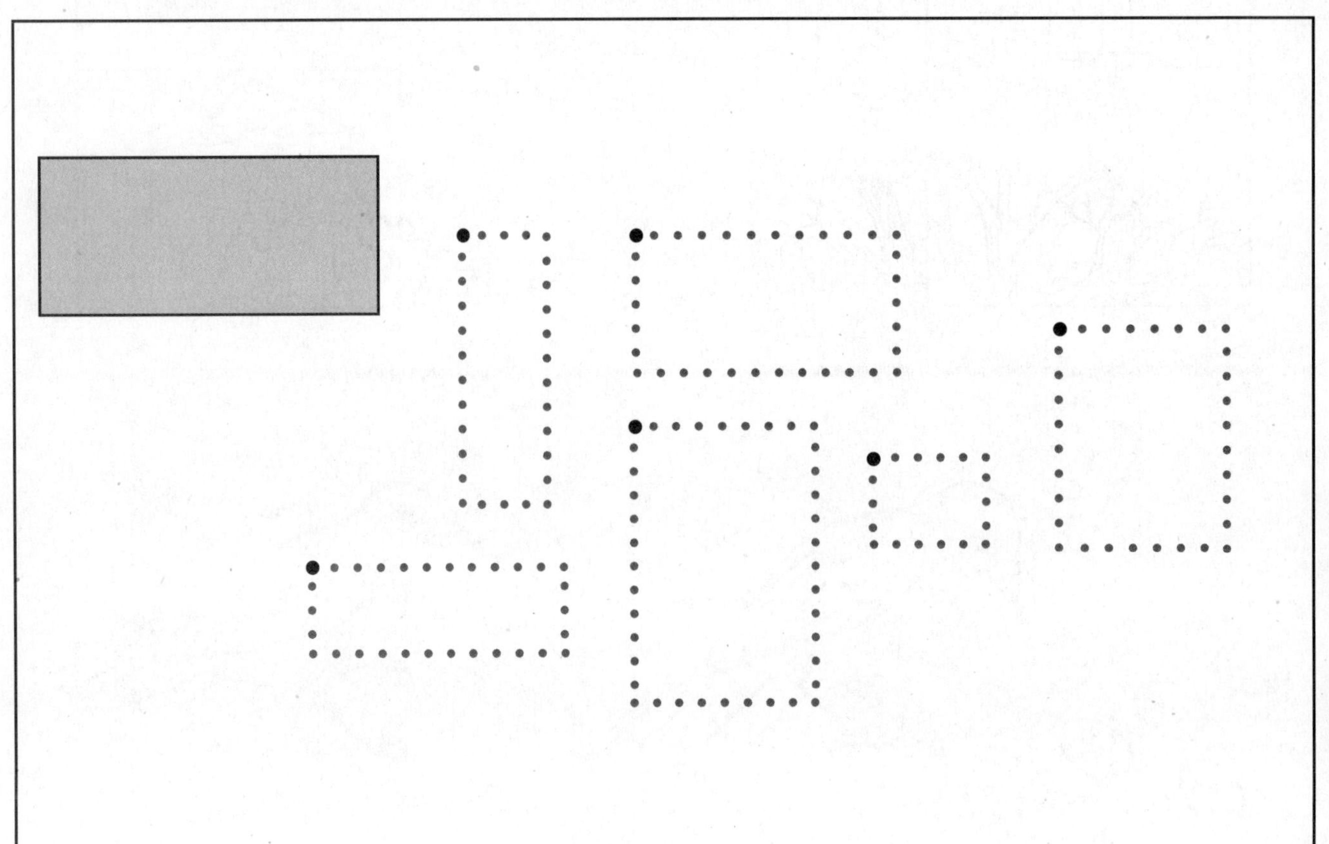

Lesson 84 Name ______________________

Lesson 84 Name ______________________

 ____

Lesson 85 Name ____________________

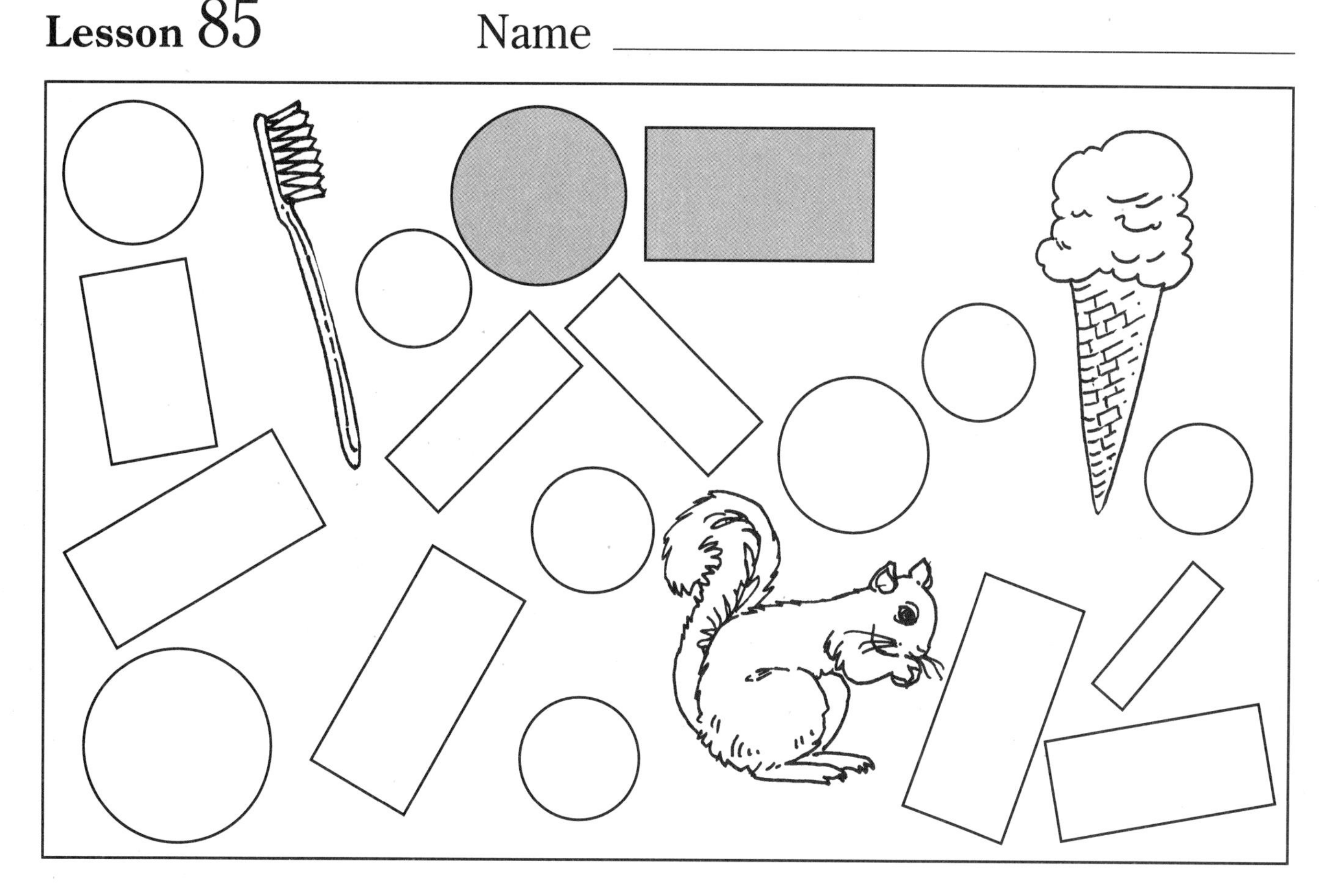

Lesson 85 Name ___________________________